# யாதும் ஊரே

(எழுத்துக்காரனின் மின்குறிப்புகள்)

# யாதும் ஊரே

(எழுத்துக்காரனின் மின்குறிப்புகள்)

இரா. முருகன்

எழுத்து பிரசுரம்

Title: Yaathum Oore
Author's Name: Era. Murugan

Published by Ezutthu Prachuram



Ezutthu Prachuram
(An imprint of Zero Degree Publishing)
No.75 & 76, Ist Floor, Kuppusamy Street,
Balaji Nagar,
Padi,
Chennai - 600050

Website: www.zerodegreepublishing.com
E Mail id: zerodegreepublishing@gmail.com
Phone: 89250 61999

Ezutthu Prachuram First Edition: June 2025

ISBN: 978-93-48439-72-7

TITLE NO EP:578

Rs.540/-

Cover Design & Layout: Vijayan, Creative Studio
Printed at Rathna Offset, Chennai, India

# ராஜம் கிருஷ்ணன் சந்திப்பு

இன்றைக்கு துலா மாசத்து சஷ்டி. அப்பா திதி. விஷ்ராந்தி போயிருந்தேன்.

பாலவாக்கம் மாதாகோவிலோடு திரும்பிக் கடற்கரையை நோக்கிப் போகும்போது உள்ளொடுங்கி இருக்கிற கட்டிடம் விஷ்ராந்தி. நிராதரவான முதியவர்களுக்கான காப்பகம். அம்மாவும் பாட்டித் தள்ளையுமாக வயசான பெண்களுக்கு மட்டுமான அந்த விடுதிக்கு இரண்டு மாதத்துக்கு ஒருமுறை போகிற வழக்கம். அங்கே ஒவ்வொருவரோடும் கொஞ்சம் பேசி, சாப்பிடும்போது பரிமாறி, இலையில் அல்லது ஏந்திய கையில் இனிப்பையோ பழத்தையோ வைத்துச் சாப்பிடச் சொல்லித் திரும்பி வரும்போது ஆத்மார்த்தமாக ஒன்றிச் சில மணிநேரம் கடந்து போயிருக்கும். காப்பகத்தில் தங்கியிருப்பவர்கள் மாறிக்கொண்டே இருக்கிறார்கள். சிலர் மறைகிறார்கள். சிலர் புதிதாக வருகிறார்கள். இந்த ஆகஸ்டில் தான் ஓணத்தை ஒட்டி விஷ்ராந்தி போயிருந்தேன். அப்போது அங்கே ராஜம் கிருஷ்ணன் இல்லை. பாட்டியம்மா எல்லோரும் ப்ரேயருக்குப் போயிருக்காங்க சார், கொஞ்சம் உட்காருங்க என்கிறார் வரவேற்பறையில் இருந்த இளம்பெண். இரண்டு மாதத்துக்கு முன்னால் இவளைப் பார்த்த நினைவில்லை. காப்பகத்தில் பொறுப்பாளர்கள் மாறிக்கொண்டே இருக்கிறார்கள். ஆனாலும் எல்லோருக்கும் அன்பாகப் பேசத் தெரிந்திருக்கிறது. வயதானவர்களோடு நாள் முழுக்க இருக்க நேரும்போது இந்த அன்பும் சிரிப்பும் இல்லாவிட்டால் இரண்டு

தரப்புக்குமே நரகமாகிவிடும். விஷ்ராந்தி மூதாட்டிகளில் பலரும் இந்த நரகத்திலிருந்து மீண்டு வந்தவர்கள். அவர்களுடைய கடைசி தினங்களில் மறுபடி அங்கே போகமுடியாது.

ராஜம் கிருஷ்ணன் புனே கிளம்பிப் போய்ட்டாங்களா? நான் கேட்ட உடன் அந்தப் பெண் சட்டென்று நிமிர்ந்து பார்த்து இல்லை என்று தலையசைக்கிறாள்.

முதுபெரும் எழுத்தாளர் ராஜம் கிருஷ்ணன் தற்போது விஷ்ராந்தியிலே இருக்காங்க. முந்தாநாள்தான் சந்தித்துவிட்டு வந்தேன். அநேகமாக இந்த வாரக் கடைசியிலே விஷ்ராந்தியை விட்டுப் புறப்பட்டு புனே போறாங்க. உறவுக்காரர் கூட்டிப் போறாராம். நண்பர் திருப்பூர் கிருஷ்ணன் அளித்த தகவல் அது.

இதமான குரலுக்கு இன்னொரு நல்ல உதாரணம் திருப்பூர். எழுத்துப் போல அவருடைய பேச்சும் குரலும் ஆளுமையும் மனதுக்கு எப்போதுமே அலாதியான அமைதியையும் நிறைவையும் கொடுக்கக் கூடியது. திருப்பூர் கிருஷ்ணன் போய்ப் பார்த்துவிட்டு வந்தார் என்பதே எனக்கு ஆறுதலான செய்தி. ராஜம் கிருஷ்ணன் பற்றிய பத்திரிகைத் தகவல் பெரும்பாலும் உண்மை என்று உறுதி செய்தார் அவர். அந்தப் புரட்சிப் பெண்மணி எந்த அரசாங்க, தனியார் உதவியையும் எதிர்பார்த்துக் கைகட்டி நிற்க மாட்டேன் என்று உறுதியாகச் சொன்னதாகவும் திருப்பூர் சொல்லியிருந்தார். ராஜம் கிருஷ்ணன் வேறே எப்படியும் சொல்லியிருக்க மாட்டார்தான்.

ராஜம்மா புனே போகலேன்னா, அவங்க இங்கேதான் இன்னும் இருக்காங்க, இப்போ ப்ரேயர் போயிருக்காங்க, சரிதானே?

வரவேற்பறைப் பெண்ணிடம் விசாரிக்க அடுத்த சிரிப்போடு அவள் சுபாவமாகச் சொல்கிறாள் அவங்க இங்கேதான் சார் இருக்காங்க. ஆனா இப்போ பார்க்கறது கஷ்டமாச்சே. ஓய்வெடுத்துட்டு இருக்காங்க. உடல் நலமில்லே.

ஒரு வாரமாக இதே ரொட்டீன் பதிலை எத்தனை பேரிடம் சொல்லியிருப்பாளோ. திருப்பூர் கிருஷ்ணனுக்கும் இந்த மறுமொழி கிடைத்திருக்கும். தீபாவளி நேரத்தில் வாரப் பத்திரிகையில் செய்தி வந்த பிறகு விஷ்ராந்திக்குத் தொலைபேசியும், நேரில் சென்றும் ராஜம் கிருஷ்ணனைப் பற்றிச் சில பேராவது விசாரித்திருக்கலாம்.

சாகித்திய அகாதமி பரிசு பெற்ற, தமிழின் சிறந்த படைப்பாளிகளில் ஒருவரும், பெண் விடுதலைக்கான போராளியுமான ராஜம் கிருஷ்ணன் தன் எண்பத்து மூன்றாம் வயதில் விஷ்ராந்தியில் வந்து சேர்ந்திருப்பதாகப் பத்திரிகையில் வந்த செய்தி திருப்பூரைப் போல், என்னைப் போல் பலரையும் பாதித்திருக்கக் கூடும்.

தம்பி இங்கே அடிக்கடி வர்றவரு. பிரேயருக்குத் தாமதமாகக் கிளம்பிப் போய்க்கொண்டிருந்த ஒரு பாட்டி என் அருகில் வந்து கண்ணுக்கு மேலே ஷேடு கட்டிப் பார்த்துவிட்டு அடையாளம் கண்டுகொண்ட சந்தோஷத்தில் மலர்ந்த முகத்தோடு சொல்கிறாள். குழந்தைச் சிரிப்பு கூடவே இழைந்து கொண்டு வருகிறது.

அந்த முதிய குழந்தை சிபாரிசில் ராஜம் கிருஷ்ணனைச் சந்திக்க உடனே அனுமதி கிடைக்கிறது.

சீக்கிரம் வந்துடுங்க சார். பிரேயர் முடிஞ்சு பாட்டியம்மா எல்லாம் உங்களுக்காகக் காத்திருப்பாங்க.

வரவேற்பறைப் பெண் என் கையிலிருந்து இனிப்புப் பொதியை வாங்கி ஓரமாக வைத்தபடி சொல்கிறாள். நான் வழக்கமாக வாங்கிப் போகிற லட்டு உருண்டைகளை விஷ்ராந்தியில் ஒவ்வொரு பாட்டி கையிலும் கொடுக்கும்போது சுதந்திரதினக் கொடியேற்றி இனிப்பு மிட்டாய் பெற்ற பள்ளிக்கூடப் பிள்ளைகள் போல் அந்த முகங்களில் தென்படும் ஆனந்தம் அளவிட முடியாதது. கடுமையான சர்க்கரை வியாதி இருக்கிற சில பாட்டிகள் வாழ்க்கையில் இதுவரை அனுபவித்த சோகங்களில் லட்டு வாங்க முடியாத இந்த சோகம்தான் மகத்தானது என்று தோன்ற பரிதாபமாகப் பார்க்கும்போது எனக்கே அம்பலப்புழை மேல்விலாசம் சாட்சாத் கண்ணன் மேல் இப்படி அப்படி என்றில்லாத கோபம் வரும் (வேறு யார் பேரில் கோபப்பட?). தீபா மேத்தாவின் 'தண்ணீர்' படத்தில் லட்டுக்காக உயிரையே விடும் பாட்டி இந்தக் கூட்டத்தில் இருந்துதான் போயிருப்பாள்.

லட்டு நினைவுகளை ஒதுக்கிவைத்துவிட்டு காப்பகப் பொறுப்பாளரான இன்னொரு இளம்பெண்ணோடு நடக்கின்றேன். காம்பவுண்ட் கடைசியில் மருத்துவ விடுதி.

அம்மா, உங்களைப் பார்க்க உங்க நண்பர் வந்திருக்கார். பார்க்கலாமா?

கதவு அருகில் இருந்தே இவள் சொல்ல, உள்ளே இருந்து ஈன சுவரத்தில் பதில். வரச் சொல்லும்மா.

சீக்கிரம் முடிச்சுட்டு வந்துடுங்க. காத்திருப்பாங்க.

நினைவூட்டிய திருப்தியில் திரும்பப் போகும் இந்தப் பெண்ணுக்கும் மறக்காமல் இனிப்பு கொடுக்க வேண்டும். செருப்பை வெளியே விட்டுவிட்டு நுழைகிறேன்.

வரிசையாகக் கட்டில்கள். கடைசிக் கட்டிலில் உடல் தளர்ந்து ராஜம் கிருஷ்ணன். முன்னணித் தமிழ்ப் படைப்பாளிகளில் பட்டியலை யார் எப்போது தேர்ந்தெடுத்தாலும் தவறாமல் இடம் பெறும் பெயர் அவருடையது. சீட்டுக் குலுக்கிப் போட்டு எடுத்தாலும் அவர் பெயர்ச் சீட்டு நிச்சயம் வரும். அவரா இவர்?

மெல்ல எழ முயன்று திரும்பத் தலையணையில் சாய்கிற போதும் தொடரும் நட்பான சிரிப்போடு எப்படி இருக்கீங்க என்கிறார். பெண்மைக்கே உரிய கம்பீரத்தோடு அவரும், எப்போதும் நிழலாகத் தொடர்ந்து அவருக்கு வலிமை தந்த அன்புக் கணவருமாகச் சிலகாலம் முன்பு வரை இலக்கிய விழாக்களில் தவறாமல் பார்த்த ராஜம் கிருஷ்ணன் எங்கே? ஒரு சின்னச் சிரிப்பு மாத்திரம் பாக்கி இருக்க அந்த அந்நியோன்யமான தம்பதி எந்த வெளியில் கரைந்து போனார்கள்?

கடைசியா இலக்கியச் சிந்தனை விருந்துலே பார்த்தோம். பத்து வருடம் முந்தி.

நினைவுபடுத்துகிறேன். ராஜம் கிருஷ்ணன், மகா ஸ்வேதா தேவி, தோப்பில் முகம்மது மீரான், மாலன். இவர்களோடு அந்த ஆண்டுக்கான இலக்கியச் சிந்தனைச் சிறுகதை விருது பெற்றவன் என்ற முறையில் குட்டப்பன் கார்னர்ஷோப் காரனும் கலந்து கொண்ட பகல் விருந்து அது. இலக்கியச் சிந்தனை அறங்காவலரும் நிதியமைச்சருமான ப.சிதம்பரம் அவர்களின் குடும்ப இல்லத்தில் நடைபெற்றது.

ஆமா, நினைவு இருக்கு. ராஜம் திரும்பப் புன்னகைக்கிறார்.

மகாஸ்வேதாதேவி. அவங்க முற்போக்கு முகாம்.

மெல்லச் சொல்கிறார்.

நீங்க மட்டும் என்னவாம்? நான் திரும்பக் கேட்கிறேன். இவரிடம் இனியும் பகிர்ந்துகொள்ள எந்த சோகமும் இல்லை. நானும் அவரும் பத்து வருடம் முன்பு விட்ட இடத்தில் இருந்து உரையாடலைத் தொடரப் போகிறோம். அவ்வளவுதான்.

எளிதில் உடையக் கூடிய கற்பிதம் இது. ஆனாலும் அவருக்கு ஏதோ ஒருவிதத்தில் ஆசுவாசம் அளிக்கக்கூடும். அப்போது எனக்கும் அதேபடிதான்.

நானா, முற்போக்கா? சரி. பெண்ணுரிமை பேசுகிற எல்லா இயக்கத்திலேயும் என்னைத் தீவிரமா இணைச்சு இயங்கியிருக்கேன். ஆனால் அங்கேயும் பெண்ணுரிமை எந்த அளவு இருந்தது?

எனக்குத் தெரியலை என்கிறேன்.

தேசியப் பெண்கள் மாநாட்டுக்கு இவங்களா போகணும்? என்ன படிச்சிருக்காங்க? என்னத்தைப் பேசுவாங்க? இவங்களுக்கு என்ன தெரியும்னு முட்டுக்கட்டை போட்டாங்க. ஆனாலும் போனேன். பேசினேன். முற்போக்கு.

அந்த அமைப்பின் பெயரைச் சொல்லிவிட்டு சாந்தமாக மறுபடி சிரிக்கிறார். நான் படுக்கைக்கு அருகே நிறுத்தியிருந்த வாக்கரைப் பார்க்கிறேன்.

இதப் பிடிச்சுட்டுத்தான் கொஞ்சம் நடமாட முடியுது. அவர் தொண்ணூறு வயசுவரைக்கும் எனக்கு எல்லாமுமாக இருந்தார். போன அப்புறம் ஆக்சிடண்ட்.

கணவரின் நினைவில் ஒரு கணம் அமைதியாக இருந்து, தொடரும்போது குந்தா அணைக்கட்டு கட்டுமானப் பணி நிறைவேறும் மலைச் சரிவில் இருந்தார் ராஜம் கிருஷ்ணன். ஐம்பது வருடம் முந்திய, ஜவஹர்லால் நேருவின் ஆதர்சம் நிறைவேறத் தொடங்கியிருந்த இந்தியா அது. பொறியாளரான கணவரோடு அணைக்கட்டுப் பகுதியில் குடித்தனம் நடத்த இளம் பெண்ணாக ராஜம் புறப்பட்டுப் போனபோது எழுத ஆரம்பித்திருந்தார். கலைமகள், கல்கி மூலம் தெரிய வந்த ராஜம் அவர்.

நாத்திமார், மைத்துனர்கள் என்று ஏகப்பட்ட பேர் இருந்த அன்பான கூட்டுக் குடும்பத்தில் ராஜம் கிருஷ்ணன் மருமகளாகப் புகுந்தபோது அவருக்கு பதினாறு வயதும் திகையவில்லை.

அந்தக் காலக் கல்யாணத்துக்கு இப்போ எங்கே ப்ரூப் தேடி நிரூபிக்கறது?

நான் விழித்தேன். வாக்கரை வெறித்தபடி அவர் நிகழ்காலத்துக்கு வந்திருந்தார்.

அரசு ஊழியராக இருந்து ரிடையர் ஆனவரின் மனைவி. குடும்ப பென்ஷன் சாங்ஷன் பண்ண நான் எங்க வீட்டுக்காரருடைய சட்டபூர்வமான மனைவின்னு நிரூபிக்கணும்னாங்க. அறுபது வருஷம் முந்திய கல்யாணத்துக்கு ஏது சாட்சி?

நண்பர்கள் உதவியால் தற்போது பென்ஷன் கிடைக்கத் தொடங்கியிருப்பதாகச் சொன்னார். வயதான காலத்தில் உறுதுணையாகத் தாங்கப் பிள்ளைச் செல்வமோ, சேர்த்து வைத்த சொத்தோ இன்றி நிர்க்கதியாக நின்ற ராஜத்தின் பெயரில் கடவுளுக்குக் கொஞ்சம் போல இரக்கம் இருக்கிறது. நன்றி கிருஷ்ணா.

குந்தா அணைக்கட்டு போனபோது யாரை முதல்லே பார்த்தேன் தெரியுமா?

அவர் நினைவுகளுக்குத் திரும்பி விட்டார். மறுபடியும் கசியும் ஆசுவாசம்.

மலை உச்சிக்கு ரெண்டு பேரும் ஜீப்புலே போய் இறங்கறோம். அணைக்கட்டுக்கு நேர்கீழே. படகர் இன மக்கள் வாழும் பகுதி அது. இயற்கையோடு அந்த அளவு நெருக்கமான இனம் வேறே எத்தனை இருக்கு? அவங்க வாய்மொழி இலக்கியம் ஒண்ணே போதும். ஐரோப்பிய மொழிகளில் பழைய கதைப்பாடல் *(ballad)* மாதிரி வளமான படைப்புகள் அதெல்லாம். தேடித்தேடிச் சேர்த்து வச்சேன். இப்போ எங்கே போச்சோ தெரியலை.

திரும்ப ஒரு வினாடி மௌனம். நான் வாக்கராக ஒத்தாசை செய்து அவரை மறுபடி குந்தா அழைத்துச் செல்கிறேன். அங்கே போய்ச் சேர்ந்ததும் பார்த்தது யாரை?

என் கணவருக்கு வணக்கம் சொல்லி பின்னால் இருந்து ஒரு குரல் கூப்பிட்டது. திரும்பிப் பார்த்தேன். நான் தான் ஜவஹர் என்றார். இந்தப் பகுதியிலேயே பிறந்து வளர்ந்து இப்போ இந்த அணைக்கட்டு திட்டத்தில் வேலை செய்யறேன்னார்.

நான் எழுதப் போற நாவல்லே கதையை இவர்தான் நடத்திப் போகப் போறார்னு அப்பவே முடிவு செஞ்சேன்.

நாவலுக்கு முன் கதாநாயகன் பிறந்த கணத்தில் ஆழ்கிறார் ராஜம் கிருஷ்ணன்.

அறுபது வருடம். குறிஞ்சி பூக்கிற ஐந்து காலத்தில் நிகழ்கிற நாவல் குறிஞ்சித் தேன். படகர் இனத்தின் வாழ்க்கை முறை, கலாசாரம், முன்னேற்றம்னு மத்தவங்க சொல்றதோடு அவங்க அந்நியப்பட்டுப் போறது எல்லாத்தையும் பற்றி அந்த மக்களோடு நிறையப் பேசி, கலந்து பழகி அப்புறம்தான் நாவல் உருவானது. மேதா பட்கர் இப்போ சொல்றதை படகர்கள் அப்பவே எடுத்துக் காட்டினாங்க.

ராஜம் கிருஷ்ணனில் எல்லாப் படைப்புகளுக்கும் பொதுவானது இப்படியான கலந்து பழகுதலும் கள ஆய்வும். கரிப்பு மணிகள், அமுதமாகி வருக, வளைக்கரம். சொல்லிக்கொண்டே போகலாம். சொல்லுகிறார். நேரம் மெல்ல ஊர்கிறது.

கள ஆய்வோடு கூட நிறையப் புத்தகங்களைப் படிக்கறதும் அவசியம். சென்னை மத்திய நூலகத்தில் புத்தகம் கொடுக்க மாட்டேன்னுட்டாங்க. சாகித்ய அகாதமி பரிசு பற்றிக் கூடச் சொன்னேன். அது எல்லாம் இங்கே ஒரு பொருட்டே இல்லை. ஆனா, தில்லியிலே விஷயம் வேறே. லைபிரரியில் புத்தகம் கேட்டபோது அப்ளிகேஷன் கொடுத்தாங்க. கட்டம் கட்டமாகப் பூர்த்தி செஞ்சுட்டுப் போனா, ஒரு இடத்திலே, தொழில்னு கேட்டிருக்கு. அதிலே பட்டியல் போட்டிருந்த எதுவுமே நான் செய்யாதது. ஒட்டுமொத்தமா அடிச்சுட்டு ரைட்டர்னு எழுதிக் கொடுத்தேன். உடனே அவங்க பார்வையே மாறிப் போச்சு. கடைநிலை ஊழியர் என்னை உட்காரச் சொல்லி, மின்விசிறியைப் போட்டு தேநீர் கொண்டுவந்து கொடுத்தார். மத்த எல்லா இடத்திலேயும் எழுதறவங்க மேலே கரிசனம் உண்டு.

ராஜம் சொல்லி நிறுத்துகிறார்.

இத்தனை உழைச்சு மணிமணியாகப் படைப்புகளை உருவாக்கிவிட்டு அதையெல்லாம் ஏன் தீவச்சுக் கொளுத்திட்டு இங்கே வந்தீங்க?

நான் கேட்கிறேன். அவர் இல்லை என்று கையை அசைத்து மறுக்கிறார். அந்தப் பத்திரிகையிலே தவறாகப் போட்டிருக்காங்க. நான் அப்படிச் சொல்லலே.

விபத்துலே அடிபட்டு ஒதுங்கி வசதி குறைந்த பகுதிக்குக் குடிபெயர்ந்தபோது அதை எல்லாம் விட்டுட்டு வரவேண்டிப் போச்சு. அங்கே இருந்து என் நண்பர்கள் பாரதி சந்துருவும் திலகவதியும்தான் என்னை இங்கே கொண்டு வந்து சேர்த்தது.

வார்ட் உள்ளே யாரோ ரேடியோவை உச்சகட்ட ஒலியில் வைக்கிறார்கள். குத்தாட்டப் பாட்டு ஒன்று இரைச்சலாக ஒலிக்க அதை மீறிப் பேச முயல்கிறார். வேண்டாம் என்று சொல்ல தயக்கமாக இருக்கிறது.

திலகவதியை முதல்லே பார்த்தபோது என்ன சொன்னாங்க தெரியுமா? ராஜம் என்னை விசாரிக்கிறார். உங்க கதையைப் படிச்சுத்தான் எழுத்தாளராக உத்வேகம் வந்ததுன்னு சொல்லியிருப்பாங்க. சரியா?

இல்லே. என் கதையைப் படிச்சுத்தான் போலீஸ் அதிகாரியாக முடிவு செஞ்சதாகச் சொன்னாங்க. ராஜம் திரும்ப மறுத்தபடி சிரிக்கிறார்.

அவர் முதுகுப் பக்கம் காகிதம் கோர்த்த ஒரு அட்டை தட்டுப்படுகிறது. நான் பார்ப்பதைக் கவனித்து அதை மெல்லத் தடவி எடுத்து என்னிடம் காட்டுகிறார். பாதி எழுதிய கட்டுரை ஒன்று. எழுத்து தெளிவாக இருக்கிறது.

ஊஹூம், இது கிறுக்கித்தான் வந்திருக்கு. பத்திரிகை பத்தி எழுதறேன். இன்னொரு தடவை என்னை மறுத்து அதே பிரியத்தோடு புன்னகைக்கிறார்.

தொலைபேசி ஒலிக்கிறது. எனக்குத்தான் என்று தெரியும். லட்டுக்காகக் குழந்தைகள் காத்திருக்கின்றன. விடைபெற்று நடக்கிறேன். கரிப்பு மணிகள் மனதில் இனிப்போடு படிகின்றன. கடல் காற்று வீசத் தொடங்கி இருக்கிறது.

*(Vaarthai - Dec 08)*

டிசம்பர் *5, 2008*

# போகிற போக்கில்

நாரதகான சபா மூத்திர வாடை வழக்கப்படுத்திக்கொண்ட சமாசாரம். அதுவும் முதல் நாலைந்து வரிசை வி.ஐ.பி வரிசைகளில் உட்கார்ந்தால், கதவு திறக்கும்போது, மூடும்போது 'கழிவறை உலகம் செய்தீர்' என்று ஞானக்கூத்தனோடு சேர்ந்து மணம் கமழச் சொல்லலாம். சங்கீத சீசனில் சபா கேண்டீனில் கீரை வடை மேற்படி வாடையோடு சாப்பிட்டு சாப்பிட்டு கல்யாணி, காம்போதி, கீரை வடை, ஜோன்புரி, சுப பந்துவராளி என்று எதைக் கேட்டாலும் பார்த்தாலும் பக்கத்தில் டாய்லெட் இருக்கிறதா என்றுதான் அநிச்சையாகக் கண் தேடுகிறது.

போன ஞாயிற்றுக் கிழமை (ஃபெப்ரவரி 22) நாரத கான சபா தினமாகப் போய்விட்டது. காலை எழுந்தவுடன் கிரேசி மோகன் அங்கே என்றால் மாலை முழுதும் பர்வீன் சுல்தானா. கூடவே நாள் முழுக்க, ராசியான சபா வாசனை.

ஞாயிறு மாலை நா.கா.சபாவில் குனிதாஸ் சம்மேளன். இந்துஸ்தானி இசை விழா. மும்பையில் 33 வருடமாக வெற்றிகரமாக நடக்கிற இந்த விழா சென்னைக்கும் வந்து இது மூன்றாவது வருடம். இசைக் கலைஞர் சி.ஆர்.வியாஸ் குனிதாஸ் ட்ரஸ்ட் ஏற்படுத்தி நடத்தி வரும் விழாவை இப்போது முன்னால் கொண்டுபோகிறவர் அவருடைய மகனும் சந்தூர் இசைக் கலைஞருமான சதீஷ் வ்யாஸ். சதீஷ் வ்யாஸின் சந்தூர் கச்சேரியோடு ஐந்தரைக்கு ஆரம்பமாக

வேண்டிய விழா ஆறு மணிக்கு தொடக்கம். இந்த சந்தூர் ரொம்ப சள்ளை பிடித்த வாத்தியம். சரிபாதியாக அறுத்த சவப் பெட்டிமேல், சரி வேணாம், வெறும் பெட்டி மேல் ஏகப்பட்ட தந்திகள். இதை ஒவ்வொன்றாக தட்டிக் கொட்டி முடுக்கிக் கட்ட, பக்கவாக்கில் ப்ருகடைகள். ஒவ்வொரு ராகம் வாசிக்கும் முன்பும் ராக தாள லட்சணம் பார்த்து அங்கங்கே முடுக்கி, அங்கங்கே தளர்த்தி, தட்டிக் கொட்டி ஏகத்துக்கு மெனக்கெட வேண்டும்.

சதீஷ் ஒரு பதினைந்து நிமிஷம் இப்படி மல்லுக்கட்டிய பிறகு மதுவந்தி வாசிக்கப்போவதாக அறிவித்தார். கொஞ்சம் சிம்மேந்திர மத்யமம் சாயல் அடிக்கும் இந்த ராகத்தில் எனக்குப் பழக்கமான இந்தி சினிமாப் பாட்டு ஏதும் இல்லாததால் உதவிக்குக் கைகாட்ட முடியவில்லை.

மதுவந்தியை விளம்பித காலம் 'ஏக் தாள்' மற்றும் 16 அட்சரம் 'தீன் தாள்' துரித காலத்திலும் வாசிக்கப்போவதாக வேறு வ்யாஸ் அறிவித்ததால் பாதி நேரம் காரேஜில் மோட்டார் மெக்கானிக் கார் இஞ்சினை ட்யூன் பண்ணுவதை வேடிக்கை பார்க்கிறது போல் கழிந்துபோனது. இதையும் மீறி மதுவந்தி அவ்வப்போது சுகமாக வந்து போனது.

பிற்பகல் ராகமான மதுவந்தியை அவர் முடித்தபோது வசந்தா ராகம் பாடும் சாயந்திரமும் கடந்து போய், ராத்திரி ஏழரை மணி. அவர் ஏறக்கட்டினால்தான் பர்வீன் சுல்தானா மேடையேற முடியும். வந்த கூட்டம் எல்லாம் (என்னையும் சேர்த்து) பர்வீன் பக்தர்கள். எல்லோருமே நேரில் அவர் இசையைக் கேட்டு ஏக காலமாகிவிட்ட ஏக்கத்தோடு வந்து சேர்ந்தவர்கள்.

வ்யாஸ் முடிக்கும் முன் எடுத்துக்கொண்டது கீர்வாணி. நம் இளையராஜாவுக்கும் கர்னாடக சங்கீத வித்வான்களுக்கு மட்டும் பிரியமான ராகம் இல்லை இது. லட்சக்கணக்கான மசூதிகளில் தொழுகைக்கு அழைக்கிற வாங்கில் கூட கீர்வாணி சாயல் உண்டு. கீர்வாணியே அராபிய இறக்குமதி என்கிறார்கள்.

தீன் தாள் தான் என்றாலும் மதுவந்திக்காக முடுக்கிய தந்தி கீர்வாணி கிட்டே கூடப் போகாதோ என்னவோ. இன்னும் கொஞ்சம் ஒர்க் ஷாப் வேலை. அப்புறம் வாசிப்பு. பேசாமல் இனிமேல் சந்தூர் வித்துவான்கள் ராகத்துக்கு ஒன்றாக ட்யூன்

செய்து ஏழெட்டு சந்தூரை பெட்டி போல் அடுக்கி வேண்டாம் சர்ச் பக்கம் வண்டியில் வைத்துத் தள்ளிக் கொண்டு போனால் சங்கடமாகப் போகும்.

பர்வீன் பாட வரும்போது ராத்திரி எட்டே கால் மணி. நாரதகான சபாவே அதிர்கிறபடி கரகோஷம். சட்டென்று நம்ம குடும்பத்தில் ஒருத்தர் மேடையில் வந்து உட்கார்ந்த மாதிரி எல்லோரோடும் சகஜமாகப் பேசிச் சிரித்து ஒரு நிமிஷத்தில் அந்நியோன்னியத்தை ஸ்தாபிக்க அவரால் மட்டும்தான் முடியும். கர்னாடக சங்கீதப் பாடகிகள் யாரும் மேடைக்குப் போனால் இப்படிப் பேசுவது இல்லை. விசாஹா ஹரி என்ன ஆனார் என்று விரலை மடக்கினால் ஒத்துக்கொள்ள முடியாது. அவர் ஹரிகதை. சாவகாசமாக விசாகா.

‘நீங்க மெட்ராஸ். நல்ல அருமையான ரசனை. ஆனா, ராத்திரி ஒன்பது மணியானா டவுன் பஸ்ஸை ரயிலைப் பிடிக்கக் கிளம்பிடுவீங்க... அதுக்குள்ளே முடிச்சுக்கறேன்... சுருக்கமா ஒரு மாரு பெஹாக் மொதல்லே’. பர்வீன் தொடங்கினார்.

தன்யாசி மாதிரி ‘போர்க்கள’ ராகம் இது. அதனால்தானோ என்னமோ எத்தனையோ போர்க்களம் கண்ட சீக்கிய குருமார்களின் குரு க்ரந்த் சாகிப் ‘குர்பானி’ பக்தி இசை கானங்கள் பலவற்றையும் மாரு பெஹாக் அலங்கரிக்கும்.

பர்வீன் சுல்தானாவின் மாரு பெஹாக்கை எழுத்தில் வர்ணிக்க நினைப்பது சமுத்திரத்தை உள்ளங்கையில் அள்ளிப் பார்க்கிற முயற்சிதான். அவருடைய இசையோடு கரைந்து கரைந்து ஒன்றுமில்லாமல் போயிருந்தால் எனக்கு முக்தி கிட்டியிருக்கும். தெய்வீக இசை என்றால் எம்.எஸ் மாதிரி பர்வீன் மட்டும் தான்.

மாரு பெஹாக் முடிந்ததும் கைதட்டோடு முழு அரங்கமே ‘பவானி, பவானி’ என்று குரல் கொடுத்தது. ‘தெரியும், நீங்க என்னை பவானி பாடாம விடமாட்டீங்க. அதுக்கு முந்தி ஒரு மீரா பஜன். அதுக்கும் முந்தி ரெண்டு வார்த்தைகள். நம்ம இசை உயர்ந்தது மட்டுமில்லே. புனிதமானது. ஒரே நாடு இந்தியா. ஒரே இசை இந்திய இசை. நம்மிடையே எந்தப் பாகுபாடும் இல்லை. இந்த இசையின் மாசற்ற தன்மையை, சுத்தத்தை, இதன் இந்திய குணத்தை தலைமுறை தலைமுறையா நாம பாதுகாத்து

முன்னால் எடுத்து வந்திருக்கோம். வரும் தலைமுறையும் இதைத் தொடர்ந்து செய்ய வேணும்' பர்வீன் உருக்கமாக வேண்டுகோள் விடுக்க அரங்கமே நெகிழ்ந்தது. ஒரு அரசியல்வாதி பேசினால் போலியாகத் தெரியும் இந்தச் சொற்கள் அந்த இசையரசியின் குரலில் உண்மையும் உயிர்த்துடிப்போடும் ஒலித்தன.

மாளவ்மாண்ட் ராகத்தில் (மாள்வா மற்றும் மாண்ட் கலப்பு) மீரா பஜன். தொடர்ந்து எல்லோரும் ஆவலோடு எதிர்பார்த்த 'மா தீ பவானி' மிஸ்ர பைரவ் ராகத்தில் இசையையும், பக்தியையும் அற்புதமாகக் குழைத்துத் தீட்டிய இசை ஓவியம். பர்வீன் இதைப் பாடும்போது அந்த அற்புத அனுபவத்தில் தோய்ந்து நெக்குருகி எத்தனையோ முறை இருந்திருக்கிறேன். இன்று அப்படிப்பட்ட தேவகணங்களில் இன்னொன்று.

'பர்வீன் அம்மா, மாசா மாசம் சென்னைக்கு வாங்க' முதல் வரிசையில் ஒரு இளம்பெண் கைதட்டலுக்கு இடையே சொன்னாள். பக்கத்தில் அமர்ந்திருந்த வயலின் எம்.எஸ்.கோபாலகிருஷ்ணன், திருச்சூர் ராமச்சந்திரன், சாருமதி ராமச்சந்திரன், டி.வி.ஜி போன்ற மூத்த கர்னாடக இசைக் கலைஞர்கள் கைதட்டி அதை வழிமொழிந்தார்கள். கண்ணில் கண்ணீரோடு, ஆன்மீக அனுபவத்தில் இன்னும் மூழ்கிக் கைகூப்பியபடி மேடையில் அமர்ந்திருந்தார் பர்வீன் சுல்தானா.

# உன்னைப்போல் ஒருவன்

மே *1 2009 வெள்ளிக்கிழமை பத்திரிகையாளர் சந்திப்பு*

உன்னைப் போல் ஒருவன் திரைப்படத்திற்காக ஏற்பாடு செய்யப்பட்டிருந்த பத்திரிகையாளர் சந்திப்பு இன்று காலை பதினொரு மணிக்கு வடபழனி கிரீன்பார்க் ஹோட்டலில் நடைபெற்றது. பெருவாரியான அச்சு, தொலைக்காட்சி பத்திரிகையாளர்கள் பங்கேற்ற இந்நிகழ்ச்சியில் திரு கமல்ஹாசன் அவர்கள் படத்தைப் பற்றிய விவரங்களைத் தெரிவித்தார்.

திரு. மோகன்லால், இயக்குநர் சக்ரி டலோடி, இசையமைப்பாளர் செல்வி ஸ்ருதிஹாசன், ஒளிப்பதிவு இயக்குநர் மனோஜ் சோனி ஆகியோரோடு படத்தின் வசனகர்த்தாவான நானும் பாடலாசிரியரான நண்பர் மனுஷ்யபுத்ரனும் கலந்துகொண்டு சுருக்கமாக உரையாற்றினோம்.

படத்தைப் பற்றி வெளியிடப்படும் பத்திரிகைக் குறிப்பு இது உன்னைப் போல் ஒருவன்

ராஜ்கமல் பிலிம்ஸ் இன்டர்நேஷனல், யுடிவி மோஷன் பிக்சர்ஸின் கூட்டுறவோடு தயாரித்து அளிக்கும் தமிழ்த் திரைப்படம் 'உன்னைப் போல் ஒருவன்'. தமிழோடு தெலுங்கிலும் ஒரே நேரத்தில் இப்படம் வெளியாகிறது. தெலுங்கில் படத்தின் பெயர் 'ஈநாடு'. ராஜ்கமல், இன்னொரு நிறுவனத்தோடு இணைந்து கூட்டுத் தயாரிப்பாக உருவாக்கும் முதல் படம் இது.

ஏற்கனவே மகத்தான வெற்றி பெற்ற இப்படக்கதை தமிழில் இப்போது ஆழ்ந்த உள்ளடக்கத்தையும் நட்சத்திர வெளிச்சத்தையும் பெற்றிருக்கிறது. திரு கமல்ஹாசன் அவர்களும் திரு மோகன்லால் அவர்களும் மாறுபட்ட கதாபாத்திரங்களை ஏற்று திரையைத் தீப்பற்ற வைக்கும் வெப்பத்தோடு மோதும் திரைக் காவியம் இது.

படத்தின் இயக்குநர் சக்ரி டொலேடி அமெரிக்காவில் புளோரிடா திரைப்படக் கல்லூரியில் பயின்றவர். அவர் இயக்கும் முதல் படம் இது. ஆனாலும் சக்ரி தமிழ்த் திரைக்குப் புதியவர் இல்லை என்றால் ஆச்சரியமாக இருக்கும். ஆம், திரு கமல் ஹாசனின் ‘சலங்கை ஒலி’ திரைப்படத்தில் போட்டோகிராபர் குட்டிப்பையனாக வந்து கலக்கிய குழந்தை நடிகர்தான் இவர். சமீபத்தில் தசாவதாரம் படத்திலும் கமல் அவர்களின் அமெரிக்க நண்பராக நடித்திருக்கிறார்.

இப்படத்தின் இசையமைப்பாளராக இன்னொரு இளைய தலைமுறை நட்சத்திரம் அறிமுகமாகிறார். அவர் செல்வி ஸ்ருதி ஹாசன். ஹாலிவுட் மியூசிக் இன்ஸ்ட்டிட்யூட்டில் முறையாக மேற்கத்திய இசையைக் கற்ற ஸ்ருதி தொழில்முறை இசைக் கலைஞரும் தனிப்பாடலாசிரியரும் ஆவார். அவருடைய தனித்துவம் வாய்ந்த புதுமையான இசையமைப்பு படத்துக்கு மேலும் சிறப்பு சேர்க்கும். இத்திரைப்படத்தின் இசை வெளியீட்டு விழா விரைவில் நடைபெற இருக்கிறது.

ஆங்கிலப் படங்களுக்கு இணையான தொழில் நுணுக்கச் சிறப்போடு திரைப்படங்களைத் தயாரிப்பதில் ராஜ்கமல் எப்போதும் முன்னணியில் இருக்கிறது. புத்தம்புதிய தொழில்நுட்பத்தின் அடிப்படையில் உருவாக்கப்பட்ட ரெட் கேமிராவில், 4கே ரெசல்யூஷனில் இப்படம் ஒளிப்பதிவு செய்யப்பட்டு வருகிறது. இந்தியாவிலே முதல்முறையாக ரெட் கேமிராவைப் பயன்படுத்தி உருவாக்கப்படும் திரைப்படம் இது.

இரண்டு முக்கியமான படைப்பாளிகளை ராஜ்கமல் இப்படத்தின் மூலம் திரைத்துறைக்குப் பரிச்சயப்படுத்துகிறது. எழுத்தாளர் திரு. இரா.முருகன் வசனகர்த்தாவாக அறிமுகம் ஆகிறார். கவிஞர் மனுஷ்யபுத்ரன் பாடல் ஆசிரியராக அறிமுகமாகிறார். இவர்கள் ஏற்கனவே இலக்கிய உலகில் பிரபலமானவர்கள்.

படத்தின் மூலக்கதை 'எ வென்ஸ்டே' என்றாலும், ராஜ்கமல் உருவாக்கும் இப்படம் வேறுபட்ட சிந்தனைகளையும் முழுமையான சமூக, கலாச்சாரப் பார்வையையும் கொண்டுள்ளது. பலதரப்பட்ட திறமைகளின் சங்கமம் மற்றும் உலகத் தரத்தில் பெரும் பணச்செலவில் நடைபெறும் தயாரிப்பு இவற்றால் படத்தின் உள்ளடக்கமும் தரமும் மேலும் கூடுகிறது.

மும்பைத் திரைப்படங்களின் மூலம் புகழ்பெற்ற ஒளிப்பதிவாளராக அறியப்படும் திரு.மனோஜ் சோனி இப்படத்தின் மூலம் தமிழ்த் திரைக்கு ஒளிப்பதிவாளராக அடியெடுத்து வைக்கிறார்.

திரு.கமல்ஹாசனின் 'ராஜபார்வை' திரைப்படத்தின் ஆர்ட் டைரக்டரான திரு.தோட்டா தரணி இப்படத்தின் ஆர்ட் டைரக்டர்.

திரு.மோகன்லால் பங்குபெறும் பல முக்கியமான காட்சிகள் ஏற்கனவே படமாக்கப்பட்டு கூடுதல் ஒலிப்பதிவு விரைவில் துவங்குகிறது. மே மாத இறுதிக்குள் தமிழ், தெலுங்கு பதிப்புகளின் படப்பிடிப்பு பெரும்பாலும் முடிவடைந்துவிடும்.

ராஜ்கமல் இந்தப் படத்தை ஜூலை மாதமே வெளியிடத் தயாரான நிலையில் உள்ளது. ஆனாலும் டாக்டர் கமல்ஹாசன் ரசிகர்களின் அன்பு வேண்டுகோளுக்கு இணங்க, இப்படம் ஆகஸ்டில் வெளியிடப்படும். ஆகஸ்டில் என்ன விசேஷம் என்று கேட்கிறீர்களா? ஆகஸ்ட் 12, 1959-ல் ஏ.வி.எம்மின் 'களத்தூர் கண்ணம்மா' வெளியானது. அப்படத்தின் பொன் விழா மாதமான ஆகஸ்ட் 2009-ல் ராஜ்கமல்-யூடிவி மோஷன் பிக்சர்ஸின் 'உன்னைப் போல் ஒருவன்' வெளியாவது பொருத்தம்தானே?

உன்னைப் போல் ஒருவன் பற்றிய மற்ற பல சுவையான தகவல்கள் இனிவரும் நாட்களில் தொடர்ந்து வெளியாகும். இப்படத்தைப் பற்றிய சுடச்சுட செய்திகள் பெற, www.unnaipoloruvan.com இணைய தளத்திற்கு வருக.

மே 1, 2009

# Random musings

**க்**ரேஸி குழுவின் முக்கிய நடிகராக இருந்த வெங்கடேஷ் நேற்று காலமானார். தி.நகர் நானா தெருவில் அவர் வீட்டுக்குக் காலையில் போனபோது க்ரேஸி, பாலாஜி, அப்பா ரமேஷ் இன்னும் நிறைய நண்பர்கள். மௌலியோடு அவசர அறிமுகம் செய்து கொண்டபடி வீட்டுக்குள் நுழைந்தேன் மோகனோடு.

வெங்கட் ஆறு அடி உயர நெடியமால். அவரை இனி எப்போதும் எழுந்திருக்க முடியாத படுத்த கோலத்தில் பார்க்க மனதுக்கு கஷ்டமாக இருந்தது. க்ரேஸி குழுவினர் எல்லோரிடமும் அலாதியான டைமிங் சென்ஸ் உண்டு. வெங்கட்டிடம் இது கொஞ்சம் அதிகம். வங்கியில் விருப்ப ஓய்வு வாங்கி ஒரு ரவுண்ட் சினிமாவில் கலக்க திட்டமிட்டுக் கொண்டிருந்தவரோடு விதி விளையாடிய பலன் இரண்டு ஆண்டாகப் படுத்த படுக்கை. மைக்கேல் மதன காமராஜனைத் தொடர்ந்து அவரைத் தொடர்ந்திருக்க வேண்டிய வெற்றி ஏனோ விலகிப் போய்விட்டது.

கமல் சார் காலையில் தொலைபேசியபோது வெங்கட் பற்றிச் சொன்னேன். அவர் நேற்றைக்குச் சேதி தெரிந்ததுமே போய் வந்ததாகச் சொன்னார். சக கலைஞரை மதிப்பதில் அவருக்கு இருக்கும் அக்கறை தனியானது.

★★★

**உ**ன்னைப் போல் ஒருவன் பட போஸ்ட் ப்ரொடக்‌ஷன் வேலைகள் கிட்டத்தட்ட முடியும் தறுவாயில் உள்ளன.

அவ்வப்போது படத்தைப் பகுதி பகுதியாக எடிட்டரோடும் ஒலியமைப்பாளரோடும் (நண்பர் ஆனந்த் இவர் சதி லீலாவதியில் கமலின் மகனாக நடித்தவர். உன்னைப் போல் ஒருவனிலும் நல்ல ஒரு பாத்திரம் இவருக்கு) சேர்ந்து உட்கார்ந்து பார்க்கும்போது மனதுக்கு நிறைவாக உள்ளது.

நண்பர் மனுஷ்யபுத்ரன் எழுதிய பாடல் கமல் அவர்கள் குரலில் மிக அற்புதமாக வந்திருக்கிறது. இந்தப் பாடல் பேசப்படும்.

★★★

விஸ்வரூபம் நாவல் கிட்டத்தட்ட இறுதிக் கட்டங்களுக்கு நகர்ந்து கொண்டிருக்கிறது. ஆய்வில் அதிக நேரம் செலவாவதால் மற்ற பத்திரிகை பத்தி எழுத்தை நிறுத்தி வைத்திருக்கிறேன். செப்டம்பர் இறுதிக்குள் நாவல் எழுதி முடித்துவிட்டு அடுத்து மூன்று விரல் நாவலின் தொடர்ச்சியை எழுத திட்டம்.

க்ரேஸியோடும் கோவிந்த் நிஹலானியோடும் புதிதாகச் சில முயற்சிகளில் ஈடுபட ஆயத்த நிலையில் உள்ளேன். நாவல் முடிந்து இதையெல்லாம் மும்முரமாகத் தொடரவேண்டி இருக்கும்,

இன்னொரு முக்கிய முயற்சி மய்யம் பத்திரிகை திரும்பத் தொடங்குவது. வெகு விரைவில் இது குறித்த அறிவிப்புகள் வெளிவரும் என்பதோடு நிறுத்திக்கொள்கிறேன்.

கணையாழியை மீட்டெடுப்பதுதான் கஷ்டமாக இருக்கிறது. கயிற்றைக் கட்டி மலையை இழுத்துக்கொண்டிருக்கிறோம்...

★★★

மோகனின் கிருஷ்ணஜெயந்தி ஓவியம், வெண்பா குறித்து ஓர் அவசர வெண்பா

> கருப்பனுக்கு வெண்ணெய்க் களவு அலுத்தால்
> இருகுடம் தாங்கும் இடைச்சி மருவுவான்.
> வேகம் மனதிலக் கள்ளன் நிறைந்திட
> மோகன் வரைந்த படம்.

*ஆகஸ்ட் 16, 2009 இரா.முருகன்*

# இன்று

*24.09.09 21:08* மணி

கோவிந்த் நிஹலானி அவர்களின் அடுத்த படத்துக்கான வேலைகளில் மும்முரமாக இருக்கிறேன். கமல் அவர்களைத் தொடர்ந்து இன்னொரு திரையுலக மேதையோடு பணியாற்ற சந்தர்ப்பம் கிட்டியது மகிழ்ச்சியான விஷயம்.

நான் ஐந்து வருடம் தில்லியிலும், இரண்டாண்டு மும்பையிலும் குப்பை கொட்டி இந்தியை மாநில வேறுபாடுகளோடு இயல்பாகப் பேச, எழுதத் தெரிந்தாலும், தமிழ் அல்லது மலையாளம் போல் சுபாவமாக வர இந்திக்காரனாகப் பிறந்திருக்க வேண்டும். நமக்கு ஆங்கிலமே மதி.

கோவிந்த் கமல் மாதிரி இன்னொரு டாஸ்க் மாஸ்டர். கதை / காட்சி சரியாக வரும்வரை விடமாட்டார். சதா மூளைக்கு வேலை கொடுக்கும் இப்படியான நண்பர்களோடு சேர்ந்து பணியாற்ற சுவாரசியமாக இருக்கிறது. கதை? ரொம்பவே சவால் ஆன விஷயம். எழுதிப் பார்க்கலாம்.

★★★

சத்தம் போடாமல் ‘லண்டன் டயரி’யை மிக அழகான பதிப்பாக வெளியிட்டிருக்கும் நண்பர்கள் கிழக்கு பதிப்பகம் பத்ரி, ராகவனுக்கும் குழுவுக்கும் நன்றி. முக்கியமாக இளைஞர் முகிலுக்கு. உழைத்து, அனுபவித்துச் செய்திருக்கிறார். லண்டன் வரலாறு, பயணக்கதை இரண்டையும் நான் தனித்தனியாக எழுதிக் கொடுத்ததை (முந்தையது, தினமணி கதிரில் வெளியானது)

சரிவிகிதத்தில் கலந்து நேர்த்தியாகக்கொண்டு வந்திருக்கிறார். வாழ்க.

★★★

நண்பர் 'நேசமுடன்' வெங்கடேஷ் மடல்:

நீங்கள் வசனம் எழுதிய முதல் திரைப்படமான உன்னைப் போல் ஒருவன், வெற்றி பெற வாழ்த்துக்கள். இந்த நேரத்தில், உங்களுடைய ஒரு மினி பேட்டியை என் நேசமுடன் இதழில் சேர்க்க ஆவல். கேள்விகள் இவை:

1. நீங்கள் எழுதிய வசனங்கள் கண்ணெதிரே உயிரோட்டத்துடன் விரியத் தொடங்கியபோது, உங்கள் மனநிலை எப்படி இருந்தது?
2. நீங்கள் வசனம் எழுதியபோது, இது கமல் பேசும் வசனங்கள் என்பதற்காக சிறப்புக் கவனம் ஏதேனும் எடுத்துக் கொண்டீர்களா?
3. வசனம் எழுதியபோது, *The Stupid Common Man*ஐ உள்ளூர நீங்கள் உணர்ந்தீர்களா?
4. உங்களுடைய இத்தனை ஆண்டுகால நவீன இலக்கிய பரிச்சயம், பயிற்சி ஆகியவை வசனம் எழுத எப்படிப் பயன்பட்டன?
5. உங்கள் எழுத்தில் உள்ள தனித்தன்மையை, வசனங்களில் கொண்டுவர முடிந்ததா?

என் பதில் (நிறைய நேரம் எடுத்து யோசித்த பிறகு)

இப்போது வேண்டாமே வெங்கடேஷ். படம் பெருவெற்றி பெற்றிருக்கிறது. இணைய நண்பர்கள் பலரும், திரு இ.பா, ஜெயமோகன், பா.ரா, பெண்ணேஸ்வரன் என (விடுபட்டவர்கள் மன்னிக்கவும்) சக எழுத்தாளர்களும், சுதீஷ் காமத் போன்ற விமர்சகர்களும், பெருவாரியான ரசிகர்களும் படத்தின் மற்ற பல நல்ல அம்சங்களோடு கூட உரையாடலையும் ரசித்திருக்கிறார்கள். மற்றவர்களும் படம் பார்க்கட்டும்.

தவிர, அங்கங்கே சில இடங்களில் ஜெலூசில் வியாபாரம் திடீரென்று அதிகமானதாகத் தெரிகிறது. அந்த மருந்துக் கடைகளுக்கும் வருமானம் வரட்டும்.

சாவகாசமாக வெங்கடேஷ் கேள்விகளுக்குப் பதில் தருகிறேன்.

செப்டம்பர் 9, 2009

## வாரம் – 13 செப்டம்பர் 2009 ஞாயிறு

*வாரக் கடைசி நாட்கள் எழுதவும் படிக்கவுமானவை என்ற வழக்கம் கொஞ்சம் கொஞ்சமாகக் கைவிட்டுப் போய்க் கொண்டிருப்பது மனதை அலைக்கழிக்கிறது. நாவல் பகாசுரனாக வளர்ந்து இன்னும் முப்பது அத்தியாயம் கேட்கிறது. எழுத அதைவிட விஷயகனமும் உண்டு. நேரம்தான் பிரச்சனை. பத்திரிகை பத்தி, கேட்டு நினைவுபடுத்தும் சிறுகதை இப்படி எத்தனையோ முடித்துத்தர முடியாமல் பின்வாங்கும்போது வருத்தத்தோடு நினைத்துக்கொள்வது இந்த சினிமாவைக் கொண்டு என்ன சாதிக்கப்போகிறோம்?*

*எனக்குச் சட்டென்று தோன்றுகிற முதல் (பாசிட்டிவ்?) அம்சம் நெட்வொர்க்கிங். டைரக்டர், ஒளிப்பதிவாளர், நடிகர், நடிகை என்று சளைக்காமல் ஒவ்வொருவராக அறிமுகம் செய்து கொள்ளப்படுகிறபோது அவர்களில் நான் எழுதிய எதையும் படிக்காதவர்கள்தான் அதிகம் என்பது புலனாகிறது. ஆனாலும் என்ன? 'கமல் சார் படத்திலே கதை வசனம் எழுதறார். மேடையிலே கூப்பிட்டு அவரே பூச்செண்டு கொடுத்தார்'. அது போதும் அவர்களுக்கு.*

*சில ஆழ்ந்த படிப்பாளிகளும் இல்லாமல் இல்லை.*

*இன்றைக்குக் காலையில் நண்பர் வசந்த் தூர்தர்ஷனுக்காக இயக்கிய 'விசாரணை கமிஷன்' (சா.கந்தசாமி அவர்களின் சாகித்ய அகாதமி*

பரிசு பெற்ற நாவல்) படத்தின் ப்ரிவ்யூவுக்காகப் போனபோது ஒளிப்பதிவாளர் செழியன் என் முதல் சிறுகதைத் தொகுப்பு தேரை நினைவுகூர்ந்தார். அதற்கு அசோகமித்ரனின் முன்னுரையையும். நானும் சிவகங்கைக்காரன் தான்.

அவர் சொன்னார். ரெண்டு பேருக்கும் தெரிந்த நண்பர்கள் எல்லோரும் பேராசிரியர்கள். அந்த ஊர் ஒரு காலத்தில் அறிவாளிகளின் ஊராக இருந்தது.

40, ரெட்டைத் தெருவின் சில பகுதிகள் குறும்படமாகிறதைச் செழியனிடம் தெரிவித்தேன். வீடுதான் இல்லை. படம் எடுக்க வீதி போதாதா என்ன?

வசந்த் அரசூர் வம்சத்தை முழுக்கப் படித்து திரைக்கதையாக்க முயன்றதை கிழக்கு பதிப்பகம் பத்ரி சொல்லியிருந்தார். வசந்த் போன சந்திப்பில் அதைக் குறிப்பிட்டார்.

அரசூர் வம்சத்தைத் தமிழில் எடுக்க நிறைய தைரியம் வேண்டும். பெட்ரோ ஆல்மடோவரோ, ஜாபர் பனாஹியோ சம்மதித்தால் 'கோஸ்ட்ஸ் ஓஃப் அரசூர்' ஆங்கில மொழிபெயர்ப்பை ஸ்பானிஷ், ஈரானியப் படமாக்கிவிடலாம்.

விசாரணை கமிஷன் படம் சா.கந்தசாமியின் நாவல் திரைக் கதையாக்க அசாத்திய ஆற்றல் ப்ளஸ் பொறுமை தேவை. ஒரு பஸ் கண்டக்டரின் வாழ்க்கையில் ஒரு தினத்தை எடுத்துக் கொண்டு நிறைய பின்னால் போய்த் திரும்பி வந்து திரும்பவும் பின்னால் போய்... மற்ற சானலை வெறுத்து ஒதுக்கி, தூர்தர்ஷனை விடாப்பிடியாகப் பார்க்கிறவர்கள் ரசிப்பார்கள். அப்புறம் ட்விட்டரில் ரிமைண்டர் கொடுத்து லோக்சபா டிவியில் சனிக்கிழமை ராத்திரி படம் பார்க்கும் ரசிகர்கள் (நண்பர் சுரேஷ்கண்ணன் வாழ்க).

படத்தின் முடிவில் நமநமவென்று மனதில் அழுத்தும் அந்தத் தனிமனிதன் தொடர்பான, நம்மையும் ஏதோ ஒரு எதிர்பாராத தருணத்தில் பாதிக்கக் கூடிய ஓர் அசாத்திய வலி ஏற்படும். டிவி சீரியலாக இதைப் பார்க்கும்போது ('இன்னொரு சப்பாத்தி போடும்மா. குருமாவிலே உப்பு அதிகம். எலுமிச்சம்பழம் பிழிஞ்சுடேன். டேய், சானலை மாத்தாதே. கார்ட்டூன் நெட் ஓர்க் அப்புறம் பாத்துக்கலாம்...') அதை நம் வீட்டு வரவேற்பறை

சாப்பாட்டு மேஜையில் கொண்டு வருவது சிரமம் தான். வசந்த் வெற்றி பெற வாழ்த்துகள்.

விசாரணை கமிஷன் படம் முழுக்க ஒற்றை வயலின் தான் இசை. வீணை சிட்டிபாபு 'திக்கற்ற பார்வதி'க்கு இசையமைத்தபோது கூட போனால் போகிறதென்று இன்னும் நாலைந்து வீணை, வயலின், மிருதங்கம் என்று கூடவே கூட்டிக் கொண்டு வந்தார். தற்போதைய தூர்தர்ஷன் பட்ஜெட்டில் வயலின் தந்திக்கும் கணக்குப் பார்த்துக் கம்மியாகச் செலவழிக்கச் சொல்லிக் காசு கொடுப்பார்கள் போல.

மனுஷ்யபுத்ரன், எக்ஸ்னோரா நிர்மல் (ஓவர்சீஸ் வங்கியில் என் பழைய அதிகாரி நண்பர்), சா.கந்தசாமி என்று குறிப்பிட்ட சிலர் வந்திருந்தார்கள். நிர்மல் சார் மட்டும் படத்தில் வந்து போகும் ரூட் நெம்பர் 88 குன்றத்தூர் வடபழனி பஸ்ஸைக் காட்டி, 'எங்க ஊர் அதான். சேக்கிழார் ஊர்' என்றார். ஆக அவர் வடபழனிக் காரர் இல்லை. எக்ஸ்னோரா குன்றத்தூரில் ஆரம்பித்திருக்கிறாரா தெரியவில்லை.

★★★

போன ஞாயிறு பரபரப்பாக காலை 9 மணிக்கு சத்யம் தியேட்டருக்குப் போவதில் தொடங்கியது. 'உன்னைப்போல் ஒருவன்' ஆடியோ வெளியீட்டு விழா. ஸ்ருதி கமல்ஹாசன் தான் அன்றைய விழா நாயகி. மனுஷ்யபுத்ரன் பாட்டை கடைசியில் ஒலிபரப்பினாலும் காதில் அது இன்னும் ஒலித்துக் கொண்டிருக்கிறது. பாம்பே ஜெயஸ்ரீ கமல் குரல்களில் 'நிலை வருமா' அடுத்த இடத்தைப் பிடிக்கும் பாடல் என்று கொக்கு சுடுவது போல் முழங்கையை நீட்டிக்கொண்டு காம்பியர்கள் சொல்ல ஆரம்பித்திருப்பார்கள் இப்போது.

இயக்குநர், வசனகர்த்தா, பாடலாசிரியர் இவர்களையும் மேடையில் ஏறவைத்து கமல் பூச்செண்டு கொடுத்து கவுரவித்தது மறக்க முடியாத நிகழ்ச்சி. இதை மற்ற தயாரிப்பாளர்களிடம் எதிர்பார்க்க முடியாது.

★★★

ஓணத்தன்று புதுப்படக் கதை சொல்ல வந்த தயாரிப்பாளர் ஒன்றரைக் கிலோ கத்திரிக்காய் விலை என்று ரொம்பச் சின்ன

அளவில் சப்ஜாட் ரேட் பேச ஆரம்பித்தபோது இது புரிந்தது. அவர்களுக்கு திரைக்கதை ஒரு செலவினம் மட்டும். ஐட்டம் நம்பருக்கு ஆகிற காசில் நூறில் ஒரு பங்குக்கு எழுத ஆள் கிடைத்தால் சந்தோஷம்தான். அதுக்கும் ஒரு கோஷ்டி இருக்கிறது.

★★★

போன ஞாயிறு பிற்பகல் கல்கியில் கிரேசி மோகன் கேள்வி பதில் 100 வாரம் கொண்டாடிய நிகழ்ச்சி. கல்கியிலோ அல்லது வேறே எந்தப் பத்திரிகையிலுமோ 26, மிஞ்சிப் போனால் 30 வாரம் மேல் காலம் எழுத இடம் தர மாட்டார்கள். (விகடனில் நான் ரெண்டரை வருஷம் இண்டர்நெட் காலம் எழுதியது பத்து வருடப் பழங் கஞ்சி). கிரேசிக்கு இந்தப் பிரச்சனை இல்லை. அவர் எழுத எழுத காலம் நீளும்.

அவர் கேள்வி பதில் எழுதியதும் அதை லொட்டு லொட்டென்று முழுக்க எஸ்.எம்.எஸ்ஸில் தட்டி எனக்கும் எங்கள் பரஸ்பர நண்பர் சு.ரவிக்கும் அனுப்புவார். முதல் ரசிகர்கள். நண்பர்கள் என்ற உரிமையில் அது சொத்தை இது சொள்ளை இது ஓகே என்றெல்லாம் கமெண்ட் அனுப்பினாலும் மனுஷர் அசர மாட்டார் (உண்மையிலேயே அவருடைய பதில் எல்லாமே முதல் தடவையே சரியாகத்தான் வந்திருக்கும். சும்மா கலாட்டாவுக்குத்தான் என் பதில் எஸ்.எம்.எஸ்). உடனே மாற்றி இன்னொரு பதில். இந்தக் கேள்வி பதிலில் கிரேஸியின் இலக்கிய, தத்துவ, ஆன்மீக முகம் எல்லாம் நகைச்சுவைப் பொலிவோடு வந்திருப்பதைக் காணலாம். அவருடைய ஓவிய முகம்தான் இதுவரை அங்கே வரவில்லை.

★★★

போன வாரத்துக்கு முந்திய சனிக்கிழமை விஜய் டிவி அழைப்பில் மதுரைப் பயணம். ‘கமலும் தமிழும்’ கலந்துரையாடல். ‘பஸ்ஸிலே டெக்னீஷியன், காமிராவோட நீங்களும் வந்துடுங்க’. வேணாம் என்று மறுத்துவிட்டு விமானம் ஏறினேன்.

திருமலை நாயக்கர் மஹாலில் மாலை ஆறு மணிக்கு ஆரம்பிக்க வேண்டிய நிகழ்ச்சி தொடங்கியது ராத்திரி பத்தரைக்கு. எஸ்.ரா, மனுஷ்யபுத்ரன், பேராசிரியர் ஞானசம்பந்தன், இந்துமதி என்று எனக்கு அண்மையில் இஷ்ட மித்ர பந்துக்கள். அந்தப் பக்கம் இயக்குநர்களில் சேரனை மட்டும் எனக்குத் தெரிந்திருந்தது.

இதை நீங்கள் படிக்கும்போது நிகழ்ச்சி சானலில் ஒளிபரப்பாகி இருக்கலாம். நான் பாதியில் இருந்துதான் கலந்துகொண்டேன். இவர்கள் தாமதப்படுத்தியதில் ஒரு தூக்கம் போட்டு எழுந்திருப்பதற்குள் மற்றவர்கள் நிறையப் பேசி முடித்திருந்தார்கள்.

★★★

'இந்தப் படத்தில் கதை வசனம் எழுதினது குறித்து உங்க அனுபவம்' - கேமராவும் மைக்குமாகக் கேட்கிறவர்களைத் தவிர்த்து விடுகிறேன். கீ கொடுத்த பொம்மை போல் ஒரே விஷயத்தை எத்தனை தடவை சொல்வது?

இதுவரை எனக்கு முன்னால் மைக்கை நீட்டி கேமராவைப் பார்த்துப் பேசச் சொன்ன அன்பர்கள் அதையெல்லாம் சின்னத் திரையில் ஒளிபரப்பினார்களா என்று தக்க ஆதாரத்துடன் தெரிவித்தால் அடுத்த மைக்குக்குக் கையை நீட்டுகிறேன்.

★★★

கோவிந்த் நிகலானியோடு ஒத்துழைத்து ஒரு படம் செய்கிறேன். உற்சாகமாக இருக்கிறது. ஆர்ட் பிலிம் டைரக்டர்கள் எல்லாம் முகத்தை மூணு முழம் நீட்டி வைத்துக் கொண்டு வார்த்தையை அளந்து பேசுவது மலையாளத்துக்கு வேணுமானால் சரியாக இருக்கலாம்.

கோவிந்த் சொன்னாரே என்று 'எ மேன் எண்டர்ஸ் எ பார்' ரக ஜோக் புத்தகங்களைத் தேடி லாண்ட்மார்க் கடைக்குப் போக, அங்கே ஹ்யூமர் பகுதியில் முதலில் கண்ணில் பட்ட புத்தகம் திபங்கர் சட்டோபாத்யாயா எழுதிய மிருணாள் சென்னின் வாழ்க்கை வரலாறு.

மிருணாள் சென்னுக்கு அவர் வாழ்க்கை சென்னை லாண்ட் மார்க்கில் சிரிப்பாகச் சிரிப்பது தெரியாது. கோவிந்துக்குச் சொன்னேன். அவர் உடனே மும்பையில் ஜோக் புத்தகத்தை வாங்கி அனுப்பி வைத்திருக்கிறார்.

★★★

## இரண்டு முக்கிய வெண்பாக்கள்

நான்
காபி குடித்தபடி காலையில் ஹிந்துவிலென்
ஆபிச் சுவரியை ஆங்காங்கே பாதி
விழிவருடி பாத்ரூம்போய் வீரியமாய் முக்கக்
கழிவில் கலக்கும் இறப்பு

.

மோகன்
இன்னார் இறப்பென்று இந்துவில் கண்டநான்
அன்னாரைக் காண அகம்சென்றேன் -சொன்னார்கள்
முக்கனி சாப்பிட்டால் முக்கநீ வேண்டாமாம்
முக்காமல் ஆயாச்சு மூச்சு....

செப்டம்பர் 13, 2009

# நானும் புத்தகங்களும்

நண்பர் எஸ்.ரா ஒரு நல்ல கட்டுரையை எழுதியுள்ளார்

*http://www.sramakrishnan.com/?p=2233*

இது தொடர்பான என் சிந்தனைகள்

எஸ்.ரா நன்றாக எழுதியிருக்கிறார். வெளிநாடு போய் வருடக் கணக்கில் தங்கியிருக்கும்போது என் வாசிப்பு அதிகமாவதை உணர்கிறேன். புத்தகக் கடைகள் அங்கே ஹாலிபாக்ஸ் போன்ற சிறு நகரில் கூட ஈர்ப்போடு காட்சி அளிக்கின்றன. வருடம் முழுக்க தள்ளுபடி விற்பனை, எழுத்தாளர் சந்திப்பு. எடின்பரோ புத்தகக்கடை *Pebbles* (கூழாங்கற்கள் என்ன அழகான பெயர்) யில் நான் ஹெரால்ட் பைண்டர் மற்றும் ம்யூரல் ஸ்பார்க் புத்தகங்களை ஒவ்வொன்றாக வார இறுதியில் வாங்குவதைப் பார்த்து முழுத் தொகுதிகளையுமே எனக்காக சலுகை விலைக்குத் தர முன்வந்தபோது சந்தோஷமாக இருந்தது. லண்டன் க்ளஸ்டர் வீதியில் எழுத்தாளர் கிரகாம் க்ரீனின் மருமகன் வைத்திருக்கும் பழைய புத்தகக் கடையில் அவரோடு புத்தக அரட்டைக்கும் அவர் சிபாரிசு செய்கிற புத்தகங்களை வாங்கவுமே எவ்வளவோ முறை படியேறி இருக்கிறேன்.

சென்னை புத்தகக்கடைகள் பலவும் அந்நியமாக விலகியே இருக்கின்றன (புக்லேண்ட் பரவாயில்லை). வாசித்த பிறகு

புத்தகத்தை மனதுக்குப் பிடித்த, ஒத்த ரசனை உள்ளவர்களுக்குக் கொடுத்து விடுவதில் எந்தத் தயக்கமும் எனக்கு ஏற்பட்டதில்லை. புத்தகங்களை ஒரு முறையோ, மறுமுறையோ வாசிக்காது வெறுமனே சேர்த்து வைப்பது நமக்குள் இன்னும் ஒளிந்திருக்கும் பிரபுத்துவத்தின் எச்ச சொச்சம் என்றே தோன்றுகிறது.

எத்தனை பட்டியல் போட்டுப் படிக்க உட்கார்ந்தாலும் ஒரு பழைய புத்தகத்தைப் பார்த்ததும் அந்தத் திட்டமெல்லாம் தரைமட்டமாகி விடுகிறது. வயதாக வயதாக வனப்புக் கூடும் அசாத்தியமான தன்மை புத்தகங்களுக்கே உண்டு. வயசன்மார்களின் அபத்தமான பகடிக்கும், நோஸ்டால்ஜியாவுக்கும் மனம் விட்டுச் சிரித்தும் ரசித்தும் மகிழ்கிறது போல், 1938-ம் வருட தீபாவளி மலரின் அபத்தக் கதைகளும் சிரிப்புத்துணுக்கும் திகட்டவே இல்லை. பழுப்பான காகிதமும், யாரோ எப்போதோ சிந்திய காப்பி உலர்ந்த தடமும் பாதி படித்து அடையாளமாகச் செருகி வைத்த எட்டாக மடித்த பாவமன்னிப்பு நோட்டீஸும் கொடுக்கும் சுகானுபவத்தையும் புத்தக அனுபவத்தின் பகுதியாகச் சேர்த்துக் கொள்ள வேண்டும் என்று பலமாகச் சிபாரிசு செய்கிறேன்.

புத்தக வாசிப்பில் அலுப்படைய வைப்பவை ஒற்றுப் பிழைகள். ஒற்று வராமல் போனாலும் பரவாயில்லை (அவனை பார்த்தான்). ஒற்று தேவையில்லாமல் மிகுந்த சந்திப் பிழைகள் எரிச்சல் ஊட்டுகிறவை 'அடுத்த கட்டம்' போல்.

வாசிக்கும் போதே உதிர்கிற பக்கங்கள் இன்னொரு தொந்தரவு. 70-80களில் என் ஆசிரியர் கவிஞர் மீராவின் சிவகங்கை அன்னம்-அகரம் பதிப்பகம் போல் அற்புதமான புத்தகங்களைப் பதிப்பித்தவர்கள் வேறே யாரும் இல்லை. அந்த நூல்கள் போல் அடிக்கடி தரையைப் பெருக்கிப் பக்கத்தை எடுத்துப் பசை தடவி ஒட்ட வேண்டிய அவஸ்தையைக் கொடுத்த புத்தகங்களும் இப்போது இல்லை.

நேர்த்தியான அச்சு, கட்டமைப்பு என்றால் உடனடி நினைவுக்கு வருகிறவை வாசகர் வட்டம், மிர் பப்ளிகேஷன்ஸ். வாசகர் வட்டத்தின் 'பள்ளிகொண்டபுரம்' அழகோடு காலச்சுவடு பதிப்பை ஒப்பிட்டால்... பழைய புத்தகத்தின் உள் அட்டையில் நீல.பத்மநாபனின் இள வயது புகைப்படம் கண்ணுக்குள்ளேயே நிற்கிறது. எனக்கு சோவியத் இலக்கியம் தால்ஸ்தாயிலும்

தஸ்தவஸ்கியிலும் ஆரம்பிக்கவில்லை. யா.பெரல்மானின் 'பொழுதுபோக்கு பௌதிக'த்தில் (ரெண்டு பாகம்) தொடங்குகிறது. அடுத்தது வேரா பனோவாவின் செர்யோஷா புத்தகங்கள் பற்றி எத்தனை எழுதினாலும் அலுப்பதில்லை. கடைசியாக ஒன்று நண்பர்கள் மனுஷ்யபுத்ரன், பத்ரி, கண்ணன் ஏற்பார்களோ என்னமோ கெட்டி அட்டை போடாத வகைப் புத்தகங்களில் *(paperback)* தமிழ்ப் புத்தகங்களைவிட மலையாளப் புத்தகங்கள் அச்சிலும் அமைப்பிலும் நேர்த்தியானவை.

இரா.முருகன்,

செப்டம்பர் *27, 2009*

# என்ன செய்துகொண்டிருக்கிறேன்?

## திரைப்படம்

'உன்னைப் போல் ஒருவன்' கதை வசனம் எழுதும் பணி பூர்த்தியாகிப் படப்பிடிப்பும் முடியும் தறுவாயில் உள்ளது.

கமல் அவர்களோடு அவருடைய *caravan*-ல் நடத்திய படம் குறித்த நீண்ட உரையாடல்கள், கதையமைப்பு குறித்த விவாதங்கள், இயக்குநர் நண்பர் சக்ரியோடு நட்போடு புரிந்த வாக்குவாதங்கள் பற்றி எல்லாம் ஒரு புத்தகம் எழுதிக்கொண்டிருக்கிறேன் *Sight at Shoot.*

என் அன்புக்கும் மதிப்புக்கும் உரிய இன்னொரு மகத்தான கலைஞரான திரு மோகன்லால் அவர்களோடு பழகிய அனுபவம் குறித்து ஒரு அத்தியாயம் எழுதினால் போதாது. அதிகாலையில் டப்பிங் முடித்துவிட்டு வந்து கைகுலுக்கி, 'என் வேலை முடிச்சுட்டேன் சார், வரட்டுமா' என்று அன்போடு விடைபெற்ற அந்த நல்லவரை மறக்க முடியாது. திரு சந்தானபாரதி அவர்களோடு உரையாடியது குறித்து எழுத வேண்டும். இவருடைய சகோதரர் வங்கியில் என்னோடு தில்லியில் பணிபுரிந்தவர் என்பதை அறிந்து உடன் அவரை விளித்துப் பேசச் சொல்லி, தானும் பேசி மகிழ்ந்தார்.

நடிகர்கள் சீமான், டாக்டர் பரத், கணேஷ், தெலுங்கு திரைப்பட இயக்குநர் நீல்கண்டன் (பாரதிராஜாவின் உதவியாளராகப் பணியாற்றியவர்), வசனகர்த்தா ரமாதேவி, படத்தின் உதவி இயக்குநர்கள் எல்லோரோடும் யூனிட் உணவை உண்டு, ஒரு சேரப் பொழுது கழித்துப் பழகியது மறக்க முடியாத அனுபவம்.

முக்கியமாக நண்பர் சிவாஜி (இயக்குநர் சந்தானபாரதியின் சகோதரர் அபூர்வ சகோதரர்கள் படத்தில் ஜனகராஜை ‘தெய்வமே’ என்று புகழும் கான்ஸ்டபிள் சம்பந்தம் இவர்தான்). நல்ல நகைச்சுவை உணர்வும் இலக்கியப் பரிச்சயமும் உள்ள சிவாஜி பற்றி, நண்பர் ஜாஃபர் பற்றி (பிரதாப் போத்தனின் படங்களில் உதவி இயக்குநர் இவர்), ஒளிப்பதிவு நிபுணர் மனோஜ் சோனி பற்றி, கலை இயக்குநர் தோட்டா தரணி பற்றி, ஒப்பனைக் கலைஞர் செல்வி சாரு குரானா பற்றி, ஹைதராபாத்தில் ஒரு வாரக் கடைசி விடாமல் போன, இருந்த, திரும்பியது குறித்து எல்லாம் விவரமாக எழுத வேண்டும்.

நண்பன் ஆனந்த் கிருஷ்ணமூர்த்தியை (ஒலிப்பதிவில் இன்னொரு ரசூல் பூக்குட்டி சதி லீலாவதி கமல் மகனாக வந்த இந்தச் ‘சிறுவன்’) எப்படி மறக்க முடியும்?

சமீபத்திய பயணம்

சொன்னேனே? வாராவாரம் ஹைதராபாத். பிலிம் சிட்டியிலும், பஞ்சாரா ஹில்லிலும் படப்பிடிப்புக் குழுவோடு (கமல் அவர்கள் அன்பான உபசரிப்பில்) இருந்த அனுபவம் மறக்க முடியாதது.

க்ளைமாக்ஸ் காட்சிக்காக புதிதாக எழுப்பப்பட்டுக் கொண்டிருக்கும் 14 மாடிக் கட்டிடத்தில் (போக 280 படி, திரும்ப வர இன்னொரு 280) எல்லோரும் ஏறி இறங்கிய நாட்கள் பற்றியும் எழுதியே ஆகவேண்டும். தினம் 10 தடவை 5600 படி ஏறி இறங்கி முதல் சில நாள் கால் யானைக்காலாகி அப்புறம் இயல்புநிலைக்கு வந்தது. காலையில் ஆறரை மணிக்குப் படியேற ஆரம்பிக்கும்போது பார்த்தால் இரண்டு படி முன்னால் ஓடிக்கொண்டிருப்பார் கமல். அவர் முகத்தில் உறக்கச் சுவடோ, களைப்போ இந்த இரண்டு மாதத்தில் ஒருமுறை கூட கண்டதில்லை.

கிளைமாக்ஸ் காட்சியில் ஒரே டேக்கில் அவர் நடித்து முடித்த போது எதிர்பாராத விதமாக (ரிகர்சலில் செய்யாத ஒன்று) அவர்

சட்டென்று சில வினாடிகள் வசனமின்றித் தன் பாத்திரத்தை வெளிப்படுத்திய விதத்தைக் கண்டு 'கட்' சொன்னதும் முழு யூனிட்டுமே கைதட்டியது. ஆரம்பித்து வைத்தவன் இதை எழுதுகிறவன்.

*'That was an one-man symphony, kamal-ji' I told. He just smiled.*

சமீபத்திய பங்கேற்பு

உன்னைப் போல் ஒருவன் பத்திரிகையாளர் சந்திப்பு எல்லா தொலைக்காட்சியிலும் வந்துவிட்டது என்று நினைக்கிறேன். இது பற்றி இனியும் எழுத வேண்டியதில்லை. உள்ளே நுழைந்ததும் கமல் அவர்கள் பேச அழைத்து மேடையேற்றி விட்டார். நண்பர் மனுஷ்யபுத்ரனும் பேசினார்.

திரைப்படப் பயிலரங்கத்தோடு தொடர்புடைய கலைஞர்களுக்கு திரு கமல் அவருடைய இல்லத்தில் அண்மையில் அளித்த விருந்தில் கலந்துகொண்டது இன்னொரு தனி அனுபவம்.

ஹாலிவுட் இயக்குநர் சேகர் கபூர், நண்பர் நடிகர் ரமேஷ் அரவிந்த், பிரசாத் திரைப்படக் கல்லூரி முதல்வர் ஹரிஹரன், நட்புக்குரிய கௌதமி, செல்வி ஸ்ருதி இவர்களோடு நடத்திய கலந்துரையாடல்கள் பற்றி எழுத வேண்டும். இன்றைக்கு நேரம் கிடைக்கும் என்று நினைக்கிறேன் நோ ஷூட் டே.

இன்றைக்கு இன்னும் அதிக நேரம் கிடைத்தால்

விஸ்வரூபம் நாவல் வேகமாக முன்னேறிவருகிறது. ஆகஸ்ட் மாதக் கடைசிக்குள் முடித்து வெளியிட திட்டம். இன்று காலை உடற்பயிற்சிக்குப் பிறகு ஒரு அத்தியாயம் எழுதினேன். மொத்தம் 80. இதுவரை 43 முடிந்திருக்கிறது.

அடுத்து வெளிவர இருக்கும் புத்தகம்

லண்டன் டயரி.

*அக்டோபர் 4, 2009*

## சிதறல்கள் 9.10.2009

'உன்னைப் போல் ஒருவன்' மகத்தான வெற்றி பெற்ற பிறகு, எழுத்தாளன் என்ற பிம்பம் திடீரென்று (தற்காலிகமாக இருக்கட்டும்) காணாமல் போய், திரைக்கதை-வசனகர்த்தா அவதாரம் எடுக்க வேண்டிய கட்டாயம்.

பத்திரிகைகளில் இருந்து தொலைபேசும் உதவியாசிரியர்கள் கதையோ கட்டுரையோ கேட்காமல் சினிமா பற்றித்தான் வேண்டுகோள் விடுக்கிறார்கள், 'கமல் சாரோடு உங்க நட்பு', 'உன்னைப் போல் ஒருவன் ரசமான அனுபவங்கள்' இன்னோரன்ன தலைப்புகளில் 450 வார்த்தைகளுக்கு மிகாமல் எழுதவேண்டியிருக்கிறது.

'கிளைமாக்ஸ் வசனத்தைக் கொஞ்சம் அனுப்புங்க' பி.ஆர்.ஓ நிகில் முருகன் அவசரமாக தொலைபேசுகிறார். உங்க புகைப்படமும் வேணும். பத்திரிகை கேட்கறாங்க. சார் உங்ககிட்டே கேட்டுக்கச் சொல்லிட்டார்'.

நான் கமல் அவர்களுக்குத் தொலைபேசி உறுதிசெய்து கொள்கிறேன். 'சரி, இதைக் கேளுங்க'. அவர் உற்சாகமாகத் தான் எழுதிய புத்தம்புதுக் கவிதை 'அடிக்கிற கைதான் அணைக்கும்' படித்துக் காட்டுகிறார்.

ஒரே ஷாட்டில் சீராகச் சொல்லி முடிக்கிற ஷார்ட் ஃப்லிம் மாதிரிக்

கதையாடல் உள்ள கவிதை. கமல் எழுதியிருக்காவிட்டாலும் நல்ல கவிதை என்று நிச்சயம் சொல்லலாம்.

பொங்கலுக்குக் கவிதைத் தொகுப்பு ரிலீஸ் பண்றாப்பல உத்தேசமா?

நான் கேட்க, கமல் சிரிக்கிறார். ‘அப்படித்தான் வருடா வருடம் சொல்றாங்க’.

இந்த வருடம் பார்க்கலாம்.

★★★

**உ.**போ.ஒ வெளியான பிறகு ஜிமெயில், என் சொந்த இணைய தள அஞ்சல் ரெண்டையும் திறந்தால் கொட்டுகிற கடிதங்களில் பாராட்டு தவிர கண்ணை ஈர்ப்பது ‘டே பா.பன்னாடை’ ரக அன்பான அழைப்புகள். கருவறுக்கப்போவதாக மிரட்டல்கள். சகல பக்கங்களில் இருந்தும் மத வேறுபாடு இல்லாமல் வசவு மழை பொழிகிறவர்கள் கமல்ஹாசனையும் விட்டு வைக்கவில்லை. ஒருவர் சிரத்தையாகத் திட்டி வந்த விமர்சனங்கள், பாராட்டி வந்த விமர்சனங்கள், மொக்கை வகையறா என்று நிறைய மெனக்கெட்டு யு.ஆர்.எல்.களைத் தொகுத்து அனுப்பி இருந்தார். இன்னொருவர் கடிதம்-1, 2, 3 என்று சீரியல் நம்பர் போட்டு கவனமாக விமர்சிக்கிறார். எல்லாருக்கும் நன்றி. அபார்ட்மெண்ட் வாட்ச்மேன் ‘சார் உங்க பேர் தினகரன் விளம்பரத்திலே நடுவிலே சிவப்பு கலர்லே வந்திருக்கு’ என்று எடுத்து வந்து காட்டியபோது சந்தோஷமாக இருந்தது. படம் பார்த்துப் பிடித்தவர்களில் அவரும் ஒருவர். *Established* ஜெய்சங்கர், ரவிச்சந்திரன், ரஜினி ரசிகர்.

★★★

**‘க**மலும் தமிழும்’ விஜய் டிவி நிகழ்ச்சியில் பங்குபெற மனுஷ்யபுத்ரன், எஸ்.ரா, பிரளயன், சேரன், சசிகுமார் போன்றோரோடு மேடையைப் பகிர்ந்துகொண்ட ஒரு வாரம் கழித்து படம் ப்ரீவ்யூவில் திரும்ப சேரனைச் சந்தித்துப் பேசிக் கொண்டிருந்தேன். வயதான ஒரு தாடிக்காரரை அன்போடு கையைப் பிடித்துப் பேசிக்கொண்டிருந்த கமல் என்னையும் சேரனையும் அருகே அழைத்தார்.

‘இதான் என் ஆருயிர் நண்பன் ஆர்.சி.சக்தி.’

'உணர்ச்சிகள்', 'மனிதரில் இத்தனை நிறங்களா', 'சிறை' என்று வித்தியாசமாகத் திரைப்படங்கள் கொடுத்த சக்தியை இன்று ஏறக்குறைய தமிழ்த் திரையுலகம் மறந்துவிட்டது. அவருக்கு ஒரு நஷ்டமும் இல்லை இதனால்.

படம் முடிந்த பிறகு வெகுநேரம் சக்தி 'உணர்ச்சிகள்' படத்துக்காக கமல் லைட்பாய் முதல் காமிரா உதவியாளர், ஒலிப்பதிவு உதவியாளர், டைரக்‌ஷன் அசிஸ்டெண்ட் மற்றும் நடிகர் என்று எடுத்த தசாவதாரம் பற்றி மலரும் நினைவுகளைப் பகிர்ந்து கொண்டிருந்தார். 'எதுக்கு சக்தி அதெல்லாம்' என்று கமல் தடுத்தாலும், 'சும்மா இருப்பா' என்று சக்தி தொடர்ந்த வண்ணம் இருந்தார். எதையும் எதிர்பார்க்காத நல்ல நட்பு அவருடையது. கமல் தன்னைப் பாதித்த மனிதர்கள் பட்டியலில் மறக்காமல் குறிப்பிடுவது சக்தியை, காலம் சென்ற அனந்து, நாகேஷ் ஆகியோரை..

ப்ரிவ்யூ முடிந்த பிறகு காரில் இருந்து எடுத்து வந்த காகிதக் கட்டைப் பிரித்து திரு சரத்குமார் எல்லோருக்கும் கொடுத்துக் கொண்டிருந்தார். அவர் ஆசிரியர் பொறுப்பேற்று நடத்தும் ஆங்கிலப் பத்திரிகையின் முதல் பிரதி. புரட்டிப் பார்த்தேன். 'க்ளோபல் வார்மிங்க்' போன்ற கனமான விஷயங்கள் பற்றிப் பத்திரிகை ஆசிரியர் எழுதிய கட்டுரை கண்ணை ஈர்த்தது. படிக்க எடுத்து வைத்தேன். வேறு யாரோ பிடுங்கிக்கொண்டு போய்விட்டார்கள். சரத்துக்கு கோஸ்ட் ரைட்டர் கிடையாது என்று நம்புகிறேன். புத்தகத்தின் ஒரு பக்கத்தில் 'கமல் படங்களில் வரும் காட்சிகள் முன்கூட்டியே வருங்காலத்தைச் சொல்கிறவை' என்று இணையத்தில் கொஞ்ச நாளாகச் சுற்றிக்கொண்டிருந்த செயின் மெயிலை ஒரு பக்கம் போட்டு வேஸ்ட் செய்திருப்பது கண்ணில் பட்டது. அதுக்குப் பதிலாக அந்துமணியை ஒரு பிடி பிடித்திருக்கலாம்! சாப்ட் டார்க்ட்டா ஹார்ட் டார்கெட்டா என்று திரையுலகத்தில்தான் கேட்க வேண்டும்

★★★

**வி**ஜய் டிவியின் கமல் 50 நிறைவு நாள் விழாவில் ரஜினிகாந்த் பேச்சு மனதைத் தொட்டது. அந்த உயரத்தில் இருக்கிறவர் இப்படி தன்னடக்கத்தோடும் மனதில் இருக்கும் மரியாதையும், நட்பும் அன்பும் வார்த்தையில் பிரதிபலிக்கும்படியும் பேசியது

கமல் முதல் எல்லோரையும் நெகிழச் செய்தது. உன்னதமான கலைஞர் மட்டுமில்லை, உத்தமமான மனிதர் ரஜினி என்பதை நிலைநாட்டி விட்டார். ஹாட்ஸ் ஆஃப் டு சூப்பர் ஸ்டார்.

பிரசாத் பிலிம் இன்ஸ்ட்யூட் முதல்வர் திரு ஹரிஹரனோடு பெட்ரோ ஆல்மடோவர் படங்களில் மெலோடிராமா, லூயி புனுவலின் சர்ரியலிசம், போண்டெகார்வொவின் ஆவணப்படம் மாதிரியிலான திரைக்காவியம் 'பேட்டில் ஆஃப் அல்ஜியர்ஸ்' என்று வாய் ஓயாமல் பேசிக்கொண்டு ஆட்ட பாட்டங்களை ஒரு மாதிரி பார்த்து முடிக்க ராத்திரி பனிரெண்டு மணிக்கு மேலே ஆகிவிட்டது. கமல் முடிவுரை அன்றைய நிகழ்ச்சியில் இன்னொரு மைல்கல்.

★★★

கடந்த ஞாயிறு கோவையில் ப்லிம் க்ளப் சார்பில் 'உ.போ.ஒ' கலந்துரையாடல். கவிஞர் புவியரசுவும், ஹிந்து சுதேஷ் காமத்தின் நண்பரும் குருவுமான ராகேஷும் மற்றவர்களும் ஆழமாகப் படத்தை அவதானித்துக் கேட்ட கேள்விகளுக்குப் பதில் சொன்னபோது, இணையத்தில் கேட்கப்பட்ட 'குப்பன் சுப்பன்', 'பச்சை வயரை கட் செய்திட்டு சிவப்பையும் நீலத்தையும் இணையுங்க' போன்ற வசனகர்த்தா நினைத்துக் கூடப் பார்த்திராத விஷயங்கள் பற்றி எல்லாம் கேள்விகள் பறந்தன. பதில் சொன்னேன்.

படத்தை இத்தனை பேர் பார்த்து அவை நிறைந்து வந்து கேட்கிறார்களே, அது போதும்.

★★★

கோவிந்த் நிஹலானி திரைமேதை என்பதில் சந்தேகமே இல்லை. திரைக்கதைக்கு ஒன் - லைன் கொடுத்துவிட்டு நான் அதை விரிவாக்க விரிவாக்க, மற்ற பரிமாணங்களை மென்மையாக முன்வைத்து வியக்கச் செய்கிறார். *'The power of a joke', 'the sub text of a humorous narrative', 'cathartic effect of a joke'*

போன்ற பரிமாணங்களை அடுத்தடுத்து சேர்க்கிறார். எழுத *challenging* ஆக இருக்கிறது. நான்கு சிறுகதைகளில் ஒன்று தமிழாக இருக்கக்கூடும்.

*அக்டோபர் 9, 2009*

# விடுபட்டவை

லேப்டாப் உபயோகிக்க ஆரம்பித்தவுடன் (ஆச்சு, அதுவும் நாலு வருஷமாக) வீட்டுக் கணினி எப்போதாவது பிரிண்ட் அவுட் எடுக்க, ஸ்கேன் செய்ய மட்டும் பயன்பட்டு வந்தது.

இன்றைக்கு என்னமோ தோன்றியது. அந்தக் கணினியில் பழைய *.pdf* கோப்பை அவுட்லுக்கில் திறந்து பார்ர்க, திறக்காமலே போன ஒரு கடிதம். சுஜாதா சார் எழுதிய இதை எப்படி தவறவிட்டேன்?

*From: rangarajan S [mailto:wri^ @hotmail.com]*

*Sent: Thursday, July 07, 2005 2:11 PM*

*To: $$$$@sify.com*

*Subject: RE: hi from era.murukan (with an interesting blog entry I read today)*

*send one book first preferably a poetry collection if any. I know you re a versatile writer I have read your bombay based story sometime back Come to ambalam 19 cathedral garden rd on saturday 11 30 if you re free Desikan also might be there let us meet and talk about cabbges and kings*

*Sujtha*

நான் என்ன கேட்டிருந்தேன்? யாருடைய கவிதைத் தொகுப்பு? என் எந்தக் கதையைச் சொல்கிறார்? முட்டைக்கோசும் அரசர்களும் - என்ன விஷயமாகப் பேசிக்கொண்டிருந்தோம்? ஒன்றுமே நினைவில் இல்லை. ஆனாலும் உறுத்துகிறது.

வாத்தியாருக்கு ஒரு வரி பதில் எழுதியிருக்கக் கூடாதா?

இந்த வாரம் இன்னொரு மனக் குமைச்சலும் கூட உண்டு.

போன திங்களன்று மிக நேர்த்தியாக வடிவமைத்த நாவல் ஒன்று தனியஞ்சலில் வந்து சேர்ந்தது. நித்தியகீர்த்தி எழுதிய 'தொப்புள்கொடி'.

அட்டையில் போட்டிருந்த இளம்பெண் நித்தியகீர்த்தியா என்று சம்சயம். தெரிந்த முகமாக, ரஜனி திரணகமவின் அன்பு மகள் சாரிகா போல இருந்தது.

ஆற அமரப் படிக்கலாம் என்று மேசையிலேயே வைத்துவிட்டு வேறு வேலைகளைக் கவனித்துக்கொண்டிருந்தேன். வலையில் வேறு ஏதோ தேடப்போக திருமதி சந்திரவதனா பதிவு கண்ணில் பட்டது 'தீபாவளி அன்று நித்தியகீர்த்தி மாரடைப்பால் காலமானார்'.

ஒரு வரி, ஒரே ஒரு வரி அவருக்குக் கடிதம் எழுதிப் போட முடியாமல் அப்படி என்ன வெட்டி முறித்தேன்?

அசோகமித்திரன் சிறுகதை நினைவு வருகிறது. கீழ் போர்ஷன் காரரைப் பார்க்க வந்து கதவு தட்டி அலுத்துப் போன ஒருத்தர் மேல் மாடியில் இருக்கிற கதைசொல்லியோடு உரையாடுவார். காது சரியாகக் கேட்காத, கீழ் போர்ஷன்காரருக்கு ஒரு வேலைக்கான உத்தரவு காத்திருப்பதாகவும் இன்னாரைச் சந்திக்க வேண்டும் என்றும் செய்தி. மேல் போர்ஷன்காரர் அவரைச் சந்திக்கும்போது சொல்லி அனுப்பி வைக்கக் கோரிக்கை. அவர் மறந்துவிடுவார். அடுத்த நாள் கீழ்போர்ஷன்வாசி இறந்ததாகத் தெரியவரும். சொல்ல மறந்துபோன தகவலின் கனம் அழுத்த கதைசொல்லி மனக்குமைச்சலோடு நிற்பதோடு கதை முடியும்

புரிகிறது, அசோகமித்திரன் சார்.

★★★

**சா**யந்திரம் ஸ்ரீநிதி சிதம்பரம் தலைமையில் ஒரு நடன அரங்கேற்றம். நீலாம்பரியையும் மத்யமாவதியில் ஹரிவராசனத்தையும் கேட்டபடி நாட்டியத்தில் ஒரு கண்ணும் மனதில் உள்பார்வை பார்த்தபடி மற்றதுமாக அரையிருட்டில் அமர்ந்திருக்க மசங்கலாக நினைவு வருகிறது.

1) யார்க்ஷையர் காடாறு வருஷம் கழித்து வந்திருந்த நேரம் அது. லண்டனில் நண்பர் பத்மநாப அய்யர் தாய்வீட்டுச் சீதனமாகக் கட்டி அனுப்பியிருந்த புத்தகங்களின் பட்டியலையும் ஒவ்வொன்றைப் பற்றிய சிறுகுறிப்பையும் வாத்தியாரோடு பகிர்ந்துகொண்டேன். அவர் கடிதத்தின் முதல் வாக்கியம் அதைக் குறித்து.

2) அரசூர் வம்சம் நாவல் முடித்த கையோடு அதன் தொடர்ச்சியாக இரண்டு நாவல் எழுதத் திட்டமிட்டு கள ஆய்வும் படிப்புமாக ஏகப்பட்ட தகவல் சேகரித்திருந்தேன். இத்தனையும் வந்தால் நாவல் தகவல் குப்பையாகிவிடாதா, எப்படி எழுதப்போகிறேன் என்று அவரோடு கவலையைப் பகிர்ந்துகொண்டிருந்தேன். அவர் கடிதத்தின் அடுத்த வாக்கியம் நம்பிக்கை டெக்ஸ்ட்ரோஸ் ஐ.வி ஏற்றுகிற ரகம். அந்த மருந்து வேலை செய்ய ஆரம்பித்து ‘விஸ்வரூபம்’ முடிகிற கட்டத்தில் இருக்கிறது. இன்னொரு ஷாட் ஊசி ஏற்றத்தான் டாக்டர் இல்லை.

3) மந்திரவாதியும் தபால் அட்டைகளும் மற்றும் ஐம்பது பைசா சேக்ஸ்பியர் ஆகிய என் சிறுகதைத் தொகுப்புகளை அதற்கு ஒரு வருடம் முந்தி அனுப்பியிருந்தேன். மும்பாய் பின்னணியில் பகல் பத்து ராப்பத்து குறுநாவல் தொகுப்பு தவிர இந்தப் புத்தகங்களில் நாலைந்து மும்பாய்க் கதைகள் உண்டு. மும்பை மழைக்காலப் பின்னணியில் ஒரு குறுநாவல் எழுதக்கூட திட்டமிட்டிருந்த நினைவு. அது சம்பந்தமாக இருக்கக்கூடும் அடுத்த வாக்கியம்.

ஆனாலும் அந்த கிங்ஸ் அண்ட் காபேஜஸ் இன்னும் நினைவு வரவேயில்லை.

*அக்டோபர் 25, 2009*

# இன்று

*55* வயதுக்கு மேல் வேறு யாராவது குழந்தை எழுத்தாளர் ஆகியிருந்தால் அவர்களுக்கு ஒரு காட்பரீஸ். காட்பரீஸ் என்ற சொல் காணாமல் போவதற்குள் சேதி சொல்லவும். அமெரிக்க சந்தை அசுரன் *(giant*-க்கு சரியான தமிழ்ச் சொல் என்ன?) க்ராஃப்ட் ஃபூட்ஸ் *hostile takeover* ஆக பிரிட்டன் உலகுக்கு அறிமுகப்படுத்திய முதல் மில்க் சாக்லெட்டைக் கவர்ந்து போயிருந்தால் காட்பரீஸ் காணாமல் போகலாம்.

இந்த நினைவோடை காட்பரீஸ் பற்றி சத்தியமாக இல்லை. நான் 'சுட்டி விகடன்' பத்திரிகையில் எழுத ஆரம்பித்திருக்கும் கம்ப்யூட்டர் பத்தி பற்றி.

சுட்டி விகடன் காலம் எழுதுவதற்கும் இத்தனை நாள் விடாப்பிடியாக 'வீட்டில் லுங்கி' ஆசாரத்தைக் களைந்து ஷார்ட்ஸுக்கு மாறியதற்கும் எந்தச் சம்பந்தமும் இல்லை.

★★★

மெட்ராஸ் பிளேயர்ஸ் ஆர்.கே.நாராயணனின் 'சுவாமியும் சிநேகிதர்களும்' நாவலை மேடையில் கொத்துக் கறியாக்கியதை மால்குடியில் அலையும் ஆர்.கே.என் ஆவி மன்னிக்காது. மாமா வயசுப் பையன்களை சுவாமியாகவும், ராஜம், மணியாகவும் மேடையில் நிறுத்தி பீட்டர் விட வைப்பதற்குப் பதில், ஷங்கர் நாக் தூர்தர்ஷனுக்காக இயக்கிய 'மால்குடி டேஸ்' சி.டி கிடைத்தால் வாங்கி திரைக்காட்சியாக அளிக்கலாம். எல்.வைத்தியநாதனின் தொடக்க இசையே மால்குடியை மனதில் உருவாக்கிவிடும்.

★★★

மம்முட்டி நடித்த சி.பி.ஐ டயரிக் குறிப்புகள் சினிமாத் தொடர் மாதிரி கேரளத்தில் ஸ்டீரியோ டைப் கொலைக் குற்றங்கள் இன்னும் தொடர்வது வியப்பு. செங்கண்ணூர் கார்ணோர் (காரணவர்) வில்லா வழக்கு இப்போதைய பரபரப்பு. நம்ம வடுவூர் ஐயங்காரின் கருங்குன்றத்துக் கொலை வழக்கு இதுக்கு உரை போடக்காணாது.

ஆமா, ஐயங்கார் எகிப்திய ஃபேரோக்கள் வடகலை ஐயங்கார்கள் (*or the other way round*) என்று நிரூபித்துப் புத்தகம் போட்டிருக்கிறாராமே நண்பர் திருமலை கட்டுரை. ஃபேரோக்களுக்கு மடிசார் கட்டிய *mummy-in-law* வாய்த்திருக்க வாய்ப்பு உண்டா?

★★★

## பெட்டி

(ஓர் அறிமுகம்)

'மூன்று விரல்' நாவலை நான் எழுதி எட்டு வருடமாகி விட்டது. அந்த உலகம் இல்லை இன்றைக்கு இருப்பது. நானும்தான் மாறி விட்டேன். அனுபவங்களின் கனம், அழுத்தம், அவை மனதில் பூசிப்போன இனிப்பும் கசப்பும் துவர்ப்புமான நினைவுகள் என்று இந்த மாற்றம் ஒரு தளத்தில் நிகழும்போது இன்னொரு புறம் நடை, வடிவம், கலை இலக்கியத் தேடல் எனப் புதிய பாதைகளில் எழுத்துப் பயணமும் தொடர்ந்தபடிதான் இருக்கிறது.

கணினித் துறை பற்றிய மூன்று விரல் நாவல், இன்டர்நெட் குமிழி உடைந்த 90-களின் கால கட்டத்தைப் பின்புலமாகக் கொண்டது. 2007-ன் பிற்பகுதியில் உலகம் முழுக்க இருட்டுத் திரளாகக் கவிந்த பொருளாதார நெருக்கடியில் சர்வதேச வங்கிகளும் பெரும் நிதி நிறுவனங்களும் ஆடி அலைக்கழிந்து காணாமல் போக, அவற்றின் பக்க பலத்தில் வளர்ந்துகொண்டிருந்த கம்ப்யூட்டர் சாப்ட்வேர் உருவாக்கிப் பராமரிக்கும் தொழிலும் நசித்துப் போக ஆரம்பித்தது. மற்ற முன்னேறும் நாடுகளைவிட இந்தியாவின் இதன் தாக்கம் மிகவும் அதிகம்.

கடும் உழைப்பு, நல்ல ஊதியம், அமெரிக்கா, ஐரோப்பா, ஆஸ்திரேலியா என்று ஒரு கண்டம் விடாமல் கடல் கடந்து சதா பயணம், புது மெகா ப்ராஜக்ட்கள், புது சிநேகிதர்கள், புதிய

சவால்கள் என்று உயிர்ப்போடு இயங்கிக் கொண்டிருந்த கணினித் துறையில் சட்டென்று ஒரு தேக்கம். ஆட்குறைப்பு, சம்பளக் குறைப்பு, புது ப்ராஜக்ட்கள் வரவு குறைந்து அறவே இல்லாமலும் போனது என்று நிலைமை மாற, கம்ப்யூட்டர் பெட்டிக்காரர்களின் எதிர்காலம் பற்றிய நிச்சயத்தன்மை குறையத் தொடங்கியது. இன்னும் இது தொடர்ந்துகொண்டுதான் இருக்கிறது. விரைவில் மாறும் என்ற நம்பிக்கை இப்போது வந்திருப்பது உண்மைதான். ஆனாலும் காத்திருப்பின் வலிகள் எத்தனையோ கணினி மென்பொருள் ஊழியர்களை ஆழமாகப் பாதித்திருக்கின்றன. தொழில் ரீதியாக, மனோரீதியாக, தனிமனித, சமுதாய வாழ்க்கை முறை மாற்றங்களாக இவை கணினித் துறையைக் கடந்து இவர்களோடு உறவும், நட்புமாகத் தொடர்புள்ள மற்றவர்களையும் வெகுவாகப் பாதித்திருப்பதும் தவிர்க்க முடியாமல் போய்விட்டது.

மூன்று விரலின் தொடர்ச்சியாக அதே பாத்திரங்களை இப்போது உலாவ விட்டு இந்த அதிமுக்கியமான நிகழ்வை ஒரு கணினித் துறை சார்ந்த எழுத்தாளன் பார்வையில் பகிர்ந்துகொள்ள வேண்டும் என்று அவ்வப்போது எண்ணம் எட்டிப் பார்ப்பது உண்டு. நண்பர் கிரேஸி மோகன் தொடர்ந்து வற்புறுத்துகிற ஒரு விஷயம் 'மூன்று விரலைத் தொடர்ந்து மற்ற விரல்களையும் சீக்கிரம் நீட்டி மடக்கவும்'.

பின் நவீனத்துவ நாவல், பத்திரிகைப் பத்தி, சினிமா திரைக்கதை வசனம் என்று என் எழுத்து பாணி மூன்று விரல் காலத்தை விட்டு நிறையவே விலகி வந்திருக்கிறது என்பதை உணர்கிறேன். ஆனாலும் கணினித் துறையைப் பற்றிய நாவலுக்கு அந்தப் பழைய ஓட்டந்துள்ளல் நடைதான் சரிப்படும் என்பது புரிகிறது.

அன்று இறங்கிய ஆற்றில் இன்னொரு முறை நீராட முடியாதாமே. ஆனாலும் ஆறு இன்னும் இருக்கிறது. நானும். அந்தளவுக்கு ஆசுவாசம். திரும்பி வருகிறேன்.

சுதர்சனும், புஷ்பாவும், ராவும், இன்னும் பலரும் விரைவில் உங்களைச் சந்திக்கப் போகிறார்கள். அவர்கள் மூலம் நாம் உரையாடலைத் தொடர்வோம்.

*நவம்பர் 15, 2009*

# நான் நடிக்கும் குறும்படம்

*40*, ரெட்டைத்தெரு அத்தியாயங்களின் அடிப்படையில் 'ரெட்டைத் தெரு' குறும்படம் தயாராகிக்கொண்டிருக்கிறது. இளைஞர் சரவணன் இயக்குநர். நண்பர் எஸ்.ராவின் சிறுகதையை இரண்டு ஆண்டு முன் குறும்படம் ஆக்கியவர்.

எங்கள் ஊரில். அதுவும் நான் படித்த பள்ளிக்கூடத்தில் எங்க கணக்கு வாத்தியாரையே பிடித்து அவர் மூலம் பள்ளியின் தற்போதைய தாளாளரைப் பிடித்து, படப்பிடிப்புக்கு அனுமதி வாங்கிக் கொடுத்தேன். செல்போனும், எஸ்.எம்.எஸ்ஸும் வந்த பிற்பாடு இதெல்லாம் நினைத்த மாத்திரத்தில் முடிகிற சங்கதியாகி விட்டது.

சார், அந்தக் கால டெஸ்கும் பெஞ்சும் சேர்ந்த உட்கார்ற சீட்டு நிறைய இருக்கு உங்க பள்ளிக் கூடத்திலே. டைரக்டர் ஷூட்டிங் ஸ்பாட்டில் இருந்து படு குஷியாக மொபைலில் எனக்கு அறிவித்தபோது நான் ஆபீசில் *synthetic long call option, naked selling* பற்றி எடுத்துக்கொண்டிருந்த வகுப்பை அஞ்சு நிமிஷம் அம்போ என்று விட்டுவிட்டு பழைய நினைவுகளை டைரக்டரோடு பகிர்ந்துகொண்டேன்.

நான் உட்கார்ந்து பாடம் படித்த பெஞ்சு அது. ஓரமாக மசிக்கூடு வைக்க ஒரு பள்ளம் இருக்கா?

இருக்கு சார்.

அப்போ அது எங்க அப்பா கால பெஞ்ச். அவரும் எங்க ஸ்கூல் மாணவர் தான். சும்மா இல்லே, சரவணன், 150 வருஷம் வரலாறு உள்ள பள்ளிக்கூடமாக்கும்.

ஜாக்கிரதையா படம் எடுங்க. வேறே என்ன ஷூட் பண்ணீங்க?

நேத்து உங்க ஊர்லே வாரச் சந்தை சார். அதுகூட நீங்க புத்தகத்திலே சொல்லியிருக்கிற மாதிரி அப்படியே இருக்கு. நிறைய சந்தைக் கடை காட்சி எல்லாம் எடுத்திருக்கோம்.

ஊர்ப் பக்கம் ஒரு முறையாவது போய் வர வேணும்.

படப்பிடிப்பு நடத்துவது சிரமமில்லாமல் போனாலும், நடுவில் ஒருநாள் தடைபட்டுவிட்டது. வாடகைக்கு எடுத்த காமிராக்கள், படச்சுருள், லைட்ஸ் எல்லாவற்றோடும் படப்பிடிப்பு வேன் அம்பேல்.

ஊர் முழுக்க, சுற்று வட்டாரம் எட்டுப் பட்டியிலும் வலைவீசித் தேடி டிரைவரை கிடந்த திருக்கோலத்தில் (டாஸ்மாக் உபயம்) ஊருக்கு மேற்கே பதினாலு கிலோமீட்டர் தூரத்தில் சாலை ஓரமாகக் கண்டுபிடித்திருக்கிறார்கள். நல்ல வேளை, ஸ்டியரிங்கில் தலை வைத்து அவர் தூங்குவதற்கு முன் வண்டியை ஓரம் கட்டி நிப்பாட்டி இருக்கிறார். எங்க பக்கத்து மனுஷர்கள் சுத்த பத்தமானவர்கள் என்பதால் ஒரு ஸ்குரூ ஆணி கூட களவு போகவில்லை. செம்மண் பூமி!

சார், ஒரு உதவி செய்யணும்.

சரவணன் வேண்டுகிறார்.

என்ன சரவணன்? ஆறு புஷ்பம் வீட்டைப் படம் பிடிக்கணுமா? அந்தப் பொண்ணுங்க இப்போ என் வயசு இருப்பாங்களே. இருக்காங்களோ என்னமோ.

அது இல்லே சார். நீங்க இந்தப் புத்தகத்தோட தொடர்ச்சியாக 'பெண்ணே நீ' பத்திரிகை பொங்கல் மலர்லே இந்தக் கால அடுக்குமாடிக் குடியிருப்பு பொங்கல் பத்தி எழுதி அது திரைக்கதையிலும் வச்சிருக்கோமே.

ஆமா, அதுக்கு என்ன.

பத்து வயசுலே நீங்க இப்படித்தான் இருப்பீங்கன்னு உத்தேசமா ஒரு குண்டுப் பையனைப் பிடிச்சு நடிக்க வச்சுட்டோம். அதகளப் படுத்திட்டான் போங்க.

நான் அப்போ குண்டு இல்லியே.

அதில்லே சார். இந்தக் காலப் பொங்கலைப் பத்தி நீங்க எழுதினதைப் படம் பிடிச்சோம். உங்க பாத்திரத்திலே நடிச்சவர் கொஞ்சம் சொதப்பிட்டார்.

அதுனாலே?

நீங்களே ரெண்டு நாள் வந்தா நடிச்சுக் கொடுத்துட்டுப் போயிடலாம். வர்ற பொங்கலுக்கு டி.வி ரிலீஸ். அப்படியே சர்வதேசப் போட்டிக்கும் போகுது.

ஆக, நான் மேக்கப் போட அடுத்த வாரம் ஊருக்குப் போறேன்.

★★★

காலையில் வாக்கிங்கில் இருக்கும்போது திரு.கமல் அழைத்தார். பாஸ்கரதாஸ் டயரிக் குறிப்புகள் படித்துக்கொண்டிருப்பதாகச் சொன்னார். 1930-களின் நாடக ஆசிரியர், எழுத்தாளர்.

கனவும், நினைவும் கலந்த பின்நவீனத்துவம் சார். அவசியம் படிங்க.

என்ன மாதிரி?

நேற்று ஜட்கா வண்டியில் ஒரு செம்மறி ஆடு உட்கார்ந்து போனது. கச்சேரி ரோடில் போகும்போது ஒரு மந்தை மாடுகள் வழி மறித்தன. (இன்னும் நிறைய சொன்னார்). நாலு குறிப்பு நினைவு. திடீரென்று இப்படி ஒரு ஹலுசினேஷன் மாதிரி குறிப்புகள்...

படிக்க வேண்டும்.

*டிசம்பர் 12, 2009*

# நினைத்தது நினைத்தபடி

புத்தகக் கண்காட்சியில் நுழைந்ததுமே எதிர்ப்பட்ட அன்பர் கழுத்தில் துண்டு போட்டு இழுக்காத குறையாகக் கேள்விக் கணை தொடுத்தார்.

'லண்டன் டயரி எங்கே சார்?' நான் சத்தியமாக ஒளித்து வைக்கலே. எதது எங்கே இருக்கணுமோ அதது அங்கேதான் இருக்கும்.

தப்பிக்க முடியாமல் நெட்டித் தள்ளிக்கொண்டு என்.எச்.எம் என்ற கிழக்கு ஸ்டாலுக்குக் கொண்டு வந்தார். ராகவனிடம் தஞ்சம் புகுந்தேன்.

பான்பராக் போடுவதைப் புத்தாண்டில் விட்டுவிட்ட அவர் (அவர் சார்பில் நான் புத்தாண்டு பிரதிக்ஞை எடுத்திருக்கேன்) எந்த *withdrawal symptom*-மும் உடம்பிலோ பேச்சிலோ தட்டுப்படாது உற்சாகமாக லண்டனைத் தேட, கூடவே இன்னும் இரண்டு பேர் சேர்ந்து மேலும் கீழும் சீராகக் குதித்து புத்தக வரிசைகளைப் பார்வையிட, ஊஹூம், லண்டன் டயரி போன தடமே தெரியலை.

வித்துப் போச்சு. ரெட்டைத் தெருவும் நல்லாப் போனது.

உற்சாகமாகச் சொன்னார் ராகவன். என் கையை விடாப்பிடியாகப் பற்றிக்கொண்டு நிற்கிற அன்பருக்கு அந்த உற்சாகம் தொற்றிக் கொள்ளாததால், எப்பக் கிடைக்கும் புத்தகம் என்று கெத்தாகக்

கேட்டார். ராகவன் அசரவே இல்லை.

நாளைக்கு வாங்க, எடுத்து வச்சிருக்கச் சொல்றேன்.

இது நடந்து ரெண்டு நாள் ஆகிவிட்டது, இன்றைக்குக் கண்காட்சி கடைசி நாள். இதுவரை ஐந்து பேர் விசாரித்து விட்டார்கள் - லண்டன் டயரி எங்கே?

அஞ்சு பேர்! நிஜமாகவே ரொம்பப் பெரிய விஷயம்.

பதறியடித்து பத்ரியை விளித்தேன். 'தீர்ந்துபோச்சு முருகன். எங்க ஸ்டால்லே புத்தகம் கேட்டவங்க முகவரியை எல்லாம் குறிச்சு வைச்சிருக்கோம். அடுத்த வாரம் தொடர்புகொண்டு புத்தகம் போய்ச் சேர ஏற்பாடு செஞ்சிடறோம்'.

மார்கழியிலும் மழை பெய்ய ஒரு நல்லார் - என் பப்ளிஷர் இருக்கார். வாழ்க.

★★★

நேற்று கமல் அவர்களோடு பேசிக்கொண்டிருந்தபோது அயல் மாநில எழுத்தாளர் ஒருத்தர் திரைக்கதையோடு பார்க்க வந்திருந்தார். அவர் சட்டென்று *multi-colour flier* ஒன்றை எடுத்து நீட்டினார். சாப்ட்வேர் ப்ராடக்ட் கம்பெனிகள் *anti money launderng, SEPA card dispute handling, securitization* இன்னபிற சிக்கலான விஷயங்களை ஊதித் தள்ளும் விதமாக *user friendly application* தயார் செய்து விற்பனைக்கு இறக்கிவிடும்போது போடுகிற வர்ண மயமான பிராடக்ட் இன்பர்மேஷன் ப்ரோஷர் எல்லாம் இந்த எழுத்தாளரின் *bio-data flier*-க்கு உறைபோடக் காணாது.

ஷாம்பு போட்டுத் தலைகுளித்த மாடல்களை வைத்து விளம்பரப் படுத்தாத குறையாக அவர் நாலு திசையிலும் உற்றுநோக்கும் புகைப்படங்களோடு, வாங்கிய விருதுகள், எழுதிய புத்தகங்கள், புகழுரைகள், துதிபாடல்கள் என்று அழுத்தமான அட்டையில் அருமையான ஆங்கிலத்தில் அடித்து வைத்திருக்கிறார்.

இவ்வளவு கஷ்டப்படுவதற்குப் பதில் இணையதளம் திறந்து விடலாமே என்று கேட்டேன். அவங்க மொழியில் இன்னும் அது சூடு பிடிக்காத ஒண்ணு என்றார்.

தமிழ் இந்த விஷயத்தில் அதிர்ஷ்டம் செய்த மொழி. இணையமும், அச்சும் கடந்த பத்து வருடத்தில் நல்ல வளர்ச்சி.

இணையக் கட்டுரைகளைப் புத்தகமாக்கி இரண்டுக்கும் இணைப்புப் பாலமும் ஜரூராகப் போடப்பட்டுக்கொண்டிருக்கிறது. இது என்னமோ இப்போதுதான் புதிதாக வந்ததாக ஒரு மாயத் தோற்றத்தையும் ஏற்படுத்திக்கொண்டிருக்கிறார்கள்.

மலேசியா தமிழறிஞரும் அகத்தியர் இணையக்குழு தலைவருமான டாக்டர் ஜெயபாரதி (ஜேய்பி சான்) தான் எட்டு வருஷம் முந்தியே அவருடைய இணைய எழுத்தைத் திரட்டி இப்படி ஒரு நூலை வெளியிட்டார். என் 'ராயர் காப்பி கிளப்' அடுத்து 2004-ல் வந்தது.

தன் ட்விட்டர் எழுத்து புத்தகம் ஆகிறதாக பேயோன் எழுதியிருந்தார். வாழ்க.

★★★

இன்றைய (ஜனவரி பத்து) மாத்ருபூமியில் 'பழசிராஜா' இயக்குநர் ஹரிஹரன் பேட்டி

படத்தில் நடிகர்கள் ஒத்துழைப்பு எனக்குக் கிடைத்திருந்தால் இன்னும் பிரமாதமாக பழசிராஜா உருவாகி இருக்கும். பல சீன்களில் கால்ஷீட் பிரச்சனைகளால் நடிகர்களை டூப் போட்டு எடுக்க வேண்டிப் போனது.

ரிகர்சல் செய்ய நேரமே இல்லை. கிளைமேக்ஸ் சண்டைக் காட்சியை ரெண்டே நாளில் முடிக்க வேண்டிய கட்டாயம். நடிக்க வந்த நடிகர்களோ இந்தக் கதையின் சரித்திரப் பின்னணி தெரியாமல் வில்லையும் அம்பையும் வைத்து இஷ்டத்துக்கு விளையாடிக்கொண்டிருந்ததால் ஏகப்பட்ட படச்சுருள் வீணாகிப் போனது.

கப்பலோட்டிய தமிழன் எடுத்த பந்துலு இதுக்கும் மேலே சொல்லியிருப்பார் பாவம்.

★★★

நேற்று சென்னை பிரசாத் திரைப்பட அகாதமியில் இரண்டாம் ஆண்டு மாணவர்களுக்காக திரைக்கதை வகுப்பெடுத்தேன்.

ரொபீந்தர்நாத் தாகோரின் 'போஸ்ட் மாஸ்டர்' சிறுகதை எப்படி

சத்யஜித்ராயின் கைவண்ணத்தில் 'தீன் கன்யான்' திரைப்படத்தில் ஒரு பகுதியாக இடம்பெற்றது என்று கதையைப் படித்து, படத்தைக் காட்டி விளக்கினேன்.

கதையில் வரும் ரத்தன் என்ற சிறுபெண், ராயின் படத்தில் சிறுமிப் பருவம் கழிந்து திடசித்தம் உள்ள கன்னியாக மாறும் நுட்பமான மாற்றத்தை, ராய் *scene* அமைத்திருப்பது, *shot* வைத்திருப்பது, வசனம் என்று நுட்பமாக ஆய்வு செய்தோம்.

இப்படி வகுப்பெடுக்கப் படிக்கும்போது, பார்க்கும்போதுதான் தெரிகிறது இன்னொரு தாகூர் வரலாம். சத்யஜித்ராய் போன்ற மேதைகள் இனி இங்கே பிறந்து வரப் போவதில்லை.

*ஜனவரி 10, 2010*

# போகிற போக்கில்

நண்பர்கள் அனைவருக்கும் புத்தாண்டு வாழ்த்துகள். நேற்றே சொல்லியிருக்க வேண்டியது. டிசம்பர் 31 இரவு விருந்து அதைத் தள்ளிப்போடச் செய்து விட்டது.

மய்யம் இணைய இதழ் (Portal) வெகு விரைவில் மின்னரங்கேற இருக்கிறது. விருந்துக்குக் கொஞ்சம் முன்னதாகவே போய் கமல் அவர்களுடன் அது பற்றிய கருத்துப் பரிமாற்றத்தைத் தொடர்ந்தேன். தமிழில் இது மிக முக்கியமான, இலக்கியம் கலை இரண்டையும் இன்றைய தொழில்நுட்ப நேர்த்தியில் இணைத்து வழங்கும் பரபரப்பான தலைவாசலாக இருக்கும். அடுத்த திரைப்படத்துக்கான வேலைகள் தொடங்கியுள்ளன. சரித்திரம் இல்லை. சமகாலம் தான். உன்னைப்போல் ஒருவனை விட இன்றைய சூழலுக்கு *still more socially relevant* ஆன கதைக்கரு. தலைப்பு? அடுத்த பதிவில் சொல்கிறேன்.

கே.எஸ்.ரவிக்குமாரோடு உரையாடிக்கொண்டிருந்தபோது நண்பர் சந்தானபாரதியும் சேர்ந்து கொண்டார். ‘ஆதவன்’ வெற்றிக்கு வாழ்த்து சொல்லி, பேச்சு புதுப்படத் தலைப்புப் பற்றித் திரும்பியது. ‘தசாவதாரம், பத்து ரோல் என்றதுமே சக்சஸ்னு சொல்லிட்டேன். அந்த எதிர்பார்ப்பு தலைப்பில் இருக்கணும்’ என்றார் கே.எஸ். ஆர். கமல் மெல்லப் புன்னகைத்தார். எல்லாரும் நண்பர்களே! எல்லோரும் உறவினரே!

கமல் அவர்களின் சகோதரி திருமதி நளினி அவர்களைப் பல வருட இடைவெளிக்குப் பின் மீண்டும் சந்திக்கும் வாய்ப்பு கிட்டியது. பள்ளிக்கூடத்து மாணவனாக சிவகங்கையில் இருந்த போது, பரமக்குடியில் இருந்து அவரும் கமலும் பரத நாட்டிய நிகழ்ச்சிகளில் பங்கு பெறவும் அவர்களின் சித்தப்பா வீட்டுக்கு விசிட் அடிக்கவும் வந்த நினைவுகளை அசைபோட்டோம். சிவகங்கை ரெட்டைத் தெருவின் பிரமுகர்களை நளினி அவர்கள் மறக்கவில்லை இத்தனை வருடம் கழித்தும். அவர்களில் பலரும் என் '40, ரெட்டைத்தெரு' bio-fictionஇல் இடம் பெற்றவர்கள். முக்கியமாக அந்தச் சித்தப்பா (தீபாவளி அத்தியாயங்களைப் படித்துப் பாருங்கள்).

ஒய்.ஜி.மகேந்திரா 'வியட்நாம் வீடு' நாடகத்துக்கு அன்பாக அழைத்தும் போக முடியாத சூழலை அவரிடம் தயக்கத்துடன் தெரிவித்தபோது சகஜமாக, 'அதனாலென்ன, அடுத்த வாரம் ஒய்.ஜி.பி ஹாலில் அதே நாடகம் இருக்கு. அவசியம் வந்து பார்த்து கருத்து சொல்லுங்க' என்றார். சிவாஜி நடித்த அதே நாடகத்தையும் சினிமாவையும் பார்த்தவர்கள் ஒய்.ஜி.மகேந்திராவை எப்படி பிரஸ்டிஜ் பத்மநாப ஐயராக ஏற்றுக்கொள்வார்கள்? ஏற்றுக் கொள்ளாமலா 50 காட்சிக்கு மேல் அரங்கேற்றி இருக்கிறார் மகேந்திரா?

★★★

**ந**ண்பர் நாசர், திரைப்படக் கல்லூரி தலைவர் ஹரிஹரன் ஆகியோருடன் அடுத்த அரட்டை. நாசர் எப்போதுமே படு கேஷுவலாகத்தான் உடுப்பும் பேச்சும். குரலிலும் அந்த அன்னியோன்யம் தெரியும்.

குஞ்ஞன் நம்பியாரின் ஓட்டந்துள்ளலிலும், சாக்கியார் கூத்திலும் வெளிப்படும் சமூக விமர்சனத்தைப் பற்றிப் பேசிக் கொண்டிருந்தோம். செம்பகச்சேரி ராஜாவையும், மற்ற பிரதானிகளையும் முன்னால் வைத்துக்கொண்டு அந்தக் கால அரசு, அரசியல் விமர்சனத்தை மேடையில் செய்தவர் குஞ்ஞன் நம்பியார். சாக்கியார் கூத்தில் அந்த அங்கதமும், சுதந்திரமும் மாணிமாதவச் சாக்கியார் வரை தொடர்கிறது.

'தெருக்கூத்து இதைவிட சுதந்திரமான சமூக விமர்சனங்களை ரொம்ப இயல்பாக நடத்திக் காட்டுகிறது' என்றார் நாசர்.

அரசர் நாட்டு நிலவரம் பற்றிக் கேட்டதும் ரேஷன் கடை அரிசி புழுத்துப்போய் இருக்கிறது என்று தற்காலத்துக்குத் தாவி, நாடக அரங்கின் நவீன பாணியை சர்வசாதாரணமாக கிராமத்து மேடைக்குக் கொண்டு வந்தது தெருக்கூத்து என்றார் நாசர். ‘அது மட்டுமில்லே சார். கூத்துக்காரரர் வீட்டுலே பெண்டாட்டி கூட சண்டை போட்டுட்டு வந்திருப்பார். அவர் வசனத்துலே அதுவும் அன்னிக்கு அரங்கேறிடும். அவங்களுக்குக் கலைக்கான சட்டகங்கள் தெரியாது. ஆகவே நீங்களும் நானும் ஏற்படுத்தற ப்ரேம் ஓர்க்கை சர்த்தான் போய்யான்னு மீறிட முடியுது அவங்களாலே’.

நாசர் தான் கூத்து பார்த்த அனுபவத்தைச் சொன்னார். ‘முதல் வரிசையிலே நான் உக்காந்திருக்கேன். பபூன் வந்து ஆடிட்டு என்னைப் பார்க்கிறான். ‘இந்தப் பார்’யா இம்மாம் பெரிய மூக்கோடு உக்காந்திருக்கானே, அவனும் ஆட்டக்காரன் தான். குளுகுளு ரூம்புலே உக்காந்து ஆடிட்டு காசு வாங்கிட்டுப் போறான். நல்லா இரு. நல்லா இரு’.

பபூன் ‘இம்புட்டு பெரிய மூக்கு’ என்று சொன்னதை நாசர் அபிநயித்துக் காட்டுகிறார் - முழங்கையை இடுப்புக்குக் கீழே முழ நீளம் நீட்டி, பெரிய என்றதற்கு அப்புறம் ப்ரேக் கொடுத்து... சிரிப்பு அலையாகப் பரவுகிறது.

கர்ணன் நாடகத்தைத் திரும்ப எப்பப் போடப் போறீங்க என்று நாசரிடம் கேட்டேன். ‘ஆமா சார், ஒய்.எம்.சி.ஏவிலே பார்த்தவங்க எத்தனை பேர்னு தெரியலை. திறந்தவெளி அரங்கு நாடகம். இன்னும் பரவலாக மக்களைப் போய்ச் சேரணும்’ என்றார்.

அவரும் நானும் குழந்தைகள் ஒலிப்புத்தகமாக ‘கரடி டேல்ஸ்’ செய்திருக்கிறோம். கரடி டேல்ஸ் இந்திப் பதிப்பு (குல்சார் குரலில்) கார்ட்டூன் டிவியில் வருகிறதாம். தமிழும் அடுத்து வரும் என்று தெரிகிறது.

★★★

திரு ஹரிஹரன் பிரசாத் திரைப்படக் கல்லூரியில் திரைக்கதையாக்கம் குறித்து உரையாற்ற அழைத்தார். ‘காட்பாதர்’ அல்லது சத்யஜித் ராயின் ‘தீன் கன்யான்’ பற்றி இருக்கலாம் என்று முடிவு செய்து கொண்டோம். அடுத்த இரண்டு வாரத்தில் ஒருநாள் அது ஏற்பாடு செய்யப்பட இருக்கிறது.

திருமதி சுஹாசினி, அவர் மகன் நந்தன் ஆகியோரோடும் அடுத்துப் பேசிக்கொண்டிருந்தேன். நந்தன் தற்போது எடின்பரோவில் படிக்கிறார். என் பிரியமான நகரத்தின் தெருக்கள், முடுக்கு சந்துகள், ஓவிய, சிற்பக் கூடங்கள், திரை அரங்குகள் பற்றி எல்லாம் சுருக்கமாக அந்த இளைஞரிடம் பகிர்ந்துகொள்ளும்போது மகிழ்ச்சியாக இருந்தது. இந்த ஆண்டு ஸ்காட்லாந்தில் குளிர் அதிகம். எடின்பரோவில் -4 டிகிரி செல்சியஸ் பனிப் பிரதேசமாக இருக்கிறது. நான் எடின்பரோவில் இருந்து திரும்பி இருக்க வேண்டாமோ!

★★★

**கௌ**தமி அவர்களுக்கு வாழ்த்து சொன்னேன்.

*அபிராமி சீரியலுக்கு இல்லை. நீங்க டைரக்ட் செய்யறீங்களாமே?*

*நானா? அவர் ஆச்சரியப்பட கமல் சிரித்தார். ஆமா, நான்தான் திரைக்கதை எழுதறேன். கதாநாயகன் கே.பி.சார். இசை ஸ்ருதி. மாதவன் கூட இருக்கார்.*

நான் அவருக்கு முன்னாலேயே தகவலைச் சொல்லியிருந்தேன். மாத்ருபூமியில் முந்தாநாள் ரெண்டாம் பக்கத் தலைப்புச் செய்தி. ரொம்ப இண்ட்ரஸ்டா இருக்கே என்றார் அவர் படு சீரியஸாக முகத்தை வைத்துக்கொண்டு.

தமிழ்ப் பத்திரிகையில்தான் இப்படி உறுதி செய்யப்படாத தகவல் வரும் என்றால், மாத்ருபூமியிலுமா?

பனிரெண்டு மணி அடித்ததும், புத்தாண்டு வாழ்த்து மைக்கில் மிதந்து வந்தது. காமன்மேன் குரல் அது.

★★★

போன வாரக் கடைசியில் மதுரைப் பயணம். 'ரெட்டைத் தெரு' குறும்படம் ஆகிறது இல்லையா? அதில் சில காட்சிகளில் பங்கு பெற வேண்டி இருந்தது. இரண்டு நாள் ஷூட்டிங் ஷெட்யூல் மூன்று நாளாக நீண்டுபோய்விட்டது. நடிப்பு அனுபவங்கள்? இன்னும் ஒரு மணி நேரத்தில் அடுத்த ஷூட்டிங் சென்னையில் இருக்கு. முடிச்சுட்டு வந்து சொல்றேன்.

*பிப்ரவரி 1, 2010*

# நியூஸி சேச்சி

*துளசி கோபால் (ப்ரியமான துளசி சேச்சி) எழுதிய 'நியூசிலாந்து' அனுபவங்கள் புத்தகம் வெகு விரைவில் வெளியாகிறது. அதற்கு நான் எழுதிய முன்னுரை*

இருபத்து ஐந்து வருஷம் முந்தி முதல் தடவையாக வெளிநாட்டுக்குப் போனபோது என் அழகான வீட்டுக்காரி -அப்போ அப்படித்தான் இருந்தாள்- 'டிக்கட் எடுத்து வச்சுண்டாச்சா?, பாஸ்போர்ட் எடுத்து வச்சாச்சா?' இம்மாதிரியான ஸ்டாண்டர்ட் கேள்வித்தாளுக்கு வெளியே கடந்து, பருப்புப் பொடி, புளியஞ்சாதப் பொடி, எள்ளுப்பொடி இன்னோரன்ன சமாச்சாரங்களையும் வினாத் தாளுக்குள் கொண்டு வந்து என்னைத் தாளித்தபடி இருந்தாள். புதுப் பொண்டாட்டியோடு வந்து சேர்ந்த புது மாமியார் புண்ணியத்தில் வசம்பு, திப்பிலி, சுக்கு, சீரகம், கடுக்காய் என்று டப்பா செட்டியார் கடையில் பாதியைக் கொள்முதல் செய்து மூட்டை கனம் கூடியது.

சிங்கப்பூர்தானே போறேன். அதுவும் ஆறே ஆறு மாசம்.

பூஞ்சை உடம்பு, மூக்கு வேறே சதா சப்த ஸ்வரம் பாடறது. அங்கே குளிரோ வெயிலோ. ஏதாவது உடம்புக்கு வந்தா, கைகால்

குடைச்சலா, தலைவலியான்னு கேட்க நம்ம மனுஷா யார் இருக்கா? கைவைத்தியம் பார்த்துக்க வேணாமா?

இந்தப் பாசத் தலைவலியோடு ஏர்போர்டுக்குப் போக ஆட்டோவில் பேரம் பேசி ஏறி உட்கார்ந்தபோது, விவித்பாரதி விளம்பரம் அடுத்த ப்ளாட்டில் சத்தமாக ஒலித்தது 'தலைவலியா, கைகால் குடைச்சலா?' 500 அலுப்பு மாத்திரை விளம்பரம். போகிற வழியில் அதையும் வாங்கி சட்டைப்பையில் திணித்தாள் பெண்டாட்டி. நல்லவேளை, டிரான்சிஸ்டர் ரேடியோ கிடைக்கவில்லை.

அப்புறம் காடாறு வருஷம், நாடாறு மாதம் காலகட்டம். மெய்யாலுமே தலைவலி, கைகால் குடைச்சல், நாக்கு செத்துப் போவது (என்ன ஒரு பிரயோகம்!) இப்படியான அவஸ்தைகளோடு உலகம் சுற்றி வந்தபோது வீட்டு லிஸ்டில் பலதும் யந்திர கதியில் மூட்டை கட்டப்பட்டு, பிறகு புறப்படும் ஏர்போர்ட்டிலோ புகுந்த நாட்டு ஏர்போர்ட்டிலோ கழித்துக் கட்ட வேண்டிப் போனது. அதிகபட்ச சுமை வரி, அனுமதிக்கப்படாத சமாச்சாரங்கள் இட்லி மிளகாய்ப்பொடியை ஹார்லிக்ஸ் பாட்டிலில் அடைத்து இங்கிலாந்து எடுத்துப் போய் பிரிட்டீஷ் சாம்ராஜ்யத்துக்கா வெடி வைக்கப் போறேன், போங்கப்பா- இப்படியான காரணங்கள்.

மூட்டை கனம் குறைய இன்னும் ரெண்டு காரணம், நான் சமைக்கக் கற்றுக்கொண்டேன். ஸ்காட்லாந்தில் பாகிஸ்தானி கடையில் எம்.டி.ஆர் தோசை மாவு முதல் ஆரிய வைத்தியசாலை திரிபலாதி சூர்ணம் வரை கிட்டும். 'புரட்டிக்க தைலம்' மலையாளத்தில் எடுத்துத்தர வாரியர்தான் இல்லை. கூட பெண்குட்டியும்.

அன்ன ஆகாரம், மூக்கடைப்பு மருந்து, 90 செ.மீ கழுத்தளவு பனியன் போன்ற அடிப்படை சவுகரியங்கள் சுபாவமாக உடம்போடும் மனசோடும், போகிற இடம் தாண்டிப் படிய ஆரம்பித்தபோது, இருக்கப்பட்ட இடம் என்ற போதம் இல்லாமல் படுத்ததும் சுகமாக நித்திரை வரத் தொடங்கிய போது, பழகும் மனிதர்களும், சூழ்நிலையும், செய்யும் தொழிலும், பணியிடமும் ஒரே நாள் பழக்கத்தில் உள்ளூரான போது, கொஞ்சம் நின்று கவனித்தேன். என் லண்டன் டயரியும், எடின்பரோ குறிப்புகளும், யார்க்ஷயர் பதிவும், இன்னும் மூன்று விரல், விஸ்வரூபம் நாவலும் எல்லாம் இந்தக் கால, இட வர்த்தமான பேதம் கடந்தபோது உருவானவை.

என் பிரியப்பட்ட துளசி சேச்சி ஒரு குடும்பத் தலைவியாக, வெளிநாடு குடிபெயர்வதில் அனுபவப்பட்டிருக்கக்கூடிய சிரமங்கள் நிச்சயம் ஒற்றையனாக நான் எதிர்கொண்டதை விட அதிகமாகவே இருந்திருக்கலாம். ஒரு குடும்பத் தலைவியாக அவருக்குக் கிடைத்த அனுபவங்களும் அடியேனுடைய தனிக்காட்டு ராஜா அனுபவங்களை விட சுவாரசியமானதாகவே இருந்திருக்கலாம். இப்படி அனுமானித்தபடி தான் புத்தகத்தைப் புரட்டினேன். பாதிதான் சரி. அவர் கஷ்டமே படவில்லை. அப்படி நம்ப வைத்து விடுகிறார். எதிரில் உட்கார்ந்து, அதை ஏன் கேக்கறீங்கன்னு சிரித்துக்கொண்டே சொல்லும் பாணியில் சிரமத்தையும் ரசிக்க வைக்கிறார். அப்புறம் அவருடைய அனுபவங்கள். இது எழுத ஆரம்பித்து, அடுத்த (ரெண்டாம்) புத்தகம் என்று நம்ப கஷ்டமாக இருக்கிறது. ஞான் சத்யம் பரயுகயாணு எண்டெ பொன்னு சேச்சி!

'அங்கே (வெளிநாட்டுலே) நம்மாளுங்க இருக்காங்களா, உப்பு புளி மிளகாய் எல்லாம் கிடைக்குதான்னு பார்த்தேனே தவிர, அங்கே வேறே என்ன பாஷை இருக்கு, அவங்க பழக்கவழக்கம் எப்படின்னு எல்லாம் தெரிஞ்சுக்கத் தோணலை' அதான், அதேதான் எனக்கும் வந்த ஸ்டார்ட்டிங் ட்ரபிள். மாசாந்திர சுற்றுப் பயணம் போய் ஒரு நாள், ரெண்டு நாள் ஒரு ஊரில், நாட்டில் தங்கி இருந்து இதயம் பேசுது, புருவம் பாடுதுன்னு பார்த்ததைப் பட்டியலாக எழுதித் தள்ளுவது எளுப்பம். வந்தேன், இருக்கேன்னு ஆசுவாசப்படுத்திக்கிட்டு எழுதறதுதான் சிரமம். புலம் பெயர்ந்த இலக்கியத்துக்கும், பயண இலக்கியத்துக்கும் நடுப்பட்டது இது. தமிழில் அபூர்வமான நிகழ்வு. துளசி சேச்சிக்கு இது கைவந்த கலையாக இருக்கிறது.

துளசி கவனத்தில் இருந்து ஒரு சின்ன விஷயம் கூட தப்புவது இல்லை. சேச்சி கணவர் கோபால் 'நியூசியிலே பொண்ணுங்க எத்தனை அழகான வைர மோதிரம் போட்டிருக்காங்க தெரியுமா? நீயும் என்னோட வந்தா உனக்கும் வாங்கித் தரேன்'னு சொன்னபோது, மோதிரப் பரிசை விட இவருக்கு ஆனந்தம் கோபால் அங்கே வைர மோதிரம் போட்ட பெண்களை மட்டும் பார்த்திருக்கிறார்! கோபால் ஆனாலும் சாது. மோதிரம் போட்ட பெண்ணின் விரலை மட்டும் பார்த்திருக்கார்!

கொஞ்சம் மானுடவியல் (மாவோரிகளின் வாழ்க்கை, உணவு முறை, சாவுச் சடங்குகள் இப்படி), வேறே எங்கும் காணக் கிடைக்காத அசாதாரணமான நிகழ்ச்சிப் பதிவு (பெங்குவின் கூட்டம் சாலையைக் கடப்பது), நிதி நிலை(பிஜியில் இருந்து வந்த குஜராத்திகள் காசு சேரச் சேர அங்கே கொண்டுபோய் சேமித்து விட்டுத் திரும்புவது), நீதி நிலை (ஜூரரராகப் போன அனுபவம்), சமையல் குறிப்பு (அன்சோ பிஸ்கட்), இன்றைய அரசியல் (நியூ லேபர் கட்சி 97 இடத்துக்குத் தேர்தலில் நின்று, ஒரே ஒரு சீட் மட்டும் கைப்பற்றியது நம்ம ஊர் நினைப்பு வருது இல்லே)...

இப்படி, போகிற போக்கில் நுணுக்கமாக நியூசி வாழ்க்கையைப் பதிகிறார் துளசி. இதை எல்லாம் ஒரு நாவலாக்கி இருக்கலாமே என்று எனக்குள்ளே இருக்கும் கதைக்காரன் கேட்கிறான். அவன் கிடக்கான்.

அப்புறம் துளசியின் ஹோம் மேக்கர் அனுபவம் இயல்பாக புத்தகம் முழுக்க விரவி இருக்கிறது. குடிபோன இடத்துலே ஆத்திர அவசரத்துக்கு டாக்டர் பக்கத்துலே இருக்காரான்னு தெரிஞ்சுக்கறதுலே எல்லோருக்கும் அக்கறை உண்டே. சேச்சி சொல்றார் நம்ம பிள்ளைங்களுக்குத்தான் சனிக்கிழமை பார்த்துச் சொல்லி வச்ச மாதிரி காய்ச்சல் வருமே.

நியூசி பள்ளிகளில் பாலியல் கல்வி கற்பிக்கப்படுவதைப் பற்றிச் சொல்லும்போது, துளசி சேச்சி கைக்கொள்வது ஓர் அன்பான, கரிசனம் நிறைந்த தாயின் நோக்கு.

பெண் எழுத்து இந்த நுட்பம்தான்.

பிறந்த சிசு மரித்தபோது மார்பில் பால் கட்டி அவதிப்பட்டபடி, அந்தக் குழந்தையில் மலம் உலர்ந்த இடுப்புத் துணியைப் பார்த்துக் கலங்கும் தாயின் சோகத்தைச் சொல்லும் ஒரு புதுக்கவிதையை ஒரு முறை சுஜாதா சாரிடம் சிலாகித்தேன்.

'நல்லாத்தான் இருக்குப்பா. ஆனா, அனுபவம் எங்கே?' என்றார் அவர். திருமதி சுஜாதா காப்பியோடு வர, அவரைக் காட்டி, 'இவங்க கிட்டே கேளு. தெரியும். எங்க பெண் குழந்தை பிறந்ததும் இறந்துபோய், இவங்க பட்ட பாடு'. பெரியாழ்வார் ஆண்டாளாகப் பாடினதும், நாயகி பாவமும் எல்லாம்? நான் விடாமல் அவர் வாயைப் பிடுங்க, 'சொன்னாக் கேளு. ஆம்பளை

எழுத முடியாதுன்னா முடியாதுதான்'.

நான் ரசிக்கிற எழுத்தை எல்லாம் அவரோடு பகிர்ந்துகொள்வதில் ஒரு சந்தோஷம். இதில் பல கட்டுரைகளைத் துளசி 'மரத்தடி' இணையக் குழுமத்தில் எழுதி வந்தார். நான் எடின்பரோவில் இருந்த காலகட்டம். ஜூலை 6, 2005 அன்று அவருடைய மின்னஞ்சல் முகவரிக்கு சேச்சியின் ஒரு கட்டுரையை பார்வேர்ட் செய்தேன். சுஜாதா சாரின் ரத்தினச் சுருக்கமான பதில்

*From: rangarajan S [mailto:writer@hotmail.com]*

*Sent: Thursday, July 07, 2005 12:09 PM*

*Subject: RE: hi from era.murukan (with an interesting blog entry I read today)*

*Murukan*

*I eventually discoverd it in unicode and read the NZ lady's (Ms. Thulasi) blog; interestig though long.*

சுஜாதா சார், துளசி புத்தகம் இதோ வந்திருக்கிறது. ரசித்துப் படித்தேன். உங்களோடு பகிர்ந்துகொள்ளணுமே!

இரா.முருகன்
*மார்ச் 4, 2010*

# இந்த எழுத்தாளர்கள்

ரொம்பவே வித்தியாசமான பிறவிகள். கொம்பு முளைக்கவில்லைதான். றெக்கை அரும்பி, வக்கீல் ஆராமுது அய்யங்கார் (பிறப்பு 1890 வைகுண்ட பதவி 1965) தோளுக்கு ரெண்டு பக்கமும் வழியும் அல்பாகா கோட்டின் மூணாவது, நாலாவது கை மாதிரி இடுப்பைத் தொட்டு அலையடித்துக் கொண்டிருக்காதுதான். ஆனாலும் ஆகாசத்தில் பறப்பார்கள். வம்பு வளர்த்துக் கொண்டு முட்ட வருவார்கள். தற்கொலை செய்துகொண்டு ஒண்ணாங்கிளாஸ் நரகங்களில் பேயிங் கெஸ்டாக போய்ச் சேர்வார்கள். அங்கே இருந்தபடி, இங்கே மூச்சுவிட்டுக் கொண்டிருக்கும் இதர எழுத்தாளர்களை வம்புக்கு இழுத்தபடி இருப்பார்கள் - 'நீயும் வந்துடுய்யா.' நோபல் பரிசு வாங்கிய ஜப்பானிய எழுத்தாளர் யாசுனாரி காவபாட்டா எப்படி இறந்து போனார் தெரியுமா? முப்பாட்டன் வயசில் காவபாட்டா நச்சு வாயுவை சுவாசித்துத் தற்கொலை செய்து கொண்டார். அதுக்கு முழு முதல் காரணம் அவருடைய சிநேகிதனும் எழுத்தாளருமான யூகியோ மிஷிமா. கொஞ்சம் முன்னால் மேலே போய்ச் சேர்ந்தவர் அவர். சட்டுபுட்டென்று முடிவு எடுக்காமல் ஒரு வருஷம் தீவிரமாக திட்டம் போட்டு மிஷிமா உசிரை விட்டது அபத்தமான நாடகம் மாதிரி.

மிஷிமாவும் ஒரு நாலு நண்பர்களும் 1970 நவம்பரில் டோக்கியோ நகரில் ஆபீஸ் லீவு விடாத ஒரு தினத்தில் அங்கே ஜப்பானிய தற்காப்புப்படை அலுவலகத்துக்குப் போனார்கள். தேமேன்னு ஆபீசில் உட்கார்ந்து சாயா குடித்தபடி பேப்பர் படித்துக் கொண்டிருந்த தலைமை ராணுவ அதிகாரியை நாற்காலியோடு சேர்த்துக் கட்டினார்கள். அப்புறம் என்ன? ஒரு கையில் மெகபோன், இன்னொரு கையில் ஒரு புல் ஸ்கேப் காகிதம். பால்கனிக்கு வந்து நின்றார் மிஷிமா. கீழே காவல் காத்துக்கொண்டிருந்த ராணுவ வீரர்கள் என்னதான் நடக்குது பார்ப்போமேன்னு நின்ன இடத்துலேயே நின்னு தலையை உசத்திப் பார்த்தார்கள்.

மிஷிமா காகிதத்தைப் பார்த்து உரக்கப் படித்தார். புரட்சியை அறிவிக்கும் பிரகடனமாக்கும் அது. ஜப்பானில் அதிரடியாக புரட்சி ஏற்பட்டு, எண்பது வயசு சக்கரவர்த்திகளுக்கு உடனடியாக அதிகாரம் எல்லாம் கைமாற வேண்டும். அதுக்குத்தான் நாங்க பாடுபடறோம். உங்க ஆதரவை எங்களுக்கு அளிச்சு...

கீழே நின்ற ராணுவக்காரர்கள் அட போய்யா, இதுக்குத்தானா இந்த அலட்டல், யாரு ஆண்டால் என்ன, மாசச் சம்பளம் வந்தா சரி என்கிற மாதிரி கலைந்து போக ஆரம்பித்தார்கள். விடாமல் சத்தத்தை உயர்த்தி மிஷிமா புரட்சி ஓங்குகன்னார் மிஷிமா. ஆடியன்ஸ் விசில் அடிச்சு கலாட்டா செய்து அவரை மேலே பேச விடாமல் தடுத்தார்கள். ‘என் தன்மானம் சப்ஜாடாக எகிறிடுத்து, சாவே வா’ என்று சோகத்தோடு மிஷிமா உள்ளே போனார். நாலு நண்பர்களும் கடமை அழைக்கிற தோரணையை முகத்தில் வழித்துப் பூசிக்கொண்டு கூடவே உள்ளே நடந்தார்கள்.

தலையை வெட்டுய்யா என்றார் மிஷிமா. ஆமா, ஜப்பானில் ராஜாவுக்காகத் தன் உயிரையே பலி கொடுக்கறபோது, வேறே யாராவது பக்கத்திலே ஒத்தாசையா நின்னு கத்தியாலே இந்தத் தியாகி தலையை வெட்டணும். இதுக்காக நியமிக்கப்பட்ட நண்பர் படு டென்ஷன் ஆகி, கத்தியை மிஷிமா கழுத்திலே வைக்கறார், எடுக்கறார். திரும்பி வைக்கறார். எடுக்கறார். வெட்டு விழற வழியா இல்லே.

‘இதுக்குத்தான், இன்னொரு எழுத்தாளரைக் கூட்டி வந்து கத்தியைக் கொடுத்திருக்கணும். கச்சிதமா இந்நேரம் காரியம் முடிஞ்சிருக்கும்.சரி, நீ நகரு.’

மிஷிமா கத்தியை மற்றொரு சிநேகிதர் கையில் கொடுக்கறபோது ஞாபகம் வந்துது 'ஆமா, சாவுக் கவிதை எல்லாம் மாஞ்சு மாஞ்சு எழுதி வச்சிருந்தேனே. கொண்டாந்தீங்களா?' இதோ இருக்கு என்று நீட்டினார்கள் நண்பர்கள். ஏதோ அந்த அளவுக்காவது கொடுத்த காரியத்தை செஞ்சாங்களே. ராஜ தியாகம் செய்யும் எவரும் சாவு ராஜ கவிதை எழுதி வச்சுட்டு ராஜ பார்வை பார்த்தபடி கம்பீரமாக ராஜ உயிரை விடணும். அது ஜப்பானில் ராஜ மரியாதைக்குரிய ராஜ சம்பிரதாயம்.

மிஷிமா கவிதையைக் கடைசியாக சரிபார்த்ததும், அடுத்த நண்பர் கத்தியைத் தீட்டி அவர் கழுத்தைக் குறிவைக்க எல்லாம் சுபம். சுபம் என்ன சுபம்? காலமானதும் மிஷிமா முனைப்பா செய்ய ஆரம்பிச்ச காரியம் என்ன தெரியுமா?

தன் ஆப்த நண்பர், முன்னாடி சொன்னேனே, யாசுனாரி காவபாட்டா, அவர் கனவிலே புகுந்து சும்மா சுத்திச் சுத்தி வந்துட்டு இருந்தார். 'என்னவே மிஷிமா, இதென்ன கூத்து?' காவபாட்டா கனாவிலேயே கேட்க, 'சும்மா லாந்திட்டுப் போக வந்தேன்யா, நீ பாட்டுக்கு உறங்கு' ன்னு மிதந்து போயிட்டார். ஒரு ராத்திரி, ரெண்டு ராத்திரி கனவு இல்லே. கிட்டத்தட்ட இருநூறு நாள் அதே கனவு. வெள்ளி விழா, தங்க விழான்னு போஸ்டர் அடிச்சு கனவுச் சுவர்லே ஒட்டாததுதான் பாக்கி.

காவபாட்டா ஒரு முடிவுக்கு வந்தார். மிஷிமா போய் ரெண்டு வருஷம் கழிச்சு 1972-ல் இவரும் லைஃபை முடிச்சுக்கிட்டார். 'உன் அலப்பறை தாங்கலேய்யா, அதான் புறப்பட்டு வந்துட்டேன்'ன்னு சேரிடம் சேர்ந்ததும், மிஷிமாகிட்டே அலுத்துக்கிட்டே, குளிக்க வெந்நீர் கிடைக்குமான்னு விசாரிச்சிருப்பார் போல.

காவபாட்டாவும் சரி, மிஷிமாவும் சரி, ஏப்பை சாப்பை ஆசாமிகள் கிடையாது. ஜப்பானில், அதுவும் ஒரு மாநிலத்தில் பிறந்து, மூச்சு விட்டு, எழுதிக் குவித்து இத்தனூண்டு பட்டையைக் கிளப்பிக் கொண்டிருந்த சராசரி எழுத்தாளர் இல்லை. உலகப் பிரசித்தியை கியாரண்டியாக வாங்கினவர்கள். அவர்கள் எழுதியதைப் படிக்காதவர்கள் கூட வாசித்து, யோசித்து மகிழ்ந்ததாக சரடு விட்டுப் பேர் வாங்கியது உண்டு. ஆனாலும் 'முற்றும்' போட ரெண்டு பேரும் தேர்ந்தெடுத்த வழிதான் விசித்திரம். அதுவும்,

காவபாட்டாவுக்கு நோபல் பரிசு கிடைச்சபோது சொற்பொழிவு செய்தார். நெட்டுலே தேடினா கிடைக்கும். படிச்சுப் பாருங்க. தற்கொலை கோழைத்தனம்னு ஓங்கி அடிச்சிருப்பார். என்ன செய்ய? மிஷிமா மெகா சீரியல் மாதிரி கனவிலே வந்து நச்சரிப்பார்னு அவருக்குத் தெரியுமா என்ன?

இங்கிலாந்து கவிஞர் வில்லியம் ஹூ ஆடன்னு ஒருத்தர். அவர் தற்கொலை செய்துக்கலை. ஆனா, சினிமாவுக்குப் போனார். 1930-சொச்சம் வருஷத்துக் கதை இது. நம்ப ஊர்லே புதுமைப்பித்தன் சினிமாவுக்குப் போய், 'அவ்வை என்று சொல்லி ஆளனனுப்பிக் கூப்பிட்டுக் கவ்வக் கொடுத்தடித்தால் கட்டுமா?'ன்னு அவ்வையார் படத்துக்கு வசனம் எழுதப் போய் திரும்பிய பீரியட். அப்போ, இப்போ இருக்கற மாதிரி பிரபல எழுத்தாளர்களுக்கு தமிழ் சினிமா புகுந்த வீடு இல்லை. கல்கி, விந்தன் தவிர மற்றவர்கள் சினிமாவோடு 'வேணும், ஆனாஆஆஆ வேணாம்' உறவு வச்சிருந்த நேரத்திலேதான் ஆடன் ஆங்கில சினிமாவுக்குப் போனது.

இங்கிலீஷ் ஒரு விசித்திரமான மொழி. பிறந்த இடம் என்னவோ இங்கிலாந்து. ஆனா, கோடி கோடியா பணம் சம்பாதிக்க சினிமா எடுக்கற இடம் அமெரிக்காவிலே ஹாலிவுட். பிரிட்டீஷ் சினிமா அப்பப்ப தலையைக் காட்டிட்டு காணாமல் போயிடும். பிரிட்டீஷ் நடிகர்கள் ஹாலிவுட் ஜோதியிலே கலந்தாலும், இங்கிலாந்து எழுத்தாளர்களைப் பொதுவா ஹாலிவுட் ஆட்டத்துலே சேர்த்துக்கறது இல்லே. ஆனா, 1930-களிலே, இங்கிலாந்திலே புத்தலை. அதுவும் டாக்குமெண்டரி படம் எடுக்கறதுலே. பிளாக் அண்ட் ஒயிட்டுலே பிரிட்டீஷ் டைரக்டர்கள் டாக்குமெண்டரி தயாரிக்க பணம் உதவி செய்தது பிரிட்டீஷ் சர்க்கார் துறைகள்.

இங்கிலாந்து அஞ்சல் துறைக்கு டாக்குமெண்டரி ஆசை வந்தது. ஜான் கிரியர்சன்ங்கிற பிரிட்டீஷ் இயக்குநரைக் கூப்பிட்டு 'மதிப்புக்குரிய இங்கிலாந்து மகராஜா ராணிக்காகப் படம் பிடிச்சுக் கொடுங்க'ன்னு அனுமதியை நீட்டினாங்க. அங்கே ஜெயில்லே போட்டாலும், 'ஹர் மெஜஸ்டிஸ் ப்ளஷர்'னு தான் சமத்காரமாச் சொல்வாங்க. நியூஸ் ரீலுக்கு ராஜா சந்தோஷப்படக் கூடாதா என்ன?

கவிஞர் ஆடன் செஞ்சுட்டு இருந்த வாத்தியார் வேலையை உதறினார். அதுலே வாரம் அஞ்சு பவுண்ட்தான் வருமானம்.

சினிமாவிலேயோ வாரம் மூணு பவுண்ட் ஊதியம். 1938-ல் ஒருத்தன் லண்டன்லே குடித்தனம் நடத்தணும்னா கிட்டத்தட்ட மாதம் இருநூறு பவுண்டாவது வேணும். டாக்குமெண்டரி ஆடனுக்கு காலையிலே சிங்கிள் டீ, சிகரெட்டுக்குக் கூட மாசம் முப்பது நாளும் வராது. போதாக் குறைக்கு அவரை போஸ்ட் ஆபீசிலேயே ஓரமா ஒரு பழைய மர மேஜையை போட்டு உட்கார்த்தி வச்சு, 'எழுதுங்க சார்'னு சொன்னாங்க. எழுதினா இங்க் ஊறும் காகிதம் ஒரு கட்டு அவருக்குன்னு சாங்ஷன் செய்தார் சூப்ரண்டண்ட்.

ஆடன் அந்த அழுக்கிலும், இரைச்சல்லேயும், நெரிசல்லேயும் பொறுமையா உட்கார்ந்து எழுதின 'ராத்திரி வண்டி' (நைட் மெயில்) இன்னும் அவர் பெயரைச் சொல்லிட்டு இருக்கு. அவர் குரல்லேயே கவித்துவமான ரன்னிங் காமெண்டரி கொடுக்கற அந்தப் படத்தை எடின்பரோ பட விழாவில் பார்த்தபோது நினைவு வந்துது ஹூ கிராண்ட் நடிச்ச 'நாலு கல்யாணம் ஒரு சாவு' படத்துலே சாவுக் காட்சியிலே டபிள்யூ.ஹெச்.ஆடன் கவிதையை ரொம்ப பொருத்தமா வாசிப்பாங்க.

'ஆடன் டாக்குமெண்டரி வசனம் எழுதிக்கிட்டேதான் உயிரை விட்டாரா?' என் கூட உட்கார்ந்து படம் பார்த்த வெள்ளைக்கார நண்பரைக் கேட்டேன். 'ஸ்டாலின் கால சோவியத் யூனியன் டாக்குமெண்டரிக்கு ரஷ்யப் பாட்டு மொழிபெயர்க்கப் போனார்' என்றார். 'லெனின், உன் சமாதியைப் பார்த்தாலே சோகம் எல்லாம் தீரும்'னு கவிதை எழுதினாராம் ஆடன். அது 1940-களிலே. 1973-ல் (ஜப்பானில் காவபட்டா தற்கொலை செய்து கொண்டு ஒரு வருஷம் கழித்து) அமெரிக்கா போய், சொன்னதையே திரும்பத் திரும்ப சொல்லிக்கிட்டு இறந்து போனார்'னு சொன்னார்.

'அதான் 1940-லேயே தற்கொலை பண்ணிக்கிட்டாரே'ன்னேன். நோ ரிப்ளை.

*(kumudam 14th Apr 2010)*

*ஏப்ரல் 14, 2010*

# வடம் பிடிக்க வாங்க

அடுத்த நூற்றாண்டில் தொழில்நுட்பத் தமிழை எங்கே நிறுத்தலாம்?

செம்மொழி மாநாட்டுக்கு நல்வாழ்த்தையும் கூடவே ஒரு கோரிக்கையையும் சொல்லிக்கொண்டு தொடங்குவோம் (கோரிக்கை கொசுறாக வராத வாழ்த்து ஏது?)

'ஆனைக் காரியத்திலே சேனைக் காரியமாக', மாநாட்டை ஒட்டி மதுரை, கோவை, திருச்சி விமான நிலையங்களில் ராடார் நிறுவ தமிழக அரசு ஏற்பாடு செய்தால், விமான விபத்து அபாயங்களில் இருந்து தப்பிப் பிழைத்து, தமிழ் உலகே மறுபடி வாழ்த்தும். அடுத்தடுத்த கோரிக்கைகளையும் கூடவே வைக்கும். ராடாரும் தொழில்நுட்பம் தொடர்பானது தான். ஆனாலும் டெக்னாலஜி என்றால் சட்டென்று கம்ப்யூட்டரும் அதோடு இணைந்த சிந்தனையாக இணையம் என்ற இண்டர்நெட்டும் மாத்திரம் நம்மில் பலருக்கும் நினைவு வருகிறது போல் மாநாட்டு அமைப்பாளர்களுக்கும் வந்ததைக் குற்றம் சொல்லிப் புண்ணியமில்லை. ஊரோடு ஒத்து வாழணுமா? சரி. கம்ப்யூட்டரையே எடுத்துக்கொள்வோம். சுவர் ஓரமாக உட்கார்த்தி வைத்திருக்கும் அதை இயக்கலாம் மின்சாரம் இருந்தால். பொத்தானை அழுத்தி, திரை உயிர் பெற்றதும்

ரஹ்மானின் இசையமைப்பில் முதல் துளி போல் அற்புதமான ஒலி. அப்புறம் 'விண்டோஸ் இஸ் ஸ்டார்டிங் நெள' என்று செய்தி. எங்க இங்கிலீஷ் வாத்தியார் கேட்டால் இலக்கணப் பிழை என்று மணிக்கட்டில் அடிப்பார். தப்போ, சரியோ, இதெல்லாமே இங்கிலீஷில் தான்.

மைக்ரோசாஃப்ட் பில்கேட்ஸைத் தட்டிக் கேட்க முடியாது. ஆனாலும் தயவாகக் கேட்கலாமே. மாட்டேன் என்றால் யாரும் சமைத்து யாரும் பயன்படுத்தும் இலவச சத்திரச் சாப்பாடான லைனக்ஸ் இருக்கவே இருக்கு. தமிழில் யார் முதல் கம்ப்யூட்டர் ஆப்பரேட்டிங் சிஸ்டத்தை எழுதப் போகிறோம்? எப்போது?

கம்ப்யூட்டரில் தமிழ் எழுத்துரு *(font)* இறக்கிக்கலாம். மாநாடு தொடர்பாகப் பத்திரிகையில் வெளியான செய்திக் குறிப்பில் 'எழுத்துறு'ன்னு தப்பா அடிச்சு வந்திருக்கு. அதை விடுங்க. என்ன மாதிரியான எழுத்துரு? தமிழுக்கே தனியான டிஸ்க்கியா, 'டாப்'-ஆ டாம்-ஆ, உலகப் பொதுமறையான யூனிகோடா என்று ரெண்டு மாமாங்க காலம் தமிழ்-இணைய அறிஞர்கள் சிங்கப்பூர், மலேசியா போன்ற இடங்களுக்கு விமானம் ஏறிப்போய்ப் போரிட்டு, ஒரு வழியாக யூனிகோட் எழுத்துருவை ஏற்றுக்கொள்ளலாம் என்று முடிவுசெய்ய இத்தனை காலமாச்சு!

இப்போதைக்கு தமிழ் யூனிகோட் எழுத்துருவையும், முரசு-அஞ்சல் போன்ற தமிழ் மென்பொருட்களையும் பயன்படுத்தி, இங்கிலீஷ்கார கம்ப்யூட்டரில் தமிழில் எழுதி, அச்சடித்து, மின்னஞ்சல் அனுப்பி, இணையத்தில் போட்டு வைக்கலாம். வாழ்க.

தமிழ் வெர்ச்சுவல் பல்கலைக்கழகம், மதுரைத் திட்டம் போன்ற இணையதளங்களில் சிலப்பதிகாரம், சீவக சிந்தாமணி, திவ்யப் பிரபந்தம் தொடங்கி பாரதி, பாரதிதாசன் படைப்புகள் வரை இப்படித் தட்டித் தட்டி சேமித்து வைத்திருக்கிறார்கள். பொள்ளாச்சி நசன் போன்ற அபூர்வ மனிதர்களின் தயவால் தமிழில் சிறு பத்திரிகைகளும் நூறு வருடத்துக்கு முந்திய தமிழ் இதழ்களும் ஸ்கேனரால் வருடப்பட்டு பிம்பமாக இணையத்துக்கு வந்தன. இவர்களும் வாழ்க.

ஸ்கேனர் என்றதும் நினைவு வருது. பழைய புத்தகத்தை வருடி ஏற்படுத்திய நகலை அப்படியே எழுத்துருவாக மாற்றி சேமித்து

வைக்க ஆப்டிகல் கேரக்டர் ரெகக்னிஷன் சாதனங்களான ஓ.சி. ஆர் போன்றவை பல ஆண்டுகளாக ஆங்கிலத்தில் பயன்படுத்தப் படுகின்றன. ஹார்ட்வேர்- சாப்ட்வேர் தொகுதியான இந்த ஓ.சி. ஆரை தமிழ்ப் புத்தகங்களுக்கும் பயன்படுத்தப் புதிதாக எழுதிய போது முதல் சிக்கல் லை, நை, னை, ணை இதெல்லாம் பழைய உருவில் இருந்தால் ஓ.சி.ஆர் தடுமாறும். அது ஔவையாரை ஒ-ள-வையார் என்று வேறு படித்து அரண்டு கொண்டிருந்தது. ஒரு வழியாக தட்டிக் கொட்டி சரிசெய்து மென்பொருளை நேராக்கியதாக எப்போதோ செய்தி படித்த நினைவு. அப்புறம் மங்கலான அச்செழுத்தில் பழைய புத்தகங்களை வருடும் போது எழுத்து புரியாமல் பிரச்சனை வேறு. சமாளித்தார்களா? எல்லோரும் உபயோகிக்க ஏதுவாக, சொற்ப விலைக்கு அல்லது இலவசமாக எப்போது தமிழ் ஓ.சி.ஆர் கிடைக்கும்?

வருடியோ, பெட்டியில் பொறுமையாகத் தட்டியோ தமிழ்ப் புத்தகங்களை இணையத்தில் ஏற்றி வருங்காலத் தலைமுறை படிக்க வாய்ப்பாக சேமித்து வைப்பது நல்ல காரியம் தான். ஆனால் இலக்கியம் மட்டும் போதுமா? தமிழில் தொழில்நுட்பத்தை இணையம் ஏற்றுவது பழைய புத்திலக்கியப் படைப்புகளோடு முடிந்துவிட்டதா? தமிழ் கம்ப்யூட்டர் இலக்கியத்தைக் கடந்து அறிவியலை, மருத்துவத்தை, பெர்மா தியரியையும், கர்மாகர் சமன்பாட்டையும் விவாதிக்கும் கணிதத்தை எல்லாம் எப்போது இணையத்தில் தமிழில் ஏற்றப்போகிறது?

'அன்பே'ன்னு விளிக்க அத்தான் இல்லை, பிள்ளை பிறந்தால் என்ன பெயர் வைக்கலாம்னு யோசிக்கறது போலத்தான் இது. ஆர்க்கியாலஜியில் இருந்து ஏ டு இசட் ஆக, ஸுவாலஜி வரை தமிழில் அறிந்துகொள்ள புத்தகங்கள் வேணும். ஆர்க்கியாலஜியைத் தொல்பொருள் ஆராய்ச்சி என்றும், ஸுவாலஜியை உயிரியல் என்றும் தமிழ்ப்படுத்திவிட்டு அக்கடா என்று ஓய்வு எடுக்கிற விஷயமில்லை. உட்கார்ந்து பொறுமையாக தொழில்நுட்பச் சொற்களைத் தமிழாக்க வேண்டும்.

எல்லா டெக்னிக்கல் வார்த்தைக்கும் நல்ல தமிழில் கலைச் சொல்லாக்கம் நடத்தியே ஆகணும் என்ற பிடிவாதத்தைக் கொஞ்சம் தளர்த்தி, அங்கங்கே ஆங்கிலச் சொற்களை அப்படியே தமிழில் பாவித்து, கொஞ்சம் கொஞ்சமாக தமிழுக்கு மாறுவது

எளிய வழி. சுலபமாகப் புரிய வைப்பதுதான் இங்கே நோக்கம். தமிழ்ப் புலமையைக் காட்ட தமிழ் சினிமா உட்பட வேறு வழிகள் இருக்கின்றன.

அடுத்து, தமிழ் என்சைக்லோபிடியா. விக்கிபீடியாவின் முதுகில் குதிரையேறி தமிழ் விக்கியை உருவாக்கலாம்தான். ஆக்கிக் கொண்டிருக்கிறார்கள். நமக்கென்று எப்போது ஒரு தக்கி (தமிழ் விக்கி), தமிழ் மேய்வான் (ப்ரவுசர்) கிட்டும்? அப்புறம் தமிழ் எழுத்தில் இணையதளப் பெயரை எப்போது வைக்கலாம்?

நாம் இங்கே இணையத்தில் தமிழைக் கொண்டு வரப் பேசிக் கொண்டிருக்கிறோம். தமிழ் எழுதத் தெரியாமல் இரண்டு தலைமுறை வளர்ந்துவிட்டதைக் கணக்கில் எடுத்துக் கொண்டோமா? இந்தியா உள்ளிட்ட பன்னாட்டுத் தமிழர்களில் எத்தனை பேருக்கு தமிழில் தன் பெயரை மட்டுமாவது எழுதத் தெரியும்? இணையத்தில் தமிழ் சொல்லிக் கொடுக்க, ஒளி-ஒலி உருவத்தில் பெரிய அளவில் ஏற்பாடு உண்டா?

இதெல்லாம் அரசு மட்டும் செய்கிற காரியம் இல்லை. ஊர் கூடி இழுக்க வேண்டிய தேர் இது. வாருங்கள், வடம் பிடிப்போம்.

*ஜூலை 1, 2010*

# சிவகங்கை வரலாற்றுக் குழப்பங்கள்

தகவல் பழசாக ஆக ஆக, ஏகத்துக்குத் தண்ணி விளம்பிக் கதை விட சாத்தியக் கூறுகள் நிறைய. தலபுராணம், மதாச்சாரியார் சரித்திரம் என்றால் கேட்கவே வேணாம். டிவியில் மிட்நைட் மசாலாக்கள் அரங்கேறிய பிறகு அலம்பிவிடுகிறதுபோல் வெங்கடேசப் பெருமாளுக்கு பட்டாச்சாரியார் குளித்துவிடுவதைக் காட்டித் தொடர்ந்து கனிவான பார்வையோடு பிரசங்கம் செய்கிற பெரிய, சின்ன வயசு மகான்கள் உதிர்க்கிற தகவல் எல்லாம் ஆபீஸ் போகிற அவசரத்திலும் கர்ம சிரத்தையாகக் கேட்கப்படும். ஆபீஸ் லஞ்ச் ஹவர் அரட்டையில் சந்தர்ப்ப சூழ்நிலைக்குத் தகுந்தபடி எடுத்துச் சொல்லப்படும். இதெல்லாம் அச்சுப் போட்டு வந்தால் நம்பகத்தன்மை இன்னும் அதிகரித்து விடும். ஒரு மதத் தலைவர் காட்டில் தவம் செய்யும்போது பாம்பு உருவெடுத்து வந்து தொல்லை கொடுத்த பிரம்மராட்சசனை வதம் செய்தார் என்று கிட்டத்தட்ட பத்து புத்தகத்தில் தமிழிலும் இங்கிலீஷிலும் படித்தாச்சு. அவர் பதிமூணாம் நூற்றாண்டில் வாழ்ந்த மகான். அப்போ பிரம்மராட்சசன் எங்கே இருந்தான்? அது கில்ஜி வம்சம் தில்லியில் ஆண்டிருந்த காலமாச்சே. மாலிக் காபூர் மதுரை மேல் படையெடுத்து பாண்டிய வம்சத்தின் கடைக் கொழுந்தான வீரபாண்டியனைத் தோற்கடித்த நேரம் இல்லையா அது? அப்போது இருந்த முதல் முகலாயச் சக்ரவர்த்தினி ரசியா

சுல்தானா பற்றி வரலாற்று ஆசிரியர்கள் சொல்வதை ரசிக்காமல் இருக்க முடியாது. ஆனால் பிரம்ம ராட்சசன் அந்தக் காலத்தில் இருந்ததாகத் தெரியவில்லை.

உண்மையையும் புனைவையும் வேறுபடுத்தி வேண்டியதை மட்டும் எடுத்துக் கொள்ள நிறையப் பொறுமையும், எதுக்கெடுத்தாலும் சந்தேகப்படும் தன்மையும் ரொம்ப ஒத்தாசை செய்யும். நான் தலபுராண ஆராய்ச்சியைச் சொல்லவில்லை, எங்க சிவகங்கைச் சீமையின் வரலாற்றைப் பற்றிக் கதைத்துக்கொண்டிருக்கேன்.

இத்தனைக்கும் சிவகங்கைக்கு கிட்டத்தட்ட முன்னூறு வருட சரித்திரமே உண்டு. சிவகங்கைச் சீமை இராமநாதபுரம் ஜமீனிலிருந்து ஐந்தில் ரெண்டு பங்காக சௌமிய ஆண்டு தை மாதம் 13-ம் தேதி (27.1.1730) பிறப்பெடுத்தது என்பது ஆவண வழியாக உறுதிப்படுத்தப்படும் செய்தி. முதல் அரசர் சசிவர்ணத் தேவர் 1750 வரை ஆண்டதும், அவருக்கு அப்புறம் அவர் மகன் பெரிய உடையத் தேவர் என்ற முத்துவடுகநாதர் ஆட்சிக்கு வந்ததும் அதேபடி நம்பகத் தகவல். முத்துவடுகரை தளபதி பான் ஜோர் தலைமையில் கும்பினிப் படைகள் 1772 காளையார் கோவில் போரில் கொன்றுவிட்டு வெற்றிபெற, முத்துவடுகர் மனைவி வேலு நாச்சியார் மைசூர் மன்னர் ஹைதர் அலியின் ஆளுகைக்குட்பட்ட திண்டுக்கல் விருப்பாட்சியில் கிட்டத்தட்ட எட்டு வருடம் தங்கி இருந்ததும் மேற்படி ரகமே.

முத்துவடுகருக்கும் ராணி வேலு நாச்சிக்கும் மெய்க்காப்பாளர்களாக அரண்மனை உத்தியோகத்தில் சேர்ந்த பெரிய மருதுவும் சின்ன மருதுவும் இதற்கு இடைப்பட்ட காலத்தில் தங்கள் வீரதீரப் பிரதாபங்களால் படைத் தலைமை, பிரதானி பதவிகளுக்கு உயர்ந்ததில் இருந்து தகவல் பெருக்கம் ஆரம்பிக்கிறது. என்ன மாதிரி தகவலூட்டு என்று புரிய சிவகங்கையின் இனக்குழு பின்புலத்தைத் தெரிந்துகொள்வது அவசியம். இனக்குழு கூட இல்லை. இன உபகுழுக்கள்.

சசிவர்ணத் தேவர், முத்துவடுகர் ஆகியோர் ஒரு உபகுழு. மருது பாண்டியர்கள் இன்னொரு உபகுழு. சிவகங்கை வரலாற்றில் லேட் எண்ட்ரி கொடுத்துப் பின்னால் இருந்து செயல்பட்ட புதுக்கோட்டை தொண்டைமான் மூன்றாம் உபகுழு.

வேலுநாச்சி முதல் அணிக்கும், மருது பாண்டியர்கள் ரெண்டாம் அணிக்குமான காவியத் தலைவர்கள். புதுக்கோட்டை தொண்டைமான் வெளிப்படையாகக் கும்பினியார் பக்கம் சாய்ந்து மற்ற பாளையக்காரர்கள், சிற்றரசர்களுக்கு எதிராகச் செயல்பட்டதாலோ என்னமோ அவரைப் பற்றி அடக்கி வாசித்து, அவருக்கு உறவுக்காரரும் பட்டமங்கலம் சிற்றரசருமான வைத்திலிங்கத் தொண்டைமான் மூன்றாம் அணிக்குக் காவிய நாயகன்.

1780-ல் ஹைதர் அலி உதவியோடு கும்பினியாரிடம் இருந்து சிவகங்கையைத் திரும்பக் கைப்பற்றி 1789-வரை வேலு நாச்சியார் சீரும் சிறப்புமாக ஆண்டார். அவருக்கு மருது சகோதரர்கள் பிரதானிகளாக இருந்து அவர் கட்டளையை ஏற்று நல்லாட்சி செழிக்க உதவினார்கள். 1789-ல் சின்ன மருது பேராசை காரணமாக வேலு நாச்சியாரிடம் இருந்து ஆட்சியைப் பிடுங்கி ஒரு டம்மி அரசரை உருவாக்கி அவரை ஆட்டுவித்து மருது சகோதரர்கள் சிவகங்கையில் சர்வாதிகாரம் செய்தார்கள் இது நாச்சியார் அணியின் தகவலூட்டு. மருது சகோதரர்கள் ஒரு அல்பமான பிரச்சனையைப் பெரிது பண்ணி, புதுக்கோட்டை தொண்டைமானோடு குத்துவேன் வெட்டுவேன் என்று போர் புரியப் போனார்கள் என்பது மூன்றாம் அணிக்கு ஆதரவாக இவர்கள் அளிக்கும் உபரித் தகவல்.

1780-ல் வேலு நாச்சியார் ஆட்சிக்கு வந்ததென்னமோ மெய்தான். அப்போது அவர் பெரிய மருதுவை மறுமணம் செய்து கொண்டார். ஆகவே மருதிருவர் சிவகங்கை மன்னர்களானார்கள். ஆனால், 1789-ல் கருத்து வேறுபாடு ஏற்பட்டது. வேலு நாச்சியார் ரகசியமாக கும்பினியாரோடும் ஆற்காடு நவாபோடும் ஒப்பந்தம் செய்து கொண்டு மருது பாண்டியர்களை விரட்டி விட்டு ஆட்சியை நயவஞ்சகமாகத் தக்க வைத்துக் கொண்டார். மருதுக்கள் பிறகு அவரை அப்புறப்படுத்திவிட்டு அவருடைய மருமகனை அரசனாக்கினார்கள். அவர் டம்மி எல்லாம் இல்லை. அந்த அரசருக்குத் துணையாகக் காளையார்கோவிலில் கும்பினிப் படைகளை எதிர்த்துப் போரிட்டார்கள். வீரமரணமும் அடைந்தார்கள் அந்த விடுதலை வீரர்கள் இது மருது சகோதரர்கள் இன உபகுழு எழுதும், சொல்லும் வரலாறு.

வைத்தியலிங்கத் தொண்டைமான் வேலு நாச்சியாருக்கு சகல விதத்திலும் உதவி செய்து மருது பாண்டியர்களின் ஆதிக்கத்தை முறியடிக்கவும் நாச்சியாருடைய ஆட்சி தொடரவும் பாடுபட்டார். கும்பினியோடு ரகசிய உடன்பாடு செய்து கொண்ட மருது சகோதரர்கள், நாச்சியாரை அகற்றி விட்டு ஆண்டு வந்தபோது, ராணி தனக்கு வாரிசாகப் பிரகடனம் செய்திருந்த கௌரி வல்லபத் தேவரைச் சிறையில் அடைத்துக் கொல்லத் திட்டமிட்டனர். தொண்டைமான்தான் அவரைக் காப்பாற்றினார். கும்பினியாருக்குக் கப்பம் கட்டுகிற பணப் பிரச்சனை காரணமாக மருது சகோதரர்கள் வெள்ளையருக்கு எதிராகச் செயல்பட்டு அவர்களால் கொல்லப்பட்டு இறந்து போனார்கள் தொண்டைமான் அணி தரும் வரலாறு இது.

இதில் எது உண்மை, எதுவரை உண்மை?

பாரத நாடு நம் நாடு, பிரிட்டீஷ்காரர்கள் இந்தப் பரந்த நாட்டைத் தந்திரமாக கைவசப்படுத்தி ஆள்கிறவர்கள். அவர்களிடம் இருந்து போராடி நாட்டு விடுதலை பெற வேண்டும். இப்படியான 'தேச பக்தி' எல்லாம் இருபதாம் நூற்றாண்டில் தான் தென்னிந்தியாவில் தோன்றிய சிந்தனை. அதற்கு முன்னால் நாடு என்றால் நூறு சதுர மைல் பரப்பளவில் இருக்கிற ஒரு சின்ன நகரம், சுற்றி பத்து இருபது கிராமம் இவைதான். சிவகங்கை நாடும் புதுக்கோட்டை நாடும் இப்படியானவை.

கும்பினி என்று இல்லை, பக்கத்து ஊர் நாட்டாமையோடு (அண்டை நாட்டு அரசன்) கூட உப்புப் பெறாத விஷயத்துக்காக போர் நடந்தது சகஜம். நூறு பேர் கைகலப்பு எல்லாம் போர், யுத்தம் ஆனது பிற்கால வரலாறுகளுக்குப் பொது.

நிலைமை தமக்கு சாதகமாக இருந்தபோது எல்லோரும் வெள்ளைக்காரனுக்குக் கைகொடுத்திருக்கிறார்கள். வரி வசூல் நடத்தி பேஷ்குஷ் என்ற பாரசீகப் பெயரில் வருடம் தவறாமல் ஒப்படைத்து ராஜ விசுவாசமாக இருந்திருக்கிறார்கள். ஏதாவது ஒரு சந்தர்ப்பத்தில் காசு விஷயமாகத் தர்க்கம் ஏற்பட, அல்லது வெள்ளைக்காரன் பிரித்தாளும் சூழ்ச்சியால் நெருக்கடி உண்டாகும்போது சிங்கமெனச் சீறி வெள்ளையனே வெளியேறு என்று முழங்கி உயிரையும் விட்டிருக்கிறார்கள்.

பத்தொன்பதாம் நூற்றாண்டில் இருந்து எல்லா வரலாற்று இழைகளும் சிக்கும் சிடுக்குமாகிப் போகின்றன. பிரிட்டீஷ் சாம்ராஜ்யத்தின் பகுதி சிவகங்கை என்பதை எல்லோரும் கேள்வி கேட்காமல் ஏற்றுக்கொள்கிறார்கள். அரச பதவி கூட ரெண்டாம் பட்சம். ஜமீந்தார் என்று பட்டம் கொடுத்தாலே போதுமானது. ஊரில் சக்கரவர்த்தி என்று கூப்பிடச் சொல்லிவிடலாம். ஆனால் நிர்வாகம் செய்யும் உரிமை இருக்கே, அது முக்கியம்.

உரிமையை நிலைநாட்ட சிவகங்கை தெப்பக்குளக் கரையில் கூடிப் பேசி முடிவு செய்யாமல் லண்டன் தேம்ஸ் நதி தீர கோர்ட்டுகளில் வக்கீல் வைத்து வாதாடி இருக்கிறார்கள் (இது ஒரு குழுவின் வரலாற்றாசிரியர் வாக்கு). மானியத்துக்காக மேன்மை மிகுந்த மூணாம் ஜார்ஜ், நாலாம் ஜார்ஜ், நாலாம் வில்லியம், விக்டோரியா மகாராணி என்று தொடர்ந்து பரம்பரை பரம்பரையாக மனுப்போட்டிருக்கிறார்கள்.

வீரம், தாராள மனப்பான்மை, காதல், காமம், நேர்மை, போட்டி, சாந்தம், பொறாமை, புத்திசாலித்தனம், நயவஞ்சகம், யோசித்துச் செயல்படுதல், உணர்ச்சிவசப்படுவது, பெருந்தன்மை, சந்தர்ப்பவாதம் இப்படி மரபணுவில் சகலமானதும் கலந்த சாதாரண மனிதர்களே இங்கே எல்லோரும், முன்னோரும்.

இதை நினைக்காமல் அணிகளின் கூச்சலும் சண்டையும் எதற்குத் தொடர வேணும்? நஷ்டம் யாருக்கு? வரலாற்றுச் சின்னங்கள் வேற்று அணிக்கு சாதகமானவை என்பதால் அவை பராமரிப்பின்றிச் சிதைந்துபோயின. வரலாற்று ஆவணங்களுக்கும் அதே நிலைமை. மருதுபாண்டியர் கட்டி வைத்த திருஞான முருகன் கோவில் இதற்கு ஒரு சான்று (புகைப்படம்). மாற்று அணி வட்டாரத்தில் இருந்ததால் ஏற்பட்ட சோகமான நிகழ்வு. இப்போது நிலைமை சீராகி இந்தக் கோவில் புதுப்பிக்கப்படுவதாகத் தகவல். இதில் இனக்குழு மனப்பான்மை எதுவும் இல்லை என்பதால் நம்பி வரவேற்கிறேன். சிவகங்கை வரலாறும் அப்படியே புதுப்பிக்கப்படட்டும். கொண்டாட வேண்டியதைக் கொண்டாடுவோம் முதலில்.

(யுகமாயினி அக்டோபர் 2010)

அக்டோபர் 4, 2010

# எழுத்துக்காரனின் டயரிக் குறிப்புகள் – 2

எரணாகுளம் நகரம் ராத்திரி எட்டு மணிக்கே சமர்த்தாகத் தூங்கப் போயிருந்தது.

சனிக்கிழமை இல்லியா, அதான் சீக்கிரமாக் கடையை எல்லாம் எடுத்து வச்சுட்டு வீட்டுக்குக் கிளம்பிட்டாங்க.

சகாவு டாக்சி டிரைவர் சொன்னார்.

வார நாள்லே எப்படியோ?

விடாமல் பிடித்தேன்.

எட்டரை ஆயிடும் சேட்டா.

சென்னை அண்ணாசாலையை அகலத்தைக் குறைத்து தெற்கு வடக்காக இழுத்து வைத்து நீட்டினாற்போல் எம்.ஜி.ரோடு என்ற மகாத்மா காந்தி வீதி. நாலு கடைக்கு ஒரு கடை ஆலப்பாட் ஜுவல்லரி. ரெடிமேட் துணிக்கடை. பேக்கரி. அழுக்குக் கட்டடமாக ஒரு தியேட்டர். பானரில் மோகன்லால் சிரிக்கிறார் படம் 'ஹரிஹரன் பிள்ள ஹாப்பியாணு'.

லாலேட்டன் ஹாப்பியல்லா. துக்கத்திலாணு.

டிரைவர் சகாவு சொன்னார். படம் ஊத்திக்கிச்சாம்.

ஹோட்டலில் டி.வியைப் போட்டதும், கிரேனின் உச்சியில் உட்கார்ந்து கேமரா கீழே பார்க்க, வேட்டியை மடித்துக் கட்டிக் கொண்டு சண்டைபோடத் தயாராக மம்முட்டி. சரசரவென்று

கீழே வந்து கிரேனை விட்டிறங்கி, கேமராவைத் தூக்கிக் கொண்டு பச்சையிலைக் காட்டுப் பிரதேசத்தில் வளைந்து வளைந்து கேமராமேனும் உதவிகளும் ஓட, முன்னால் மம்முட்டி யாரையோ புரட்டி எடுத்தபடி நகர்ந்துகொண்டிருக்கிறார். மூணு நிமிஷத்துக்கு மேலே நீளும் ஒற்றை ஷாட் மம்முட்டி நடித்து வெளிவர இருக்கும் புதுப்படத்துக்காம்.

மம்முட்டி காட்டிலும் சென்னைப் பருவ மழைதான் என்று சாரதி சொன்னது நினைவு வர, சானலை மாற்றியதில் கைரளி டிவி. மார்க்சிஸ்ட்கள் பெரும் பங்கு வகிக்கும் நிறுவனம் என்று கேள்வி.

கைரளியில், அவர்களின் தற்போதைய சூப்பர் ஸ்டார் காங்கிரஸ்காரர் கருணாகரன் உற்சாகமாகப் பேசிக் கொண்டிருக்கிறார். காங்கிரஸ்காரரான ஏ.கே.ஆண்டனியை முதலமைச்சர் பதவியிலிருந்து நீக்கினால் கேரளத்தின் கஷ்டம் எல்லாம் விடியும் என்பதே அவருடைய உக்ரன் பிரசங்கத்தின் சாராம்சம்.

அயர்ந்து தூங்கிவிட்டுப் பாதி ராத்திரியில் எழுந்து பார்க்க, அணைக்காமல் விட்ட டி.வியில் திரும்பக் கருணாகரன். ஆண்றணியை இறக்கி வீட்டுக்கு அனுப்பாமல் இவர் கண் துஞ்சுவார் என்று தோன்றவில்லை.

பாத்ரூம் போய் வந்து பார்த்தபோது கருணாகரனைக் காணவில்லை. மார்க்சிஸ்ட் தினப்பத்திரிகை தேசாபிமானிக்காக ஸ்டைலாயிட்டு ஒரு விளம்பரம்.

தமிழ் எழுத்துக்காரன் அசோக் மித்ரா.

செய்தி வாசிக்கும் புஷ்டியான பெண்ணின் சோனியான குரல்.

தெருவில் தீயணைப்பு வண்டிகள் மணிச்சத்தத்தோடு ஓடிக்கொண்டிருக்கிறதாகத் தோன்றுகிறது.

இந்தியன் ஏர்லைன்ஸில் கொடுத்த சைவ சாசேஜ் போன்ற நூதன வஸ்துக்களைச் சாப்பிட்டு, பிளாஸ்டிக் போத்தலில் வழங்கப்பட்ட மூணேகால் டீ ஸ்பூன் மினரல் வாட்டர் குடித்தால் அஜீர்ணத்தால் இப்படி அபத்தக் கனவு வரும் போல. டிவியை அணைத்துவிட்டுப் படுக்கையில் விழுந்தேன்.

## எழுத்துக்காரனின் டயரிக் குறிப்புகள் – 3

காலையில் அப்பம் உண்டு பசியாறினேன். ப்ரேக்பாஸ்டை மலையாளத்தில் ப்ராதல் என்கிறதற்கான காரணம் இன்னும் விளங்கவில்லை  தகரம் மிகாமல் படிக்கவும்.

இந்துவும், எக்ஸ்பிரஸ்ஸும் இல்லாதபோது மலையாள மனோரமா ஈயப்படும் என்பதால் அந்தப் பத்திரிகையை எடுத்துப் பிரிக்க முதல் பக்கத்தில் நேற்று ராத்திரி எரணாகுளம் நேப்பாளி மார்க்கெட்டில் தீப்பிடித்தம். கடைகள் கத்திச்சு சாம்பலாயி.

எம்.ஜி.ரோட் நடைபாதைக் கடைகளை ஒழித்துக்கட்டி, கொஞ்சம் ஓரமாக அங்காடி ஏற்படுத்தி அங்கே நிறைய நேப்பாளிகளை, தமிழன்மாரைக் குடியேற்றிவிட்ட இடத்தில் தீவிபத்து.

நேப்பாளிகள் இல்லாத எரணாகுளம் மகாத்மா காந்தி வீதி ஏற்ற இறக்கங்களும், சிமிண்ட் பலகை அங்கங்கே நடுவில் காணாமல் போய்க்கொண்டிருக்கும் நடைபாதையுமாக உயரம் தாண்டலும் நீளம்தாண்டலும் பழகத் தோதாக விரிந்து கிடந்தது.

பலகை இருக்கும் இடத்தில் புதுசாகத் துணிக்கடை பரத்திக் கொண்டிருக்க, டவுன்பஸ்ஸில் எடுபிடியாள் கூவியழைத்துக் கூட்டம் சேர்க்கிற சத்தம். மலையேறி வந்த அய்யப்ப சாமிகள் எல்லா மொழிகளிலுமாக தாண்டிக் குதித்து நடந்து கொண்டிருந்தார்கள்.

கடைகளைக் காரியம் ஒன்றுமில்லாமல் பார்த்தேன். அதெல்லாம் மாக்சி விற்கிறவை. சேச்சிகளுக்கு மாக்சியில் வல்ய இஷ்டம் வரக் காரணம் என்ற யோசனையோடு திரும்ப ஓட்டல் படியேறியபோது 'வை(கி)ட்டு ஆறு மணிக்கு டாக்சி எத்தும்' என்றார் வரவேற்பாளர். ஆலப்புழை போகத்தான்.

அவ்வளவு தாமதமானால் வேண்டாம். நாளைக்கே போயிக்கறேன்.

மலையாள மனோரமாவின் மற்ற பக்கங்களை மேய்ந்தபோது, தொண்ணூற்று மூன்று வயதான மூத்த மலையாளக் கவிஞர் பாலா நாராயணன் நாயருக்கு மாத்ருபூமி விருதாக இரண்டு லட்சம் ரூபாயும், தந்தப் பேழையும் வழங்கிச் சிறப்புரையாற்றினார் பிரசித்த தமிழ் எழுத்தாளர் அசோக் மித்ரன்.

சுந்தர ராமசாமியைச் சேர்த்து சுந்தரராமசாமி என்று எழுதுவது எவ்வளவு தப்போ அதைவிடத் தப்பு அசோகமித்திரனை இரண்டாக்கிப் பொட்டும் வைத்தது. ஆனாலும் இது அசோக் மித்ராவைவிட எவ்வளவோ பரவாயில்லை.

மலையாள எழுத்தாளரைக் கவுரவிக்கப் பிறமொழி எழுத்தாளரை நீங்கள் அழைப்பது போல் எங்கள் ஊரில் நடக்காது என்று அ.மி சேட்டன்மாரைப் புகழ்ந்து சொன்னதாகப் பத்திரிகைக் குறிப்பு.

ஞாயிற்றுக்கிழமை என்பதால் இலவச இணைப்பும் உண்டு. மகா சோனியான அந்தப் பதினாலு பக்க இணைப்பில் பாலக்காட்டுப் பக்கத்திலே ஒரு தொழிற்சாலையில் வாட்ச்மேனான கோபி மேனோனோடு பேட்டி. என்ன விசேஷம் என்று கேட்டால், புள்ளி ஒரு திரைப்படத் தயாரிப்பாளர். 1970களின் இறுதியில் வன்விஜயம் நேடிய தெலுங்குப் படமான 'டைகர் ராணி' மூலம் வெற்றியைக் குவித்து, அடுத்து மலையாளத்தில் 'இனி அவன் உறங்கட்டே' என்று இளைஞர்களைத் தூங்கவிடாமல் அனுராதாவை அறிமுகப்படுத்தி, தொடர்ந்து கமலஹாசனை நாயகனாக்கி 'மற்றொரு சீத' எடுத்து, அப்புறம் அடுத்த படங்களில் கைக்காசு எல்லாம் இழந்து இப்போது காக்கி யூனிபாரத்தோடு காவல்காரனாக நிற்கிறார், பாவம்.

போதாக்குறைக்கு இவர் தற்போது வேலை பார்க்கும் ஃபேக்டரியில் ஏதோ படப்பிடிப்பு என்று அண்மையில் ஒரு கோஷ்டி வந்திறங்கியபோது, 'சேட்டா, வாட்ச்மேன் வர்றதுபோல ஒரு

சீன் இருக்கு. நடிக்கிறியா?' என்று கேட்டு இவருடைய பூர்வகதை தெரியாதவர்கள் வெந்த புண்ணில் வேல் பாய்ச்சினார்களாம்.

'முப்பத்தஞ்சு எம்.எம் பாக்யம், எழுபது எம்.எம் நிர்பாக்யம்' என்று சாதுவாகத் தலைப்புப் போட்டு மனோரமா பிரசுரித்திருந்த செய்தி, தமிழ்ப் பத்திரிகைக்குக் கிட்டியிருந்தால் தலைப்பு என்னவாக இருக்கும்?

'கமலஹாசன் படத் தயாரிப்பாளர் காவல்காரனானார்'.

# எழுத்துக்காரனின் டயரிக் குறிப்புகள் – 4

*‘கனவான்களே, சீமாட்டிகளே, அவரை(அவனை)ப் பிடித்து விட்டோம்.’*

சாயந்திரம் எல்லாச் சானலிலும் சதாம் ஹுசைன். மாட்டுத் தரகன் போல அவர் பல்லைப் பிடித்துப் பார்த்து, தலையில் பேன், பொடுகு இருக்கா என்று தடவினதை விடாமல் லூப்பில் போட்டுக் காட்டி மகிழ்ந்து கொண்டிருந்த கூட்டத்தில் யாருமே ‘சதாம் கிடைச்சாச்சு, சரி. வெப்பன்ஸ் ஒஃப் மாஸ் டெஸ்ட்ரக்ஷன் எங்கேப்பா?’ என்று கேட்காதது ஆச்சரியம் தான்.

பேரழிவை ஏற்படுத்தும் ஆயுதங்களை சதாம் வைத்திருப்பதால் அதைக் கண்டுபிடிக்கப்போவதாகச் சொல்லி ஈராக்கில் நுழைந்து, இப்போது சதாமைப் பிடிக்கத்தான் அங்கே போனதாக பி.பி.சி, சி.என்.என் தொடங்கி உள்ளூர் சானல் வரை நீளும்படியான ரீல் விடுவதைப் பத்து நிமிடத்துக்கு மேல் பார்க்கப் பொறுமையில்லாமல், வெளியே வந்தேன்.

*அந்த மனுஷர் தான் ஆகட்டும். இப்படிப் பசுமாடு போலவா தேமேன்னு நிப்பார்? கைத்துப்பாக்கியை எடுத்துப் பொட்டில் வைத்துச் சுட்டுக்கொண்டு பரலோகம் போகவேண்டாமோ? அதுதானே வீரத்தின் லட்சணம்?*

ஓட்டல் ரிசப்ஷனில் டி.வி பார்த்துக்கொண்டிருந்தவர்களில் யாரோ சொல்லிக்கொண்டிருந்தார்கள். அதானே.

திரும்பத் தெருவில் இறங்க, ஒரு புத்தகக்கடை கண்ணில் பட்டது. கூட்டமும் இருந்தது. கிறிஸ்துமஸ், புதுவருட வாழ்த்து வாங்க நிற்கும் கூட்டம். டி.சி புக்ஸ், கோட்டயம் பிரசுரித்த ஏகப்பட்ட புத்தகங்கள் வைத்திருந்த அலமாரிகளின் பக்கம் தப்பித் தவறிக்கூட எந்த மலையாளியும் போகவில்லை.

மலையாளம் அகராதி புதுசா வந்திருக்கு சார்.

கடைச் சிப்பந்தி காட்டிய இடத்தில் 2003 செப்டம்பரில் புதுப்பதிப்பு வெளியான மலையாளம் ஆங்கிலம் அகராதி.

இதே அகராதியின் 2001 பதிப்பு என்னிடம் இருக்கிறது. இதில் ‘முத்தமிழ்’ என்பதற்கு ‘தமிழ், மலையாளம், சமஸ்கிருதம் என்ற மூன்றும் சேர்ந்த மொழி’ என்று அபத்தமாக விளக்கம் எழுதியிருந்ததைப் படித்துக் கடுப்பாகி, முத்தமிழ் என்றால் என்ன என்று டி.சி புக்ஸ், கோட்டயத்துக்கு விவரமாக எழுதிப் போட்டேன். அது போன வருடத் தொடக்கத்தில். அவர்களும் ஏகத்துக்கு வருந்தி, அடுத்த பதிப்பில் திருத்திக்கொள்கிறோம் என்று வாக்களித்திருந்தார்கள்.

புதிய பதிப்பிலும் முத்தமிழ் அப்படியேதான் இருக்கிறது.

# எழுத்துக்காரனின் டயரிக் குறிப்புகள் – 5

புத்தனங்காடி. ஆலப்புழைக்குத் தொட்டடுத்த இடங்கழிப் பிரதேசம். தென்னை மரங்கள் அடர்ந்த பரம்பு. நடுவில் ஒரு பதினாலு கெட்டு வீடு என்றால் பதினாலு கோணம். அதாவது சின்னதும் பெரிசுமாகப் பதினாலு மாடங்கள். தேக்கு மரத்தால் செய்து தச்சு சாஸ்திரப்படிக்கு உருட்டி அமைத்துத் தூக்கி நிறுத்தியவை. மரமும், ஓடும், சுண்ணாம்புமாக எது எங்கே ஆரம்பித்து எங்கே முடிகிறது என்று புரியாதபடிக்கு இழைத்து இழைத்துக் கலந்து சேர்த்துக் கட்டிய இருப்பிடங்கள்.

தரையிலிருந்து ஐந்தடி உயரத்தில் வாசல் நிலை. ஏறிச் செல்ல நயமான மரப்படிகள். பாதி வரைக்கும் அறுத்து ஒரு கதவும், மேல் பாகம் இன்னொரு பகுதிக் கதவும். கீழ்க் கதவை அடைத்து, மேலே உள்ளதை அடுத்துச் சாத்தி, மணிச் சித்திரத் தாழை இழுத்துச் செருகினால் உள்ளே ஈசல் கூட நுழைய முடியாது.

இந்தத் தரவாட்டின் காரணவராக, மருமக்கள் தாயம் மரபாகிப் போன வீட்டோடு இருக்கப்பட்ட மூத்த மருமகனாக, அனந்திரவர்களான வீட்டுப் பிள்ளைகளை அதிகாரம் செய்துகொண்டு, குடை பிடித்தபடி படகில் போய், பக்கத்துக் கிராமத்தில் பச்சைக் கறிகாயும், மீனும் வாங்கி வந்து, நெல் பாட்டத்தில் முண்டு வலித்துக் குத்தி நடந்து விதைப்புப் பணி

நோக்கியிருந்து, சாயந்திரம் குளித்து அம்பலத்தில் தொழுவதற்கு நெற்றியில் சந்தனமும் மேலே வெற்றுடம்போடும் நாலு முழ முண்டுடுத்தி நடந்து தேய்ந்து ஒரு நாள் மூச்சு நின்று இங்கேயே பலா மரத்தின் சுவட்டில் தகிக்கப்பட்டு இடிந்து போன நினைவு மண்டபமாகப் போனவன் நானாக இருக்கலாம். இல்லாவிட்டாலும் அந்தக் கூட்டில் புகுந்துகொள்ள ஒரு சிரமமும் இல்லை. அவ்வளவுக்கு இந்தச் சூழல் மனதிலோ மரபணுவிலோ ஆழமாகப் பதிந்திருக்கிறது.

எதிரே கண்ணுக்கெட்டிய தூரம் வரை விரிகிற வேம்பநாட்டுக் காயல். அந்தி வண்ணம் பூச ஆரம்பித்திருக்கும் வெள்ளப் பெருக்கில் அங்கங்கே மீனுக்காகத் தண்ணீரில் மூழ்கும் பறவைகள் கும்க் கும்க் என்று மெல்லச் சத்தம் கூட்டுகின்றன. முக்குளித்து அலகில் மீனோடு மீண்டும் எவ்விப் பறக்கின்றன. நீர்த் தாவரங்கள் நீரோடு மிதந்து அங்குமிங்கும் ஒரு நிமிடம் ஒதுங்கி, அது நிலையான இடமில்லை என்று படத் திரும்ப நகர்கின்றன.

டப்டப் என்று பக்கத்தில் எங்கேயோ மோட்டார் படகுச் சத்தம். கையால் துழைத்துப் போகிற படகில் ஒருத்தன் வாழைக் குலைகளை ஏற்றிக்கொண்டு, வேகவேகமாகத் துடுப்புப் போட்டுப் போகிறான். அவனுக்கு முன்னால் உட்கார்ந்து பீடி வலிக்கிற கிழவருக்கு அருகே கிடைமட்டத்தில் ஒரு பழைய சைக்கிள். அக்கரையில் ஏதோ ஒரு கிராமத்துக்கு இன்னும் அரை மணி நேரத்திலோ ஒரு மணி நேரத்திலோ போய்ச் சேர்வார்கள். போனதும் அங்கே மண்தரையில் அவர் சைக்கிள் ஓட்டிக்கொண்டு போவார். வாழைக்குலை பின் சீட்டில் அப்படியும் இப்படியுமாக ஆடித் தரையைத் தொட்டுக்கொண்டு நகரும். படகுக்காரன் தன் வள்ளத்தைத் தன் கிராமத்துப் படகுத்துறையில் சேர்த்துக் கட்டிவிட்டு கொளுத்திப் பிடித்த லாந்தரோடு வீட்டுக்கு நடப்பான். அது படகுத் துறைக்குப் பக்கமாகத்தான் இருக்கும்.

குளிர் மணக்கும் காயல் பக்கம் மெல்லிய கீற்றாக டீசல் வாடை. படகின் எஞ்ஜின் அணைக்கப்பட்டு திரும்ப உயிர்பெற்றுப் புகையை உமிழ்கிறது. கடல் பறவை போல் இரைகிற படகின் அழைப்புச் சத்தம். தூரத்தே சீன வலைகள் தண்ணீரில் குனியத் தயாராக நிற்கின்றன.

வன்னு கேரு சாரே. நமுக்கு ஒண்ணு காயலில் கெறங்ஙி வராம்.

படகுக்காரன் இடுப்பு லுங்கியை முட்டுக்குக் கீழே தழைத்துக் கொண்டு அன்போடு விளிக்கிறான்.

ஏறி உள்ளே போகிறேன். மீன் வாடை. இப்போதுதான் கூடை இறக்கி இருக்கவேண்டும்.

மேல் தளத்தில் ஓய்வாக உட்கார்ந்து கேம்கார்டரை எடுக்கிறேன்.

தூரத்தில் தெரியும் தென்னந்தோப்புகளை நோக்கி நீர்ப்பரப்பைக் கிழித்துக்கொண்டு படகு முன்னேறுகிறது. மேற்கே இறங்கிக் கொண்டிருக்கும் சூரியன். மேலே வட்டம் போட்டு நகரும் ஒற்றைப் பருந்து. சீரான கதியில் சஞ்சரிக்கும் காற்று.

அப்புறம் கிராமங்கள். கரைக்கு இரண்டு பக்கத்திலும். ஒரு சாட்டம் சாடினால் அங்கே போய் யார் வீட்டு வாசலிலாவது விழுந்து விடலாம்.

எல்லா வீட்டிலும் மாக்சி அணிந்த பெண்கள் மீன் கழுவிக் கொண்டிருக்கிறார்கள். மாக்சி அணிந்த பெண்கள் காயலில் சமையல் பாத்திரம் கழுவிக் கொண்டிருக்கிறார்கள். மாக்சி அணிந்த பெண்கள் துணி துவைத்துக் கொண்டிருக்கிறார்கள்.

முண்டும் ப்ளவுஸூம் உடுத்திய நாடன் மலையாளிப் பெண்ணை இனிமேல் செம்மீன் டி.வி.டியிலும் கள்ளி செல்லம்ம வி.சி.டியிலும் தான் ஷீலா உருவத்தில் பார்க்க வேண்டும்.

பல வர்ணத்தில் லுங்கி அணிந்து முழங்காலுக்கு வெகு மேலே உயர்த்திக் கட்டி பீடி பிடித்தபடி நடக்கிற ஆண்கள்தான் கேரளத் தனிமையைப் பாதுகாத்துக்கொண்டிருப்பதாக ஒரு தோற்றம்.

பள்ளிக்கூடம் விட்டுத் திரும்பிக்கொண்டிருந்த சூடிதார் கன்னியர் சைக்கிள் மணி ஒலித்துக் கொண்டே வருகிறார்கள். ஒருத்தி வெள்ளையாகச் சிரித்துக் கையை அசைக்கிறாள். மகள் நினைவு வரத் திரும்பக் கையசைக்கிறேன்.

கரையில் வேகமாகப் போகிற டெம்போ பெட்டிக்கடையில் நிற்கிறது. கால்கேட் விளம்பரமும், ஒருவருக்காக உருவாக்கப்பட்ட மற்றவர் பற்றிய வில்ஸ் சிகரெட் விளம்பரமும் (சிகரெட்டும் புற்றுநோயும் போல) எழுதிய கடை. நாற்பது வாட் பல்ப்

வெளிச்சத்தில் அலமாரியிலிருந்து டிடர்ஜெண்டோ சோப்போ எடுத்துத் தருகிற மாக்சிப் பெண் ஒரு வினாடி என் படகை அசிரத்தையாகப் பார்த்துவிட்டு வியாபாரத்தைத் தொடர்கிறாள்.

பக்கத்து வீடுகளில் மின்சார விளக்கு அணைத்து, நிலவிளக்கேற்றி நாம ஜபம் செய்துகொண்டிருப்பது கண்ணில் படுகிறது.

அந்த விளக்குகள் தவிர வெளிச்சம் இல்லை. கருப்புத் திரவமாக இருட்டில் மினுமினுக்கும் காயல். தூரத்தில் சீன வலைகளை மீன் பிடிக்கத் தாழ்த்திக்கொண்டிருக்கிறவர்களின் சத்தம் காற்றில் கலந்து வருகிறது.

திரும்பலாம் என்கிறேன்.

## எழுத்துக்காரனின் டயரிக் குறிப்புகள் – 6

கேரளத்தில் சர்வசாதாரணமாகப் பார்க்கவும், கேட்கவும் கிடைக்கும் இரண்டு வார்த்தைகள் 'கள்ளு' மற்றும் 'பணிமுடக்கு'.

தலை குளிக்காத மலையாளிப் பெண்ணைக்கூடத் தேடிக் கண்டுபிடித்து விடலாம். ஆனால், கள்ளுக்கடையில்லாத கேரள கிராமத்தைப் பார்க்க முடியாது.

பணிமுடக்கு என்ற வேலை நிறுத்தம் அதேபோல் வருடம் முழுக்க நடக்கிற விஷயம். யார் ஆண்டாலும், யார் எதிர்க்கட்சியாக இருந்தாலும் பணிமுடக்கு இல்லாமல் ஒரு மாதமும் கழியாது.

வேம்பநாட்டுக் காயல் பக்கம் கால் வலிக்க நடந்துவிட்டுப் புட்டும் கடலையுமாகக் காலைச் சாப்பாடும், இன்னும் நாலு வருஷத்துக்குச் சேர்த்து வைத்து மிக நீண்ட குளியலும் முடித்து (இந்தச் சுகானுபவம் சென்னை நண்பர்களுக்குச் சொல்லாமலேயே புரியும்) டபுள் முண்டான எட்டு முழ வேட்டியும் ஷேர்ட்டுமாய் அம்பலப்புழைக்குப் புறப்படத் தயாராக இறங்க, பணிமுடக்கு குறுக்கே புகுந்து ஓடியது.

டாக்சி ஓட்டிக்கான் பாடில்ல. கல்லு கொண்டு எறியும்.

யாரு?

பணிமுடக்குக்கார் தன்னே.

அதான்பா, யாரு ஸ்டிரைக் செய்யறது?

சிவசேனா, சாரே.

பால் தாக்கரேயின் சிவசேனை ஆள் பலமுள்ள கட்சிதான். அது மராத்திய மாநிலத்தில். இந்த நிமிடத்தில் 'சாம்னா' படித்துக் கொண்டு, 'சத்ரபதி சிவாஜி மஹராஜ் கி ஜெய்' சொல்லிக் கொண்டு அங்கே லட்சக் கணக்கில் சைனிக்குகள் வெப்ப மூச்சுவிட்டுக்கொண்டு இருப்பார்கள். ஆனால், கேரளத்தில்? இருக்கப்பட்ட சிவசேனைக்காரர்களை நாலு மடேடார் வேன்களில் அடைத்துக்கொண்டு வந்துவிடலாம். அதிலும் இரண்டு வேன் மும்பை ரிஜிஸ்ட்ரேஷனோடு, பதினெட்டுப் படி ஏற வந்த மராத்திச் சாமிகளாயிருக்கும்.

என்ன போச்சு? நீர்க்கோலி (தண்ணீர்ப் பாம்பு) நினைத்தாலும் அத்தாழம் (ராச்சாப்பாடு) முடக்கும் கேரளத்தில், சிவசேனை நினைத்தாலும் ஜாம்ஜாமென்று பணிமுடக்கலாம். யார் ஸ்ட்ரைக் நோட்டீஸ் கொடுத்தாலும் உடனே அன்போடு ஆதரித்து அதை வெற்றிகரமாக்கக் கேரளீயர் கொடுக்கும் ஒத்துழைப்பைப் பற்றிச் சொல்ல முத்தமிழில் (டி.சி.புக்ஸ், கோட்டயம் பதிப்பித்த மலையாள அகராதிப்படியான பொருள் கொள்க) வார்த்தை இல்லை.

விஷயம் இதுதான். சபரிமலை யாத்திரைக்கு, ஆன்றணியின் ஐக்ய ஜனாதிபத்ய முன்னணி அரசு பஸ் டிக்கட்டுக்கு மேல் சர்சார்ஜ் விதிக்க, மந்திரிசபையில் கதாகத வகுப்பு (போக்குவரத்து) மந்திரி பகுமானப்பட்ட பாலகிருஷ்ண பிள்ளை அதை நடப்பாக்க, போராட்டம் என்று மாட்டு வண்டி கட்டிக் கொண்டு சபரிமலை போகக் கிளம்பிய சிவசேனைக்காரர்கள் வண்டியோடு பத்தனந்திட்ட பஸ் ஸ்டாண்டில் அதிரடியாகப் பிரவேசிக்க, போலிஸ் தடியடியில் மனுஷரும் மாடும் எல்லாம் காயம் அடைய, அடுத்த நாள் தென் மாவட்டங்களில் சிவசேனா பந்த் அறிவிப்பு.

இவ்வளவுக்கும் ஆலப்புழை மாவட்டம் அம்பலப்புழை வட்டத்தில் முந்திய நாள்தான் ஏதோ உள்ளூர் விஷயமாகச் செறிய தோதில் ஒரு 'பந்த்'. கடையடைப்பு. ஆனால் என்ன? இன்னொரு நாள் பணிமுடக்கு என்றால் வேண்டாம் என்று சொல்ல முடியுமா என்ன?

சாயந்திரம் ஐந்து மணிக்குப் பணிமுடக்கு முடிந்ததும் அம்பலப்புழை போகலாம் என்று தள்ளிப்போட்டு, காயலைப்

பார்க்க பிரம்பு நாற்காலியைப் போட்டுக்கொண்டு உட்கார்ந்து கரிக்கயும், சம்பாரமும் குடித்தபடி (என்றால் இளநீரும், மோரும்) கையில் எடுத்துப்போயிருந்த குந்தர் கிராஸின் 'கிராப் வாக்' நாவலை முழுக்கப் படித்துத் தீர்த்தேன்.

அப்புறம் எடுத்தது சில மலையாள வாரப் பத்திரிகைகளை. பாதிப் பக்கம் கருணாகரன் வெர்சஸ் ஆன்றணி. முன் முக்ய மந்திரி தோழர் நாயனார் தில்லி ஆல் இந்தியா மெடிக்கல் சயன்ஸ் இன்ஸ்ற்றிட்யூட் ஆஸ்பத்திரியில் சேர்க்கப்பட்டார். கருணாகரனும், மார்க்சிஸ்ட் நேதாவு அச்சுதானந்தனும் அன்போடு கைகுலுக்குகிறார்கள். மார்க்சிஸ்ட் நட்பைக் கொண்டாடுவதற்காக, கருணாகரனின் மகனும் கேரளப் பிரதேச காங்கிரஸ் கமிட்டித் தலைவருமான முரளீதரன் லண்டனுக்கு அவசரமாகப் புறப்பட்டுப்போய், கார்ல் மார்க்ஸ் சமாதியில் மலரஞ்சலி செலுத்தி ஸ்வெட்டரோடு புகைப்படம் எடுத்துக்கொள்கிறார்.

கருணாகரன் ஆதரவாளர்களும், ஆன்றணி ஆதரவாளர்களும் தில்லிக்குக் குளிரில் நடுங்கிக்கொண்டு படை பட்டாளமாகக் கிளம்பிப்போய் கதவிலக்கம் பத்து, ஜன்பத் வீட்டு வாசலில் சோனியா காந்தியிடம் புகார், பதில் புகார் என்று பட்டியல் கொடுக்க மஃப்ளரைத் தலையில் சுற்றிக்கொண்டு தேவுடு காக்கிறார்கள். 'அம்மா என்னைப் பார்த்துச் சிரித்தார் நாளைக்கே ஆன்றணியை அம்பேலாக்கிடுவார்னு புரிஞ்சுபோச்சு' என்றோ, 'அம்மா கருணாகரன் பேரைக் கேட்டதுமே மூக்கை உறிஞ்சினார். அந்த ஆள் அரசியல் ஆட்டம் க்ளோஸ் இனிமே' என்றோ சந்தோஷத்தோடு உள்ளூர்ப் பத்திரிகைகளுக்குப் பேட்டி தருகிறார்கள்.

கேரளா காங்கிரஸ் மாணி குழு, கேரளா காங்கிரஸ் பாலகிருஷ்ண பிள்ளை குழு, இடது சாரியிலிருந்து வெள்ளை சாரியுடுத்து வலம் தாவிய முன்னாள் மார்க்சிஸ்ட் கௌரி அம்மாளின் கட்சி, லீக், தேசலாகிப் போன சி.பி.ஐ என்று ஏகப்பட்ட கட்சிகள், குழுக்கள், தலைவர்கள். நம்மூர்ப் பத்திரிகைகள் சினிமாக்காரர்களைப் பிடித்துத் தொங்க, மலையாளிகளுக்குச் செய்தித் தீனி போடுவது இந்த அரசியல் தான்.

இதற்கு இடையே கேரளச் சட்டமன்ற உறுப்பினர்கள் காடு மலையெல்லாம் கஷ்டப்பட்டு ஏறி, அவர்கள் பிரதேசத்து

நதிகளிலிருந்து தமிழகம் தண்ணீர் திருடுகிறதா என்று துப்பறியத் தொடங்கி வழுக்கி விழுந்து காலை முறித்துக்கொள்கிறார்கள். தண்ணீர் திருட்டெல்லாம் ஒன்றுமில்லை, நதி போகிற திசையே தமிழகம் நோக்கித்தான் என்று ஈன சுவரத்தில் காலைப் பிடித்தபடி சொல்ல, அதிகாரிகள், 'அன்னிக்கே இதானே சார் சொன்னோம்' என்று முணுமுணுக்கிறார்கள்.

ஆன்றணியோ பரப்பிரம்மமாக 'சதாம் உசைனைக் கவுரவமாக விசாரிக்க வேண்டும்' என்று ஜார்ஜ் புஷ்ஷுக்குக் கோரிக்கை தெரிவித்து அறிக்கை விடுத்துக் கொண்டிருக்கிறார்.

பத்திரிகையில் வாசகர் கடிதம் பகுதியில், அமெரிக்காவில் சிக்காகோவில் உட்கார்ந்துகொண்டு சாக்கோ கணியாலில் என்ற மலையாளி இன்னொரு டிபிக்கல் மலையாளி நடப்புக்காகக் கவலைப்பட்டு எழுதியிருந்தார். அது திடீர் விடுமுறை பற்றியது.

கேரளத்தில் எந்த மாஜி மந்திரிக்குச் சிவலோக பதவி கிடைத்தாலும், உடனே சர்க்கார் விடுமுறை. ஃபைலை மூடி வைத்துவிட்டு, சேட்டரும், சேச்சிமாரும் குடையோடு வீட்டுக்குப் பகல் தூக்கம் போடத் திரும்ப, அரசு ஊழியர்க்குச் சம்பளப் பணம் போன்ற வகையில் இருபது கோடி ரூபாய் தண்டத்துக்குச் செலவு.

கிட்டத்தட்ட அறுபது மாஜி மந்திரிகள் இன்னும் மூச்சுவிட்டுக் கொண்டிருக்கிறார்கள். ஆக ஆயிரத்து இருநூறு கோடி ரூபாய்க்குச் செலவுக் கணக்கு இப்பவோ அப்பவோ என்று நிற்கிறது. கேரளம் தாங்குமா இதை என்ற சிக்காகோ சாக்கோச்சனோடு நானும் நொந்து நூலாகிப் போனேன்.

திரும்பவும் டி.வி. திருவனந்தபுரம் திரைப்பட விழா.

சோமரத்ன திஸ்ஸநாயகா என்ற இலங்கை இயக்குநர் எடுத்த 'லிட்டில் ஏஞ்சல்' படம் பற்றிய உரையாடல். மலையகத் தோட்டத் தொழிலாளி குடும்பத்தில் பிறந்த ஒரு தமிழ்ச் சிறுமிக்கும், தோட்ட முதலாளி மகன் சிங்களச் சிறுவனுக்கும் நடுவே இயற்கையாக ஏற்படும் நட்பு பற்றிய அழகான அந்தப் படத்தை யார் பார்க்கிறார்களோ இல்லையோ, சுஜாதாவும் மணிரத்தினமும் கட்டாயம் பார்க்க வேண்டும்.

தொடர்ந்து, முழுக்க முழுக்கத் தமிழ் வசனங்களும் ஆங்கில, சிங்கள சப் டைட்டில்களுமாக, 'இன் தி நேம் ஓஃப் புத்தா'

என்ற இலங்கைப் படம் பற்றி அதைத் தயாரித்த மிஸ்டர் டச்வாட்டரோடு பேட்டி. டச்வாட்டர் சரளமாக மலையாளத்தில் சம்சாரிக்க ஆச்சரியப்பட்டுப் போனேன். அப்புறம்தான் மனதில் ஒரு பளிச். புள்ளிக்காரன் மலையாளிதான். தொடுப்புழ என்ற குடும்பப் பெயர். அதை அதிரடியாக மொழிபெயர்த்து டச்வாட்டர் ஆக்கிவிட்டார்.

லண்டனில் தன் ஈழத் தமிழ் நண்பர்கள் விவரித்த சோகங்களைக் கேட்டு அதிர்ந்துபோய், அனுதாபம் கொண்டு அவர்கள் நாடு விட வேண்டி வந்த காரண காரியங்களைச் சித்தரிக்கும் இப்படத்தை உருவாக்கியதாகச் சொன்னார் ராஜேஷ் டச்வாட்டர். லோ பட்ஜட் படம் இல்லை என்பதால் விவரணையோடு கூடிய காட்சிச் சித்தரிப்புகள். மலையாள பூமியிலேயே இலங்கைச் சூழ்நிலையைத் தத்ரூபமாகப் பதிவு செய்த படத்தின் காட்சிகள் நம்மை நிமிர்ந்து உட்கார வைக்கும். சொந்த பூமியை விட்டுச் சாரி சாரியாக நடக்கும் குடும்பங்கள், நடைக்கு இடையே ஓடிவந்து மகனின் கல்லறையில் அழும் அன்னை, கொட்டும் மழையில் கையில் இறந்த மகனின் சடலத்தோடு புரட்சிப்படைத் தலைவன் முன்னால் நடந்து சடலத்தைக் கிடத்தி, 'நாம் இப்படி வித்துக்களையே பறிகொடுத்திட்டு இருக்கோம். அப்புறம் அறுவடைக்கு என்ன மிஞ்சும்?" என்று கதறும் தந்தை...

மறக்க முடியாத படமாக இருக்கும் என்று கண்ட சில காட்சிகளிலேயே தெரிந்துபோனது.

லண்டனில் அரங்கு நிறைந்து படம் ஓடியதாகப் பேட்டியில் சொன்னார் ராஜேஷ். தமிழ்நாட்டில் இப்படம் பார்க்க வாய்ப்புக் கிட்டுமா என்பது தெரியாது. ஆனால், தமிழ் டிவி சானல்களிலும் இதுபற்றிப் பேசப்போவதில்லை என்பது உறுதியாகத் தெரியும்.

நிகழ்ச்சி முடிந்து இன்னொரு மலையாளச் சானல். மலையாள எழுத்தாளர் சாரா ஜோசஃப் கூட அபிமுக சம்பாஷணம். சின்னச் சின்ன மலையாள நகரங்களும், வீடுகளும், பள்ளிகளுமாகத் திரையில் நகர்கின்றன. எல்லாம் சாரா வாழும், வாழ்ந்த, புழங்கிய இடங்கள். ஒவ்வொரு காட்சி வரும்போதும் தன்னுடைய எந்தப் படைப்பில் அந்த இடமும், அவிடத்து மனிதர்களும் வருகிறார்கள் என்று விவரிக்கிறார் சாரா. பேட்டி கண்டவர், எழுத்தாளர் எழுதிய படைப்புகளை எல்லாம் படித்தவர் என்பதால் மேலும் கருத்துப்

பரிமாற்றம் நிகழ இயல்பாக வழிசெய்தபடிக்குப் பேட்டியைத் தொடர்கிறார்.

சிவசேனைக்கு நன்றி. ஒரு பகல் பொழுது உருப்படியாக இப்படிக் கழிய எனக்கு வசதி செய்து கொடுத்ததற்கு.

சேட்டா, அம்பலப்புழ போகான் கார் வன்னெத்தி.

*ஜூலை 1, 2010*

# நகர் வெண்பாவும் பதில் கவிதையும்

மூணே முக்காலுக்கு எழுந்து டி.வியைப் போட்டு, யூ டிவி ஓர்ல்ட் சானலில் ஆர்ட் பிலிம் பார்த்தபடி உடற்பயிற்சி செய்கிற சந்தோஷத்தை விபாசனா உபன்யாசச் சக்கரவர்த்தி (வாஸ்வானி?) கெடுத்துத் தொலைத்தார். சானல் சானலாகத் தேடி நல்ல படம் செலக்ட் செய்து அப்புறம் உடல் பயிற்சி தொடங்க ஐந்து நிமிடம் அதிகம் பிடிக்கிறது.

இன்றைக்கு மறுபடி செ குவேராவின் வாழ்க்கைக் கதையான 'மோட்டார்சைக்கிள் டயரி' பார்த்துவிட்டு வேக நடைக்கு நடேசன் பூங்காவில் நுழைந்தேன். நடையோடு மனதில் வெண்பா எழுதி எட்டுச் சுற்றுச் சுற்றி வந்து கொஞ்சம் இளைப்பாறும்போது குறுஞ்செய்தியாக நண்பர்களுக்கு அனுப்புவது நண்பர் கிரேசி மோகன் மூலம் ஒட்டிய பழக்கம் அவர் இப்போது குமார சம்பவம் காவியத்தை வெண்பாவாக மொழிபெயர்த்து ஒரு நாளைக்கு இருபது வெண்பா அனுப்பிக்கொண்டிருக்கிறார். தினசரி திருச்சி வரை நடந்து போய்த் திரும்பி வருகிறார் என்று நினைக்கிறேன்.

இன்றைக்கு நான் எழுதிய நடை வெண்பா  நகர் வெண்பா இது:

> கழிப்பறை நிர்வகிக்கும் கால்தளர்ந்த தாயீ
> அழிக்கம்பி ஊடேநீர் ஊற்ற  மழித்ததோர்

மொட்டைத் தலையர் குளிப்பாட்ட பிள்ளையார்
இட்டமுடன் நீராடப் பார்

(நகர் வெண்பா 15 அக்டோபர் பூங்கா வினாயகருக்குப் பொதுக்கழிவறைக் குழாய் நீர்பிடித்துத் திருமஞ்சனம்)

வெண்பா அனுப்பிய உடனே பதில் கவிதை திரு. கமல்ஹாசனிடம் இருந்து:

கால் தளர்ந்த தாயம்மாள்

நீர் சுமப்பாள்
சோறு சமைப்பாள்
என் கவிதையைக் குளிப்பாட்ட
பால் சுமப்பாள்
சேயெனக்குப் பீயள்ள
நாம் பணித்த தாயம்மாள்
எங்கள் வீட்டுக் கழிப்பறைகள்
அனைத்தும் நாறாது காத்த நங்கை
என் சிறுவயது கிழத்தோழி
தாயம்மாள் நினைவாக

அவருடைய 'தாயம்மாள்' விகடனில் வெளியாகி இன்னும் விவாதிக்கப்பட்டுக்கொண்டிருக்கிறது. விமர்சனம் செய்யப்படுகிறது. காலையில் தொடங்கிய அவருடைய கவிதை மழை மாலை வரை தொடர்கிறது. இதுவரை மூன்று முழுக் கவிதைகள் படித்துக் காட்டி விட்டார்! எல்லாம் இன்று எழுதியவை.

நகர் வெண்பாவால் இப்படியும் நல்ல விளைவுகள்.

அண்மையில் நடந்தபடி எழுதிய இன்னும் சில வெண்பா குறட்பாக்கள்

சுப்ர மணியைச் சுமந்துபோய் ரெண்டுநாள்
சப்பரம் நகர்த்தியே சவாரி அப்பால்
குடம்தாங்கித் தண்ணடியார் கூட்டம் நகரும்
வடம்பிடிக்கப் பின்னால்நீ வா.

(Sivagangai தேர்த் திருவிழா 1980 பற்றி நடைவெண்பா

கிரேஸி மோகன் மெரினா வாக் போனபடி அக்கமகாதேவி

கவிதை வெண்பா அனுப்ப, நடேசன் பூங்காவில் நடந்தபடி நம்ம பதில் வெண்பா )

உப்பெடுக்கக் கோலூன்றி காந்தி நடந்ததைச்
செப்புமே சத்யா கிரகமென்றே -இப்புவியும்
காலூன்றி மோகன் கடற்கரை 'வாக்'போக
மேலெழுமே நெஞ்சில் சிரிப்பு
மச்சாவ தாரம் மறையும் கடலில்
கச்சோடு செம்மீனாய் ஷீல
தெக்கத்தி ஆட்கள் சினிமா வரவரக்
கக்கத்து வாடை அடிக்கி

*(WalKuRaL)*

பூங்கா சுவர் பற்றிப் பிடித்து
ஓங்கி உயர்ந்து தொப்பை வைத்தவர்
ஒரு மணி நேரமாய்க் காலை உயர்த்தறார்
உயர்த்தி மடக்கி மீண்டும் உயர்த்தறார்
இன்னும் நனையவில்லை சுவர்

*(verse libre)*

பூங்கா நடையில் புதிதாக ஓர்குரல்
ஏங்கி அழுமோர் குழந்தையை -ஓங்கிச்
சிரசில் குட்டி மிரட்டுறார் தந்தை
'சிரிடா'. தெரபி சிரிப்பு.
படியேறி மூச்சிரைக்க பால்பாக்கெட் வைத்துத்
தடுமாறிப் போகின்றாள் தாயி நொடியில்
அறையெங்கும் பாலாறு அக்கிழவி பாவம்
குறையொன்றும் இல்லைகண் ணா

(நடந்தபடி நகர்வெண்பா)

கொண்டலப்பக் கோனின் உடன்பிறந்த பெட்டையாம்
அண்டங்காக் கைக்கானை குஞ்சு

(திருமாலின் தங்கை அண்டங் காக்கும் அகிலாண்ட நாயகிக்கு ஆனைமுகன் குழந்தை எனக் குறள்பா)

★★★

*பாட்டா கடை நிர்வாகி பாச்சா அகத்தினில்*
*லேட்டாகக் கண்ணன்வரக் காலடிகள் நோட்டமிட்டார்*
*சேட்டாநான் தரவா சொகுசாக soulவைத்த*
*எட்டாம்சைஸ் sandal செருப்பு*
*அஞ்சாட்சி செய்யும்வரை ஆன்மா விழிக்குமோ*
*ஆராய்ச்சி நூறாய்ச்சி ஆயர்மனை மோராச்சு*
*பையக் கடைந்து பசுவெண்ணெய் இன்றுண்ண*
*அய்யங்கார் கண்ணாநீ வா*

*ஜூலை 4, 2010*

# ஐயப்பனின் கடைசிக் கவிதை

இன்னொரு மலையாளக் கவிஞர் இறந்தார்.

'அய்யப்பன் விடபறஞ்ஞு ஆரோருமறியாதெ' என்று மாத்ருபூமி முதல் பக்கத்தில் துக்கம் பங்கு வைத்ததில் என்னை பாதித்தது இந்த 'யாருக்கும் தெரியாமல்' தான்.

அனாதையான அறுபத்தொன்று வயதுக்காரனாக திருவனந்தபுரம் தம்பானூர் ஸ்ரீகுமார் தியேட்டர் பக்கம் விழுந்து கிடந்திருந்த ஐயப்பனை போலீஸ்காரர்கள் ஜெனரல் ஆஸ்பத்திரிக்குக் கொண்டு போகும்போதே அவர் அஃறிணை ஆகியிருந்தார். அது வியாழன் (21-10-2010) மாலை. 'அனாதைப் பிணம்' என்று முத்திரை குத்தி சவக்கிடங்கில் கிடத்தியிருக்கிறார்கள். அங்கே தலைமை நர்சம்மாவும், தோட்டத்தில் புல் வெட்டும் தொழிலாளியும் இலக்கியப் பரிச்சயம் உள்ளவர்கள் (மலையாள பூமியில் இதெல்லாம் மாந்திரீக யதார்த்தமாக நடந்தேறும்). அவர்கள் சம்சயப்பட்டு மார்ச்சுவரி பொறுப்பாளரிடம், 'இவர் கவிஞர் ஐயப்பன்' என்று சடலத்தை அடையாளம் காட்டியிருக்கிறார்கள்.

சில ஆண்டுகள் முன் இதேபோல் தெருவில் விழுந்து கிடந்து அதே ஆஸ்பத்திரியில் அட்மிட் ஆகிக் கொஞ்ச நாள் சிகிச்சை பெற்றிருக்கிறார் ஐயப்பன். அப்போது அவர் கவிதை சொல்லி நட்பாக்கிக் கொண்ட இலக்கிய ரசிகர்கள் இந்த மருத்துவமனை ஊழியர்கள்.

ஐயப்பனின் முழுக்கைச் சட்டையில் இடது புறம் சுருட்டி விட்டிருந்த கைமடிப்பில் *355* ரூபாயும் கவிதை கிறுக்கி வைத்த துண்டுக் காகிதமும் கிடைத்தது. அவருடைய கடைசிக் கவிதை.

**பல்லு**

—

*அம்பு ஏது நிமிஷத்திலும்*
*முதுகில் தறய்க்காம்*
*ப்ராணனும் கொண்டு ஓடுகயாணு*
*வேடன்றெ கூர'கழிஞ்னு*
*ராந்தல் விளக்கினு சுற்றும்*
*என்றே ருசியோர்த்து*
*அஞ்செட்டுப் பேர் கொதியோடெ*
*ஒரு மரவும் மற தன்னில்ல*
*ஒரு பாறயுடெ வாதில் துறன்னு*
*ஒரு கர்ஜனம் ஸ்வீகரிச்சு*
*அவன்றெ வழியில் ஞான்*
*இரயாயி*
*நீயென்னெப்போலெ*
*என்னெ விட்டியாயிக்காணு (தெளிவில்லாத எழுத்துகள் இங்கே)*
*முற்றத்தெ வெயிலின் (தெளிவில்லாத எழுத்துகள் இங்கே)*
*நீயும் புதப்பு.*
*அம்பு எந்த நிமிடத்திலும்*
*முதுகில் தைக்கலாம்*
*உயிரைக் கையில் பிடித்தபடி ஓடுகிறேன்*
*வேடனின் கூரையைக் கடந்து*
*ராந்தல் விளக்கைச் சுற்றி*
*என் உடம்பின் சுவையை நினைத்து*
*ஏழெட்டுப்பேர் ஆசையோடு காத்திருக்கிறார்கள்*
*ஒரு மரமும் மறைவிடம் தரவில்லை*
*ஒரு பாறை வாசல் திறந்தது*
*ஒரு கர்ஜனை வரவேற்றது*
*அந்த மிருகத்தின் வழியில் நான்*
*இரையானேன்*

நீ என்னைப்போல்
என்னை முட்டாளாகப் பார்
முற்றத்து வெயிலில்
நீயும் போர்வை

கவிதை கிறுக்கிய துண்டுசீட்டு கண்டோன்மெண்ட் போலீஸ் பாதுகாப்பில்.

ஐயப்பனின் உடல் இன்னும் திருவனந்தை சவக்கிடங்கில் தான்.

திங்கள் சகல மரியாதைகளோடும், அமைச்சர் பேபி சார்த்தும் மலர் வளையத்தோடும் தகனம் செய்யப்படும்.

அவர் உயிரோடு இருந்தால் இன்று சென்னையில் இருப்பார். இந்த ஆண்டு ஆசான் நினைவு கவிதைப் பரிசு வாங்குவதற்காக மருமகனோடு சென்னை வரவேண்டியவர் இப்படி அனாதையாக இறந்து கிடக்க வைத்த விதியை நொந்துகொள்ள வேண்டியதுதான்.

இரண்டு வருடம் முன் என் மதிப்புக்குரிய மலையாள எழுத்தாளர் டி.ஆர். அனாதையாக மரித்தபோதும் இதேபோல் தான் துக்கம் ஏற்பட்டது. அதென்னமோ, ஒரு பகுதி மலையாளப் படைப்பாளிகளை இந்த *death wish* ஆட்டிப் படைக்கிறது. நல்ல படைப்பாளி, உடலை, சொந்த வாழ்க்கையை, சுற்றத்தினரின் வாழ்க்கையை வெகுவாகப் பாதித்து நரகமாக்கி யாருமறியாமல் இறந்துபோதல், கொண்டாடப்படுதல் என்பது இவர்களுக்கு விரும்பி ஏற்ற மார்க்கமாகப் போய்விடுகிறது.

இன்னொரு பக்கம் பொருளாதார ரீதியாக பாதுகாப்பான நிலையில் இருந்து இலக்கிய விசாரத்தில் ஈடுபடுகிறவர்கள் வங்கித் தலைவராக இருந்து ஓய்வுபெற்ற சேது, பேராசிரியர் பால் சக்கரியா, ஐ.ஏ.எஸ் அதிகாரி என்.எஸ்.மாதவன், மனையின் சொத்தும் சோதிடப் புலமையும் கொண்ட விஷ்ணு நாராயணன் நம்பூதிரி இப்படிச் சொல்லிக்கொண்டே போகலாம்.

கவிஞர் பாலச்சந்திரன் சுள்ளிக்காடு முதல் கட்சியில் இருந்து அடுத்ததற்கு மாறியவர். ஓர் ஓண தினத்தில் பசியோடு சிநேகிதியின் வீடு என்றே தெரியாது உணவை யாசித்துப் பிச்சை கேட்ட வேதனையான அனுபவம் அவருக்கும், அவரை விட, அவர் கவிதை மேல் அபிமானம் வைத்த சிநேகிதிக்கும் உண்டு. அரவிந்தனின்

‘போக்குவெய்யில்’ மூலம் ஏற்பட்ட சினிமா பிரவேசம அவரை மாற்றிவிட்டது. கவிதையும் மதிக்கப்படுகிறது. ஜெயராமுக்கு அண்ணனாக கமர்சியல் சினிமா நடிகராகவும் இருக்கிறார்.

ஐயப்பனுக்கு போக்குவெய்யில் கிட்டவில்லை. அவரையும் சேர்த்துப் பொசுக்கிய வெய்யிலாகி விட்டது தம்பானூரில் ஒரு அக்டோபர் பகல் காலம்.

*அக்டோபர் 21, 2010*

# அம்பையிடமிருந்து வந்த கதை

*1997*-ம் ஆண்டு கணையாழி பொங்கல் மலரை அப்போதைய கணையாழி ஆசிரியரான திரு ராம்ஜி தயாரித்தார். நண்பர். இந்தியன் ஓவர்சீஸ் வங்கி அதிகாரிகள் சங்கச் செயலர். சக வங்கி அதிகாரி. தயாரிப்புப் பணியில் நானும் பின்னணியில் இருந்து செயல்பட்டேன்.

யாரிடம் இருந்தெல்லாம் படைப்பு கேட்க வேண்டும் என்று பட்டியல் தயாரானபோது முதல் பெயர் அம்பை. அப்புறம் ஒரு இருபத்தைந்து முப்பது பேர்.

கதை கேட்டுக் கடிதம் எழுதி வைத்து விட்டுத்தான் முகவரிகளைத் தேட ஆரம்பித்தோம். அம்பை முகவரியை நண்பர் ஒருவர் வாங்கித் தருவதாகச் சொன்னதால் அந்தக் கடிதத்தை மட்டும் தனியாக எடுத்து வைத்துவிட்டு மற்றவற்றை அஞ்சலில் அனுப்பினோம்.

இரண்டு நாள் கழித்து ஆபீசர் அசோசியேஷன் ஆபீசில் இருந்து நான் வேலை செய்த கம்ப்யூட்டர் துறைக்குத் தொலைபேசி அழைப்பு. ராம்ஜிதான் கூப்பிட்டார்.

'அம்பை கதை அனுப்பிட்டாங்க'.

பூச்சி பிடித்துக்கொண்டிருந்த சைபேஸ்-சி ப்ரோகிராமை அம்போ என்று விட்டுவிட்டு அம்பை கதை படிக்க விரைந்தேன். அதெப்படி

ரெண்டே நாளில் கதை எழுதி அனுப்பி...

ராம்ஜி கையில் கொடுத்த கதையைப் படிக்க ஆரம்பிக்க, ஏகத்துக்கு ஏமாற்றம். ஊஹூம், இது அம்பை கதையாக இருக்கவே முடியாது.

கதையோடு வந்த கடிதத்தைப் படித்தேன் 'என்னையும் இலக்கியப் படைப்பாளியாக மதித்துக் கதை கேட்டதற்கு நன்றி. அனுப்பி இருக்கிறேன்' அம்பை. கீழேயே சின்ன எழுத்தில் சிவலட்சுமியோ தேவாவோ.

அந்தப் பெண்மணி ஆரம்ப எழுத்தாளர். அம்பாசமுத்திரத்தில் இருக்கிறார். ஆகவே பெயரை அம்பை என்று வைத்துக்கொண்டு விட்டார் – அம்பை ஏற்கனவே இருக்கிறார் என்று அறியாமல்.

சரி, அவருக்கு எப்படி எங்கள் கடிதம் போய்ச் சேர்ந்தது?

'இந்த லெட்டர் மட்டும அனுப்பாம இருக்கேன்னு நான்தான் மணிமேகலைப் பிரசுரம் 'பிரபலமானவர்களின் முகவரி' புத்தகத்தில் அட்ரஸ் தேடிக் கண்டுபிடித்து அனுப்பினேன்' கணையாழியில் பகுதி நேர ஊழியராக இருந்த இளைஞர் பிறகு சொன்னார். புத்தகத்தையும் காட்டினார்.

அதில் அந்தப் 'பிரபலமான அம்பை' இருந்தார். நாங்கள் கதை கேட்ட அம்பை இல்லை.

அம்பாசமுத்திரம் பெண்மணிக்கு புனைபெயரை மாற்றிக்கொள்ளச் சொல்லி கடிதம் எழுதியது போய்ச் சேர்ந்ததா தெரியவில்லை.

ஒருவேளை இந்த அம்பைக்கு அனுப்பி இருப்பார்களோ!

★★★

'ஆட்டோ கர்ணன்' *spoof* அனுப்பிய நண்பருக்கு நன்றி. கர்ண பரம்பரைக் கதையைச் சென்னைக்கு நகர்த்தி, கர்ணனை ஆட்டோ டிரைவராக்கிக் கற்பனை செய்ததை ரசித்தேன்.

கர்ணன் படத்தை இத்தனை வருடம் சென்று இப்போது பார்க்கும்போது இசையும் சிவாஜி நடிப்பும் மனதில் இன்னும் நிலைத்தாலும், சிரிப்புக்கும் பஞ்சமில்லை.

1) அது ஏன் அரண்மனைக்குள்ளே ரெண்டு பக்கமும் மாடிப்படி வைத்து அவை அந்தரத்தில் முடிகின்றன?

2) ஒவ்வொரு பாட்டு ஆரம்பிக்கும் முன்பும் ஏன் ஜூனியர் ஆர்டிஸ்ட் பெண்கள் ஆளுக்கொரு தாம்பாளத்தைக் கையில் தூக்கிக் கொண்டு அந்தப் படிகளில் குடுகுடு என்று ஏறி அப்புறம் அவரோகணத்தின் போது இறங்கி வருகிறார்கள்?

3) என்.டி.ஆர் முகத்தில் இப்படி நீல டிஸ்டம்பரை வழித்துப் பூசிக் கொண்டாலும் சிரிப்பு மாறாமல் எப்படி இருக்க முடிகிறது? அவர் நடித்தபடி சிரிக்கிறாரா சிரித்தபடி நடிக்கிறாரா?

4) பீமனைத் தவிர வேறு எல்லாரும்'வெய்ட்' ஆன பாத்திரங்களாக இருக்க நேர்ந்தது எப்படி? ( (ஆண் பெண் பாத்திரங்கள் சகலரும்)

5) கண்ணுக்குக் குலமேது கண்ணா பாட்டின் போது என் பின்னால் இரண்டு மத்திய வயதுப் பெண்கள் சுசீலாவைத் திட்டியதைக் கேட்டால் பாவம் அவர் ரொம்ப நொந்து போவார் . 'இந்த அம்மா கண்ணுக்குக் குலமேது கர்ணான்னு பாடாம கண்ணான்னு பாடறாங்களே. சிவாஜிக்கும் எண்டிஆருக்கும் வித்தியாசம் தெரியாமலா தேவிகா காதலிச்சாங்க?' அதானே!

6) படம் முடியும் முன்னால் கதவு பக்கம் நின்றவர்கள் உரையாடல் கொஞ்சம் இரும்மா சுப்ரபாதம் பார்த்துட்டு வந்துடறேன்'... 'எந்த சுப்ரபாதம்?' ... 'பரித்தானே சாது நாமம்..'ன்னு சீர்காழி பாடுவாரே... அய்யோ அது சகஸ்ரநாமம்.. இல்லே என் டி ஆர் ச்கஸ்ரநாமம் வர்ற சீன் எல்லாம் முடிஞ்சாச்சு..

ஆனாலும் இந்தப் படம் பார்க்கவாவது சம்பவாமி யுகே யுகே

*ஜூன் 4, 2012*

# பாபா ராம்தேவரும் சிலம்பாட்டமும்

நான் வேக நடைக்காகப் போகிற பூங்காவில் ஒரு பெரிய மேடை உண்டு. முப்பது பேர் இருக்கலாம். ஐம்பது பேர் நிற்கலாம். மேடை யோகாசனப் பயிற்சிக்காகப் பயன்படுகிறது.

மேடைக்குத் தெற்கே நடைபாதைக்கு அப்பால் சிறு குழந்தைகள் விளையாட சறுக்கு மரம், ஊஞ்சல் மற்றும் உடற்பயிற்சி செய்ய நிலப்பரப்பு.

அதிகாலையில் குழந்தைகள் வருவதில்லையாதலால் அந்த இடத்தில் இளைஞர்கள் சிலம்பப் பயிற்சி செய்வார்கள். கறுத்து மெலிந்த இளைஞர்கள். தற்காப்புக்கலையும் கற்பார்கள்.

தமிழின் மரபுக் கலையான சிலம்பாட்டத்தின் கம்பீரம் மிகுந்த நாட்டிய மயமான அசைவுகளோடு அவர்கள் சிலம்பு சுற்றும்போது காற்றில் அவை எழுப்பும் 'உஷ்ஷ்ஷ்' என்ற ஓசை காதுக்கு இனிமையாக இருக்கும். கேட்டபடியே நடந்து வருவேன்.

முன்பெல்லாம் யோகாசன மேடையில் ஒரு பெரியவர் நல்ல தமிழில் பேசி யோகாசனம் கற்றுக்கொடுப்பார். அவ்வப்போது திருக்குறள் விளக்கம், நாலடியார் என்றெல்லாம் விளக்கியபடி யோகப் பயிற்சி நடத்துவார்.

அவர் திடீரென்று காணாமல் போனார். இன்னும் யாரோ வந்தார்கள். கூடவே பெரிய போஸ்டரில் பாபா ராம்தேவ்.

இரண்டு நாளாகப் பார்த்தால் மேடையில் சில பேர் யோகம் கற்கிறார்கள். கொஞ்ச தூரத்தில் சிலம்பாட்டம் பயிலும் இடத்தில் பெரிய தார்ச்சீலை விரித்து அங்கேயும் பாபா ராம்தேவ படம். இன்னொரு கோஷ்டி யோகப் பயிற்சி.

ஓரமாக ஒண்டிக்கொண்டு சில இளைஞர்கள் சிலம்பாட்டம் பம்மிப் பம்மிப் பயில்கிறார்கள். அவர்களின் சிலம்பு காற்றில் ஒலி எழுப்புவதில்லை. மற்ற இளைஞர்கள் இடம் போதாமல் இன்னொரு ஓரமாகக் குரல் மெல்ல ஒலிக்க தற்காப்புக்கலை கற்கிறார்கள்.

பிரித்துவிட்டார்கள். பிரிந்துவிட்டார்கள்.

நாங்கள் சும்மா பார்த்துக்கொண்டு பூங்காவைச் சுற்றி வருகிறோம்.

*ஜூன் 4, 2012*

# நடைப் புத்தகம்

நடேசன் பூங்காவில் வேகுவேகென்று சுற்றிவிட்டு மெரினா காந்தி சிலைப்பக்கம் கையில் ஒரு புத்தகத்தோடு போய்ச் சேர்ந்தால், அங்கே புத்தக தினம் தொடர்பான- நடை ஓட்டம் - கூடியிருந்து குளிர்தல் வகையறா நடவடிக்கைகளே கண்ணில் படவில்லை. சேட்டுகள், சேட்டாணிகள், உலக மெனிஞ்சிடிஸ் தின நடைஞர்கள், வியர்த்த ஜப்பானியர்கள் இத்யாதி.

உழைப்பாளர் சிலையில் இருந்து காந்தி சிலை வரை காலை ஏழு மணிக்கு நடை. புத்தகப் பரிமாற்றம் இப்படியான பரிபாடி. இன்றைக்கு என்றுதானே சொன்னார்கள்.

மௌலியிடம் தொலைபேசியில் உறுதிசெய்துகொண்டு நடக்க ஆரம்பித்தேன். உழைப்பாளர் சிலையை அடைந்தபோது சாவகாசமாகக் கிளம்பி வந்துகொண்டிருந்த ஊர்வலத்தில் கலந்து திரும்ப காந்தி சிலைக்கு நடை. மூத்த எழுத்தாளர்கள் சா.கந்தசாமியோடு நிறையப் பேசிக் கொண்டே நடக்கிற சந்தோஷம்.

அசோகமித்திரன் 'விடை பெறுதல்' பற்றிச் சொன்னேன். இன்னொரு நண்பர் இங்கே பகிர்ந்துகொண்ட கருத்தை அவரும் சொன்னார்.

கூட வந்த நண்பர்களில் நினைவு இருக்கும் பெயர் கீரனூர் ஜாகீர்ராஜா

காந்தி சிலையை அடைந்து இரண்டு நிமிட உரைகள் சா.கந்தசாமி, மேலாண்மை, எஸ்.ரா, இரா.முருகன், அரசு.

நான் கையில் கொண்டு போயிருந்த ஆனந்தம் கிருஷ்ணமூர்த்தியின் சிறுகதைத் தொகுப்பை விட்டுவிட்டு வேறு யாரோ கொண்டு வந்த நஜ்ருல் இஸ்லாம் பற்றிய புத்தகத்தை எடுத்துக்கொண்டு கிளம்பினேன்.

இன்னொருத்தர் நான் கொண்டு வந்த புத்தகத்தைப் புரட்டி விட்டு அங்கேயே வைத்தார்.

'தி.ஜானகிராமன் முன்னுரை எழுதின புத்தகம். நல்லா இருக்கும். படிச்சுப் பாருங்க'.

என்னமோ, அந்த நிமிடத்தில் ஒரு புரவலனாக நான் செயல்பட்டு அந்தப் புத்தகத்தை மற்றவர்கள் ஏற்றுக்கொள்ளச் செய்ய வேண்டும் என்று ஒரு பலமான நினைப்பு. அவர் எடுத்தாரா திரும்ப வைத்தாரா என்று பார்க்க மனம் இல்லாமல் நகர்ந்தேன்.

*ஜூன் 6, 2012*

# போகிற போக்கில்

சில நேரம் சிரிப்புத்தான் வருகிறது. அயர்லாந்தோடு நல்லுறவு வளர்க்க பிரிட்டன் மெனக்கெடுவதை வரவேற்கிறோம். எலிசபெத் ராணியம்மா கையை அயர்லாந்த் மாஜி தீவிரவாதி மக்கின்னஸ் குலுக்கினால் நட்பு வளர்ந்துவிடும், ஆமா அப்படித்தான்.

என்ன இருந்தாலும் ராணி மகாராணிதான். எலிசபெத் மகாராணி போனால்தான் தெரியும் பிரிட்டனின் இழப்பு என்ன என்று. விக்டோரியா சகாப்தம் போல் நிச்சயம் எலிசபெத் சகாப்தமும் வரலாற்றில் நிலைக்கும்.

ஒரு *constitutional monarch* எப்படி நடந்துகொள்ள வேண்டும் என்பதற்கு எலிசபெத் ராணி உதாரணம்.

தொழிற்கட்சி ஆட்சிக்கு வந்தபோது டோனி பிளேருக்கு அவரைப் பிடிக்கவில்லை. ராணிக்கும் டோனியைப் பிடிக்கவில்லை. பாக்லாந்த் யுத்தத்தின் போது இந்தப் பரஸ்பர வெறுப்பு *mutual respect, mutual admiration* ஆனது தனிக்கதை. *'The Queen'* திரைப்படம் பார்த்திருப்பீங்களே!

★★★

மறைந்துகொண்டிருக்கும் உணவு வகைகள் பற்றிய பத்திரிகைச் செய்தி இப்படித் தொடங்குகிறது.

*Once, Formby asparagus was famous. White at the base, green through the stem and with a purple-tinged tip, it was grown by half-a-dozen families on the sandy wastelands known as "slacks" behind the dunes at Formby Point, liberally fertilised by "night soil" (human manure) from nearby Liverpool. By the 1940s, 200 acres were under cultivation and the award-winning asparagus, acclaimed for its superior texture and flavour, was served in the finest restaurants and aboard the grandest ocean liners, including (briefly) the Titanic.*

*Asparagus* இது தமிழில் உண்டா? பாதியில் வாசிப்பை நிறுத்தி விட்டுத் தேடினேன். இரண்டு தமிழ்ச் சொற்கள் தட்டுப்பட்டன

தண்ணீர்விட்டான் கிழங்கு, சாத்தாவாரியினம்.

முதலில் சொன்னது எப்போதோ கேட்ட மாதிரி இருக்கிறது.

இங்கேயும் என் பார்வையில் பல வருடமாகப் படாமல் காணாமல் போன காய், கனி, உண்டி உண்டு. நினைவுக்கு வந்த சில

1) ஈச்சம்பழம்

2) அரநெல்லி

3) அரைக்கீரை

4) மிதுக்க வற்றல்

5) சத்துமா (பாட்டிகளின் பிரியமான உணவு)

6) உக்காரை (இனிப்பு பதார்த்தம்)

7) மோர்க்கூழ் (மோர்க்களி அண்மையில் கிடைத்தது)

திருப்பல்லாண்டு நினைவு வருகிறது

> வாழாட்பட்டு நின்றீர் உள்ளீரேல் வந்து மண்ணும் மணமும் கொண்மின்
> கூழாட்பட்டு நின்றீர் களை எங்கள் குழுவினில் புகுதலொட்டோம்
> ஏழாட்காலும் பழிப்பிலோம் நாங்கள் இராக்கதர் வாழ் இலங்கை
> பாழாளாகப்படை பொருதானுக்குப் பல்லாண்டு கூறுதுமே.

சரி, ஆழ்வாரே, நீரும் உம் குழுவும் கொஞ்சம் முன்னால் போய்க் கொண்டிரும். கொஞ்சம் கூழாட்டபட்டு விட்டு வந்து விடுகிறேன்.

★★★

பூங்காவுக்கு வெளியில். வயதான ஒரு சமணப் பெண் துறவி வாய் மூடிய துணியும் வெள்ளுடையுமாக நடக்கிறார். அவரைத் தொடர்ந்தும் முன்னும் ஒரு சிறிய கூட்டம். சென்னை வாழ் சமணர்கள். எல்லோரும் வட இந்தியர்கள்.

தென்னிந்தியச் சமணர்கள் அருகிவிட்டார்களா? ஞானசம்பந்தரும் அப்பரும் சமணத்தை இங்கிருந்து வெளியேற்றி சைவத்தைப் பரப்பியது தெரியும். ஆனாலும் சிறுபான்மையினராகவாவது தமிழ்ச் சமணர்கள் ஒரு இருபத்தைந்து வருடம் முன்புவரை இருந்தார்களே..

சீவக சிந்தாமணி பாராயணம் செய்த தஞ்சை மாவட்ட சந்திர நாதச் செட்டியாரின் சமணக் குடும்பம் பற்றி உவேசா குறிப்பிடுவார். செட்டியார், நயினார் போன்ற இனப் பெயர்களில் நானும் சிலரைச் சந்தித்த நினைவு. காவல் துறை உயர் அதிகாரியாகப் பணியாற்றிய தமிழ் ஆர்வலர் ஸ்ரீபால் கூடச் சமணர்தான்.

தமிழ்ச் சமணர்கள் என்ன ஆனார்கள்?

★★★

தமிழ் சமணர்கள் பற்றி எழுதும்போது பிராமண கிறிஸ்துவர்கள் பற்றி நினைவு வருகிறது.

நான் இருபது வருடம் முன் திருச்சி பகுதியில் இந்த சமுதாயத்தினரைச் சந்தித்திருக்கிறேன். பிராமண சமுதாயத்தில் இருந்து நாலு அல்லது ஐந்து தலைமுறை முன் மதம் மாறியவர்கள். கலாசாரத்திலும், கொஞ்சம் மடி ஆசாரம், கொஞ்சம் கிறிஸ்துவம் என்று கலந்து கட்டியாக இருப்பார்கள். பேச்சில பார்ப்பனக் கொச்சையும் வேறானதும் கலந்து வரும்.

அரசூர் வம்சம் நாவல் எழுதும்போது சில தகவல்களுக்காக பிராமண கிறிஸ்துவக் குடும்பங்களைத் தொடர்புகொள்ள முயன்றபோது ஏமாற்றம்தான் மிஞ்சியது.

எனக்கு மின்னஞ்சலும் இண்லண்ட் லெட்டரும் அனுப்பி வா

வா என்று நிறையபேர் அவசரமாக வைத்துக்கொண்ட (ராபர்ட் குப்புசாமி ஐயர் வகையறா) பெயர்களோடு அழைத்தார்கள். எல்லோரும் என்னை அவர்களுடைய ஞாயிற்றுக்கிழமை பிரார்த்தனைகளில் கலந்துகொண்டு ஒரு பெரிய பிராமின் கிறிஸ்டியன் கூட்டத்தோடு கலந்து பேசலாம் என்று அழைத்தவர்கள்.

எனக்கு ஞானஸ்நானம் நடத்துவதில் குறியாக இருந்தவர்களும் உண்டு. கார் அனுப்பிக் கூட்டிப் போறோம்... அட்ரஸ் கொடுங்க...

எனக்கு ஞானஸ்நானத்தை விட நாவல் எழுதி முடிப்பதே முக்கிய குறிக்கோள் என்பதைச் சொல்லி விலகி வந்தேன். கொஞ்சம் கஷ்டப்பட்டுத்தான் சாவக்காட்டு பிராமண முதியவனை உருவாக்கினேன். மற்றவர்கள் மெல்ல நாவலில் நுழைந்தார்கள்.

அரசூர் வம்சம் ஜான் கிட்டாவய்யர் குடும்பத்தின் அடுத்த தலைமுறை வேதையன் குடும்பத்தினர் என் அடுத்த நாவல் விஸ்வரூபத்தில் இடம்பெற்றபோது, அவர்களின் பழக்க வழக்கங்களையும் சூழலையும் சித்தரிக்க எந்த ஆராய்ச்சியும் வேண்டி இருக்கவில்லை. எனக்குப் பழக்கமாகிவிட்டிருந்தது...!

*ஜூன் 22, 2012*

# திறமையான புலமை எனில்

இரவு 10:30-க்கு தொலைபேசி அழைப்பு. 'தெரியாத எண்' என்று அழைத்த எண் மின்னுகிறது. அது மிகவும் தெரிந்த நண்பரின் அழைப்பு. திரு கமல்.

ஒரு சிறு குழந்தை போல் உற்சாகத்துடன் மறுமுனையில் குரல் 'அமெரிக்கா போறேன்'.

அமெரிக்கா போவதில் அவருக்குப் பெரிய மகிழ்ச்சி ஏதும் இல்லை. அடிக்கடி போய் வருகிறவர்தான். ஆனாலும் இந்தப் பயணம் தனியானது.

'ஏர்போர்ட்லே இருந்தா பேசறீங்க சார்??'

'இனிமேல்தான் கிளம்பணும்'.

விஸ்வரூபம் திரைப்படம் சிறப்புத் திரையீட்டாக ஹாலிவுட் பிரமுகர்களுக்குத் திரையிடப்படுகிறது. லாஸ் ஏஞ்சலிஸ் பயணம்.

மகிழ்ச்சி பகிரப்படும்போது அதிகரிக்கிறது.

'நம்ம மோகன் சாக்லெட் கிருஷ்ணா 500 நிகழ்ச்சி நெருங்கிட்டார். அங்கேதான் இப்போ பிளாரிடாவிலே இருக்கார். நீங்க யு.எஸ்லே இருக்கும்போது, உங்க தலைமையிலே 500-வது நிகழ்ச்சி நடக்கணும்னு எல்லார் விருப்பமும்.'

'மோகன் கிட்டே பேசினேன். *He will at Cal during the last leg of his tour.* அதுவரைக்கும் நான் அங்கே இருக்க மாட்டேனே'.

விஸ்வரூபம் விளம்பரம் அமைப்பு, எழுத்து அலங்காரம் பற்றிக் குறிப்பிட்டேன்.

'அந்த *hood*-ஐ அங்கே பார்த்தேன், இங்கே பார்த்தேன்னு அங்கங்கே சில குரல்கள்' பற்றிப் பேச்சு நகர்ந்தது.

*'Fatherhood, motherhood, Robin Hood.'* அவர் சிரித்தார்.

'*Hood* போட்டவங்க எல்லாரும் கமல் இல்லியே. எந்த ஹூட் விட்டு வச்சிருக்கீங்க? கிருஷ்ணவேணிப் பாட்டியையும் சேர்த்து'

'அது *grandmother-hood*'.

> திறமான புலமை எனில் வெளிநாட்டோர்
> அதை வணக்கம் செய்தல் வேண்டும்.
> என்றார் பாரதியார். செய்கிறார்கள்.
> பாரதி வரிகளில் இன்னொரு முறை பாராட்டலாம்.
> உள்ளத்தில் உண்மை ஒளி உண்டாயின்
> வாக்கினிலே ஒளி உண்டாகும்
> வெள்ளத்தின் பெருக்கைப்போல் கலைப் பெருக்கும்
> கவிப்பெருக்கும் மேவு(ம்).

நண்பர்கள் அனைவர் சார்பிலும் வாழ்த்துகள் எம் அன்பு நண்பரே.

*ஜூன் 22, 2012*

## விவித்பாரதி பேட்டி

விவித பாரதியில் பேட்டிக்காக அழைத்திருந்தார்கள். பத்து வருடத்துக்கு மேலாகிவிட்டது சென்னை வானொலி நிலையத்துக்குப் போய். தொண்ணூறுகளில் அவ்வப்போது ஓலை அனுப்புவார்கள் 'அழுகை' என்ற பொருளில் சிறுகதை பதினைந்து நிமிடத்துக்கு மேல் போகாமல் எழுதி எடுத்து வந்து படியுங்கள்'. அப்படிப் படித்த கதைகளை ஒரு தொகுப்பாகக் கொண்டு வந்திருக்கலாம்... பிரதி இல்லாமல் தொலைந்துவிட்டன அவை.

ஒரு நிகழ்ச்சியில் நானும் நண்பர் வண்ணதாசனும் கலந்துரையாடினோம். நிகழ்ச்சி முடிந்து நாங்கள் மனம்விட்டுப் பேசியது வானொலியில் வந்ததை விட அதிகம்.

இது பில்லா படத்துக்கான கலந்துரையாடல். வானொலி நிலைய வளாகத்துக்குள்ளே *Commercial Broadcasting Service* கட்டடத்தில் நடந்தது. நேரடி ஒலிபரப்பு. *phone in* என்பதால் அவ்வப்போது 'ஊரப்பாக்கத்துலே இருந்து அர்ஜுனன் பேசறேங்க வணக்கம் ஹலோ கேக்குது சொல்லுங்க...' ரக உரையாடல்.

அதையும் சுவையாக நிகழ்த்தினார் நிலைய நண்பர் கமலகண்ணன். அன்பான வரவேற்புக்கு நிலைய நிர்வாகி டாக்டர் சேயோனுக்கு நன்றி சொல்ல வேண்டும்.

அழைத்து உரையாடிய குரல்களுக்கு நடுவே ஒரு பழக்கமான குரல். மகள். படத்தைப் பற்றிய தன் விமர்சனத்தைத் தெளிவாகச் சொன்னாள். சிவகங்கையில் நிகழ்ச்சியைக் கேட்ட நண்பர்கள் பாராட்டியது அவரைத்தான்.

நிகழ்ச்சி முடிய ஐந்து நிமிடம் முன்பு அழைத்ததும் தொலைபேசியில் வந்து வாழ்த்திப் பேசிய நண்பர் கிரேசி மோகனுக்கு நன்றி சொல்ல மாட்டேன். 'கிரேசி முதல் கிரேசி வரை' புத்தகத்தை விரைவில் முடித்து வெளியிட முயன்றுகொண்டிருக்கிறேன். கிருஷ்ணார்ப்பணம்.

*ஜூலை 28, 2012*

## ஹிட்ச்காக் – புரிதல்

தீங்கற்ற கடற்காக்கைகளை நாசகார சக்திகளாக ஹிட்ச்காக் தன் 'பறவைகள்' படத்தில் சித்தரித்ததாகப் படித்தேன். *Birds* அப்படியான படம் இல்லை.

அமைதியான பறவைகளின் சாது மிரண்டால் *what if scenario-* தான் படத்தின் முக்கியக் கூறு. *Open ending* ஆக, அந்தப் பறவைகள் திரும்ப சாதுவாகக் கூட்டம் கூட்டமாக உட்கார்ந்திருக்க கதாநாயகனும், நாயகியும் கதாநாயகனின் சகோதரியும் நகரத்தை விட்டுப் புறப்படுவதில் கதையை முடிக்கிற ஹிட்ச்காக், ஏன் பறவைகள் திடீரென்று தன்மை மாறின, எப்படி மறுபடி சமநிலை அடைந்தன என்பதைக் கூறாமல் பார்வையாளர் கற்பனைக்கே விட்டதுதான் படத்தின் சிறப்பு.

பறவைகளைக் கொடுமைப்படுத்தினாரோ என்னவோ, ஹிட்ச்காக் பேர்ட்ஸ் படத்தின் கதாநாயகியாக நடித்த டிப்பி ஹெட்ரனை மிகுந்த மனச் சித்திரவதைக்கு ஆளாக்கியதை அந்த அம்மையார் படம் வெளியாகி ஐம்பது வருடம் கழித்துத் தற்போது (அவருக்கு இன்று எண்பது வயதுக்கு மேல்) சொல்லியிருக்கிறார்.

அவருடைய அனுபவங்களின் அடிப்படையில் 'பெண்' *(The girl)* என்ற திரைப்படம் வெளியாகியிருக்கிறது.

# என்னைப் போல் ஒருவன்

சார், இன்னிக்குக் கோயிலுக்குப் போயிருந்திருக்கா போலே இருக்கு.

யார் சார்?

என் மகள்தான் சார்.

எந்தக் கோவில்?

ஊர்லே ஒரு கோவில் விட மாட்டா... நான் இப்படின்னா அவ அப்படி...

திட்டினீங்களா?

எதுக்கு? கையைக் குவிச்சு வச்சுக்கிட்டு சிரிச்சுக்கிட்டே பக்கத்துலே வந்தா... அப்பா, உன் நெத்தியிலே என்ன இங்கே கீறல்... அவ கையாலே மெல்ல நெற்றியைத் தொட்டுட்டு 'ஓ.. ஒண்ணுமில்லே'ன்னு போயிட்டா... எனக்குத் தெரியும்... என் நெத்தியில் சின்னக் கீத்தா அவ வீபூதி இட்டிருக்கா.

சிரிக்கிறார். அதில் தந்தை மகள் மேல் கொண்ட பாசமும், மகள் தந்தை மேல் கொண்ட பேரன்பும் தெரிகிறது. எங்கேயும், எந்த நாட்டிலும் இனத்திலும் உள்ளது போல உன்னதமான தந்தை - மகள் பாசம்.

அந்தத் தகப்பனைப் போயா இப்படி தரக்குறைவாகப் பேசுவது?

எழுத்தாளர் நீல.பத்மநாபன் அவர்களைச் சந்தித்து விட்டு சென்னை திரும்ப திருவனந்தபுரம் விமான நிலையத்தில் உட்கார்ந்திருந்தோம்.

அவருக்கு மொபைலில் ஒரு எஸ்.எம்.எஸ். வந்தது.

படித்துவிட்டு முகம் மலர்ந்தார். என்னிடம் மொபைலை நீட்டினார்.

'அப்பா, என் முதல் சம்பளம் இன்று வாங்கினேன்.'

மூத்த பொண்ணா, சார்? எனி மியூசிக் ஸ்கோரிங் அசைன்மெண்ட்?

இல்லே, சின்னவ. மும்பாய்லே அசிஸ்டெண்ட் டைரக்டரா ஒரு படத்துலே வேலை செய்யறா. அங்கே முதல் மாசச் சம்பளம்...

எவ்வளவு சார் இருக்கும்?

பத்தாயிரம் ரூபாய்.

பூவாகச் சிரிக்கிறார்.

அந்த நல்ல மனதையா நோகடிப்பது?

*ஜனவரி 30, 2013*

## கருப்பு – வெள்ளை: பெனகலும் பாலாவும்

அன்பு நண்பர் கல்யாண்ஜி வண்ணதாசன் எழுதுகிறார்

நீங்கள் 'ஹிந்து' தினசரி வாசிப்பவர் என்றால், நீங்கள் இதற்குள் அந்தப் புகைப்படத்தைப் பார்த்திருப்பீர்கள். 'சினிமா ப்ளஸ்' இணைப்பின் முதல் பக்கத்தில் உங்களைச் சிதற அடிக்கிற முகங்களுடன் 'குத்தவைத்து' உட்கார்ந்திருக்கிற அந்த நூறு முகங்களை. பாலாவின் 'பரதேசி' திரைப்பட 'ஸ்டில்'களுள் ஒன்றான அது, தன்னிடம் நாற்பதுகளின் காலத்தில் எடுக்கப்பட்ட ஆல்பத்தில் இருந்து ஒரு இலையை உருவி நமக்கு முன் வைத்திருக்கிறது. பாலா திரைமொழியிலும் அது சார்ந்த உடல்மொழியிலும் எவ்வளவு அக்கறை சார்ந்தவன் என்பதற்கு இந்த அத்தனை முகங்களும் உட்கார்ந்திருக்கிற தோற்றமும் கைகளைப் பூட்டியிருக்கிற, முகங்களை உயர்த்திய, தோள்பட்டைகள் 'தென்னிய' நிலைகளை, இரண்டாவது வரிசைக் கிழவர் இருவரின் தாடி அளவுக்கு வாழ்வு நரைத்திருக்கிற முன்வரிசையில் உள்ள ஏழெட்டுச் சிறுவர்களைப் பார்த்தாலே போதும். எல்லோர் முகத்திலும் எரிகிறது பனிக்காடு.

என் கருத்து

பாலாவின் திரைப்படப் புகைப்படத்தைப் பார்த்ததும் எனக்கு உடனடியாக நினைவு வந்தது இந்தப் பழைய புகைப்படம்தான்,

நிலப்பிரபுத்துவத்தின் கடைசிக் கண்ணிகள் இற்று விழும் 20-ம் நூற்றாண்டின் ஆரம்ப காலகட்டத்தைக் காட்டும் நிஷாந்த் (இரவின் முடிவில்) என்ற ஷியாம் பெனகலின் அற்புதமான படம்.

பிரபுத்துவக் குடும்பத் தலைவராக அம்ரிஷ் பூரி, அவருடைய இளைய சகோதரர்களாக அனந்த் நாக், நசிருத்தீன் ஷா, அம்ரிஷ் பூரி சகோதரர்கள் அதிகாரத்துக்கு உட்பட்ட கிராமத்துக்கு வரும் ஆரம்பப் பள்ளி ஆசிரியர் கிரிஷ் கர்னாட், அவர் மனைவி ஷாபனா ஆஸ்மி, கர்னார்டின் தோழரும் கோவில் பூசாரியுமாக நிஷாந்த் படத்தின் கதை-வசனம் எழுதிய மராத்தி நாடக அரங்கின் முக்கிய எழுத்தாளரான சத்யதேவ் துபே என்று அழுத்தமான பல பாத்திரங்கள்.

ஷபனா ஆஸ்மியைக் கவர்ந்து போய் அம்ரிஷ் பூரி சகோதரர்கள் பெண்டாள, கிராமம் பெட்டைப் புலம்பல் புலம்பும். கடைசியில் அவர்கள் ஓர் அணியில் திரண்டு அம்ரிஷ் சகோதரர்களை ஊரை விட்டு ஓட்டுவார்கள். (ஷபானா கதாபாத்திரமும் சகோதரர்களில் இளையவரான நசிருத்தீன் ஷாவோடு ஓடிப்போவார்... மனித மனத்தின் விளங்காத செயல்பாடுகளில் ஒன்று இது).

இந்த அற்புதமான படத்துக்காக எடுத்த *'keep sake'* புகைப்படம் இது. அம்ரிஷ் பூரியின் பண்ணையார் மிடுக்கு, உடல் மொழி, மற்ற நடிகர்களின் சாய்ந்தும் நிமிர்ந்தும் இருந்தும் நின்றும் உள்ள நிலை, அவர்கள் பார்வை... காலம் உறைந்த புகைப்படங்களில் இதுவும் ஒன்று.

வெறும் கருப்பு வெள்ளையாக இல்லாமல், செபியா டோனாக இருந்தால் இன்னும் சிறப்பாக இருந்திருக்கும்.

அப்புறம் ஒண்ணு, கல்யாண்ஜி. பாலா படத்தில் *naturalness* கம்மி. எல்லோரும் கையைக் கட்டிக்கொண்டு *regimentalize* செய்த மாதிரி ஒழுங்கமைதியோடு உட்கார்ந்துகொண்டு... அவர்கள் வரிசை கலைந்து, இந்த நிமிடத்தில் என்ன செய்ய வேண்டும் என்று நிச்சயமில்லாமல் ஒவ்வொருவரும் ஒருவித குழப்பத்தோடு இருந்திருப்பதுதான் இயல்பு. பேசி வைத்துக் கொண்டு ஐயப்பன் போஸில் கையைக் கட்டிக்கொண்டு நண்டு சிண்டில் இருந்து வயசன்மார்வரை உட்கார்ந்திருப்பது கொஞ்சம் கொஞ்சம் போல் செயற்கை

# தாய்க் கிழவி

பழந்தமிழ் இலக்கியத்தில் எனக்குப் புரியாதவள் 'தாய்க் கிழவி'.

பிரபந்தங்களில் கணிகை ஆடல் அழகியாக இளவயதினளாகச் சித்தரிக்கப்படுவாள். அவளுடைய தாய், கிழவியாக, குரூபியாக இருப்பாள். பாட்டுடைத் தலைவனுடைய மனத்தைக் கவர்ந்து கைப் பொருளை இழக்க வைக்க அவள்தான் கணிகைக்கு வழி சொல்லித் தருவாள். பொருள் எல்லாம் போனபிறகு அவனை வீட்டை விட்டு இறக்கிவிட முன்முயற்சி எடுப்பவளும் இந்தத் 'தாய்க் கிழவி'யே.

வர்ணனைகளை வைத்துப் பார்த்தால் கணிகைக்கு வயது சுமார் பதினைந்து இருக்கும். அவளுக்கு அம்மா 'தாய்க் கிழவி'. தாராளமாக சிக்ஸ்டி ப்ளஸ் வயசு சொல்லலாம். ஆக தாய்க்கும் மகளுக்கும் வயசு வித்தியாசம் நாற்பத்தஞ்சு.

அப்போ, 45 வயதிலா பிள்ளை பெற்றுக் கொண்டாள்?

இந்தச் 'சிந்தனை'யின் நீட்சி, பழந்தமிழ் இலக்கியத்தில் மத்திய வயசுப் பெண்களே கிடையாதா? பேதையில் தொடங்கி, பேரிளம்பெண் தான் இளவயசின் கடைசி ப்ரமோஷன். அப்புறம் ஒரே கிரேட் தான் - கிழவி, மூதாட்டி, முதுபெண்... அப்படியா?

தமிழ் இலக்கியத்தில் வரும் மத்திய வயதுப் பெண்கள் யாரெல்லாம் சட்டென்று நினைவு வருகிறார்கள்?

மத்திய வயசு ஆண்கள் பற்றி அப்புறம் கவனிப்போம்.

★★★

ஜனகனில் இருந்து தருமிக்கு
சீதைக்கு ஜனகன் வளர்த்த தந்தை.
ஊர்மிளாவுக்கு ஜனகன் பெற்ற தந்தை.
சீதைக்கு ராமன் கணவன்.
ஊர்மிளாவுக்கு இலக்குவன் கணவன்.
ஜனகனுக்கு ராமனும் இலக்குவனும் மாப்பிள்ளைகள்.

ஆழி சூழ் உலகெலாம் பரதனே ஆள, தசரதன் கட்டளைப்படி ராமனும், கூடவே இலக்குவனும் ஏழிரண்டாண்டு கானகம் போக விதித்தபோது ஜனகன் என்ன செய்து கொண்டிருந்தான்?

தசரதன் அயோத்திப் பேரரசன் என்றால் ஜனகன் மிதிலையரசன்.

சம்பந்தி, நீங்க செய்யறது கொஞ்சம் கூட சரியில்லே... என் ரெண்டு மாப்பிள்ளைகளுக்கும் நீங்க செஞ்சது பச்சைத் துரோகம்னு இடித்துரைத்திருக்க மாட்டானா?

ராமாயணத்தில் அரைகுறையாக நிற்கிற கேரக்டர் ஜனகன்.

★★★

‘முன்னாலே இருந்த மாவட்ட மேஜிஸ்ட்ரேட்டும் அழகான பொண்ணுதான். இப்ப இருக்கற இந்தப் பொண்ணு தனலட்சுமி அவரை(ளை) விட அழகு. நல்ல குரல். செம கட்டை’ என்று அரசு விழா மேடையில் ஒரு பெண் அதிகாரியைப் பற்றித் தரக்குறைவாகப் பேசிய உத்தரப் பிரதேச கதர் காதித்துறை அமைச்சன் ராஜாராம் பாண்டேயை தனலட்சுமி மேடையிலேயே செருப்பால் அடித்திருக்க வேணாமோ?

இந்த ஸ்கவுண்ட்ரல் கதர்த்துறை அமைச்சனாம். ஏகப்பட்ட கிரிமினல் கேஸ் தொடர்ந்து இன்னும் அவன் மேல் நடக்கிறதாம். மந்திரியாக்க வேறே எடுபிடி ஒருத்தனும் கிடைக்கலியா உ.பி. முதல்வர் அகிலேஷ் யாதவுக்கு? வெட்கம்.

★★★

வன்புணர்ச்சிக் குற்றவாளிகளுக்குத் தூக்குத் தண்டனை அவசரச் சட்டத்தில் ராணுவத்தினர் உட்படுத்தப்படாததற்கு, ஆர்மி ஸ்பெஷல் பவர் ஆக்ட் (ராணுவச் சிறப்பு அதிகாரச் சட்டம்) திருத்தப்படாததே காரணம். அந்தச் சட்டத்தை

மனிதாபிமானப்படியாக மாற்றியமைக்க (to make it a more humanitarian law) முன்னாள் ராணுவத் தலைவரும் இன்றுள்ளவரும் குறுக்கே நின்றார், நிற்கிறார் உள்துறை அமைச்சர் ப.சிதம்பரம்.

முன்னாள் ராணுவத் தலைவர் வி.கே அண்ணா ஹசாரே பக்கம் ஒண்டி உட்கார்ந்துகொண்டு அரசாங்கத்துக்கு எதிராகக் கொடி பிடிக்கிறாரே, இதைக் குறித்து என்ன சொல்கிறார்?

★★★

பதினைந்தாம் நூற்றாண்டில் ரெண்டே வருஷம் ஆட்சி புரிந்து, படுகொலைக்கு உள்ளான மூணாம் ரிச்சர்ட் சக்கரவர்த்தியின் எலும்புக்கூடை இங்கிலாந்தில் லீஸ்டர் நகரில் ஒரு கார் நிறுத்தும் மைதானத்தில் தோண்டி எடுத்திருக்கிறார்கள். டி என் ஏ சோதனை மூலம் (நல்ல வேளையாக அந்தப் பரம்பரையில் ஆளைத் தேடிப் பிடிச்சிருக்காங்க) ராஜாவேதான் என்று நிரூபிச்சாச்சாம்.

தமிழ்நாட்டில் சென்னைப் பக்கம் தோண்டினால் ஏதாவது பல்லவன் பல்லும் எல்லும் (எலும்பு) தட்டுப்பட வாய்ப்பு உண்டா? சோழர்கால கல்வெட்டெல்லாம் சென்னை நகர் எல்லைக்குள்ளேயே கிடைக்குது... பேரரசர், சிற்றரசர் கிடைக்க மாட்டாங்களா?

★★★

திருவிளையாடலில் தருமி (நாகேஷ்) செண்பகப் பாண்டியனிடம் படித்துக் காட்டிப் பரிசு (கிட்டத்தட்ட) பெறும் ‘கொங்குதேர் வாழ்க்கை அஞ்சிறைத் தும்பி’ குறுந்தொகையில் இறையனார் பாடியதாகத் தொகுக்கப்பட்டுள்ளது.

திருவிளையாடல் படத்தில் இந்தக் காட்சியைத் தொடர்ந்து, சிவன் நக்கீரரை இகழ ‘அங்கம் புழுதிபட அரிவாளை நெய்பூசி, பங்கம்பட இரண்டு கால்பரப்பி சங்கதனை கீர்கீரென அறுக்கும் நக்கீரர்’ என்று சாதியைச் சொல்லித் திட்டுவது யார் எழுதியது?

கருத்து மோதலில் பலம் இழந்துபோனால் சாதியைச் சொல்லித் திட்டுவது நம் கலாசாரத்தின் அங்கம் போலும்..

*பிப்ரவரி 7, 2013*

# நியோ கிளாசிகல் ஓவியம்

மகா உக்கிரமான ஒரு போர் நடக்கப்போகிறது.

மிடுக்கான தலைக் கவசமும், கையில் ஏந்திப் பிடித்த வாளும், கேடயமும் கழுத்தில் லட்சியமாகச் சுற்றிய சால்வையும் மட்டும் அணிந்த வீரர்கள். சிலர் குதிரையேறி விரைந்து வருகிறார்கள். பின்னணியில் கோட்டை கொத்தளம் புழுதியில் மங்கலாகத் தெரிகிறது.

அடுத்த நிமிடம் இந்த இரண்டு படைகளில் ஒன்று வெல்லும். வென்றவர்களின் ஆரவாரம் காற்றில் கலந்து மேலேறி வெளியெங்கும் கலக்க, தோற்றவர்களின் ரத்தத்தால் ஈரமான நிலம் அமைதியாகப் பார்த்துக்கொண்டிருக்கும். உயிர் மூச்சு மெல்ல அடங்க அவர்களின் உடல்கள் சரிந்து அந்த மண்ணோடு மண்ணாகும்.

எல்லாப் போர்க்களங்களும் இதே விதத்தில்தான் வரலாற்றின் பக்கங்களில் உறைந்து வெறும் வார்த்தையாகி எஞ்சுகின்றன.

ஆனால் இந்தப் போர்க்களம் வித்தியாசமானது.

பெருங்கூட்டமாகப் பெண்கள், குழந்தைகள் இங்கே இருக்கிறார்கள். போரிட வந்தவர்கள் இல்லை. போரைத் தடுக்க வந்தவர்கள்.

சீறிச் சினந்து நிற்கும் ஒரு போர் வீரனின் காலைப் பிடித்துக் கொண்டு, போரிட வேண்டாம் என்று கதறுகிறாள் ஒருத்தி. அவள் இடுப்பில் குந்தியிருக்கும் குழந்தையும் தாயோடு சேர்ந்து குனிந்தபடி வெறிக்கிறது. இன்னொரு பெண் தன் பச்சிளம் சிசுவைத் தலைக்கு மேல் உயரத் தூக்கி, யுத்தம் வேண்டாம் வேண்டாம் என்று கதறுகிறாள். மோத விரையும் கால்களுக்கு இடையே இன்னொருத்தி தரையில் மண்டியிட்டு அமர்ந்து யாரையோ, எல்லோரையுமோ கெஞ்சுகிறாள். அவள் பக்கத்தில் தவழும் குழந்தைகள்.

எல்லோருக்கும் நடுவே வெள்ளுடையில் ஓர் இளம்பெண் தேவதை போல் இரு கையையும் அகல விரித்தபடி, போதும், போதும் என்ற பாவம் முகத்தில் தெறிக்க நிற்கிறாள்.

பார்த்த மாத்திரத்தில் மனதில் சட்டென்று ஒட்டிக்கொள்ளும் இந்தக் காட்சி இடம் பெறுவது ழாக் லூயி டேவிட் *(Jacques-Louis David)* என்ற பிரஞ்சு ஓவியர் வரைந்தது.

ஓவியக் கலைத்துறையில் புத்தலைப் போக்குகள் மலரத் தொடங்கிய ஆயிரத்து எழுநூறுகளின் இறுதியில் ஏற்பட்ட முதல் அலையான புதுக்கிய மரபியல் *(Neoclassicism)* பாணியில் அமைந்த இந்த ஓவியத்தின் பெயர் 'சபைன் மகளிரின் குறுக்கீடு' *(Intervention of the Sabine Women).*

நியோகிளாசிசம் பற்றிப் பேசுவதற்கு முன், ஓவியத்தில் இடம் பெற்ற சபைன் மகளிர் பற்றிக் குறிப்பிட வேண்டும். ரோமாபுரி பற்றிய தொன்மப் புனைவு அது.

எத்தனையோ நூற்றாண்டுகளுக்கு முன்னால் ரோமாபுரி மாநகரம் எழுந்தபோது, வேறு யாரும் குடிவரத் தயங்கியதாலோ என்னவோ (பழகிய இடத்தை விட்டுக் குடிபெயர யாருக்குத்தான் விருப்பம்?) நகரத்தின் மக்கள் தொகையை அதிகரிக்கச் சிறைபிடிக்கப்பட்ட குற்றவாளிகளை நிறையக் கொண்டு வந்து குடி அமர்த்தினார்களாம்.

ஆக அன்றைய ரோமாபுரி கிட்டத்தட்ட ஆண்களின் உலகம். பெண்கள் இல்லாத சமூகமாக அது அந்த, மிஞ்சிப்போனால் தலைமுறையோடு அழியும் அபாயம்.

ரோமாபுரிப் பேரரசுக்கு அடுத்து மலைவாழ் மக்களின் சிறு

நாடான சபைன் இருந்தது. ரோமானியர்கள் அந்த அரசிடம் தூது போய், சபைனியப் பெண்களை நாங்கள் மணந்துகொள்ள அனுமதி தாருங்கள். நாம் ஒன்றுபட்டு வாழ்வோம் என்று கேட்டார்கள். சபைனியர்கள் ரோமானியர்களின் வேண்டுகோளுக்குச் செவி சாய்க்கவில்லை.

திரும்பிப் போன ரோமானியர்கள் ஒரு தந்திரம் செய்தார்கள். அது -

தங்களுக்குப் பெண் கொடுக்க மறுத்த சபைனியர்களை ரோமானியர்கள் எதுவும் நடக்காததுபோல் சகஜமாக ஒரு விருந்துக்கு அழைத்தார்கள். நெப்த்யூன் தெய்வத்துக்கு விழா எடுக்க நடத்திய விருந்து அது.

அப்பாவி சபைனியர்கள் ஒட்டுமொத்தமாக ரோமாபுரிக்குள் திரண்டு வந்து விருந்து கேளிக்கைகளில் மூழ்கி இருக்கும்போது, ரோமானிய இளைஞர்கள் விருந்துக்கு வந்த சபைனியக் கன்னியரை வலுக்கட்டாயமாகத் தூக்கிப் போய் விருந்தாக்கிக்கொண்டார்கள்.

போதை தெளிந்த சபைனியர்கள் கையாலாகாதவர்களாகத் திரும்பிப் போனபோது சிறைபிடிக்கப்பட்ட அவர்களின் பெண்களைப் பற்றிய துயரமும், நம்ப வைத்து ஏமாற்றிய ரோமானியர்கள் மேல் ஆத்திரமுமாகத் தளர்ந்து வலுவிழந்து நடந்தார்கள்.

அந்தத் தளர்ச்சி மாற, வலு திரும்ப எழ, இழந்ததை மீட்கப் படை நடத்திப் போக அவர்களுக்கு ஒரு வருடம் பிடித்தது.

ஆனால் அந்தக் கால இடைவெளியில் அவர்களின் மகளிர் ரோமானியர்களின் மனைவிகளாக, அவர்களின் அன்புக் குழந்தைகளின் அன்னையராக ஆகி இருந்தார்கள்.

ஒரு பக்கம் கொண்ட கணவர்கள். மற்ற பக்கம் தந்தையரும், உடன் பிறந்தோரும். இருவரும் மோதிக்கொள்ள வருகிறார்கள். யார் தோற்றாலும் யார் வென்றாலும், இறுதி இழப்பு இந்தப் பெண்களுக்குத்தான்.

போரைத் தடுக்க அந்த சபைனியப் பெண்கள் தங்கள் கைக்குழந்தைகளோடு போர்க் களத்தில் புகுந்து இருதரப்பையும் வேண்டி வணங்கி நிற்க, அப்புறமென்ன சுபம்தான்.

கி.மு. 238-ல் ரோமானியர்களுக்கும் அவர்களின் அண்டை நாட்டாரான சபைனியர்களுக்கும் முதலில் சண்டையும் பிறகு சமாதானமுமாகிப் பின் இரு நாடுகளும் ஒன்றாக இணைந்து ரோம சாம்ராஜ்யமானது என்ற வரலாற்றின் அடித்தளத்தில் எழுப்பப்பட்ட தொன்மப் புனைவு சபைனிய மகளிர் பற்றிய இந்தக் கதை.

கிறிஸ்துவுக்கு முந்திய மூன்றாம் நூற்றாண்டு சார்ந்த புனைவை, கிறிஸ்துவுக்குப் பிந்திய பதினெட்டாம் நூற்றாண்டுக்கு எடுத்துப் போய், பிரஞ்சு ஓவியர் ழாக் லூயி டேவிட் ஓவியமாக அதை வரைந்தது ஏன்?

நியோகிளாசிசத்தின் ஆணிவேர்கள் அங்குதான் தென்படுகின்றன.

நியோகிளாசிச அலை எழுந்த பத்தொன்பதாம் நூற்றாண்டு மனித குல வரலாற்றில் ஒரு முக்கியமான காலகட்டம்.

பாரம்பரிய வழி வந்த அரசுரிமையும், மத நிறுவனங்களின் ஆதிக்கமும் குறையத் தொடங்கிய நேரம் அது. பிரஞ்சுப் புரட்சி வெடிக்க வித்துக்கள் தூவப்பட்டு அவை முளைத்தெழுந்து விருட்சமாகிக் கிளை பரப்ப ஆரம்பித்த காலம் அது.

மறுமலர்ச்சிக் காலத்தில் (கி.பி 1400 1600) அரசு சார்ந்தும், அதன் பின்னால் பார்க்-ரொகோகோ காலம் என்று குறிக்கப்படும் அடுத்த இருநூறு ஆண்டுகளில் ஆதிக்கம் செலுத்திய மத நிறுவனங்களைச் சார்ந்தும் செயல்பட்ட ஓவியக்கலை, அந்தப் பாதிப்புகளிலிருந்தும் அவை தந்த பாதுகாப்பிலிருந்தும் நீங்கியது பத்தொன்பதாம் நூற்றாண்டில் தான்.

சார்பு இல்லாததால் சுயமாகச் சிந்தித்துச் செயல்படச் சுதந்திரமும், அதே நேரத்தில் சொந்தக் காலில் நின்று வாழ்க்கையை எதிர்கொள்ள வேண்டிய நிர்ப்பந்தமும் படைப்பாளிகளுக்கு ஏற்பட்டது.

அந்த சிந்தனை நுண்கலையான ஓவியத்தில் ஏற்படுத்திய பல வகைப் போக்குகளில் ஒன்றுதான் புதுக்கிய மரபியல்.

நிகழ் காலம் அர்த்தமில்லாத வாழ்க்கையின், நிகழ்வுகளின் தொகுதி. கலாரூபமான பதிவுகளாக்க நிகழில் ஏதுமில்லை. எனவே புராதன காலத்துக்குத் திரும்புவோம். வரலாற்றை, தொன்மத்தைத் திரும்ப

ஓவியமாகவும், சிற்பமாகவும் வடிப்போம். தியாக மனப்பான்மை, வீரம், செய்யும் கடமையில் ஒருமித்த மன இயக்கம், எளிமை என்று நாம் இழந்த விழுமியங்களை அதன் மூலம் தேடுவோம்.

புதுக்கிய மரபியல் என்ற நியோகிளாசிசிசத்தை மூன்றரை வரிகளுக்கு மிகாமல் விளக்கச் சொன்னால் மேலே கண்டபடி சொல்லலாம்.

இந்தப் பாணி ஓவியம், சிற்பத்தை முதன்மைப்படுத்தியது. சிற்பம் போல் நுட்பமாக, வடிவத்திலும் வரைவிலும் செய்நேர்த்தி துலங்க ஓவியம் அமைய வேண்டும் என்றார்கள் நியோகிளாசிசிஸ்டுகள். மறுமலர்ச்சி ஓவியங்களின் பிரதான அம்சமான பிரகாசமும், ஒளிரும் வண்ணங்களும் முக்கியப்படுத்தப்படாமல், வடிவ ஒருமையே பிரதானமாக்கப்பட்டது.

சுய சிந்தனை அடிப்படையில் எழுந்த நியோகிளாசிசிசம், ஓவியத்தில் அதை வரைந்தவனின் வெளிப்பாட்டை (செல்ஃப் எக்ஸ்ப்ரஷன்) வேண்டாமென்று ஒதுக்கியது விசித்திரமானது. படைப்பில் இடம்பெற்ற கருப்பொருளே அந்த வெளிப்பாட்டை வெளிக்கொண்டுவந்துவிடும் என்று வாதிட்டனர் புதுக்கிய மரபியலார்.

'சபைன் மகளிரின் குறுக்கீடு' ஓவியத்தை வரைந்த நியோகிளாசிசிஸ்ட் ஓவியர் ழாக் லூயி டேவிட் அதை வரைந்து முடிக்க எடுத்துக் கொண்ட ஐந்து ஆண்டுகளில் வரலாறு துரிதமாக உருண்டு அவரைப் புரட்சியாளனிலிருந்து ராஜ விசுவாசியாக்கியது இதை விட விசித்திரமானது.

1748-ல் பிறந்த ழாக் லூயி டேவிட் இத்தாலியில் ஓவியம் பயின்று, நியோகிளாசிசிசத்தின் மூலக் கூறுகளை உள்வாங்கிக் கொண்டு பிரான்சு நாட்டுக்குத் திரும்பிய 1780-ல் நாடாண்ட பதினாறாம் லூயி மன்னர் மேலும், அவருடைய மனைவி மேரி அந்த்வானெத் மேலும் பிரஞ்சு மக்கள் அதிருப்தியும் ஆத்திரமும் அடைந்திருந்தார்கள். அரச குடும்பமும், பிரபுக்களும் எல்லா சலுகைகளும் வளங்களும் பெற்றுச் சுகபோகமாக வாழ்ந்திருக்க, சாமானியர்கள் பசியோடும் பட்டினியோடும் வாழ்க்கையோடு போராடிக்கொண்டிருந்தார்கள்.

தியாகம், வீரம், எளிமை என்ற நியோகிளாசிசிச சிந்தனைகளோடு

பிரான்சு திரும்பிய யூாக் லூயி டேவிட்டை, பிரஞ்சுப் புரட்சியின் தாரக மந்திரமான 'சுதந்திரம், சமத்துவம், சகோதரத்துவம்' என்ற எழுச்சி மிகு அறைகூவல் பாதித்ததில் வியப்பெதுவும் இல்லை.

வழக்கறிஞரும், அரசியல்வாதியுமான ரொபஸ்பியர் *(Maximilien Robespierre)* வழிநடத்திய பிரஞ்சுப் புரட்சி 1789-ல் வெடித்தபோது அதில் முக்கியமான பங்கெடுத்துப் பணியாற்றினார் ஓவியரான டேவிட்.

பதினாறாம் லூயி மன்னனையும் அவன் பட்டத்து ராணியையும் தலைவெட்டும் இயந்திரமான கிலட்டினில் தலை துண்டித்துக் கொல்ல வேண்டும் என்று ஆவேசமாகக் கருத்துத் தெரிவித்த பிரபல படைப்பாளிகளில் டேவிட்டும் ஒருவர்.

கிலட்டின் பதினாறாம் லூயியையும் மேரி அந்த்வானெத்தையும் மட்டும் தலை துண்டித்துவிட்டு ஓயவில்லை. அடுத்த ஐந்தாண்டுகளில் கிட்டத்தட்ட நாற்பதாயிரம் தலைகளை வாங்கிய அபூர்வ சிந்தாமணியானது அது. அறுபட்ட கடைசித் தலை பிரஞ்சுப் புரட்சியை முன்நின்று நடத்திய ரொபஸ்பியருடையது.

மற்றவர்களை எல்லாம் முகத்தை நிலம் பார்க்க வைத்துத் தான் கிலட்டின் தகடு பின் கழுத்தில் விழுந்து தலையைக் கொய்யும். ஆனால் ரொபஸ்பியருக்கு விசேஷ மரியாதையாக அவரை வானம் பார்க்க வைத்துச் சிரமறுத்தார்கள்.

பதினெட்டாம் நூற்றாண்டின் இறுதிப் பத்தாண்டுகளாக இந்தத் தலைவெட்டிக் காலம் நீடித்தது. அப்போது அங்கங்கே செல்வாக்கு பெருகிய அரசியல் தலைவர்கள் நாட்டை ஆள சந்தர்ப்பத்தை எதிர்நோக்கிக் கலகம் விளைவித்துக்கொண்டிருந்தார்கள்.

பிரஞ்சுப் புரட்சியைத் தொடர்ந்து நடந்த இந்த உள்நாட்டுக் கலக காலத்தில், யூாக் லூயி டேவிட் தலை எந்தத் தம்பிரான் புண்ணியத்தாலோ தப்பிக்க, அவர் சிறையில் அடைக்கப்பட்டார்.

பால் பரஸ், ருஜே துகாஸ் என்ற இரண்டு போட்டி அரசியல் தலைவர்களோடு கூட்டணி ஏற்படுத்தி ஆட்சியைப் பிடித்த நெப்போலியன் பொனபர்த், அவர்களை ஓரம் கட்டிவிட்டுப் பிரஞ்சு சக்கரவர்த்தியாக முடிசூடிக்கொண்டான் 1799-ல். வீரபாண்டிய கட்டபொம்முவைக் கும்பினியார் கயத்தாறில் தூக்கிட்டுக் கொன்ற வருடம் அது.

நெப்போலியன் பதவி ஏற்ற பிறகு ழாக் லூயி டேவிட் சிறையில் இருந்து விடுவிக்கப்பட்டார். அதற்கு முன் கை எடுத்துச் செயல்பட்டவர் அவருடைய மாஜி மனைவி. ராஜ விசுவாசியான அந்தப் பெண்மணி டேவிட்டை விவாகரத்து செய்துவிட்டுப் பிரியக் காரணமே டேவிட் புரட்சியாளனாக இருந்ததுதான்.

பிரஞ்சுப் புரட்சிக்கு முன்னும், அது நிகழும் போதும் டேவிட் பல நியோகிளாசிசிச ஓவியங்களை வரைந்து புகழின் உச்சிக்குப் போனார். ‘சாக்ரடீஸின் மரணம்’, ‘லெபல்தியரின் மரணம்’, ‘மாரெட்டின் மரணம்’ என்று வரைந்து, மரணப் புனைவு ஓவியரான அவர் ‘சபைன் மகளிர் குறுக்கீடு’ என்ற மரண எதிர்ப்பு ஓவியத்தை வரையத் தொடங்கியது சிறையில் இருந்தபோது. அதாவது மாஜி மனைவியின் பாதிப்பு தொடங்கியபோது. (மனைவியாக இருந்தபோது எந்தப் பாதிப்பையும் ஏற்படுத்தாமல் பிரிந்தவள், தோழியாக ஏற்படுத்திய பாதிப்பு அது)

சிறையில் இருந்து வெளியே வந்து ஓவியத்தை முடித்தபோது ஐந்து ஆண்டு கடந்திருந்தது. மாஜி மனைவி மறுபடி மனைவியானாள். ‘சபைன் மகளிரின் குறுக்கீடு’ ஓவியத்தை அவளுக்கு அன்புக் காணிக்கையாக்கிய ழாக் லூயி டேவிட் அவள் சொல் கேட்டுத் தானும் ராஜ விசுவாசியானார்.

அடுத்த ஐந்து வருடங்கள் அவர் நெப்போலியனின் ஆஸ்தான ஓவியராக வரைந்த ஓவியங்கள் நெப்போலியன், நெப்போலியன், நெப்போலியன் ..

ழாக் லூயி டேவிட்டின் நியோகிளாசிசிசம் நெப்போலியனில் முடிந்த கதை இதுதான்.

என்றாலும், நெப்போலியனைக் கால வெள்ளம் அடித்துப் போனது போல், டேவிட் வரைந்த ‘சபைன் மகளிரின் குறுக்கீடு’ ஓவியத்தை அதனால் ஒன்றும் செய்ய முடியவில்லை.

பாரீஸ் நகரத்தில் லொவர் அருங்காட்சியகத்தில் (*Musee du Louvre, Paris*) காட்சிக்கு வைக்கப்பட்டிருக்கும் அந்த அற்புத ஓவியத்தின் பிரதியை கண்டு மகிழ்ந்து கருத்துத் தெரிவிக்க வேண்டும்.

*பிப்ரவரி 9, 2013*

# யாருக்குத் தக்காளி ரசமோ, எனக்கு இம்ப்ரஷனிஸம்

எடுவர்ட் மனே ஓவியம் பற்றி நான் யார்க்ஷையரில் ஒரு குளிர்கால ராத்திரியில் (ஆண்டு 2003) எழுதியது. வேலையும், உழைப்பும், குளிரும், தனிமையும், வாசிப்பும், கலை அனுபவமுமாகக் கழிந்த அந்த அருமையான காலம் திரும்பாது..

எட்வர்ட் மனே-யின் 'புல்தரையில் ஒரு மதிய விருந்து' ஓவியம் பற்றி (இம்ப்ரஷனிச முன்னோடி)

★★★

அமைதியான ஒரு நீர்நிலை. ஆறோ, ஓடையோ தெரியவில்லை. கரையில் பச்சைப் பசேல் என்று மெத்தையாக விரிந்த பசும்புல். நீரில் குளித்துக் கரையேறிக்கொண்டிருக்கும் ஒரு பெண்.

இதெல்லாம் பின்புலத்தில். காட்சி விரியும்போது உங்கள் பார்வையை ஈர்ப்பது, முன்னணியில், அந்தப் புல்தரையில் இருக்கிறவர்கள்.

நாகரிக உடுப்பு அணிந்த இரண்டு கனவான்கள். இருவரும் இளைஞர்கள். ஒருவர் முழு ஐரோப்பிய பாணியில் கால்சராயும், மேலே சட்டையும், கழுத்தில் டையும், மேலே கோட்டும் அணிந்து இருப்பவர். ஆனாலும் மிகக் கொஞ்சம் போல் ஆசுவாசமாகக் கையை ஒருபுறம் ஊன்றியபடி இருக்கிறார்.

மற்றவர் முகத்தில் தாடியும், பின்னால் தொங்கும் குஞ்சம் வைத்த பாரசீகத் தொப்பியும் மற்றபடி ஐரோப்பிய உடையலங்காரமுமாக இருப்பவர். இவர் இடது கையைப் புல்தரை மேடிட்டுச் சிறிது உயரும் பிரதேசத்தில் ஊன்றியபடி வசதியாகச் சாய்ந்து அமர்ந்து, வலது கையை விரித்து நீட்டி முன்னால் சொல்லப்பட்டவரோடு எதையோ சுவாரசியமாகப் பேசிக்கொண்டிருக்கிறார்.

மிக முன்னால், விதவிதமான பழங்கள், ரொட்டி என்று உணவுப் பொருட்கள்.

இது ஓர் ஓவியம்.

இது மட்டும்தான் படம் என்றால் நூற்றைம்பது வருடம் முந்திய அந்த ஓவியத்தை எல்லோரும் மறந்துபோயிருப்பார்கள்- அதை வரைந்த எடுவர்ட் மனே *(Edouard Manet)* என்ற பிரஞ்சு ஓவியரையும்.

'புல்தரையில் மதிய உணவு' *('Luncheon on the grass')* என்ற இந்த ஓவியத்தை மற்ற அக்கால ஓவியங்களில் இருந்து வித்தியாசப்படுத்திக் காட்டுகிறவள் ஒரு பெண்.

அவள் அந்தக் கனவான்களுடன் கூட அமர்ந்திருக்கிறாள் புல்தரையில். ஆனால் அவர்களின் உரையாடலில் அவள் பங்கெடுத்துக்கொள்ளவில்லை.

பாரசீகத் தொப்பி அணிந்தவனுக்கு நேர் முன்னால் சற்றே தள்ளி அமர்ந்து ஒரு காலை ஒய்யாரமாக முழங்காலை மடக்கி, வலது கரம் முகவாயில் பதிந்திருக்க உங்களையே பார்க்கிறாள் அவள். நீங்கள் எங்கே இருந்து நோக்கினாலும் அவள் பார்வை உங்களைத் தொடர்கிறது.

என்னைத்தானே பார்க்கிறே?

உங்களைத் தோரணையாகக் கேட்கும் அவள் உடுப்பு எதுவும் உடலில் இல்லாமல் இருக்கிறாள்.

1863-ல் பாரீசில் நடந்த ஓவியக் கண்காட்சிக்காக எழுதப்பட்ட படம் இது. வரைந்த ஓவியர் எடுவர்ட் மனே *(Edouard Manet)*க்கு முப்பத்தொரு வயது அப்போது. பாரீசில் ஒரு பிரபுத்துவக் குடும்பத்தில் தோன்றியவர். 'பையன் வெட்டியா எதோ கிறுக்கிட்டு கிடக்கான்' என்று அலுத்துக்கொள்ளாமல்

மனேயின் தந்தை அவருடைய ஓவிய ஆர்வத்தைக் கண்டுகொண்டு ஓவியக் கல்லூரியில் சேர்த்தார்.

பத்தொன்பதாம் நூற்றாண்டின் மத்தியில் ஐரோப்பாவில் பிரபலமாக இருந்தது மெய்யியலான ரியலிசத்தின் அடிப்படையில் அமைந்த ஓவியக் கலை. மனேயும் ரியலிச ஓவியராகத்தான் தன் படைப்பாற்றலை வெளிப்படுத்தத் தொடங்கினார்.

வலிய வரவழைத்துக்கொண்ட மிகையான தோற்றத்தோடு ஓவியம் வரைய மாடலாக நின்ற மாடல்களிடம் அவர்ஒரு முறை சொன்னது இது: "இயல்பாக இருங்கள். சந்தைக்கடையில் போய் முள்ளங்கி வாங்கும்போது எப்படி இருப்பீர்களோ அது போல்."

மனேயை மரபு மிகவும் பாதித்தது. முக்கியமாக ரெம்ப்ராண்டின் கவிதை சொல்லும் ஓவியங்களில் அவர் ஆழ்ந்துபோனார். நேரம் கிடைத்தபோதெல்லாம் பாரீசு அருங்காட்சியகத்துக்குச் சென்று அங்கே பார்வைக்கு வைக்கப்பட்டிருந்த ரெம்ப்ராண்டின் சித்திரங்களை அப்படியே நகலெடுத்துப் பயிற்சி செய்தார்.

இப்படி மரபில் காலூன்றிய ஓவியர் மனே தான் மரபைத் துணிச்சலாக மீறி ரியலிசத்திலிருந்து அடுத்தகட்டமான இம்ப்ரஷனிசத்துக்கு நவீன ஓவியக் கலையை அழைத்துப் போக முன்கை எடுத்தவர்.

பார்ப்பதை அப்படியே ஓவியமாக வரையாமல், காட்சி தன்னைப் பாதித்ததைப் படைப்பாக்கும் இம்ப்ரஷனிசம் கால்கோள் கொண்டது மனேயின் 'புல்தரையில் பகல் உணவு' ஓவியம் மூலமாகத்தான்.

மனேயின் மரபு மீறல் ஓவியத்தின் பொருள் மற்றும் வடிவம் தொடர்பானது.

அதுநாள் வரை, முக்கியமாக ரெம்ப்ராண்ட் போன்றவர்கள் வரைந்த ஓவியங்களில் பிறந்தமேனிப் பெண்களாகச் சித்தரிக்கப்பட்டவர்கள் இதிகாசங்களில் வளைய வரும் கடவுள், தேவதைகள் முதலானோர்.

ஆனால் மனேயின் ஓவியம் நிகழும் காலத்தைச் சேர்ந்த ஓர் உடை துறந்த பெண்ணை ஓவியத்தின் பிரதான அங்கமாகக் கொண்டது.

இதிகாச, புராணக் காட்சிகளையே அதுவரை பிரம்மாண்டமான கான்வாசில் வரைந்து வந்தார்கள். மனே சமகாலப் பாத்திரங்களை, அதுவும் நாகரிகம் போன்றவற்றில் நம்பிக்கை இல்லாதவர்களாகத் தோற்றமளித்த நபர்களை இதிகாசப் பாணியில் பிரம்மாண்டமான ஓவியமாக வரைந்திருந்தார்.

அவர் எதிர்பார்த்தது போலவே ஓவியக் காட்சியில் அந்த ஓவியம் இடம் பெறமுடியாது என்று சொல்லிவிட்டார்கள். கண்காட்சிக்கு வந்து, இடம் மறுக்கப்பட்ட ஓவியங்கள் பற்றிப் பத்திரிகைகள் விடாமல் எழுதவே (பிரான்சில் கலாரசனை அதிகம்), அவையும் கண்காட்சி மண்டபத்தை ஒட்டிய ஒரு அறையில் காட்சிக்கு வைக்கப்பட்டன. மனேயின் ஓவியம் எந்தப் பிரதானமும் அளிக்கப்படாமல் பத்தோடு பதினொன்றாக அங்கே இருத்தப்பட்டது. ஆனாலும் மண்டபத்தில் வைத்த ஓவியங்களை விட அதிக சர்ச்சைக்கும் அதன் மூலம் மேலதிகமான கவனிப்புக்கும் உள்ளாகியது மனேயின் ஓவியம்.

மனேயின் நிர்வாண நங்கை அதுவரை ஓவியம் பற்றி நிலவிய கோட்பாடுகளையும் சித்தாந்தங்களையும் வெகு இயல்பாக உடைத்துப் போட்டாள். மனேயின் நோக்கமும் அதுதான்.

பழகிய ரசனையும் அதன் அடிப்படையான கோட்பாடுகளும் கேள்விக்கு உள்ளாக்கப்படும்போது அசௌகரியமாக உணர்கிறவர்களின் முதல் எதிர்வினை பரிகாசம். மனேயின் படத்தை எள்ளி நகையாடவே கூட்டம் கூட்டமாக வந்து பார்த்தார்கள். அதன் பாதிப்பில், நகைப்பை வரவழைக்கும் படங்கள் பத்திரிகைகளில் வெளிவந்தன.

பரிகாசத்தின் அடுத்த கட்டம் அவமதிப்பு. சீச்சி அசங்கியம் என்று சனாதனிகள் அந்த ஓவியத்தைக் கடுமையாக எதிர்த்தார்கள். மன்னன் மூன்றாம் நெப்போலியன் ஓவியக் காட்சிக்கு வந்தபோது இந்த ஓவியத்தைப் பார்க்காமலேயே கடந்து போனான்.

ஆனாலும் மனேயின் 'புல்தரையில் மதிய உணவு' காலம் கடந்து இன்னும் நிற்கிறது. அந்த ஓவியத்துக்கு இடம் தராமல் அன்று மண்டபத்தில் பிரதானமாகக் காட்சிக்கு வைக்கப்பட்ட பல ஓவியங்கள் காலப் பிரவாகத்துக்கு ஈடுகொடுக்க முடியாமல் காணாமலேயே போய்விட்டன.

தனக்கு அடுத்த தலைமுறை ஓவியர்களை முற்றாகப் பாதித்து, இம்ப்ரஷனிஸ ஓவியக் குழு அமையக் காரணமாக இருந்தது மட்டுமில்லாமல், எடுவர்ட் மனே தன் காலத்தவராகிய பிரபல பிரஞ்சு எழுத்தாளர் எமிலி சோலா, கவிஞர் சார்லஸ் போதலீர் போன்றோரையும் வெகுவாகப் பாதித்தவர். இலக்கியமும் நுண்கலைகளும் நெருங்கிய தொடர்புகொண்டவையாக இருப்பது தற்செயலானதில்லை.

★★★

மேற்கத்திய ஓவியக் கலைக்குத் தொடர்ந்து வரும் பாரம்பரியம் உண்டு. இந்திய இலக்கியம், இசை இவற்றுக்கு உள்ள பாரம்பரியத் தொடர்ச்சி இந்திய ஓவியக் கலைக்கு இல்லை என்பது சிந்தனைக்கு உரிய ஒன்று.

மேற்கத்திய ஓவியக் கலை அறிமுகமாக நான் மூன்றோ நாலோ கட்டுரைகள் எழுதி நிறுத்திவிட்டேன். ஒரு முழு நூலாக, வண்ணப் படங்களோடு மேற்கத்திய ஓவியக் கலை அறிமுகத்தைத் தமிழில் செய்ய வேண்டியிருக்கிறது. அதற்கு முழுக்க ஓவியத்திலும் இலக்கியத்திலும் மூழ்கித் துய்த்த அனுபவம் மிகுந்தவர்கள் முன்கை எடுக்க வேணும்.

## நான் இறந்த பிறகு என்னை எப்படி நினைவு வைத்திருப்பீர்கள்?

நல்ல நண்பரும் எழுத்தாளருமான திரு.மலர்மன்னன் அவர்கள் மறைவுக்கு அஞ்சலி.

இன்று ஹிந்து பத்திரிகையில் அவர் குடும்பத்தினர் வெளியிட்ட ஆபிச்சுவரி விளம்பரத்தில் அவரை மிகவும் இளம் வயதில் எடுத்த புகைப்படத்தை வைத்திருந்தார்கள். அது யாருடைய இறப்புச் செய்தியையோ வாசிப்பது போல அனுபவத்தைக் கொடுத்தது.

நமக்குத் தெரிந்த பெரியார் தாடி வைத்த மலர்மன்னனை அவருடைய ரசிகர் ஒருவர் அதே பத்திரிகையில் அதே பக்கத்தில் வெளியிட்ட விளம்பரத்தில் பார்த்தேன். ஏதோ ஓர் ஆசுவாசம். துக்கமும்.

மலர்மன்னன் குடும்பத்தினரிடம் அவருடைய அண்மைக்காலப் புகைப்படம் கைவசம் இல்லையா? அல்லது அவரை (அவர்களும் பார்த்திருக்க முடியாத) இளைஞராகத்தான் நினைவுகொள்ள விரும்பினார்களா?

நான் இறந்த பிறகு என்னை எப்படி நினைவு வைத்திருப்பீர்கள்?

★★★

இன்று என்னமோ சந்தர்ப்ப சூழ்நிலை காரணமாக இறப்பு நினைவில் சுற்றிச் சுற்றி வருகிறது.

பிற்பகல் ஆச்சி (என்னோடு முன்னர் பணிபுரிந்த தோழியர்) தொலைபேசினார்.

சார், உங்க சிறுகதைத் தொகுதியை ஒரு ஃப்ரெண்ட்கிட்டே கொடுத்தேன். பெரிய புத்தகமா இருந்தாலும் ஒண்ணுவிடாம படிச்சு என் கிட்டே சிலாகிப்பா. உங்களை எப்படியும் ஒருதடவை சந்திக்கணும்னு ஆசையாம்.

எனக்குக் கூட ரசிக, ரசிகைகள்!

விடுமுறை நாளில் வரச் சொல்லுங்களேன். நான் வீட்டில் இருக்கும் விவரத்தை முன்கூட்டியே தெரிந்துகொண்டு வந்தால் நன்றாக இருக்கும்.

இல்லை சார், அவங்க வர்றதுக்கு இல்லை. முந்தாநாள் இறந்து போயிட்டாங்க. மாரடைப்பு.

நான் சந்திக்காது போன அந்தப் பெண்மணியின் இறப்பு இழப்புதான்.

அவர் எப்படி இருந்திருப்பார்?

★★★

சுற்றித் திரிந்துகொண்டிருக்கும் நிரந்தரப் பயணியும், 'போய ஜன்மங்ஙளிலும் இனிவரும் ஜன்மங்ஙளிலும் காமுகனானு (காதலன்) ஞான்' என்று கவிதை எழுதிய மலையாளக் கவிஞருமான டி.வினயசந்திரன் நேற்றுக் காலமான செய்தியைச் சற்றுமுன் மாத்ருபூமியில் படித்தேன்.

வினயசந்திரனின் லோர்கா மொழிபெயர்ப்பு பற்றி இன்னும் கொஞ்சம் தகவல் அறிய, விக்கிபீடியாவில் வினயசந்திரன் பற்றிய பக்கத்தில் தேடப் புகுந்தேன்.

*D. Vinayachandran (13 May 1946- 11 February 2013)[1] was a well-known Indian Malayalam poet.*

அதற்குள் யாரோ *is*-ஐ *was* ஆக்கி, காலமான தேதியையும் (நேற்று) அப்டேட் செய்திருக்கிறார்கள்.

ஜாவா குமார் குறிப்பிட்ட திருமூலர் பாடல்தான் நினைவு வருகிறது.

ஊரெலாம் கூடி ஒலிக்க அழுதிட்டுப்
பேரினை நீக்கிப் பிணமென்று பேரிட்டுச்
சூரையங் காட்டிடைக் கொண்டுபோய்ச் சுட்டிட்டு
நீரினில் மூழ்கி நினைப்பு ஒழிந்தார்களே.
யாக்கை நிலையாமை

- திருமூலர்

வினயசந்திரனுக்கு அஞ்சலிகள்.

*http://www.mathrubhumi.com/story.php?id=339243*

# நான் இறந்த பிறகு எப்படி நினைவு வைக்கப்படுவேன்?

கணினியில் கதை எழுதிக் கொண்டிருப்பவனாக
அலுவலகப் பணி முடித்த ஆயாசத்தோடு
கணினி சுமந்து காரில் ஏறும் அலுப்போடு
காலை நடைக்கு அரைக்கால் சராய் அணிந்தவனாக
கழுவுதொட்டியில் பற்பசை உதிர்த்து
வாயைச் சுற்றி நுரை பரவ
அலறும் கைத்தொலைபேசியை எடுப்பவனாக
புத்தகத்தைப் படித்தபடி சாப்பிடுகிறவனாக
சாப்பிட்டபடி புத்தகத்தைப் படிக்கிறவனாக
காலை மூன்று மணிக்கு இணையத்தில் கார்டியன் படிப்பவனாக
ஆபீஸ் நேரத்தில் வரும் அருமை நண்பர் மொபைல் அழைப்பை
எடுக்க முடியாது குறுஞ்செய்தியில் வருந்துகிறவனாக
எந்த மந்திரமும் தெரியாது காதையும் மூக்கையும் பொத்தித் திறந்து
ஏதோ முணுமுணுத்து பெண்ணைக் கல்யாணம் செய்து கொடுப்பவனாக
மகனின் பேட்டியைப் பத்திரிகையில் படித்து மகிழ்ந்து சிரிப்பவனாக

சின்ன வயது மகனையும் மகளையும் வெஸ்பா ஸ்கூட்டரில்
பள்ளிக்கூடம் கொண்டு விடுபவனாக
மழைநாள் லண்டன் கிளஸ்டர்ரோடு பாதாளரயில் நிலையத்தில்
பிக்கடலி போக ரயிலுக்குக் காத்திருக்கும்
முப்பத்தெட்டாவது குடைக்காரனாக
எப்படி என்னை ஞாபகம் வரும்?
இன்னும் உயிரோடு இங்கேயே இருப்பதாக
நினைத்துக் கொள்ளுங்கள் போதும், தயை செய்து.
புகைப்படங்களைக் கவனமாகத் தவிர்த்து விடுங்கள்.
அவற்றில் உறைந்தவன் நானில்லை.

*பிப்ரவரி 11, 2013*

# குப்பைச் சாமி

அன்புள்ள டாக்டர்

உங்கள் உதவி உடனடியாகத் தேவைப்படுகிறது. இரண்டு நாள் முன்பு வரை நன்றாக ஆரோக்கியமாகப் பேசி, சிரித்து, மூச்சு விட்டுக்கொண்டு, சாப்பிட்டுக்கொண்டிருந்த நண்பர் ஒருவர் நேற்று மாலையில் இருந்து 'குப்பை குப்பை' என்று ஜன்னி வந்த மாதிரி திரும்பத் திரும்பச் சொல்லிக் கொண்டிருக்கிறார். என்ன ஏது என்று பார்க்கப் போனவர்களையும் 'உங்க வம்சமே குப்பை' என்று வைது தீர்க்கிறார்.

முந்தாநாள் ஏதோ சினிமா பார்க்கப் போய்த் தவறுதலாக அடுத்த கட்டடத்தில் நுழைந்து வெறும் வெள்ளைச் சுண்ணாம்பு அடித்த சுவரையே ஒரு மணி நேரம் பார்த்துக்கொண்டிருந்துவிட்டு எழுந்து வந்து இந்த 'குப்பை' அர்ச்சனை நடத்த ஆரம்பித்ததாகச் சொல்கிறார்கள்.

ஜி.நாகராஜனின் 'நாளை மற்றுமொரு நாளே'யில் ஒரு சிறுமி மனநிலை பாதிக்கப்பட்டு 'டுபுக் டுபுக்' என்று வாழ்க்கை முடியும் வரை சொல்ல விதிக்கப்பட்டவளாக உச்சரித்துக்கொண்டிருப்பதைச் சித்தரித்திருப்பார். வருத்தமும் சிரிப்பும் வரவழைக்கும் சூழல் அது.

இவர் கல்யாண வீட்டு க்ளோஸ்ட் சர்க்யூட் டிவியில் கூட தாலி கட்டும் நேரத்துக்கு முந்தி சம்பந்திச் சண்டை விவாதத்தில் தலை

காட்டி உக்ரமாக உலகில் சகல நடப்புகளையும் பற்றி சர்ச்சை செய்துகொண்டிருந்ததால் ஏற்பட்டதாக இருக்கலாம் என்று தெரிகிறது.

என்னையும், உங்களையும் அவர் குப்பைக் கணக்கில் சேர்த்திருந்தாலும் பொருட்படுத்தாமல் வைத்தியம் பார்க்கவும். பில்லை எனக்கு அனுப்பி வைக்கவும். பணம் முன்னே பின்னே அனுப்பினாலும், அதைக் குப்பைத் தொட்டியில் போட மாட்டேன்.

அன்புடன்

★★★

**ந**ண்பர் ஞாநி, விஜய் டெண்டுல்கரின் 'கமலா'வைத் திரும்ப (உச்சநீதி ம்ன்றத் தீர்ப்பின்படி இனி நாடகங்களுக்குக் காவல்துறை அனுமதி தேவையில்லை) நடத்தப்போவதாக அறிகிறேன். கோமலின் மகள் 'தண்ணீர் தண்ணீரையும்'.

விஜய் டெண்டுல்கரின் 'சகாராம் பைண்டர்'? நடத்த முடியாது என்பது வருத்தத்துக்குரிய உண்மை.

★★★

**பி**ரணாப் முகர்ஜி, பூவா தலையா போட்டுப் பார்த்துத்தான் தூக்குத் தண்டனை கருணை மனுக்களை ஏத்துக்கலாமா, நிராகரிக்கலாமான்னு தீர்மானிக்கிறாராம். தலை விழுந்தா நோ கருணை.

ரிசர்வ் பேங்கில் ஸ்பெஷலாக, ரெண்டு பக்கமும் நேரு தலை போட்ட காசு செஞ்சு அவர் கிட்டே கொடுத்திருக்காங்களாம்.

★★★

**வி**ஸ்வரூபம் நாவலுக்கு பாசிட்டிவான விமர்சனம் எழுத்தாளர் நண்பர் சுப்ரபாரதிமணியனிடம் இருந்து வந்திருக்கிறது. திரைப்படம் விஸ்வரூபம் சூறாவளியில், நாவல் விஸ்வரூபத்தை ஓரமாக ஒதுக்கி வைத்திருக்க நேர்ந்தது. விஸ்வரூபம் வெற்றியைத் தொடர்ந்து, நாவல் *promo* தொடர்கிறது. *Hello, publisher sir!*

*பிப்ரவரி 14, 2013*

# ஞானப் பூங்கோதையும் ட்விட்டர் ஹாம்லெட்டும் விழுத்தண்டும்

இ.பா சார் அபார்ட்மெண்டில் நுழைந்ததும் வரவேற்பவை மிக நேர்த்தியாக, தூய்மையாக, வேண்டிய அளவு வெளிச்சத்தோடு ஒரு வரவேற்பறை, மென்மையான பேச்சும் பூவாகச் சிரிப்புமாக அவர் அளவளாவுவது, குறுகிய நேரம் பேசினாலும் இலக்கியம் தொடர்பாக ஏதாவது புதிய அறிதலும், புரிதலும். அப்புறம் வரவேற்பு அறை சிறு மேசையில் புத்தகங்கள். நேற்றுக் கண்ணில் பட்டவை சீனி.விசுவநாதனின் பாரதி தொகுப்பு (என்னிடம் அது இல்லை... வரிசையில் நான்காவதாகவோ ஐந்தாவதாகவோ இருக்க வேண்டும்), ட்விட்டரேச்சர் பெங்குவின் வெளியீடு ஆங்கிலப் புத்தகம்.

காது வலி சிகிச்சைக்காக மருத்துவரிடம் போய் அது கண் கண்ணாடியை மாற்றுவதில் முடிந்ததை அவரால்தான் சிறுகதை போல் சொல்ல முடியும். பளிச்சென்று குழந்தைபோல் ஒரு சிரிப்பும் கூடவே மின்னி மறையும்.

என் புத்தகத்தைக் கொடுத்தேன். சிரித்தபடி வாங்கி முன்னும் பின்னும் திருப்பிப் பார்த்தார்.

*‘(இவ்வளவு பெரிசா?) எப்படி எழுதினீங்க!’*

*‘எப்படியோ சார்... ரெண்டரை வருஷம் ஆச்சு எழுதி முடிக்க...’*

*‘எடிட்டிங் எல்லாம் எப்படி? நீங்க ஒரு தடவை பார்த்தீங்களா?’*

*‘பார்த்தேன் சார்... அச்சுக்குப் போறதுக்கு முந்தி அனுப்பியிருந்தாங்க, எடிட்டரோடு உரையாடல்கள்...’*

*‘என் நாவலை ரெண்டாம் பதிப்பு போடறபோது ஒரு பதிப்பகத்திலே அங்கங்கே பக்கங்களை முன்னும் பின்னுமா மாற்றிப் போட்டு புத்தகமும் வந்தாச்சு. அது மொழிபெயர்ப்புக்குத் தயாரானபோது பத்மா நாராயணன் மொழிபெயர்ப்பாளர் கேட்டாங்க, என்ன சார், அங்கங்கே தொடர்ச்சி இல்லாமே இருக்கே... அப்போதான் நானே பார்த்தேன்...’*

*மறுபடியும் சிரிப்பு.*

*நான் ட்விட்டரேச்சர் புத்தகத்தின் மேல் அவ்வப்போது கள்ளக்கண் இட்டதைக் கவனிக்காமல் இல்லை அவர்.*

*புத்தகத்தை மெல்ல எடுத்துப் புரட்டினேன்.*

*“எடுத்துப் போய்ப் படிங்களேன்...”*

*சிரிப்பும் புத்தகமும் என்னிடம் இடம் மாறியது. விடைபெற்றேன்.*

*மொபைலில் நேரம் பார்த்தேன் - சரியாகப் பதினைந்து நிமிடம்.*

★★★

*நண்பர் நேசமிகு ராஜகுமாரனை என்ன செய்தால் தேவலை? ஒரு பொக்கிஷத்தைப் பதுக்கி வைத்திருக்கிறார். ‘ஞானப் பூங்கோதை’ என்ற பெயரில் அவர் 2006-ல் வெளியிட்ட அரிய புத்தகம் அது. உலக அரசியலில் கொந்தளிப்பு ஏற்பட்டிருந்த 1935 45 களில் பர்மாவுக்கு பெட்டியடி எழுத்தராக (வட்டிக் கடைக் கணக்கர்) வேலைக்குப் போன, நேதாஜியின் இந்திய தேசிய ராணுவத்தில் மும்முரமாகச் செயல்பட்ட தேசபக்தர் புதுப்பட்டி ஆறு.வீர.காசி.விசுவநாதன் செட்டியார் தன் மனைவி ஞானப் பூங்கோதை ஆச்சிக்கும், மற்ற நண்பர்கள், உறவினர்களுக்கும் எழுதிய கடிதங்களின் தொகுப்பு இந்தப் புத்தகம்.*

வாசிக்கத் தொடங்கி இருக்கிறேன்.

சரித்திரம் விளிம்புநிலை, சாமானியர்களால்தான் ஆக்கப்படுகிறது என்பதை இன்னொரு முறை உரக்க நிரூபிக்கிறது இந்தப் புத்தகம்.

தியாகி பென்ஷன் வேண்டாம் என்று மறுத்துத் தொடர்ந்து சமூக சேவையில் ஈடுபட்டு நம்மிடையே இன்னும் வாழ்ந்து வரும், தொண்ணூறு வயது தேசத் தொண்டர் இவர். திருப்பூர் கிருஷ்ணன் முன்னுரை சொல்வது போல், 'இவர் மாபெரும் தலைவர் இல்லை. பல லட்சம் மக்களால் அறியப்பட்டவர் இல்லை. சராசரி மனிதர்'.

அவருடைய சிந்தனைப் போக்கும், எளிமையான, நேசத்தோடு பேசுகிற கடித நடையும் பிரமிக்க வைக்கின்றன.

நூலின் பின் இணைப்பாக, 'பர்மா நாட்டுக்கோட்டைச் செட்டியார்கள் சங்கம், 105, ஆர்மேனிய வீதி, சென்னை' நவம்பர் 1945-ல் வெளியிட்ட 'யுத்தகால பர்மா' என்ற சிறு நூலும் அச்சானபடிக்கு அப்படியே இடம் பெறுகிறது. பழைய புத்தகத்தை ஒளிநகல் எடுத்து மாற்றி இணைத்திருக்கிறார் ராஜகுமாரன். காலத்தில் பின்நோக்கிப் பயணப்பட அந்தப் பழைய அச்செழுத்து நமக்கு விரைவான வாகனமாக அமையக் கூடும்.

நேசமிகு ராஜகுமாரன், இந்தப் புத்தகம் இன்னும் விரிவாக அறிமுகமாக வேண்டும்.

★★★

தற்போது கனடா சுற்றுப் பயணத்தில் இருக்கும் நண்பர் ஓவியர் ஜீவா (*Jeeva Nanthan*) அங்கே முதியவர்களுக்காக ஓவியப் பயிற்சி அரங்கு (*workshop* பட்டறை?) நடத்தியதாகக் குறிப்பிட்டிருக்கிறார்.

மனம் நிறைந்து போனது.

புறநானூறு சொன்ன 'தொடித்தலை விழுத்தண்டு (*walking stick*) ஏந்திய காலத்தில் இனி வருமோ என்று ஏங்கிய இளமை திரும்ப வந்திருக்கிறது சிலருக்காவது.

வாழ்த்துகள் ஜீவா

*புறநானூறு (243) (நன்றி **http://www.tamilvu.org/slet/lA100/lA100pd1.jsp?bookid=175&pno=121***

பழங்காலத்துப் புலவர் ஒருவர் ஆற்றோரமாகச் சென்றபோது ஒரு மடுவின் கரையில் நின்று இளைஞர்கள் விளையாடும் காட்சியைக் கண்டார். மடுவின் கரையில் இருந்த மருத மரத்தின் கிளை ஒன்று நீர்ப் பக்கமாகச் சாய்ந்துகிடந்தது அந்தக் கிளையில் இளைஞர் ஏறி, 'துடும்' என்று நீரில் குதித்து, ஆழ்ந்து முழுகி மணல் கொண்டு வந்து கரையில் உள்ளவர்க்குக் காட்டி மகிழ்ந்தனர். அலை பிதிர்ந்து எழுமாறு அவர்கள் ஆழ்ந்த நீரில் குதிக்கும் காட்சியைக் கண்டு கரையில் நிற்பவர் வியப்பு உற்றனர். வஞ்சனை அறியாத அந்த இளைஞரின் ஆடலைப் புலவரும் கண்டார். மற்றவர்களைப்போல் அவர் வியப்பு உற்று நிற்கவில்லை. கற்பனைத் திறம் மிக்க அவருடைய நெஞ்சம், இளமைப் பருவத்தில் அவர் ஆடிய விளையாட்டுகளை நினைவூட்டியது. புலவர் அப்போது முதுமை உற்றுக் கோல் ஊன்றி இருமலும் உடையவராய் இருந்தார். தளர்ந்த அந்த முதுமையோடு அவர், மடுவில் பாய்ந்த இளைஞரைக் கண்டதும் தம் இளமைப் பருவத்தை நினைத்தார். தாமும் அவ்வாறு மறையும் மாயமும் அறியாமல் நீரில் குதித்து மூழ்கி விளையாடிய நாட்களை நினைந்தார். இளமகளிரோடு சேர்ந்து பாவை வைத்து விளையாடி அவர்களோடு கைகோத்து ஆடி மகிழ்ந்த நாட்களையும் நினைத்தார். அந்த இளமையின் துடிதுடிப்பான ஆட்டங்களைக் கற்பனையால் நினைந்துப் பார்த்த பிறகு. தம்முடைய தண்டு ஊன்றிய முதுமையையும் எண்ணினார். அந்த இளமை எங்கே போயிற்றோ என்று வருந்தினார்.

இனிநினைந்து இரக்கம் ஆகின்று திணிமணல்

செய்வுறு பாவைக்குக் கொய்பூத் தைஇத்

தண்கயம் ஆடும் மகளிரொடு கைபிணைந்து

தழுவுவழித் தழீஇத் தூங்குவழித் தூங்கி

மறையெனல் அறியா மாயமில் ஆயமொடு
உயர்சினை மருதத்து உறையுறத் தாழ்ந்து
நீர்நணிப் படுகோடு ஏறிச் சீர்மிகக்
கரையவர் மருளத் திரையகம் பிதிர
நெடுநீர்க் குட்டத்துத் துடுமெனப் பாய்ந்து
குளித்துமணல் கொண்ட கல்லா இளமை
அளிதோ தானே யாண்டுண்டு கொல்லோ
தொடித்தலை விழுத்தண்டு ஊன்றி நடுக்குற்று
இருமிடை மிடைந்த சிலசொல்
பெருமூ தாளரேம் ஆகிய எமக்கே.

இது கழிந்து போன இறந்த காலத்தை நினைந்து இரங்கிய இரக்கத்தால் ஏற்பட்ட கற்பனை. வாழ்விலிருந்து பின்னோக்கிச் சென்ற கனவு என்று இதனைக் குறிப்பிடலாம். அந்த நிகழ்ச்சி, புலவர் பாடிய அப்போது நிகழ்ந்தது அன்று; கல்லா இளமையின்போது பல ஆண்டுகளுக்கு முன்னே நிகழ்ந்தது. அதனை அவ்வாறே கற்பனை செய்த மனக் கண்ணின் திறத்தை இங்குக் காணலாம்.

★★★

நண்பர் க்ரேஸி மோகன் விஸ்வரூபம் நாவலைப் படித்து முடித்து அனுப்பிய ‘வியப்பு வெண்பா’

அசுவரத ஓட்டியா ஆருயிர்த் தோழன்!
விசுவரூபம் கண்டு விஜயன் - பிசுபிசுத்துப்
போனதுபோல் நண்பா பிரமித்து ஒடுங்கினேன்
நானுமது நாவலால் நீர்த்து.

(நானுமது  நான் உமது) நீர்த்து - ஆனந்தக் கண்ணீர்

★★★

செல்போனோடு புதைக்கப்பட்டவனின்
சிமிண்ட் உலராக் கல்லறைக்குள்ளிருந்து
'நான் பேச நினைப்பதெல்லாம்'
விளி இசையாய்
வெளியே விடச் சொல்லி அரற்றுகிறது
மொழி.

*(இரா.மு)*

*விளி இசை - caller tone*

*சோமு Tirunelveli Kalapria கலாப்ரியாவின் மொழிக் கவிதை பாதிப்பில்... இரா.மு*

*பிப்ரவரி 17, 2013*

# குழந்தை போல் இன்னொரு சிறுவன்

தி ஹிந்து பத்திரிகையின் இணையதளத்தில் சற்று நேரம் முன்னால் புகுந்தபோது இந்தச் செய்தி கண்ணில் பட்டது. பிரமை பிடித்தது போல் உட்கார்ந்திருக்கிறேன்.

ஒரு 12 வயதுச் சிறுவனை... அவன் குழந்தைத்தனமான முகம் மறக்க முடியாதபடி மனதைச் சுற்றிச் சுற்றி வருகிறது. முதல் இரண்டு புகைப்படத்தில் பங்கரில் உட்கார்ந்திருக்கிறான். சட்டையைக் கழற்றச் சொல்லிக் கட்டளை இட்டிருப்பார்கள் போலிருக்கிறது. ஒரு கைத்தறித் துண்டைத் தோளில் போட்டபடி ஒரு 12 வயதுப் பையன் உட்கார்ந்திருப்பது போல் இந்த 12 வயதுப் பையன் அமர்ந்திருக்கிறான். வாயை வலிப்பது போல் ஏனோ கோணலாக வைத்திருக்கிறான். என்ன கேட்டார்களோ, என்ன பொய்யான நல்வாக்கு, போலியான அன்புப் பேச்செல்லாம் பேசியிருப்பார்களோ... கடைசிப் படத்தில் இந்த இளந்தளிர் குண்டடி பட்டு இறந்து கிடக்கிறான்.

திருப்பதி என்ன, கைலாயத்துக்கே போய் தவமிருந்தாலும் கரையாத பாவம் இது. படிச்சவன் சூதும் பாதகமும் பண்ணினால் ஐயோன்னு போவான்...

போவான்.

(இந்தப் படம் எல்லாம் சேனல் நாலின் கைவேலை, போலி, அவர்கள் எத்தனை பேரைக் கொன்று குவித்தார்கள் என்று

கீபோர்டில் முழங்கச் சில நண்பர்கள் காத்திருக்கலாம். தயை கூர்ந்து இன்று வேண்டாம். இங்கே வேண்டாம். குழந்தையைக் கொல்லும் கொடியோர் தம் செயலை நியாயப்படுத்த வேணாமே, ப்ளீஸ்... தயவு செய்து...)

ஹிந்து பத்திரிகைச் செய்திக்கு இணைப்பு கொடுக்கக் கூட மனம் விரும்பவில்லை. அங்கேயே படித்துக்கொள்ளுங்கள்.

*பிப்ரவரி 18, 2013*

## யார் மன்னிப்பு கேட்கணும்? யாரிடம்?

*1919*-ல் அமிர்தசரஸ் நகரில் பல இந்திய உயிர்களைத் துப்பாக்கிச் சூட்டில் ஆங்கிலேய ஏகாத்திபத்தியம் ஜெனரல் டயர் மூலம் பலிகொண்டதற்கு இன்றைய பிரிட்டீஷ் பிரதமர் கேமரூன் மன்னிப்பு கேட்க வேண்டும்.

*1857-ல் முதல் இந்திய சுதந்திரப் போராட்ட காலம். தில்லியின் கடைசி முகமதிய சுல்தான் கவி பஹதூர் ஷா 'ஸஃபர்' அரண்மனையான தில்லி செங்கோட்டையில் அவருடைய பாதுகாப்பைக் கோரி ஓடிவந்து தங்கி இருந்தார்கள் ஆங்கிலேயப் பெண்களும், குழந்தைகளும். கம்பேனியார் அதிகாரி துரைமார்களின் மனைவி மக்கள் அவர்கள் எல்லோரும்.*

*பஹதூர் ஷா பார்த்துக்கொண்டிருக்க, அவர்களை நிற்க வைத்து வெட்டிக் கொன்று குவித்தார்கள் மங்கல் பாண்டேயின் தலைமையில் இயங்கிய சுதந்திரப் போராட்ட வீரர்களின் கூட்டத்தினர்.*

*அவர்களுடைய செயலுக்கு யார் கேமரூனிடம் மன்னிப்பு கேட்க வேண்டும்?*

*(வில்லியம் டால்ரிம்பிளின் 'லாஸ்ட் மொகல்' இந்தச் சம்பவத்தை விரிவாகச் சொல்லும்).*

★★★

*1919*-ல் நடந்த ஜாலியன்வாலா படுகொலைக்காக இந்தியா வந்துள்ள தற்போதைய பிரிட்டீஷ் பிரதமர் கேமரூன் மன்னிப்பு கேட்கணும்.

அப்படியே, அதுக்கு முன்னால் களவாண்டு எடுத்துப் போய், லண்டன் டவர்லே காட்சிக்கு வச்சிருக்கற கோஹினூர் வைரத்தையும் திருப்பிக் கொடுக்கணும்.

★★★

ஃபேஸ்புக்கில் இருப்பதால் யாருக்கு என்ன பயனோ, எனக்கு தினமும் காலைப் பொழுது மூன்று நண்பர்களோடு இனிமையாகத் தொடங்குகிறது.

அன்புக்குரிய கல்யாண்ஜி, கலாப்ரியா, கேஷவ்,

*You enable me make my day every day..*

★★★

எழுதாமல் வருடக் கணக்கில், மாதக் கணக்கில் இருக்கவும், எழுதத் தொடங்கி தினம் நாலு நல்ல கவிதையாகப் பொழியவும் எது நம்மை முடக்குகிறது, இயக்குகிறது?

கல்யாண்ஜி, கலாப்ரியாவுக்கு

★★★

நல்லா இருக்கு கல்யாண்ஜி. வீட்டில் எல்லாப் பெண்களுக்கும் கையில் மருதாணி வைத்துக் கிணற்றடிக்குப் போய்த் தன் கை பார்த்து அழும் விதவை அத்தையைப் பற்றி எழுதியது நீங்களா, சோமு கலாப்ரியாவா? அடிக்கடி நினைவு வரும் கவிதை அது - நான்

அது கலாப்ரியா இரா.முருகன். அவன் பக்கத்தில் நிற்க முடியுமா நான்? - கல்யாண்ஜி

என் பதில்

//அது கலாப்ரியா இரா.முருகன். அவன் பக்கத்தில் நிற்கமுடியுமா நான்?// அவன் பாட்டுக்கு அவன், நீங்க பாட்டுக்கு நீங்க... அப்புறம் நம்ம ரெயினிஸ் ஐயர் தெரு வண்ணநிலவன்... உங்களைப் படிச்சு

எழுத வந்தவன் நான்...

வண்ணநிலவனோட 'கடல்புரத்தில்' நர்மதா பதிப்பக முதல் பதிப்பு ஞாபகம் இருக்கா? எனக்கு அதோட வாசனை கூட ஞாபகம் வருது கல்யாணி...

அப்புறம் இவன், கலாப்ரியா... முதல் தொகுப்பு சோனியா செவலைக் குழந்தை மாதிரி... திறந்தா, சோமுவோட கவித்துவம் பக்கத்துக்குப் பக்கம்.

அட்டையிலேயே விமர்சனத்தைப் போட்டுப் புத்தகம் போட்ட முதல் ஆள் இவனாத்தான் இருக்கும்.

பாலகுமாரன் முன்னுரையில் சொல்வாரு... 'எதுக்குய்யா சசிகலாவுக்கு சிம்மாசனம் வெங்காயம்...'

அப்புறம் இலக்கியச் சிந்தனை தொகுப்பில் சிறப்புச் சிறுகதையா உங்க 'தனுமை'.. காலை விந்தி விந்தி வரும் அந்த தனுவையும், 'பறக்கத் துவங்கும் முன்னார்ல் -கூட்டுப் புழுக்களாக' (பெயர் சரிதானா?) வேலை கிடைக்கக் காத்திருக்கிற இளைஞன் கூடத்திலே படுத்தா மேல் சுவரில் துணியைக் கலைச்சுப் போட்ட மாதிரி மனதில் சிரிக்கும் உருவம்..

போங்கய்யா..

உங்க 'நெல்லை மூவருக்கும்' நண்பராக இருப்பது எனக்குப் பெருமை.

★★★

மராத்திய ஆங்கிலக் கவிஞர் அருண் கொலட்கரின் *Jejuri, Kala Goda Piems* என்ற இரு நூல்களையும் தமிழில் மொழியாக்கம் செய்துள்ளேன். அமரரான அருண் கொலட்கரின் மனைவியின் அனுமதியோடு புத்தகமாகப் பிரசுரம் செய்ய வேண்டும் என்ற எம் பிடிவாதத்தால் இதுவரை அது நூலாக்கம் செய்யப்படாமல், திண்ணையிலும், ராயர் காப்பி கிளப்பிலும் வெளியாகிப் பதிப்பகத்தாரோடு நிற்கிறது.

நண்பர்கள் கல்யாண்ஜியும், கலாப்ரியாவும் தினசரி புதுக்கவிதை விருந்து படைக்கும் இந்த நன்னாட்களில், கொலட்கரும் கலந்து கொள்வார் இன்று முதல்.

பூசாரி
குளிர்ந்த பிராகாரச் சுவர்மேல்
புட்டம் அமர்த்திப்
பூசாரி காத்திருக்கிறான்.
பஸ் இன்று தாமதமாக வருமோ,
பகல் சாப்பாட்டில் இனிப்பு இருக்காதோ,
அவனுக்குப் புதிய கவலைகள்.
தணுத்த கல்லில் பட்ட
விரைகளை வேகமாய் விலக்கி
வெய்யில் பக்கம் தலை திருப்புகிறான்.
இறந்தவன் கையில் தனரேகை போலச்
சும்மாக் கிடந்த தெரு.
பழக்கமான கிராம நாவிதன் போலக்
கன்னம் தடவித் தலையில்
கைவைக்கும் சூரியன்.
வெற்றிலைத் துண்டொன்று
மேலும் கீழுமாய் நாவில் சுற்றும்
மந்திரம் போல.
தூரத்தில் புள்ளியாய்த் தெரிந்த பஸ்
அவன் பல்லிப் பார்வையில்
மூக்கு மருவாக உருவம் பெருகும்.
பள்ளத்தில் குலுங்கி ஏறி
சத்தம் எழக் கடந்து
அவன் கண்ணில் நீலம் பூசும்.
ஒருவலம் வந்து அவன் முன்னால்
செல்ல உறுமலோடு
மெல்ல நிற்கும் பஸ்,
பூனைச் சிரிப்பும்
இந்தாபிடி என்று
உள்ளே யாத்ரீகர்களுமாக.

*(அருண் கொலட்கரின் 'ஜெஜுரி' கவிதைத் தொகுப்பிலிருந்து - மொழியாக்கம் இரா முருகன்)*

*பிப்ரவரி 21, 2013*

## ஒவ்வொருத்தருக்கும் ஒவ்வொரு வார்த்தை அவ்வப்போது நினைவில் திரும்பத் திரும்ப வரும்!

‘வெற்றிலைத் துணுக்கு பல்லுக்கு இடையே சிக்கியது போல’ என்று அசோகமித்திரன் சார் எழுதிய ஞாபகம். அது நகுலனின் நாவல்களில் ஒவ்வொரு நாவலுக்கும் ஒரு சொல் ‘ஓ ஜானேவாலா’, ‘ஆசிப் பெண்ணே’ என்று அங்கங்கே உரைநடுக்கு இடையே வந்து போகிற ‘அசைச் சொல்’ மாதிரி.

காலையில் யாரோ தெருவில் யாரிடமோ ‘அய்யே’ (சென்னை தொனியில் பரிகாசம்) என்று சொன்னதைக் கேட்டபடி நடந்தேன்...

அய்யே இல்லை அய்யோ... ஐயோ அந்தக் கணத்தில் பலமாக ஆட்கொண்டது. இது அவலம் இல்லை, வியப்பு.

வேறு யார், கம்பநாட்டாழ்வான் தான்.
வெய்யோன் ஒளி தன் மேனியின்
விரி சோதியின் மறைய,
பொய்யே எனும் இடையாளொடும்,
இளையானொடும் போனான்
‘மையோ, மரகதமோ, மறி
கடலோ, மழை முகிலோ,
ஐயோ, இவன் வடிவு!’ என்பது ஓர்
அழியா அழகு உடையான்.

கங்கைப் படலத்தில் வரும் இந்த அழகிய கவிதையில் ஐயோ தவிர மோனையில் வரும் வேறு சொல்லைப் பொதிந்து பாருங்கள்.. கவிதை ரொம்ப சுமார் ரகமாகி விடும்..

கவிதைன்னா சும்மாவா... கவிஞன்தான் எழுதமுடியும்!

# சீக்கிரம் திரும்பி வாங்க

கல்யாண்ஜி ஃபேஸ்புக்கிலே இனிமே கவிதை எழுத மாட்டேன்; எப்பவாவது தோணிச்சுன்னா திரும்பி வருவேன். இல்லேன்னா இல்லேதான்னு *system shut down* செஞ்சுட்டார்.

வருத்தமா இருக்கு. எதுக்கு ஃபேஸ்புக்கை இவ்வளவு சீரியஸா எடுத்துக்கணும்? இது பத்திரிகையோ புத்தகமோ இல்லை. நண்பர்களோடு, முப்பது பேரோ மூவாயிரம் பேரோ எல்லோரோடயும் *casual*-ஆக அரட்டை அடிக்க, *social networking* செய்ய ஒரு இடம்.. *one's own publicly private digital space.* அத்ரயே உள்ளு.

நான் இங்கே என் நாவலை *promote* செய்யும்போது எழுத்தாளனா இருப்பேன். மற்றபடிக்கு நாயுடு மெஸ் வெண்பா, நியூஸ்பேப்பர் செய்தியைக் கிண்டல் செய்யறது, சீரியஸா, லைட்டா உலகத்திலே இருக்கற ஒரு சப்ஜெக்ட் விடாம அரட்டை அடிக்கறது... யூடியூப் பாட்டைக் கேட்கச் சொல்லி எல்லாரையும் கட்டாயப்படுத்தறது... *enjoy doing all that* .. ஜோக் கூட எழுதியிருக்கேன்...

ராத்திரி ஒரு அரை மணி நேரம், காலையிலே ஒரு அரை மணி நேரம் - ஃபேஸ்புக்கில் இருந்து வெளியே வரும்போது அன்பான மனுஷர்கள் கிட்டே நாளைக்குப் பார்க்கலாம்னு சொல்லிட்டு வீட்டுக்குப் போற சந்தோஷமும் வருத்தமுமான ஒரு கலவை நினைப்பு.

கல்யாண்ஜி இங்கே கவிதை மட்டும் எழுதினார். மணி மணியான கவிதை ஒவ்வொண்ணும். ஆனாலும், கல்யாண்ஜிங்கற கவிஞரா மட்டும்தான் அவர் வந்தார். அல்லது அவரைப் படிச்சுட்டு உண்மையாகவே பாராட்டி மறுமொழி போட்டவங்க, விதந்து ஓதிப் பாராட்டியதிலேயே அவர் கவிஞர் வட்டத்துக்குள் இன்னும் உள்ளே போயிட்டார் போலத் தோணுது. திகசி சொன்ன வீரவணக்கம் வேண்டாம் என்பதை அவர் மகன் செயல்படுத்திட்டாரோ...

கலாப்ரியா எம்.ஜி.ஆர் சினிமா பத்தியோ, மனுஷ் சகலமானதையும் பத்தியோ எழுதி கவிஞர் என்ற ஒற்றைப் பரிமாணத்தை வெற்றிகரமா உடைச்சாங்க. நான் ஆரம்பத்திலே (யாஹூ குழுமக் காலம்) இருந்தே லொட லொட. எனக்குன்னு தனி பிம்பம் ஏதும் வேண்டாம்கிறதிலே பிடிவாதம் உண்டு. இருந்தா உடைச்சுடணும்..

நெட்டுலே ராயர் காப்பி கிளப்புன்னு ஆரம்பிச்சு சீரியஸான விஷயங்களைக் கூட சாப்பாட்டுக்கடை *idiom* உபயோகிச்சுக் கொடுத்தோம். இலக்கியவாதின்னா தட்டுப்படும் மொடமொடன்னு கஞ்சிப்பசை போட்ட ஜிப்பா வேட்டி பிம்பத்தை, ராயர் ஓட்டல் தோசை மாஸ்டரா மாத்தி ரசிக்க வைச்சதுலே என் நண்பர் லாஸ் ஏஞ்சல்ஸ் ராம் பங்களிப்பு அதிகம். அங்கே எழுதின பலரும் எழுத்தாளர்கள், ஓவியர்கள் அல்லது எழுத ஆரம்பித்து எழுத்தாளர் ஆனவங்க. *relaxed* ஆக எழுதினதாலே நிறைய எழுத முடிஞ்சது. எனக்கு மட்டுமில்லே எல்லோருக்கும். அதோட *miniature version*தான் ஃபேஸ்புக்கிலே *social networking* செய்யறது.

யாருக்கும் தொடர்ந்து இங்கே கவிதையோ மற்றதோ எழுதக் கட்டாயம் கிடையாது. கல்யாண்ஜி கவிதையோட கூட சகஜமாக மற்றவர்களோடு உரையாட வந்திருந்தால் திரும்பப் போக விரும்பியிருக்க மாட்டார்னு தோணுது.

சுஜாதா சார் எண்பதுகள் ஆரம்பத்திலே அவர் சந்திக்க விரும்பும் பத்துப் பேரோடு கற்பனைக் கலந்துரையாடல் எழுதியிருந்தார். கணிதமேதை ராமானுஜம் மனைவி, அவருடைய பால்ய கால நண்பன் இப்படியான பட்டியல்லே சுஜாதா அதுவரை சந்தித்திருக்காத ரெண்டு எழுத்தாளர்கள் உண்டு. ஒண்ணு கல்யாண்ஜி. இன்னொருத்தர் மாஞ்சி மாஞ்சி இதைத் தட்டச்சிட்டு இருக்கற நான்.

'இவ்வளவு கூட்டமா இருக்கும்னு தெரிஞ்சா வந்தே இருக்க மாட்டேன்' அப்படீன்னு சங்கோஜத்தோடு கல்யாண்ஜி ஒதுங்கறதா கற்பனை செய்திருப்பார் சுஜாதா. ரொம்ப சரியாக்கும் அது.

கல்யாண்ஜி, இங்கே கவிதை உங்களுக்குத் தோணும்போது எழுதுங்க... மத்தபடி எல்லோரோடும் பேசுங்களேன்... உலகத்திலே பேச கவிதை மட்டும் இல்லையே... அதுவும் உங்க மாதிரி சக மனிதன் மேல் அடிப்படை அன்பு கொண்ட ஒருத்தருக்கு... கடையிலே போய் முள்ளங்கி விலை விசாரிக்கற மாதிரி இயல்பா (ஆமா, எடுவர்ட் மானே சொன்னதுதான்). எத்தனை எத்தனை பேசலாம். உங்களுக்குப் பிடிச்ச காலைப் பலகாரம் என்ன? சமீபத்தில் எந்த சினிமா பார்த்தீங்க? வாணி ஜெயராம் குரல் பிடிக்குமா உங்களுக்கு? ஜ.ரா.சு சார் எழுதின அப்புசாமி கதை, ஆஸ்ட்ரிக்ஸ் காமிக்ஸ், கவுண்டமணி காமெடி... பிடிக்குமா... கர்னாடக சங்கீதம்? இந்துஸ்தானி? ராக் ம்யூசிக்? பாப்?

சீக்கிரம் திரும்பி வாங்க...

## செய்திகள் – வாசிப்பது

அமெரிக்காவில்
போதை மருந்து மாபியாவைப்
பிடித்துத் தண்டனை கொடுத்த
சர்க்கார் அதிகாரிகள்
கூண்டோடு கட்சி மாறி
'எஸ் பாஸ்' என்று மெக்சிகோவில் நின்றார்கள்.
பட்ஜெட் இன்றைக்கு
புதுசு புதுசாக என்ன வரியோடு
அவதாரம் எடுக்குமோ.

மலையாளி மனம் கவர்ந்த
ஆகாசவாணி, வார்த்தைகள்'
நியூஸ் படித்த
மாவேலிக்கர ராமச்சந்திரன்
ரிடையர் ஆன பிறகு அனந்தையில்
காணாமல் போனார்
தேடுதல் தொடர்கிறது
எங்கே போனார்? ஏன்?
பெட்ரோல் விலை
அடுத்து எப்போது உயரும்?
எவ்வளவு?
மணிரத்னம் வீட்டுக்குச்

சொந்தச் செலவில்
ரெண்டு போலீஸ் கான்ஸ்டபிள்
பாதுகாப்பு
ஹைகோர்ட் ஆணை.
கடல் கோள் நேரம்.
இந்த வருடம் சென்னை தண்ணீர்ப் பஞ்சம்
எப்போது தொடங்கும்?
நம்ம டாய்லெட்
சூரியக் கழிப்பறை.
ஹெலிகாப்டர் ஊழலைக்
கண்டுபிடித்துக் கப்பலேற்ற
ஆந்தணி சார் நியமித்த
முப்பது எம்.பி. கமிட்டி
புலன்விசாரணைக்காக
குடும்ப சகிதம்
எப்போது இத்தாலிக்குப்
பயணம் வைக்கப் போகிறார்கள்?
சென்னை முழுக்க அப்புகிற
கொசுத் தொல்லை
எப்போது ஒழியும்?
ஒரு நாள் பேப்பரில்
கருத்து சொல்ல
கவிதை எழுத
எத்தனை இருக்கு.
எழுதிவிட்டு
ஆபீஸ் கிளம்பலாமா?
ஆபீஸ் போய்விட்டு வந்து
எழுதலாமா?

*Feb 28 2013*

★★★

கல்யாண்ஜி கவிதையை விரும்பியாச்சு
கலாப்ரியா எழுத மாட்டேங்கறான்
கேஷவ் ஓவியத்தை ரசிச்சாச்சு
கொலட்கரைப் பகிர்ந்துகொண்டாச்சு

என்ன செய்யலாம்?
கொம்பா முளைச்சிருக்கு?
எல்லோரையும் போல
ஆபீஸுக்குப் போகலாம்

★★★

கொலட்கரின் கவித்துவம் சின்னச் சின்ன வாக்கியங்களில் அநாயாசமாக ஒரு தலைமுறைச் சிந்தனையை உதிர்த்துப் போவது.

ஜெஜூரி வறண்ட, பாறைப் பிரதேசம். அங்கே தலயாத்திரை போவது எளிய மராத்தியர்களின் வழக்கம். காண்டோபா என்ற வன தெய்வ வழிபாடு.

கொலட்கரும் போய் வந்தார். அவருக்குக் கடவுளோடு கவிதையும் தரிசனமானது. சொற்சிக்கனமான கவிதை.

ஜெஜூரி கவிதை முடிவில் சொல்கிறது போல்

*scratch a rock and a legend springs*

ஏதாவது கல்லை லேசாச் சுரண்டுங்க.

ஒரு கதை வரும்.

★★★

இன்றைய மகிழ்ச்சி காலை குளிரக் குளிரப் பொழுது விடிந்தது.

இன்றைய எரிச்சல் எங்கள் அலுவலகம் ஆறாம் மாடியில் உள்ளது. பகல் உணவுக்குக் கீழ்த்தளத்துக்கு வந்துவிட்டு லிப்டில் மேலே போகத் திரும்பினால் பெண்கள் கூட்டம். எத்தனையோ கம்ப்யூட்டர் கம்பெனி எங்கள் வளாகத்தில். அதில் எந்த மாடியோ.

சொல்லிவைத்தாற்போல் எல்லாரும் லிப்ட் நிற்கும் மாடி எண்கள் பதித்த பலகைக்கு மிக அருகில் நின்றுகொள்கிறார்கள். எல்லோரும் கிட்டத்தட்ட சராசரி உயரம்.

நான் ஆறாம் மாடிக்காக விரல் நீட்டிப் பொத்தானை அழுத்த முடியாமல், சிக்ஸ் ப்ளீஸ் சிக்ஸ் ப்ளீஸ் என்று பரிதாபமாகச் சொல்லிக்கொண்டே நிற்கிறேன்...

*பிப்ரவரி 28, 2013*

# ஜகதி நலம் பெற்றுத் திரும்ப வரட்டும்

ஜகதி ஸ்ரீகுமாரை இப்படிப் பார்க்க மனதுக்குக் கஷ்டமாக இருக்கிறது. கொடிய விபத்தில் இருந்து மீண்டு, ஒரு வருடம் வேலூர் மருத்துவமனையில் இருந்துவிட்டு வீடு திரும்பியிருக்கிறார். சிகிச்சை தொடர்கிறதாம். ஆனாலும் அந்த வெற்றுப் பார்வையும், எல்லாம் தொலைத்த மௌனமும்...

அடூர் கோபாலகிருஷ்ணன் ஆர்ட் பிலிம் (நிழல் குத்து) முதல் ஆர்டினரி மலையாள சினிமா வரை மூன்று வருடம் முன்பு வரை இவர் தோன்றாத படமே இல்லை என்ற அளவு பிரபலமானார் கொஞ்சம் உரத்த காமெடி தொடங்கி, குரல் தணித்த நடிப்பு (நிழல்குத்து போஸ்ட்மேன்) வரை சளைக்காமல் செய்தார்.

'உதயனாணு தாரம்' படத்தில் ஸ்ரீனிவாசனின் 'நடிப்பு குரு'வாகத் தொடங்கி, எடுபிடியாக மாறும் கதாபாத்திரம். நவரசம் சொல்லிக் கொடுப்பார் ஸ்ரீனிக்கு (பிரபல கதகளி ஆட்டக் கலைஞர் கலாமண்டலம் கோபி பாணியில் அச்சு அசலாக).

'ஒன்பது ரசம் என்ன, இன்னும் ரெண்டு மூணு போனஸா காட்டறேன்... பார்த்துக்கோ' என்று முகபாவம் காட்டும் போது என்னை அறியாமல் 'ஆஹா' என்றேன்.

ஜகதி நலம் பெற்றுத் திரும்ப வரட்டும்.

# காலா கோடா காலைப் பொழுதுகளும் பகல் பத்து ராப்பத்தும்

மும்பையின் நியூ மெரின் லைன்ஸ் போன்ற பகுதிகளில் விடிகாலை நேரம் என்று ஒன்று இருப்பதை கவனித்திருக்க மாட்டோம். அவை காலை ஒன்பது மணி சுமாருக்கு அலுவலகங்கள் இயங்கத் தொடங்கும்போது உயிர் பெறும். சாயந்திரம் ஏழு மணிக்கு இயக்கம் ஓய்ந்து கான்விடும். கொலட்கரின் சில கவிதைகள் இந்தக் கவனிக்கப்படாத பொழுதுகளில் இயங்கும். கவனிக்கப்படாத மனிதர்களைப் பற்றியவை.

என் 'பகல் பத்து ராப்பத்து' குறுநாவலில் மாநகரின் குறிப்பிட்ட பகுதிகளில் காலை பத்து மணி முதல் ராத்திரி பத்து வரை கதை நடக்கும். சத்ரபதி சிவாஜி டெர்மினஸ் (விக்டோரியா டெர்மினஸ்) பகுதியில் ராத்திரி பத்து மணிக்கு நானும் கதையும் நடந்தது அதிகம். ...

அவர் காலா கோடா கவிதைகள் எழுதிக் கொண்டிருந்த அதே நேரத்தில் நானும் சப் அர்பன் ரயிலில் உட்கார்ந்து மனதில் கதை எழுதியபடி அதே நகரில் சுவாசித்துக் கொண்டிருந்திருக்கிறேன். *feeling elated.*

★★★

பழைய திரைப்படத்தில்
உருக்கமாகப் பாடிக்கொண்டு
ஸ்டூடியோ தெருவில்
நாயகன் போகிறான்.
ஒரு முண்டாசுக்காரரும்
நடுவயது ஜோடி ஒன்றும்
தொப்பி வைத்த உயரமானவரும்
சைக்கிளில் வேறு ஒருத்தரும்
அவரைக் கடந்து தெருவில்
அகன்று போகிறார்கள்.
போனவர்கள் பாட்டு முடிவதற்குள்
திரும்பத் தெருவில் வரவேண்டுமெனத்
தவிப்போடு பார்த்திருக்கிறேன்.
வராவிட்டால் அரைவயிறு சாப்பாடுதானா?
காமிரா சுருட்டிய தெருவில்
நடக்காத போது?

*2013*

★★★

நண்பர் ஒருவர் நாளை மறுநாள் ஞாயிறன்று அரபு நாடுகளுக்குப் பயணம் வைத்திருந்தார். நேற்றுக் கையில் வந்த விசாவை வழக்கம்போல் படித்துப் பார்க்க, சட்டென்று ஓர் அதிர்ச்சி. ஆண் என்பதற்கு பதிலாக அவரைப் பெண்ணாகக் குறித்திருந்தது விசாவில். பாஸ்போர்ட்டில் இருந்து படித்துப் பதிந்ததில் அந்நிய நாட்டு விசா வழங்குவதில் ஏற்பட்ட தவறு. இன்று வளைகுடா நாடுகளில் வாராந்திர விடுமுறை (வெள்ளிக்கிழமை) என்பதால், விசாவைத் திருத்தி வாங்கவும் சிரமம். ஞாயிறு பயணத்தைத் தள்ளி வைக்க வேண்டியதுதான் ஒரே வழி.... வேலை நிமித்தம் பயணம் போகின்றபோது இப்படியான பிழைகள் பாதிப்பு தனிப்பட்ட முறையில் பாதிப்பதை விட அதிகமாகவே.

இந்திய விசா வழங்கும் அலுவலகங்களும், அந்நிய நாட்டு விசா வழங்கும் அந்தந்த நாட்டு அலுவலகங்களும் பாஸ்போர்ட்டைப் படித்து ஒ.சி.ஆர் மூலம் முக்கிய தகவல்களை எடுத்துப் பெயர்த்து விசாவில் பதிந்தால் இப்படியான பிழை நேர வாய்ப்பில்லை.

*மார்ச் 9, 2013*

# சி.சு.செல்லப்பாவும் தளமும்

தளம் சி.சு.செல்லப்பா நூற்றாண்டுச் சிறப்பிதழைப் பாதி படித்தேன்.

எனக்கு சி.சு.செல்லப்பா அவர்களோடு தொடர்புகொள்ள ஒரு சந்தர்ப்பம்தான் வாய்த்தது. 1976-1981ல் சிவகங்கையில் இந்தியன் ஓவர்சீஸ் வங்கிப் பணியில் இருந்தபோது தினமணி கதிர் பத்திரிகையில் (சாவி ஆசிரியர்) கோபுலு படங்களோடு மூன்று பக்கம் ஒரு புதுக்கவிதை 'மாற்று இதயம்' (இரவல் இதயம்?). சி.சு.செல்லப்பா எழுத்து பத்திரிகையில் எழுதியிருந்ததை சாவி கதிரில் மறு பிரசுரம் செய்தது அபூர்வமான நிகழ்வு. செல்லப்பா பற்றிய என் தேடல் அப்போதுதான் தொடங்கியது.

எழுத்து பிரசுரத்துக்கு ஒரு கடிதமும் டிமாண்ட் டிராப்ட்டும் அனுப்பினேன். அவர்கள் வெளியிட்ட வல்லிக்கண்ணனின் 'புதுக் கவிதையில் தோற்றமும் வளர்ச்சியும்' மற்றும் 'புதுக் குரல்கள்' கவிதைத் தொகுப்பு இரண்டு புத்தகங்களையும் அனுப்பச் சொல்லி.

நாலே நாளில் புத்தகங்கள் வந்து சேர்ந்துவிட்டன. கூடவே நான் அனுப்பிய டிமாண்ட் ட்ராப்ட், ஒரு கடிதம்.

'எழுத்து பிரசுரம்' என்ற பெயரில் வங்கிக் கணக்கு ஏதும் இல்லை என்பதால் இந்த ட்ராப்டை மாற்ற முடியாது. நீங்கள் எப்போதாவது சென்னை வந்தால் நேரில் சந்தித்துப் பணம் செலுத்த முடியுமா?' என்று எழுதி சி.சு.செல்லப்பாவே கையெழுத்திட்டு அனுப்பி இருந்தார். எழுத்து பிரசுரம் ஒன் மேன் ஷோ என்று அப்போது தான் தெரியும்.

அவரைப் பற்றி எனக்கு மனதில் எழுந்த முதல் பிம்பம், 'இப்படியும் ஓர் அப்பாவி மனுஷரா? நான் சென்னை வருவேன், வந்தால் சந்தித்துப் பணம் கொடுப்பேன் என்று முன்பின் தெரியாத என்மேல் எப்படி அசாத்திய நம்பிக்கை வைத்தார்? இலக்கிய ரசிகர்கள் எல்லாம் நேர்மையானவர்கள் என்று அவருக்கும் ஒரு பிம்பம் இருந்திருக்குமோ என்னமோ.

சி.சு.செ. எழுதிய கதைகள் தொகுப்பு 'சரசாவின் பொம்மை' சிவகங்கை கோகலே ஹால் லைபிரரியில் கிடைத்தது. 'படிக்க வேண்டிய புத்தகம்' என்று என் பேராசிரியர்களில் ஒருவர் அல்லது எல்லோருமே சொன்னார்கள் - பேரா.ருத்ர துளசிதாஸ், பாஸ்கரன், துரைசாமி, கவிஞர் மீரா. எங்க நா.தர்மராஜன் சார் இந்த லிஸ்ட்லே இல்லைன்னு நிச்சயமாகத் தெரியும்.

சரசாவின் பொம்மை கதை சட்டுனு மனதில் பதிஞ்சது. முக்கியமாக அதை முடிக்கும் விதம். இப்போது தளத்தில் திரு விஜயராகவன் கட்டுரை படிக்கும்போது தெரிகிறது கதை முடிவில் வரும் இரண்டு பத்தியும் சி.சு.செல்லப்பா தன் கையெழுத்துப் பிரதியில் எழுதியது இல்லை. மணிக்கொடி குழுவினர் மாற்றி அமைத்தது.

அந்த முடிவால் கதை பிரபலமாகவே, சி.சு.செ அதை ஏற்றுக் கொண்டதோடு வெளிப்படையாகத் தெரிவிக்கவும் செய்தார் (இந்தக் காலத்தில் காண முடியாத பண்பு அது). செல்லப்பா வாழ்க்கையில் செய்து கொண்ட ஒரே காம்ப்ரமைஸ் அதாகத்தான் இருக்கும் என்று தளம் மற்ற கட்டுரைகள் சூசகமாகச் சொல்கின்றன.

அவருக்கு உலகத்தோடு ஏதோ சண்டை இருந்திருக்கிறது. தீவிர இலக்கியத் தேடலும், படைப்பாக்கமும், விமர்சனமும் எல்லாம் அந்தச் சண்டைக்கான ஒரு சாக்கு. வத்தலக்குண்டில் இருந்து சென்னைக்கு சினிமா பத்திரிகையாளராக வந்தபோது எடுத்த முடிவின்படி சினிமா ஜேர்னலிஸ்டாக இருந்தாலும் வேறு யாராக இருந்தாலும் சி.சு.செல்லப்பாவிடம் மனுஷ சிநேகம் குறைவாகத்தான் இருந்திருக்குமோ என்னமோ. அழுக்கு கதர் வேட்டியும், புத்தகங்களைச் சுமந்து போய் கல்லூரி கல்லூரியாக விற்பதும் எல்லாம் தன்னை வருத்தி இலக்கியத்தை வளர்க்க மட்டும் இல்லை, முகம் தெரியாத யாரையோ அந்தத் துன்பத்தால் பழிவாங்கவா? சொல்லத் தெரியவில்லை.

தொண்ணூறு வயது வரை, அண்மையிலேயே வசித்த சொந்தத் தாயாரை முப்பது வருடம் போய்க்கூடப் பார்க்கவில்லை. மனைவியோடு சீரில்லாத உறவு. இலக்கியத்திலும் க.நா.சு, நா.முத்துசாமி, வைதீஸ்வரன் தொடங்கி விருட்சம் அழகியசிங்கர் வரை எல்லார் மேலும் கோபப்பட்டிருக்கிறார்.

அழகியசிங்கர் சி.சு.செ சொற்பொழிவுக்கு ஒரு மழைநாளில் ஏற்பாடு செய்து மிகுந்த சிரமத்தோடு ஆட்டோ பிடித்து அழைத்துப் போயிருக்கிறார். கொட்டும் மழையில் சென்னை புறநகர் பகுதியில் ஏதோ ஓரிடம். சி.சு.செ பேசுவதைக் கேட்க மொத்தம் ரெண்டே பேர் காத்துக்கொண்டிருந்திருக்கிறார்கள். வந்ததே கோபம் செல்லப்பாவுக்கு. ‘விருட்சம் பட்டுப் போகட்டும், நாசமாகப் போகட்டும்’ என்று உரக்க சபித்திருக்கிறார். அப்போது இளைஞராக இருந்த என் வயதுக்காரர் அழகிய சிங்கரின் மனநிலை எனக்குப் புரிகிறது.

அவரையும் சமகாலப் படைப்பாளிகள் உதாசீனம் செய்திருக் கிறார்கள் என்கிறார் சி.சு.செயின் -அணுக்கத் தொண்டர் என்று சொல்லலாமா அல்லது ஆருயிர் நண்பர்?- கி.அ.சச்சிதானந்தம் கட்டுரையில். பட்டியலில் சிட்டி, சிதம்பரசுப்ரமணியன் அடக்கம்.

சி.சு.செ பற்றிச் சொல்லும்போது ஏனோ ஞானக்கூத்தனின் கவிதை (கடைசி மூன்று வரிகளுக்காக) நினைவு வருகிறது.

**ஒட்டகம்**

ஆயிரம் முறைகள் எண்ணிப்
பார்த்தபின் முடிவு கண்டேன்
ஒட்டகம் குரூபி இல்லை
குரூபிதான் என்றால் மோவாய்
மடிப்புகள் மூன்று கொண்ட
அத்தையும் குரூபி தானே?
அத்தையைக் குரூபி என்றோ
ஒருவரும் சொல்வதில்லை
சண்டைகள் வந்தாலன்றி
சண்டைகள் வந்தபோது
மற்றவர் அழகில் குற்றம்

*பார்ப்பது உலகநீதி*
*ஒட்டகம் குரூபி என்றால்*
*அதனுடன் உலகுக் கேதும்*
*நிரந்தரச் சண்டை உண்டோ?*

பெண்ணேஸ்வரனின் வடக்கு வாசல் இதழில் சி.சு.செ பற்றிச் சொல்வதை இங்கே எடுத்தாள பெண்ணேஸ்வரின் அனுமதி கோருகிறேன்.

★★★

பாவலர் வ.பழனி, புதுச்சேரி.

வடக்கு வாசல் நவம்பர் 2011 இதழில் மகத்தான புனைவுகள் என்ற தலைப்பில் சி.சு. செல்லப்பா அவர்களின் வாடிவாசல் குறுநாவல் பற்றிய அறிமுகமும், ஆய்வும் கண்டேன். காலத்திற்கும் பேசப்படக்கூடிய படைப்புகள்தான் மணிக்கொடி எழுத்தாளர்களின் படைப்புகள். அவற்றைத் தொடாமல் யாரும் இன்றைய படைப்புகளுக்குள் நுழைய முடியாது. அப்படி நுழைந்தால் அது அரைகுறையாகத்தான் இருக்கும்.

சி.சு.செ. பற்றியதான அறிமுகத்தில் அவர் சின்னமனூர் அருகில் உள்ள வாடிப்பட்டி என்னும் சிற்றூரில் பிறந்தார் என்பது சரி.

ஆனால் அவர் வாழ்ந்தது மதுரை மாவட்டத்திலுள்ள (தற்போது திண்டுக்கல் மாவட்டம்) வத்தலக்குண்டு ஊர்தான்.

வத்தலக்குண்டு அக்ரகாரத்தில் ஒற்றைத் தெரு, நடுத்தெரு, கோயில்தெரு என்று மூன்று தெருக்கள் உண்டு. கோயில் தெருவில்தான் சி.சு.செ. யின் வீடு உள்ளது. பெரிய அகம் என்று பெயர் அதற்கு. அவரது உறவினர்களின் வீடு அது. அங்குதான் அவர் இருப்பார். பரந்து நீண்ட கல் திண்ணையில் எழுத்து பத்திரிகையைப் போட்டு அதற்குப் பின் அடித்துக் கொண்டிருப்பார்.

நீர்க்காவி ஏறிய நாலு முழ வேட்டிதான் கட்டியிருப்பார். காடாத் துணியில் தைத்த கை இல்லாத பனியன் போட்டிருப்பார். டயர் செருப்பு. அதைத் தேய்த்துத் தேய்த்து அவர் நடந்து செல்லும் சத்தம் கேட்டு சி.சு.செ.தான் செல்கிறார் என்று நாங்கள் ஊகித்து விடுவோம்.

'என்னடா படிக்கிற?' பால் வாங்கப் போகும்போது தவறாமல் கேட்பார். கல்கியின் பொன்னியின் செல்வனை நீட்டுவேன் நான். சிரித்துக் கொண்டே போய்விடுவார். புதுக் கவிதையின் தோற்றமும் வளர்ச்சியும் என்று ஒரு புத்தகம். அது அவர் கொடுத்ததுதான். இன்னமும் வைத்திருக்கிறேன் நான்.

எங்கள் கவிதைகளையெல்லாம் நீட்டுவோம். பதிலின்றித் திரும்பி வந்துவிடும். அவர் நாற்காலியில் உட்கார்ந்திருக்க, சுற்றி வர நானும் நண்பர்களும் அமர்ந்து அவர் பேசுவதை எவ்வித எதிர்வினையும் (வாயைத்தான் திறக்கக் கூடாதே!) இன்றி அமைதியாகக் கேட்டு மகிழ்ந்து இருக்கிறோம்.

எழுபதுகளில் கமலாம்பாள் சரித்திரம் நாவல் எழுதிய வத்தலக்குண்டு பி.ஆர்.ராஜமய்யருக்கு நூற்றாண்டு விழா கொண்டாடியது சி.சு.செ.யின் பெருமுயற்சியில்தான். அப்போது அவர் இட்ட கட்டளையை ஓடி ஓடிச் செய்தவர்கள் நாங்கள். எஸ். வி. சகஸ்ரநாமத்தின் சேவா ஸ்டேஜ் நாடகக் குழு தேரோட்டி மகன் நாடகம் போட்டது அவ்விழாவில். நடிகர் முத்துராமனை நேரில் கண்டது அப்போதுதான். அக்ரஹாரத்தில் கோயில் தெருவில் ஒரு வீட்டில் நாடகக் கலைஞர்கள் தங்கவைக்கப்பட்டிருந்தனர். அந்த வீடுதான் சி.சு.செ.யின் சொந்த வீடு. இன்றும் அவர் பெயர் பொறித்து நினைவு இல்லமாக உள்ளது. பராமரிப்பு? அதுபோல் ஒற்றைத் தெருவில் பி.ஆர். ராஜமய்யருக்கும் நினைவு இல்லம் உள்ளது. பராமரிப்பு?

நாடகத்திற்கு ரிகர்சல் திரு பி.எஸ்.ராமையா அவர்கள். அவருக்கும் வத்தலக்குண்டுதான் ஊர். வத்தலக்குண்டு கழக உயர்நிலைப்பள்ளி மைதானத்தில்தான் நாடகம் நடந்தது.

எழுத்து பத்திரிகையையும், அவரின் புத்தகங்களையும் தோளில் சுமந்துகொண்டு பல இடங்களுக்கும் சென்று விற்று வருவார் சி.சு. செ. மதுரைக்கும் சென்று கல்லூரிகளுக்கெல்லாம் நேரடியாகச் சென்றிருக்கிறார்.

*http://www.vadakkuvaasal.com/component/content/article/427.html*

தளம் பற்றி எழுத இன்னும் நிறைய இருக்கிறது. அடுத்த இஷ்யூ வரும் வரை எழுத உத்தேசம்.

*மார்ச் 10, 2013*

# பழநி போன வீர வைஷ்ணவர்

நமக்கு வேண்டப்பட்ட ஒரு வடகலையார் பழநி போனார். ஊரெல்லாம் பஞ்சாமிர்தமும், முருகா முருகா சத்தமும், ஜவ்வாது விபூதியும் மொட்டைத் தலையில் சந்தனமும் மணக்கிறது. போகிறவன் எல்லாம் பழநி ஆண்டவரைத் தொழ மலை ஏறுகிறான். வருகிறவன் எல்லாம் இறங்கி வருகிறான்.

*வீர வைஷ்ணவர் முருகன் கோவிலுக்குப் போவாரா என்ன?*

தேடிக்கொண்டு, லட்சுமி நாராயணப் பெருமாள் கோவிலுக்கு வழி விசாரித்து ஒருவழியாகப் போய்ச் சேர்ந்தார்.

பெருமாள் தரிசனத்துக்கு இவர் போய் நிற்க, அவர் கோவணத்தோடு அனந்த சயனம் நீங்கி எழுந்து நின்றாராம்.

இதெல்லாம் எந்த நூற்றாண்டு அல்லது புராண காலத்தில் நடந்தது என்று கேட்கக் கூடாது.

போன வாரம் கூட நடந்திருக்கலாம்!

> மாது காடுறை மெத்தென மென்முலை சேரு வேலவன் தன்பதம் கிட்டிட
> ஓது வேதியர் நாளும் பழநியில் தீதில் நீறொடு ஏறுபடியுமே - வேணுமோ?
> வந்து ராதையும் சொந்தக் கோதையும் பாதம் வருடிடு லக்(கு)மி நாரணன்
> சுந்து ஐயங்கார் வந்து தொழுதிட நின்ற சீர்நெடு கோவணப் பெருமாளே

# எழுத்தும் எடிட்டிங்கும் – இன்னும் சில சிந்தனைகள்

எழுத்துக்கு எடிட்டிங் தேவைப்படுவது பற்றி எழுதியதைத் தொடர்ந்து...

பி.ஏ.கே அண்ணா எழுதியிருந்தார் தன் நாவலைத் தானே எடிட் செய்வது நல்லதுதான். ஆனால், அது மயக்க மருந்து கொடுக்காமல் தன் பல்லைத் தானே பிடுங்குவது போல அவஸ்தையானது என்று.

ஒருவிதத்தில் பிரசவ அவஸ்தை கூடத்தான். ஆனாலும் ஒன்றைக் கவனிக்க வேண்டும்.

இரண்டாம் நபர் எடிட்டர் கதையோட்டம், சம்பவ விவரிப்பில் குளறுபடி, பெயர்த் தவறுகள், காலம்-இடம் சார்ந்த பிழைகள், *inconsistency*, மரபுக்குப் பொருந்தாத, விபரீதமான அர்த்தம் கொள்ள வைக்கிற சொல்லாட்சிகள் இவற்றை எல்லாம் பற்றி எல்லாம் சுட்டிக் காட்ட முடியும். ஓர் அத்தியாயத்தின் போக்கு, தொடக்கம், முடிவு பற்றிக் கருத்துச் சொல்ல முடியும்.

ஆனால், ஒரு பத்தியை அல்லது ஒரு வாக்கியத்தில் ஒரு சொல்லை எடுத்துவிட்டு மற்ற ஒன்றைச் சேர்க்க, வாக்கியத்தின் தொனியே மாறிவிடுவதை எழுதியவரே எடிட் செய்யும்போதுதான் உணர முடியும். *Inner rhythm* மனதில் உருவாகி இருப்பதால் அந்த ஸ்வரச் சேர்க்கை இயல்பாகவே வந்துவிடும். அடுத்தவரின்

படைப்பை எடிட் செய்யும்போது அந்த ரிதம் செட் ஆவது அபூர்வம். படிக்கும்போது வரலாம். அது வேறே தாளகதியாகக் கூட இருக்கலாம்.

என் நாவலில், பகவதி மறைவுக் காட்சியை காசியில் வைத்திருக்கிறேன். சொந்த சகோதரி, அன்னை, மகள் போல் அரசூர் வம்சம் நாவலில் இருந்து பகவதி என்னோடு இருந்திருக்கிறாள். அவள் இறந்தபோது மனதில் வெறுமை சூழ்ந்தது நிஜம்.

பகவதியின் இறப்பைக் குறிப்பிட்ட தொனியில் எழுத நினைத்தேன். எழுதி முடித்து எடிட் செய்யும்போதுதான் அந்தத் தொனி முழுவதுமாக வந்து சேர்ந்தது. அரசூர் வம்ச பைராகிகள் சரியான நேரத்துக்கு காசிக்கு வந்து விட்டார்கள். எடிட்டரால் இதைச் செய்ய முடியாது.

பகவதி இறப்புக்குச் சில நிமிடம் முன் கங்கைப் பிரவாகத்தில் நின்றபடி அம்பலப்புழை கிருஷ்ணனை நினைக்கிறாள். அந்த வரிகளை அவர் கோவிலுக்குப் போன அத்தியாயத்தில் முன்னால் எழுதியிருந்தேன். அங்கே விட இங்கே அவை பொருத்தமாக இழைந்து வருகின்றன என்று தோன்றவே இடம் மாற்றி அமைத்தேன். எடிட்டர் செய்ய முடியாது இதை.

அந்த வரிகள்

அவள் கங்கைப் பிரவாகத்தில் நுழைந்தாள். ஆமைகளோ எரியும் உடல்களோ அவசரப்படுத்தும் புரோகிதர்களோ பைராகிகளோ இல்லாத பெருவெளியாக விரிகிற நீர்ப் பரப்பு. தான் தொடும் எதையும் எவரையும் கறை களைவித்து தூய்மையாக்கி நிறுத்தி ஓடும் நதி. மனதிலும் உடலிலும் எல்லா அழுக்கையும் கங்கையின் பிரவாகம் கழுவிக் களையட்டும்.

*மனமும்தான் எதற்கு? உடலும்தான் எதற்கு? எதுவுமே வேண்டாமே? நீ ரெண்டுமில்லையே?*

கங்கை சிரித்தபடி ஓடுகிறாள்.

பகவதி கழுத்து வரை நீரில் மூழ்குகிறாள்.

அவள் கிருஷ்ணனை நினைத்துக் கொண்டாள். அம்பலப்புழை அம்பலத்தில் காலம் முழுக்க கடாட்சம் பொழிகிறவன். ஶ்ரீகிருஷ்ண

சரிதமும், ருக்மிணி சுயம்வரமும், கல்யாண சௌகந்திகமுமான ஆட்டக் கதைகளோடு ஓட்டந் துள்ளிய குஞ்சன் நம்பியாரும் சம்பகச்சேரி மகாராஜாவும் தொழுது வணங்கி நின்ற மகா பிரபு.

பால் பாயசம் நைவேத்தியம் ஆகிற அம்பலப்புழை. உடன்பிறப்புகளோடும், அவர்கள் குடும்பங்களோடும் ஆடித் திரிந்து ஓடிக் களித்த வீடு.

விசாலாட்சி மன்னி. அம்மா மாதிரி, பகவதிக்கு ஓர்மையில் வராத அம்மாவை விடப் பிரியம் காட்டின தேவதை.

அப்புறம் காமாட்சி மன்னி. சிநேகாம்பா மன்னி. அண்ணாக்கள். அத்தைகள்.

இங்கேதான் எல்லோரும் எல்லாமும் இருக்கிறார்கள். இருக்கிறது. அம்பலப்புழையும் இதுதான். தூரத்தில் எரிகிறதும் எரிக்கிறதும் சிரிக்கிறதும் விலாவில் இரும்பு உலக்கையால் ஓங்கிப் புடைத்துக் கொண்டு ஓடுகிறதும்.

நான்தான் என்கிறான் கிருஷ்ணன்.

தீபம் ஒளிர மஞ்சளில் குழைத்துப் பூசிய தெய்வீகம் அழுத்தமாகக் கவிந்திருந்த சந்நிதிக்கு முன்னால் பகவதி கைகூப்பி நின்றாள். அவள் ஒரு தூசு. துகள். பிரபஞ்சத்தின் எத்தனையோ கோடானுகோடி நட்சத்திர மண்டலங்களில், அவற்றில் மையம் கொண்டு இயங்கும் அளவு தட்டுப்படாத கிரகங்களில் ஆகச் சிறிய ஒரு கிரகத்தில் ஊர்கிற, நடக்கிற, பறக்கிற, இழைகிற, உறைந்து கிடக்கிற ஏதேதோ ஜீவராசிகளில் ஒரு சின்ன உயிராக, உடம்பாக மனசாக ஒரு மகா பிரதிபை முன்னால் நிற்கிறவள் அவள்.

வானத்துக்கும் பூமிக்குமாக வளர்ந்து விசுவரூபம் கொண்டு அண்ட சராசரங்களை வளைத்து அணைத்து இன்னும் வளர்ந்து பாதாளம் தொட்டுத் தலைகீழாகப் புரட்டி வானம் செய்து வேடிக்கை பார்த்தபடி நிற்கிற கிருஷ்ணன் கனிவாகச் சிரிக்கிறான்.

அச்சுதம் கேசவம் ராம நாராயணம் கிருஷ்ண தாமோதரம் வாசுதேவம் பஜே.

★★★

நல்ல எழுத்தாளர்கள் பத்திரிகை ஆசிரியர்கள் தரமான எடிட்டர்களாக முடியும்.

கமல் சொல்வார், ' பத்திரிகையில் கட்டுரை கேட்டிருந்தாங்க... ஆமா, நான் கொடுத்தா அதிலே பாதியை வெட்டி நறுக்கிட்டுத்தானே போடுவீங்கன்னேன். அதெல்லாம் நடக்காது என்று சொன்னார்கள். தெரியும். அச்சில் வரும்போது முழுக்க வராது என்று. வந்ததும் படித்தால் எனக்கே ஆச்சரியம். நான் எழுதினது அப்படியே பிரசுரமாகி இருந்தது. ரா.கி(ரங்கராஜன்) சாரை டெலிபோனில் கூப்பிட்டு 'என்ன ஆச்சரியம், அப்படியே போட்டுட்டீங்களே' என்று விசாரித்தேன். அவர் சொன்னார்- நல்லா பாருங்கோ... நடுவிலே நாலு வாக்கியம் இருக்காது.. மூணு இடத்திலே கொஞ்சம் போல் மாத்தி இருப்பேன்'.

நேர்த்தியான எடிட்டிங்குக்காக, மறைந்த ரா.கி.ரங்கராஜன் சார் மேல் அவருக்கு இருக்கும் மதிப்பு எனக்கு என் நண்பர் எழுத்தாளர் பா.ராகவன் மேல் உண்டு. அவரும் நல்ல எடிட்டர்.

★★★

"அதிகார நந்தி"...

"மாடமர்ந்து கற்பகமும் கோடுடைத்த பிள்ளையும்
ஆடகச் செம்பொன் அழகனும் -கூடவர
மாடவீதி சுற்றும் மயிலை கபாலீச
தோடுடைய காதன் துணை"....
(க்ரேஸி மோகன்)
வீடுண்டு தென்மயிலை வீசும்பூங் காற்றுண்டு
காடுடைய பெம்மானின் காலடியில் பேடுதனை
அம்மா எனவழைக்க ஆண்பிள்ளை ரெண்டுண்டு
சும்மாவேன் சுற்றும் சிவன்?

(இரா.மு)

*மார்ச் 20, 2013*

# பசிப்பிணி பேக்கேஜ் மருத்துவம்

நடேசன் பூங்காவில் அதிகாலையில் நடக்கும்போது அவை நிறைந்து யோகாசன மேடை. யோகாசனப் பயிற்சி முடித்து, யோகி ராமதேவரின் 'யோகாசன பேக்கேஜ்'விற்பனை. 'இது ஃபைவ் இன் ஒன் மெடிசினல் பேக்கேஜ். இந்த பேக்கேஜ்லே சேர்ந்து ட்ரெயினிங் எடுத்துக்கிட்டா சக்கரை வியாதி, மத்த நோய்நொடி அண்டாது... நாள் முழுக்க சுறுசுறுப்பா இருக்கும்.. ராத்திரி படுத்தா நல்ல உறக்கம் வரும்... அப்புறம... எக்சர்சைஸ் பண்ணினா நல்ல பசி எடுக்கும் இல்லையா. நல்லா பசி எடுத்தா அதிகமா சாப்பிடுவோம். சாப்பிட்டா இன்னும் சதை போடும். இந்த பேக்கேஜ்லே சேர்ந்தா பசிக்கவே பசிக்காது.

மத்திய, மாநில அரசுகள் அவசியம் இதை நாட்டுடமையாக்கி விடலாம். உலக அளவில் கூட பல ஆப்பிரிக்க, லத்தீன் அமெரிக்க நாடுகளில் அவசியமாக, அவசரமாகத் தேவைப்படும். பிரிட்டனில், பற்ற வைத்த சிகரெட்டும் முகத்தில் வலிந்து வரவழைத்துக் கொண்ட அலட்சிய பாவமுமாக தெருமுனைக் குப்பைத் தொட்டிகளைக் கவனமாக ஆராய்ந்துகொண்டிருக்கும் கந்தல் கோட்டு வெள்ளைக்காரர்களைப் பார்த்திருக்கிறேன். இவர்கள் எல்லோரும் பயன்பெற்று உய்ய யோகி ராமதேவர் உடனடியாகச் சம்மதிப்பார் என்று நினைக்கிறேன்.

அரசு தீர்க்க முடியாத பிரச்சனையை ஓரளவுக்காவது தன்னளவில் தீர்த்த வள்ளல்கள் தமிழ் மரபில் உண்டு சிறுகுடிக் கிழான் போல.

நாடே பஞ்சத்தால் தவித்த நாட்களில் இவனை அண்டி வந்தவர்கள் எல்லோருக்கும் வயிறு நிறைய உணவு கொடுத்து அனுப்பியிருக்கிறான்.

ஏம்ப்பா பாணா, இதானே சிறுகுடி? இங்கே ஊர்ப் பெரிசு ஒருத்தர் இருக்காராமே... ஊரே, இந்தச் சோழ நாடே அவருக்குக் குடும்பமாம். மனுஷர் இப்படி மாணப் பெரிசா குடும்பம், சுத்துபத்துன்னு கூட்டி வச்சுக்கிட்டுப் படற துன்பம் தாங்கலே போ. அந்தாள் வீட்டிலே எப்பப் பாரு, யாராவது பந்தியிலே உக்கார்ந்து சாப்பிட்டுக்கிட்டே இருப்பாங்க. காயைப் போடு கறியைப் போடு... சுடு சோத்தை இலையிலே வட்டிச்சுப் போடுன்னு ஒரே இரைச்சல்... நாள் முச்சூடும் சோறு பொங்கறானாம்'பா.. சாப்பிட்டுச் சும்மாப் போவாங்கிறே... சாமி நீங்க நல்லா இருக்கணும்னு வாயார வாழ்த்திட்டு இல்லே போக வர இருப்பாங்க.. அது வேறே சத்தம்... இங்கே பாரு... சின்னப் பிள்ளைங்க வரிசையா கையில் சோத்து உருண்டையோட வந்துகிட்டு இருக்குதுங்க. எறும்பு சாரி சாரியா புற்றுக்கு இரையை எடுத்துக்கிட்டு ஊரற மாதிரி இல்லே இருக்கு இது. பசங்க எல்லாம் அவன் வீட்டுலே இருந்துதான் வர்றானுங்க... சிறுகுடிக் கிழான் சாதாரணப்பட்ட பேர்வழி இல்லே... மருத்துவன்... பசி என்கிற கொடிய நோயையே இல்லாம ஒழிச்சவன்... அவன் வீடு இங்கேதான் எங்கேயோ இருக்குன்னாங்க... பக்கத்திலேதானா.. இன்னும் நடக்கணுமா?

சிறுகுடிக் கிழானை மனமுவந்து சோழன் குளமுற்றத்துத் துஞ்சிய கிள்ளிவளவன் பாடியது இது. புறநானூற்றில் வருகிறது. புறம் 173.

பஞ்சத்தையும் பசிப்பிணியையும் தீர்க்க அரசனான கிள்ளிவளவன் என்ன செய்தான் என்ற கேள்வியைப் பின்னால் வைத்துக் கொள்ளலாம். இப்போதைக்குப் பாடலில் தோயலாம்.

யான் வாழும் நாளும் பண்ணன் வாழிய!
பாணர்! காண்க, இவன் கடும்பினது இடும்பை;
யாணர்ப் பழு மரம் புள் இமிழ்ந்தன்ன
ஊண் ஒலி அரவம் தானும் கேட்கும்;
பொய்யா எழிலி பெய்விடம் நோக்கி,

முட்டை கொண்டு வன் புலம் சேரும்
சிறு நுண் எறும்பின் சில் ஒழுக்கு ஏய்ப்ப,
சோறுடைக் கையர் வீறு வீறு இயங்கும்
இருங் கிளைச் சிறாஅர்க் காண்டும்; கண்டும்,
மற்றும் மற்றும் வினவுதும், தெற்றெனப்
பசிப்பிணி மருத்துவன் இல்லம்
அணித்தோ? சேய்த்தோ? கூறுமின், எமக்கே.
திணையும் துறையும் பாடாண்திணை, இயன்மொழி.

*http://learnsangamtamil.com/purananuru/*

*மார்ச் 24, 2013*

# எங்க ஹெட்மாஸ்டர்

இன்று எங்க ஹெட்மாஸ்டர் வெங்கடகிருஷ்ணன் சார் 81-வது வயதில் அடியெடுத்து வைக்கிறார். வாழ்த்த வயதெல்லாம் தேவையில்லை. பல்லாண்டு பல்லாண்டு வாழ்க என்று வாழ்த்துகிறேன்.

சிறந்த தேசபக்தரும் சிவகங்கையின் இரண்டாவது எழுத்தாளருமான கவியோகி சுத்தானந்த பாரதியாரின் இளவல் மகன். (சிவகங்கையின் முதல் எழுத்தாளர் முத்துக்குட்டி ஐயர் பற்றி சாவகாசமாக எழுதுகிறேன். அவர்தான் தமிழ் உரைநடைக்கும் முன்னோடி).

எங்க ஹெட்மாஸ்டர் சாரின் 80-ம் ஆண்டு நிறைவு சிவகங்கையில் விரைவில் சிறப்பாகக் கொண்டாடப்பட உள்ளது. விழா மலருக்காக நான் எழுதிய கட்டுரை இது.

தெரியுமே.

★★★

ரெட்டைத் தெருவில் இருந்து கோகலே ஹால் தெருவுக்குப் போக மூன்று வழிகள் உண்டு. மேற்கே உடைய சேர்வார் ஊருணிக்கரையில் நடந்து வடக்குக் கரை இறக்கத்தில் சைக்கிளைச் செலுத்த, கோகலே ஹால் தெரு. இது மகா சந்தோஷமான ஒரு வழி. பவழமல்லியும் சப்போட்டா மரத்தில் பழமும், வாதா மரத் தளிருமாக வழியெல்லாம் வாசம்.

அடுத்தது கொஞ்சம் சுற்றி வளைத்துக் கொண்டு வடக்கே காந்தி வீதி முழுதும் நடந்து செட்டியூரணிப் பக்கம் இடம் திரும்பி மேலூர் ரோடு மூலம் நேரே கோகலே ஹால். தீபாவளி நேரங்களில் கடை கடையாக வேடிக்கை பார்த்தபடி நடக்க நல்ல மார்க்கம்.

சட்டென்று போனேன் வந்தேன் என்று கோகலே ஹால் பப்ளிக் லைப்ரரி போக வேண்டி அவசியம் வரலாம். ஏதாவது புத்தகத்தைப் பொது நூலகத்தில் இருந்து இரவல் வாங்கி வந்து பதினைந்து நாள் இரவல் வேளை முடிகிற நாளாக இருக்கும். அடுத்த நாள் கொண்டு போய்க் கொடுக்கலாம் தான். ஒருநாள் தாமதக் கட்டணம் பத்து பைசா. அது கூட அவ்வளவு பெரிய தொகை இல்லைதான். ஆனால் லைப்ரரியில் ஒவ்வொரு எழுத்தராகப் போய் ஏதேதோ படிவத்தில் பத்து இடத்தில் பெயர் எழுதி, கடைசியில் நூலகரை சேவித்து அதில் கையொப்பம் வாங்குவதற்குள் போதும்டா சாமி என்றாகிவிடும்.

இப்படியான தருணங்களில் லைப்ரரி போக உபயோகிக்கும் வழி, வீட்டு வாசலில் இருந்து கொல்லைக்கு ஓடுவது. மடார் என்று கொல்லைக் கதவை அறைந்து சார்த்தி, வீட்டில் சகலரின் ஆசிகளையும் உடனடியாக வாங்கிக்கொண்டு ஒற்றைத் தெரு வழியாக ஓட்டத்தைத் தொடர்வது. அடுத்த நிமிடம் மணிரங்க புரத்தில் புகுந்து உடைய சேர்வார் ஊருணிக் கரைக்கு உடனே போய்ச் சேர்ந்து அங்கிருந்து லைப்ரரியில் போய் விழுவது. மொத்தம் எட்டே நிமிடம் தான்.

சிவகங்கையில் வேறு எந்தப் பகுதிக்கும் தனிப் பெயர் இல்லை. சாத்தப்பையா சந்து, பாகனேரி மடத்துச் சந்து, எருமைக்காரத் தெரு என்று சந்து பொந்து, சின்னத் தெருவுக்கெல்லாம் கரிசனமாகப் பெயர் வைத்தவர்கள், அங்கங்கே இருக்கும் குடியிருப்புகளுக்கு நகர், காலனி என்றெல்லாம் பெயர் தர ஏனோ அப்போது நினைக்கவில்லை. விதிவிலக்கு மணிரங்கபுரம்.

இலக்கிய வீதி போல் பெயர் ஒலிக்கும் அங்கே பனிரெண்டு வயதுப் பையனாக, தண்டத் தீர்வையைத் தடுக்கும் உத்தேசத்தோடும் கையில் ‘ஆசு நகர மந்திரவாதி’ புத்தகத்தோடும் ஓடிக் கொண்டிருப்பவன் நானேதான். இன்னும் பதினைந்தே நிமிடத்தில் கோகலே ஹால் லைப்ரரி அடைத்துவிடுவார்கள். அப்புறம் நாளைக்கு நாற்காலி நாற்காலியாக பத்து பைசா கட்ட

யாத்திரை செய்யணும். சர்க்காரைப் பகைத்துக்கொண்டால் அதுதான் குறைந்தபட்ச தண்டனை.

மணிரங்க புரத்தில் நாலைந்து வீடு ரெண்டு சாரியிலும் கடந்து போக, அடுத்த வீட்டு வாசல் படியில் யாரோ உட்கார்ந்திருக்கிறார்கள். நெடியவர். இவரை எங்கோ பார்த்திருக்கிறேன். எங்கே? நினைவு வந்துவிட்டது. சிவன் கோவில் தெருவில் பேங்க் மேனேஜர் வீட்டு வாசல் கொலுப்படியில். உச்சாணிக் கொப்பில் உட்கார்ந்து மேனேஜர் அவசரக் கச்சேரி நடத்தும்போது எதிரும் புதிருமாக டாக்டரும் இந்த நெடியவரும் இசை விமர்சகர்களாக உட்கார்ந்திருப்பார்கள். பாடப்பட்ட பாட்டை ஒட்டியும் வெட்டியும், 'சசமாரிகரி'யா 'சரிமாகரிநி'யா என்று ஏதோ செவ்வாய்க் கிரக மொழியில் விவாதித்துக்கொண்டிருப்பார்கள். காவிக் கலர் கதர் ஜிப்பா போட்ட நெடியவர். இவரா?

இவர்தானா? இவர் இல்லையோ பத்தாம் கிளாசுக்கு அரசர் உயர்நிலைப் பள்ளியில் மேள தாளத்தோடு பாடம் எடுக்கிறவர்? முந்தாநாள் ப்ரேயருக்கு அடுத்த வகுப்பில் நம்ம சீனுவாசனை, அதான் எனக்கு ரெண்டு கிளாஸ் மேலே... நேரு பஜார் புண்ணாக்குக் கடைக்காரர் மகன்... அவனைச் சத்தம் போட்டுக் கொண்டு இருந்தாரே...

அவர் தொளதொளவென்று கறுப்பு பேண்ட் போட்டிருந்தார். முழுக்கைச் சட்டை அணிந்தவர். இவர் வெள்ளை வேட்டி கட்டி இருக்கிறார். கை வைத்த பனியன். அவர் இவராக இருக்க மாட்டார் என்று அசசாபிச்சமாக மனம் வழக்கம்போல் தப்புக் கணக்குப் போடுகிறது. ஜிப்பா இல்லாவிட்டாலும் பாட்டுக்காரர்தான். இல்லையோ?

சரி, கவனமாகத் தவிர்த்துவிட வேண்டியதுதான். நேர் பார்வையில் பார்த்தபடி ஓட்டத்தை ஆரம்பிக்க டிரவுசர் அபாயகரமாகக் கீழே இறங்குகிறது.

'எங்கேடா போறே இப்படி மூச்சிரைக்க ஓடிண்டு? பெல்ட் என்னாச்சு?'

நெடியவர் கேட்கவில்லை. பக்கத்தில் வேட்டியை மடித்துக் கட்டிக் கொண்டு குற்றாலத் துண்டைத் தோளில் போட்டபடி நிற்கிறவர் கேட்கிறார். அவர் ஆசுவாசம் தரும் பிம்பம். நெடியவர் மாதிரி மிரட்டல் பேர்வழி இல்லை.

‘லைப்ரரிக்குப் போறேன் மாமா’ என்று சொல்லும்போதே நெடியவர் முறைக்கிற மாதிரி இருக்கிறதால் மாமா சார் என்று அதை அபத்தமாக முடிக்கிறேன். ‘ஓடாதே, நாய் கிடக்கு. பிடுங்கினா வயத்தைச் சுத்தி இருபது ஊசி போட்டுக்க வேண்டி வரும். உங்கப்பா வேறே ஊரிலே இல்லை. எக்ஸாம் டைம்.’

நெடியவர் கரிசனமும் கடுமையுமாகச் சொல்கிறார். ரெண்டாவது நானாக அவர் முகபாவத்தை வைத்துக் கற்பனை செய்து கொண்டது. என் வீட்டு நிலைமை இவருக்கு எப்படித் தெரிந்தது? வயிற்றில் ஊசி போட்டால் குடல் வெளிவருமா?

எதுக்கு வம்பு? தெருக்கோடி வரை கொஞ்சம் மெதுவாக நடந்து அவர் பார்வையில் இருந்து விலகியதும் திரும்ப ஒரே ஓட்டம். விளைவு, பத்துப் பைசாவோடு சர்க்கார் தண்டனை அடுத்த நாள் கிடைக்கவில்லை என்று நினைவு.

கோகலே ஹால் லைப்ரரிக்கு அப்புறம் சைக்கிளில், லாம்ப்ரட்டா ஸ்கூட்டரில் போனேன். எடுத்து வந்த புத்தகங்களும் உயர்தரம். ந.பிச்சமூர்த்தி- காட்டு வாத்து, சுந்தர ராமசாமி- பிரசாதம், ராகுல் சங்கிருத்யான்- வால்கா முதல் கங்கை வரை, சார்லஸ் டிக்கன்ஸ் நாவல்கள், டிலான் தாமஸ் கவிதைத் தொகுப்பு இத்யாதி. நான் வளர்கிறேனே…

எனக்கு இலக்கியம் தெரிந்தபோது மணிரங்கபுரம் நெடியவரையும் யாரென்று அறிந்துகொண்டேன். என் அன்புக்கும் மதிப்புக்கும் உரிய ஆர்விகே சார்!

கறார், கண்டிப்பு, கலகலப்பு என்று சம விகிதத்தில் கலந்து வங்கிக் கணக்கு முடித்து புதுக் கணக்கு ஆரம்பிக்கிறது போல் மார்ச் 31-ல் எண்பது வருடம் முந்தி 1933-ல் பிறந்தவர் நம் ஆர்விகே சார். அதான் எனக்குத் தெரியுமே!

அவருடைய சிவிகுல பரம்பரையை ஃபெவிகுலமாகக் கோந்து போட்டுக் கண்ணி கண்ணியாக ஒட்டியது கர்னாடக சங்கீதம். ஆர்விகே நல்ல பாடகர். இசை ரசிகர். அதுவும்தான் எனக்குத் தெரியுமே.

அப்புறம், பாரபட்சம் காட்டாத இசை விமர்சகர். மேல்படியில் இருப்பதாக நினைத்து மமதையோடு கானடாவில் மிடுக்காக ஆரம்பித்தால், அடாணாவால் அடக்கிக் கீழ்ப்படிக்கு உருட்டி

விடக் கூடிய சங்கீத நேர்மை. முந்தைய பாராவில் வந்த பேங்கு மேனேஜர் விழுந்தார். அறிந்தார். விழாமலேயே அறிவேன் நானும்!

லைப்ரரி போக ஆரம்பித்த காலத்தில் ஆர்விகே சாரின் அப்பா திரு.ஜே.ரங்கசாமி ஐயரைப் பார்த்திருக்கிறேன். ஆர்விகே சாரை விட மிடுக்காக நடப்பார். சும்மாவா? அவரும் நல்லாசிரியர். சாரணர் படைத் தலைவர். சங்கீத நிபுணர். தேசபக்தரும் சிவகங்கையின் முதல் சிறுகதை எழுத்தாளருமான கவியோகி சுத்தானந்த பாரதியின் இளைய சகோதரர். அது கூடத்தான் எனக்குத் தெரியுமே.

சிவகங்கை மன்னர் சண்முகராஜாவுக்குப் பாடம் சொல்லிக் கொடுத்து ஹோம் ஒர்க் செய்ய வைத்த ராஜகுரு. ராஜா என்றால் ஹோம் ஒர்க் செய்யக் கூடாதா? செய்யாது வந்தால் பெஞ்சில் ஏறி நிற்கக் கூடாதா? அது எனக்குத் தெரியாது.

ஆர்விகே சாரின் அப்பா, திலகருக்கு நண்பர். வ.உ.சி சுதேசி கப்பல் கம்பெனி ஆரம்பித்தபோது சிவகங்கையில் கம்பெனி ஷேர் விற்க உதவியர். வ.உ.சியும் கவியரசர் சுப்பிரமணிய பாரதியாரும் சிவகங்கையில் அவருடைய விருந்தாளிகளாகத் தங்கியிருக்கிறார்கள். காந்தி மகான் கூட. இதுவும் எனக்குத் தெரியுமே.

ஆர்விகே சார் அரசர் உயர்நிலைப் பள்ளி தலைமை ஆசிரியர். ஒக்கூர் சோமசுந்தரம் செட்டியார் உயர்நிலைப் பள்ளி முதல் தலைமை ஆசிரியர். சோழபுரம் சுத்தானந்த பாரதியார் பள்ளி முதல் தலைமை ஆசிரியர். சென்னை டி.எல்.பதி அண்ட் கோவில் டைப்பிஸ்டாக 1955-ல் உத்தியோக வாழ்க்கையை ஆரம்பித்தவர், ரெண்டே மாதத்தில் ரெமிங்க்டன், ஹால்டா தட்டெழுத்து இயந்திர உலகில் இருந்து பிய்த்துக்கொண்டு வெளியேறி புத்தகம், நோட்டு, கரும்பலகை, சாக்பீஸ், டஸ்டர் உலக வாடை கவர்ந்திழுக்க அங்கே வந்தவர். அதுகூடத் தெரியுமே.

வந்தவர் வெளியேறவே விருப்பப்படவில்லை. நல்லா வேணும். அவர் அப்படி வந்து சந்தோஷமாக மாட்டிக்கொள்ளவில்லை என்றால் இரண்டு தலைமுறை சிவகங்கை, சுற்று வட்டாரம் கல்விக் கண் திறக்கப்பட்டு இன்று உலகம் முழுதும் நல்ல நிலையில் இருக்காது. நான் உள்பட. அதான் என் மனசுக்குத் தெரியுமே.

பின் என்ன தெரியாது?

முன்னால் குறிப்பிட்ட புண்ணாக்கு சீனுவாசனை ஏன் அடித்தார் ஆர்விகே?

இதைப் போன மாதம் எழுதியிருந்தால் இன்னும் தெரியவில்லை என்று முடித்திருப்பேன். இப்போது க்ளைமேக்ஸ் சேஞ்ச். தமிழ் சினிமாத் துறையில் வழக்கமாக நடக்கிறதுபோல் ஹீரோ மூக்கை நுழைக்காமலேயே.

ரெண்டு வாரம் முன்பு தற்செயலாக சென்னை இண்டர்நேஷனல் விமான நிலையத்தில் புண்ணாக்கு சீனுவாசனைப் பார்த்தேன். மாட்டுத் தீவனம் உலக அளவில் விற்கிற தொழிலதிபர். நுனி நாக்கு இங்கிலீஷ், கப்பல் மாதிரி பி.எம்.டபிள்யு கார். லண்டனுக்கு மிக அருகே க்ராய்டனில் வீடு கட்டி இருக்கிறான். லுப்தான்ஸாவின் ப்ராங்க்பர்ட் போகிறான்.

நீ எங்கேடா போறே என்று விசாரித்தான்.

டிம்பக்டூ என்றதும் ஜோக்கைக் கேட்டதுபோல் சிரித்தான். ‘நிஜமாகவே இருக்குடா, ஜியாக்ரபியிலே சொல்லிக் கொடுத்திருப்பாரே ஆர்விகே சார்’ என்றேன்.

சட்டென்று நினைவு வரக் கேட்டேன்.

‘ஏண்டா ஆர்விகே சார் உன்னை அடிச்சார்?’

‘அதுவா? போர்டுலே தினசரி திருக்குறள் எழுதணும் இல்லே அப்ப எல்லாம்? அறத்தான் வருவதே இன்பம்னு ஆரம்பிக்கற குறள். ஆர்விகே கிளாஸ்லே நுழைஞ்சு சத்தமாக போர்டைப் பார்த்துப் படிச்சார் ‘அத்தான் வருவதே இன்பம்.’

படுபாவி, ‘ற’வை விட்டுவிட்டு எழுதியிருக்கிறான்!

ஆக அதுவும் தெரியும் இப்போது.

ஆனாலும் தமிழ் சினிமாவிலும், இலக்கியத்திலும், உறவிலும் இந்த ‘அத்தான்’ ஏன் காணாமல் போனார் என்றுதான் தெரியவில்லை.

*மார்ச் 31, 2013*

# அலுவலகம் வந்த பெரியவர்

1970-களின் முற்பகுதி. மதுரை. மதுரா கோட்ஸ் துணி உற்பத்தி நிறுவனத்தின் அலுவலகம். காலை பத்து மணி கடந்திருக்கிறது.

தலைமை நிர்வாகி வேகமாக உள்ளே வருகிறார். அலுவலக ஹாலில் ஓரமாகப் புதிதாக வேலைக்குச் சேர்ந்த பையனின் மேசை. அங்கே அவர் பார்வை நிலைக்கிறது.

அந்தப் பையனுக்கு முன்னால் உட்கார்ந்து ஒட்ட வெட்டிய நரைத்த தலைமுடியும், நாலு முழ வேட்டியும், அரைக்கைச் சட்டையும், முகத்தில் பட்டிக்காட்டுக் களையுமாக ஒரு பெரியவர் பேசிக்கொண்டிருக்கிறார். நிர்வாகிக்குக் கோபம் தலைக்கேறுகிறது.

'யாருய்யா அது, துணி கொள்முதல் செய்யணும்னா குடௌன் போகவேண்டியதுதானே.. இங்கே என்ன செய்யறே?'

அந்தப் பெரியவர் அமைதியாக எழுந்து நிற்கிறார். பையனும் பதறிப்போய் நிற்கிறான்.

'நான் துணி கொள்முதலுக்கு வரல்லே'

'அப்ப பஞ்சு விக்க வந்தியா?'

இல்லை என்று தலையாட்டிய பையன் ஏதோ சொல்லும்முன் நிர்வாகி அவனைப் பார்வையால் எரிக்கிறார்.

'இல்லேன்னா, ஊர்லேருந்து சித்தப்பு, பெரியப்பு, மாமன், பாட்டன் பூட்டன்... இதே வேலையாப் போச்சு... வேலை நேரத்திலே

தொந்தரவு செய்யக் கூடாதுன்னு சொல்லி அனுப்பி வை. இன்னொரு தடவை பார்த்தா, உன் சீட்டைக் கிழிச்சுடுவேன்'.

கோபம் சற்றும் வடியாமல் நிர்வாகி தன் அறைக்கு நடக்க, பின்னால் இருந்து குரல். கணீரென்ற, தெளிவான, பிரிட்டீஷ் இங்கிலீஷ்.

'மன்னிக்க வேண்டும். ஒரு நிமிடம் என்னைப் பேச அனுமதிப்பீர்களா?'

நிர்வாகி திடுக்கிட்டுப் பின்னால் திரும்பிப் பார்க்கிறார். அந்தப் பட்டிக்காட்டுப் பெரியவர் தான்.

பெரியவர் ஆங்கிலத்திலேயே தொடர்கிறார்... 'இந்தப் பையன் ஊரில் என் பக்கத்து வீடு. அவனுடைய தகப்பனார் நான் மதுரைக்கு வருவதால் ஒரு தகவல் சொல்லிவிட்டிருந்தார். அவர் உடல் நலமில்லாமல் இருப்பதால் பயணப்பட முடியாது போனது. நான் இவரைச் சந்திக்க உங்கள் அலுவலகத்தின் நுழைவாயிலில் முறையான அனுமதி பெற்றுத்தான் வந்தேன். ஐந்து நிமிடம் பேசிப் போக அனுமதி. பேசி முடித்துவிட்டேன். உங்களுக்குத் தொந்தரவு கொடுத்ததற்காக வருந்துகிறேன். உங்கள் நாள் இனியதாக இருக்கட்டும்'.

தோளில் போட்டிருந்த சிவப்புத் துண்டால் முகத்தைத் துடைத்தபடி டயர் செருப்பு ஒலிக்க பெரியவர் புன்சிரிப்போடு வெளியே போகிறார். நிர்வாகி திகிலும் வியப்புமாகத் தன் ஊழியனான புதுப்பையனைப் பார்க்கிறார்.

'யாருப்பா இவர்?'

'தோழர் கே.டி.கே தங்கமணி சார்'.

லண்டனில் சட்டம் படித்துப் பட்டம் பெற்ற பார் அட் லா. ஹோ சி மின், மா சே துங் ஆகிய உலகப் பொதுவுடமை இயக்கத் தலைவர்களோடு தொடர்புகொண்டிருந்தவர், இந்தியக் கம்யூனிஸ்ட் கட்சியின் தமிழ்நாடு மாநிலச் செயலாளர், ஏஐடியுசி தொழிற்சங்கத் தலைவர். காட்சிக்கு எளியவர். 1913-ல் பிறந்த தோழர் கே.டி.கே தங்கமணிக்கு இது நூற்றாண்டு விழா நேரம்.

*ஏப்ரல் 2, 2013*

# குந்தலவராளி முதல் சூது கவ்வும் வரை

கட்டபொம்மனையும் ஊமைத்துரையையும் (அப்புறம் மருது பாண்டியரையும், சின்ன மருது மகன் துரைசாமியையும்) பற்றி நல்ல வார்த்தை, புகழ்ந்து சொல்ல வெள்ளைக்காரன் தான், அதுவும் அவங்களுக்கு ஜென்ம சத்ருவாக இருந்த கர்னல் வெல்ஷ் தான் வேண்டியிருக்கு.

நாம் கேவா கலர்லே கட்டபொம்மனைக் களி கிண்டி அவன் பேசியே இருக்காத அடுக்கு மொழியில் (தெலுங்கு தாய்மொழியாகக் கொண்ட பாளையக்காரன்) சக்தி கிருஷ்ணசாமி வசனத்தில் (நூற்றாண்டு விழா இப்போது) பேச வைத்து அப்புறம் மறந்து போய்விட்டோம்.

மருது பாண்டியரைக் கண்ணதாசன் தமிழ் சினிமா ஆக்கியது (டி.எஸ்.பகவதி, முஸ்தபா) ஓசைப்படாமல் தகரப் பெட்டியில் முடங்கிவிட்டது.

★★★

போகேந்திர சாயினம் குந்தலவராளி ராகப் பாடல்.

இப்போது தன் அருமையான பாடாந்தரத்தால் சஞ்சய் சுப்ரமணியன் கிட்டத்தட்ட தனியுடைமை ஆக்கிக்கொண்ட பாடல் இது.

மகராஜா ஸ்வாதி திருநாள் குந்தலவராளியில் பள்ளிகொண்டபுரம் பத்மநாபப் பெருமாளைப் பற்றி எழுதிய கீர்த்தனத்தை எம்.எஸ். அம்மா பாடியதும் கேட்க இனிமைதான்.

மேற்கத்திய வாசனை செண்ட் போட்டுக்கொண்டு கனவான் பூங்காவில் மாலை நேரத்தில் கைத்தடியைச் சுழற்றியபடி உலவுகிற காட்சி எனக்கு குந்தலவராளி கேட்கும்போது மனதில் வரும். (அதே பூங்காவில், எதிர்த் திசையில் ஒயிலாக நடந்துவரும் அழகிய இளம்பெண் வசந்தா).

வேகத்தின் காரணமாகவோ என்னமோ பெரும்பாலும் கச்சேரி இறுதியில் வரும் கானமாக, தில்லானாவாகவே நிற்கிறது குந்தலவராளி. இந்த ராகத்தில் ஆலாபனை செய்து நிதானமாகப் பாடக் கூடிய வேறு கீர்த்தனைகள் உண்டா?

★★★

வரவர விக்கிலீக்ஸ் 'லூஸ் டாக்' களமாகத் தெரிய ஆரம்பித்திருக்கிறது. ராஜிவ் காந்தி, சஞ்சய் காந்தி, பெர்ணாண்டஸ் அக்கப்போர் ஓய்ந்து, அந்தக் கால திமுக அமைச்சர் ராஜாராம் 'தனித்தமிழ் நாட்டுக்கு அமெரிக்கா ஆதரவு தருமா?' என்று அமெரிக்கத் தூதரக அதிகாரியைக் கேட்டது. 'நானாத்தான் கேக்கறேன்.. கட்சி மேலிடம் அப்படி எல்லாம் தனியாகப் போக நினைக்கலை'ன்னு தன்னிலை விளக்கம் வேறே.

வடிவேலு காமெடிதான் நினைவு வருகிறது. 'நான் யார் தெரியுமில்லே... அல் க்வய்தா...'

★★★

இசையிலும், கவித்துவத்திலும் தமிழ்த் திரையிசையின் உச்சத்தைத் தொட்டுவிட்டோம் என்று புரிந்துகொள்கிறேன்.

காலங்கார்த்தாலே காதில் விழுந்த பாடல், 'டவுசர் உயுந்துடுச்சி'. பல்லவி, சரணம்? நாசமாப் போச்சு... முழுப் பாட்டுமே இதேதான்... வேறே வேறே அபஸ்வரம், கமகம், நெரவல் எல்லாம் கொடுத்து...

படத்தின் பெயர் 'சூது கௌவும்'.

பாரதி கவிதையிலிருந்து சுவாதீனமாக எடுத்துக்கொண்டு இருக்கிறார்கள்.

*a real affront to the auditory perceptions...*

பாரதியாரையும் ஜூட் விடச் சொல்ல வேண்டியதுதான். 'சூது கௌவும்' தப்பும் தவறுமான இடங்களில் அழுத்தம் கொடுத்துச் சொல்லும் ரேடியோ ஜாக்கி, டிவி விடியோ ஜாக்கிகள் வாயில் என்ன பாடுபடப் போகுதோ...

*ஏப்ரல் 13, 2013*

## வரலாற்றுப் புனைகதை, வானில் எவ்வும் அனுமன், விக்கிலீக்ஸ் மற்றும் தி ஹிந்து பத்திரிகை

அண்மையில் நண்பர் கமல்ஹாசன் அவர்களோடு நாவல்கள் பற்றி உரையாடிக்கொண்டிருந்தபோது நாவல் முழுக்க கற்பனையான கதாபாத்திரம் ஒன்று மட்டும் வர, மற்றவை எல்லாம் வரலாற்றுப் பாத்திரங்களாக (அண்மைக் கால வரலாறு) அமைத்து முயற்சி செய்யலாம் என்றார்.

அரசூர் வம்சத்திலும், அதன் தொடர்ச்சியான விஸ்வரூபம் நூலிலும் சில கதாபாத்திரங்களை நிஜமாகவும், மற்ற பலரைக் கற்பனையாகவும் உலவ விட்டதைப் பேசிக் கொண்டிருந்தபோது இந்த எண்ண ஓட்டம்.

'ஹே ராம் சாகேத் ராம் போலவா?' என்று கேட்டேன். 'அதற்கு மேலேயும்' என்றார்.

கத்தி மேல் நடக்கிற வேலை இது. ஜாக்கிரதையாகக் கற்பனையையும் நிஜத்தையும் கலக்காவிட்டால் விமர்சனங்கள் வந்து விழும். நிஜம் நிறைய இருந்தால் இன்னொரு வரலாற்று நூலாக வாய்ப்பு உண்டு.

யோசித்துப் பார்த்ததில், இந்த மாந்திரீகத்தை வெகு இயல்பாக முதன்முதலில் தமிழில் செய்தவர் மகாகவி பாரதியார். சந்திரிகையின் கதை முற்றுப் பெறாத நாவல்.

தேசபக்தரும் சுதேசமித்திரன் பத்திரிகை உரிமையாளருமான வீரேசலிங்கம் பந்துலு, அவர் மனைவி இருவரையும் காண சென்னைக்குக் குழந்தை சந்திரிகையோடு கதாநாயகி வருவாள். பந்துலு அழும் குழந்தையை எடுத்துக் கொஞ்ச அது அழுகையை நிறுத்தும். பந்துலு அவர்களின் மனைவி சொல்வாள் - 'கிழவருக்கு வேறெதுவும் தெரியாவிட்டாலும் குழந்தைகள் அழுகையை நிறுத்தத் தெரியும்'. பந்துலு காங்கிரஸ் மாநாட்டுக்குப் போகிற பரபரப்பில் இருப்பார். உடலில் அங்கங்கே வேனல் கட்டி ஏற்பட்டு கஷ்டப்பட்டுக் கொண்டிருப்பார். அவர் பயணத்தில் எடுத்துப் போக காரமான எலுமிச்சை ஊறுகாய் வைப்பாள் மகள்.

பந்துலுவோடு ஒரு நாள் முழுக்க இருந்து பார்த்து எழுதியிருப்பாரோ பாரதியார். அவர் சுதேசமித்திரன் ஆசிரியராக இருந்தவர் தான். ஆனால் பந்துலு வீட்டுச் சூழலை இவ்வளவு தத்ரூபமாக எப்படி வர்ணித்தார்?

டிஜிட்டல் மீடியா, ப்ரிண்ட் மீடியா சமாதான சகவாழ்வு பற்றி ஏ.எஸ்.பி ஹிந்து பத்திரிகையில் நேற்று ஒரு நல்ல கட்டுரை எழுதி இருந்தார்.

விக்கிலீக்ஸ் கிட்டே இருந்து பழைய பேப்பர் பல்பொடி மடிக்கற காகிதம் எல்லாம் மொத்த விலைக்கு வாங்கற ஹிந்து பத்திரிகை ஒப்பந்தம் பற்றி அவர் சொல்வது

*The legacy media can function as a fine curator by classifying and categorising the digital platforms' abundance, become a silos breaker of its insularity, to bridge the virtual and real world, to provide a context and hence give a meaning to information. This cooperation has the potential to give information an edge in making our own choices in our daily democratic practices. The partnership between WikiLeaks and The Hindu is an indicator of the ways legacy media can fruitfully coexist with the digital possibilities.*

முப்பத்தஞ்சு வருஷத்துக்கு முந்திய ஊகம், ஊர் வம்பு, பாதி உண்மையை எல்லாம் நேற்று சாயந்திரம் நடந்ததுபோல் பகிர்ந்து கொள்வதால் என்ன நன்மை? பல விக்கிலீக்ஸ் எஜமானனுக்கு (அமெரிக்க அரசு) நம்ம நாட்டில் இருக்கற அவங்க தூதரகம் அனுப்பிய லோக்கல் ஊர் வம்பு சமாசாரமாகத்தான் இருக்கு...

எமர்ஜென்ஸி காலத்தில் சென்னை பத்திரிகைகள் எல்லாம் சென்சாருக்கு சரி என்று சொல்ல தினமணி வெற்றுத் தாள் தலையங்கம் கொடுத்து எதிர்ப்பைச் சொல்லி இருக்கு. எமர்ஜென்ஸி உத்தரவு என்ற பயங்கரமான சரித்திர விபத்து நிகழ்ந்தது போலக் கூட காட்டிக்கொள்ளாமல் ஹிந்து எப்பவும் போல் தினசரி அச்சடிச்சுத் தள்ளியிருக்கு. விக்கிலீக்ஸை வைத்துக் கொண்டு ஒரு சுய விமர்சனம் செய்து கொள்ள ஹிந்துவுக்கு சந்தர்ப்பம் கிடைத்தும் பயன்படுத்தப்படும்னு தோணலை.

ஏஎஸ்பி வேறே நல்ல உதாரணத்தைச் சொல்லி இருக்கலாம்.

*http://www.thehindu.com/opinion/Readers-Editor/the-possibility-of-coexistence/article4617428.ece?homepage=true*

★★★

அனுமன் எழுந்து பறக்கும் அற்புதக் காட்சியைக் கம்பன் சொல்கிறான்

வால்விசைத்து எடுத்து, வன்தாள்
மடக்கி,மார்பு ஒடுக்கி, மானத்
தோள் விசைத்துணைகள் பொங்கக்
கழுத்தினைச் சுருக்கி, தூண்டும்
கால்விசைத்தடக்கை நீட்டி,
கண்புலம்கதுவா வண்ணம்
மேல்விசைத்துஎழுந்தான், உச்சி
விரிஞ்சன்நாடு உரிஞ்ச - வீரன்.

(வீரன் - அனுமன்; வால்விசைத்து எடுத்து - வாலை வேகமாக உயர்த்தி; வன்தாள் மடக்கி - வலிமையான திருவடிகளை மடக்கி; மார்பு ஒடுக்கி மார்பைச் சுருக்கி; மானத் தோள்விசைத் துணைகள் பொங்கப் பெருமையும் புகழும் வெற்றியும் பெற்ற இரண்டு புயங்கள் பூரிக்க; கழுத்தினைச் சுருக்கி - கழுத்தை ஒடுக்கி; தூண்டும் கால்விசைத் தடக்கை நீட்டி - தூண்டுகின்ற காற்றைப் போன்று வேகமாகக் கைகளை நீட்டி; உச்சி விரிஞ்சன் நாடு உரிஞ்ச தலை பிரம்ம லோகத்தை உராயும்படி; கண்புலம் கதுவா வண்ணம் கண்ணின் பார்வை பற்ற முடியாதபடி, மேல் விசைத்து எழுந்தான் - விண்ணில்

> வேகமாக எழும்பினான். அனுமன் வால்எடுத்து, தாள் மடக்கி, மார்பு ஒடுக்கி, கழுத்தினைச் சுருக்கி, கை நீட்டி உச்சி விரிஞ்சன் நாடு உரிஞ்ச விசைத்து எழுந்தான்.
>
> - நன்றி தமிழ் வெர்ச்சுவல் யூ

இந்தக் கம்பீரமாக திருக்கோலத்தை ஓவியம் வடித்திருக்கிறார்களா யாரும்?

தேடியதில் ரவிவர்மாவின் ஒரே ஒரு ஓவியம் கிட்டத்தட்ட இந்த வர்ணனைக்கு ஒப்ப இருந்தது. அல்லது நான்தான் கற்பனை செய்து கொண்டேனா?

நண்பர் க்ரேஸி சொல்கிறார்:

அனுமன் வாலில் நெருப்பு... கையில் கணையாழி போல் தோன்றுகிறது... கண்டேன் சீதையைச் சொல்பவர் கையில் சூடாமணி அல்லவா இருக்க வேண்டும்... ஒருவேளை அனுமனின் விச்வரூப கோலத்தில் சூடாமணி சுருங்கிக் கணையாழி ஆகிவிட்டதோ... யாமறியோம் அனுமனின் பராபரமே... இது *RETURN JOURNEY* என்று நினைக்கிறேன்... ஓவியத்தில் ரவிவர்மாவின் சாயல் இருக்கு; ஆனால் செயல்திறன் இல்லை... போலி அல்ல அதே சமயம் ரவிவர்மா "போலி"ருக்கு... இதேபோல பல ரவிவர்மா ஜாடையில் சரஸ்வதி, லஷ்மி பார்த்திருக்கிறேன்....

*valid point... objection sustained...*

## செம்மண் சுவடு – 1 : சார்லியும் கண்டியா பிள்ளையும்

*(ஏப்ரல் 16 2013 செவ்வாய் இரவு 9:20)*

சென்னை ராமேஸ்வரம் எக்ஸ்பிரஸ் ஏசி முதல் வகுப்பு. வெளிச்சம் ஆகக் குறைந்த அந்தக் குறுகிய கூப்பேயில் சக பயணி எனக்கு முன்பே வந்திருந்தார்.

முகம் தெரியாத அரையிருட்டில் அவர் மொபைலில் பேசியபடி உட்கார்ந்திருந்தார். சரி, இன்று இரவு முழுக்க இவருடைய பேச்சுக் கச்சேரியைக் கேட்டபடிதான் உறங்க வேண்டி வரும்.

இருக்கையில் வைத்த என் மொபைல் சத்தமின்றி மெல்ல அதிர்ந்ததை நான் கவனிக்கவில்லை. ஷார்ட்ஸுக்கு மாற பெட்டியில் இருந்து உடுப்பை எடுத்துக்கொண்டிருந்தேன்.

சார், உங்க போன்...

சகபயணி நட்போடு சுட்டிக் காட்டினார்.

பேசி முடிக்கும் வரை அவரும் தன் உரையாடலில் மூழ்கி இருந்தார்.

'சாகித்ய அகாதமிக்கு பேப்பர் அனுப்பணும். இது பி.எச்.டி தீசிஸ்.'

பி.எச்.டி தீசிஸ் தலைப்பைச் சொன்னார். காதில் விழுந்தபோது

அவரைப் புது மரியாதையோடு நோக்கினேன். 'சிலப்பதிகாரத்தில் கறிகாய்கள்', 'சீவகசிந்தாமணியில் மரங்கள்' என்றபடிக்கு ரொட்டீனாக இல்லாமல், தமிழ் நாடக மேடை, அதில் பிறமொழி இலக்கிய, நாடகத் தாக்கம் பற்றிய ஆழமான ஆய்வு.

பரஸ்பரம் அறிமுகப்படுத்திக்கொண்டோம். 'உங்க சிறுகதைத் தொகுதி படிச்சிருக்கேன் சார்' என்றார்.

'உங்க படமும் நிறையப் பார்த்திருக்கேன் சார்... கே.பாலசந்தர் சார் படங்கள்லே ஒண்ணுவிடாம நீங்க இருப்பீங்களே... ஆனா திரையிலே இருக்கறதுக்கும் இப்போ உங்க பெர்சனாலிடியா தெரிஞ்சுக்கறதுக்கும் நிறைய வேற்றுமை இருக்கே'.

நான் சிரித்தபடி திரு சார்லி கையைக் குலுக்கினேன்.

காமெடியன். சிந்துபைரவி, சிகரம், ஒரு வீடு இரு வாசல், இன்னொரு வசந்தம் என்று எத்தனையோ படங்களில் நகைச்சுவையும் அப்பாவித்தனமுமான பாத்திரங்கள்... படிப்பு எம்.ஏ, எம்.பில். இப்போது பி.எச்.டி ஆய்வு மாணவர்.

தமிழ்த் திரையில் நகைச்சுவை நடிகர்கள் பற்றி எம்.பில் ஆராய்ச்சி செய்ததாகத் தெரிவித்தார். காளி என் ரத்தினம், புளிமூட்டை ராமசாமி என்று ஏகப்பட்ட தகவல்கள் ('வீணை எஸ்.பாலசந்தருக்கு ஒரு நகைச்சுவை நடிகர் பின்னணி பாடியிருக்கார் தெரியுமா? பாட்டு கல்யாணம்... ஆஹா கல்யாணம்'... பாடினது சந்திரபாபு').

பார்சி தியேட்டர், பாய்ஸ் கம்பெனி, என் நாவல்கள், சிறுகதைகள் பற்றி எல்லாம் பேசியதில் நேரம் போனதே தெரியவில்லை. கிட்டத்தட்ட நள்ளிரவு. நான் காலை எட்டு மணிக்கு சிவகங்கையில் இறங்க வேண்டும். அவர் ஆறரைக்கு புதுக்கோட்டையில்.

ஷூட்டிங் போறேன் சார் என்றார்.

புதுக்கோட்டையில் என்ன ஷூட்டிங் என்று விசாரித்தேன்.

ஜி.நாகராஜனின் 'நாளை மற்றுமொரு நாளே' நாவல் படமாகிறது. நான்தான் அதில் கந்தன்'.

வித்தியாசமான நண்பர்களின் பரிச்சயம் இரவு பதினொரு மணிக்குக் கூடக் கிடைக்கலாம்...

★★★

***17*** *ஏப்ரல் 2013 புதன் கிழமை*

*தேசிய இயக்கத் தலைவரும், சுதந்திரப் போராட்டத் தியாகியுமான பாகனேரி திரு எஸ்.ஒ.எஸ்பி.உடையப்பா அவர்களின் 108-வது பிறந்த தின மலரைப் புரட்டிக்கொண்டிருந்தேன்.*

*திரு உடையப்பாவை முன்வைத்து, சிவகங்கைச் சீமையின் மற்ற சுதந்திரப் போராட்ட தியாகிகளைப் பற்றிய குறிப்புகள் நிறைந்த ஆவணமாக இதைத் தயாரித்து அளித்தவர் எங்கள் தலைமை ஆசிரியர் வெங்கடகிருஷ்ணன் சார்.*

*மலரில் பக்கத்தைப் புரட்டும்போது சட்டென்று கண்ணில் பட்ட பெயர் 'காந்தி வீதி கண்டியா பிள்ளை'.*

*எப்படி மறந்தேன் அவரை?*

*தையல் தொழிலாளி. நீர்க்காவி ஏறிய கதர் வேட்டியும், சட்டையும் தான் கோலம். நான் பள்ளி போகிறபோது 'உங்க அப்பா எங்கேடா இருக்கான் இப்போ' என்று விசாரிப்பார். அப்பாவை அவன் என்று சொல்ல அவருக்கு உரிமை இருந்ததாகப் பாட்டி சொல்லித்தான் புரிந்துகொண்டேன்.*

*'கண்டிப்பயலா? நம்ம திண்ணையிலேதான் உங்கப்பா, சாமிநாதன், அவன் எல்லாப் பசங்களும் விளையாடிண்டிருப்பா' என்று சட்டென்று அவள் 1930-களுக்குப் போய் விடுவாள்.*

*அவள் குறிப்பிட்ட அப்பாவின் இன்னொரு அடாபுடா நண்பர் சாமிநாதன், கோமதி சுவாமிநாதன் என்ற புனைபெயரில் நகைச்சுவைக் கதைகள் ஏராளமாக எழுதிய சிவகங்கையின் மூன்றாவது எழுத்தாளர். சிவகங்கையின் முதலாம் எழுத்தாளர் பிச்சைக்குட்டி ஐயர் (வசன சம்பிரதாயக் கதை); அடுத்தவர் கவியோகி சுத்தானந்த பாரதியார் (அல்லிக்குளம் முதலிய கதைகள்).*

*கண்டியா பிள்ளைக்குத் திரும்புவோம். நான் பத்து வயதில் பார்த்தபோதே அவர் ஏழையாகத்தான் இருந்தார். கல்லூரி முடித்து வேலையில் சேர்ந்தபோது பரம ஏழையாகி இருந்தார்.*

*சுதந்திரப் போராட்டத்தில் கலந்துகொண்டு சிறை சென்றிருந்தாலும், என்ன காரணமோ அவருக்கு தியாகி பென்ஷன் மறுக்கப் பட்டது.*

புறாக் கூண்டு போல் ஒரு அறையை அடைத்துக்கொண்டு பழைய தையல் எந்திரம். பக்கத்தில் சுருட்டி வைத்த சேலையோ, சட்டையோ.

அவரிடம் யாரும் புதுத் துணி தைக்கப் போட்டுப் பார்த்ததில்லை. கிழிசல் உடுப்பும் தலையணை உறையும்தான் அழுக்கும் கசங்கலுமாக 'மூட்டித் தர' வரும்.

வறுமையிலும் அவர் முகத்தில் சிரிப்பைத்தான் எப்போதும் பார்த்திருக்கிறேன். எப்போதும் குதூகலம். மனதுக்குள் மகிழ்ச்சிகரமாக ஏதோ சதா நிகழ்ந்துகொண்டே இருக்கும் போல.

சுதந்திர தினம், குடியரசு தினம் வந்தால், எப்பாடுபட்டோ வெள்ளை, பச்சை, ஆரஞ்சு வர்ணத் துணி வாங்கி வந்து, சன்னமான துண்டுகளாக நறுக்கி சின்னஞ்சிறு மூவண்ணக் கொடி மூவண்ணக் கொடியாகத் தையல் எந்திரத்தில் ஓட்டி ஓட்டித் தைப்பார். தீக்குச்சியை நீல மசியில் தோய்த்து ஒவ்வொரு கொடிக்கும் நடுவே அவர் வரைவது எப்படி இருந்தாலும், கம்பீரமான அசோக சக்கரம் தான்.

பள்ளிக் குழந்தைகளைக் கூப்பிட்டுக் கூப்பிட்டுத் தைத்த கொடிகளை அவர்கள் சட்டையில் குத்திவிடுவார். அப்போது அவர் முகத்தில் குழந்தைத் தனமும் ஆனந்தமும் தெரியும். நாங்கள் தீபாவளி, பொங்கலுக்கு வருடா வருடம் உற்சாகப்பட்டது எல்லாம் அதோடு ஒப்பிட்டால் உப்புப் பெறாது.

நான் வேலைக்குச் சேர்ந்த நேரத்தில் ஒரு குடியரசு தினத்தில் கண்டியா பிள்ளை கையால் கொடி வாங்கிக் குத்திக்கொண்டேன். அவருக்குச் சிறு தொகை அவ்வப்போது தருவது வழக்கம். அந்தத் தடவை கொடியை வற்புறுத்திக் கண்டியா பிள்ளையிடம் காசு கொடுத்து வாங்கியதால் எனக்கும் மகிழ்ச்சி.

இரண்டு மாதம் கழித்து அவரை மறுபடி சந்தித்தேன். கடை பளிச்சென்று சுத்தமாக இருந்தது. கிழிந்த துணி கூட தைக்க வந்திருக்கவில்லை. முகத்தில் பசிக் களைப்பு. அதையும் மீறி உற்சாகம்.

தயங்கித் தயங்கி நான் கொஞ்சம் பணம் கொடுத்தேன். அவர் என்னையும் தையல் எந்திரத்தையும் மாறி மாறிப் பார்த்தார். ஒரு

வினாடி கண்ணில் நீர் கோர்த்ததைக் கண்டேன். சட்டென்று தொண்டையைக் கனைத்துக் கொண்டார்.

‘சுதேசிய ராட்டினமே காந்தி கை பாணம்
நம்மைக் காக்கும் பிரமாணம்’

என்று அவருடைய தலைமுறையின் தேசியப் பாடல் ஒன்றைக் குரல் நடுங்கப் பாடினார்.

கொடுக்க அவரிடம் அப்போது அந்தக் குரலும் பாடலும்தான் இருந்தது.

வெற்று தையல் மிஷினின் கால் பலகையை ஆர்மோனியம் போல் காலால் மிதித்தபடி அவர் பாடிய அந்தத் தினத்துக்கு அப்புறம் நேரு பஜார் மூக்கக் கோனார் ஜவுளிக் கடையில் சபரிமலை போக சாய வேட்டியும், பை தைக்கத் துணியும் வாங்கிய ஒரு மாலை நேரம்.

கண்டியா பிள்ளை கடை நினைவு வர, காந்தி வீதிக்கு நடந்தேன். கடை மூடி இருந்தது.

அது அப்புறம் திறந்திருந்ததாக நினைவு இல்லை.

*ஏப்ரல் 21, 2013*

# செம்மண் சுவடு —2 :
# ராஜம் அய்யங்காரும் 'டி.எஸ். பரமக்குடி'யும்

அரசூர் சுவாரசியமான கிராமம். எங்கள் குலதெய்வம் ஐயனார். பூசாரியார் வேளார். கோவில் மேற்பார்வையாளராக இருந்தவர் (காலம் சென்ற) கிராம கர்ணம் ராஜம் அய்யங்கார்.

அய்யங்காரை நான் சிறுவயதில் அரசூர் சென்றபோது பார்த்திருக்கிறேன். கெச்சலான, கொஞ்சம் கீச்சுக் கீச்சுக் குரலோடு எகிறி எகிறி நடக்கிற சிவப்புத் தலைமுடிக்காரர். (என் மனதில் என்னமோ அப்படித்தான் பதிவாகி இருக்கிறது).

அய்யங்கார் வீடு சிதிலமாகி இருக்கிறது. அவருடைய மகன் ஏசுதாஸ் தரங்கிணி குழுவில் இருந்ததாக அய்யங்கார் சொல்லிய நினைவு. சென்னையோடு போயிருக்கலாம்.

அய்யங்கார் வீட்டுக்கு நேர் பின்னே ஒரு காளி கோவில். நல்ல முறையில் பராமரிக்கப்படுகிறது. இன்னொரு வேளார் கவனித்துக் கொள்கிறார்.

அவரோடு பேசிக்கொண்டிருந்தேன்.

'இந்தக் காளியாத்தா இருக்குதே... ஐயருக்கு (அய்யங்கார்) ரொம்ப வேண்டப்பட்டது. வெள்ளன எளுந்திருச்சு சாமி அவுக பல்லு வெளக்கிட்டு நிக்கறாக... பின்னாடி ஏதோ சத்தம்... ஆருங்கறீங்க..

ஆத்தா உக்காந்திருக்கா... என்னம்மா விசயம்னு வாயிலேருந்து வேப்பங்குச்சியை எடுத்துட்டு ஜாரிக்கறாரு ஐயர்சாமி.

ஒண்ணுமில்லேடா... தெனம் பொங்கல் வெள்ளைச் சோறுன்னு படைச்சு வச்சதைத் தின்னு அலுத்துடுச்சு. அதான்...

அதான்னா என்ன அர்த்தம்?

நாக்குக்கு ருசியா இத்தினி கவிச்சி, ரத்தம்...

தோ பாரு... நீ எங்க அம்மா... வீட்டுப் பெரியவ... நாங்க சாப்பிடறது, புழங்கறதுதான் உனக்கும்...

எப்பவுமா கேக்கறேன்? எப்பவாச்சும் ஒருக்காதானே...

அதான் சொல்றேனே... இங்கே எல்லாம் இப்படித்தான்... சைவம் தான் எல்லாம்... எனக்கு இல்லாட்டாலும் உனக்கு முதல்லே கொடுப்பேன் எப்பதிக்கும்... சரிப்படும்னா இரு... இல்லியோ...

அட ஏன் கோவிச்சுக்கறே... வேணாம்னா விடேன்... நானும் தான் வேறே எங்கே போக? உங்களை எல்லாம் கவனிச்சுக்கிட்டு இங்கியே இருக்கேன்...

ஐயர் வாய் கொப்பளிக்கும்போது பின்னால் யாரோ நகர்ந்து போன ஒச்சை.

சாயந்திரம் ஐயர் மவன் சடார்னு சரிஞ்சுட்டான். திரேகம் கெடந்து துடிக்குது. கோழி அறுத்துக் கொண்டாங்க... ஆடு அடிச்சுக் கொண்டாங்கன்னு ஒரே பொலம்பல். ஐயர் நேரே பின்னாடி போனார். ஆத்தாவைப் பாத்துச் சத்தம் போட்டார். என்னமோ எங்களைக் கவனிச்சுக்கறேன்னே. இதானா நீ கவனிச்சுக்கறது? பேசறது ஒண்ணு செய்யறது ஒண்ணா?

துண்ணூறை அள்ளிக்கிட்டு ஐயர் வீட்டுக்குள்ளாற வரக்குள்ள பையன் சௌகரியமா படுத்துத் தூங்கிட்டான். எல்லாம் பொறவு சரியாப் போயிடுத்து...

வேளார் பேசி முடித்தார்.

அடுத்த நாவலை எழுதி முடித்த நிறைவு எனக்கு.

வேளாரும், அய்யங்காரும், காளியும், அரசூரும் எனக்கு போதித்தது மேஜிக்கல் ரியலிசத்தின் பால பாடம்.

★★★

காளையார்கோவில் அருகே, நாலாம் தலைமுறை பிராமண கிறிஸ்துவர் ஒருவரைச் சந்திக்க அவருடைய அச்சகத்துக்குப் போயிருந்தேன். உள்ளே புத்தகம் புத்தகமாக அச்சடித்து அடுக்கியிருந்தது.

ஒன்றை எடுத்துப் பிரித்துப் பார்த்தேன். புத்தகம் இல்லை. திருமண அழைப்பிதழ். அழைப்பிதழ் என்னமோ ஒரு பக்க நீளம் தான். 'உங்களை அன்போடு வரவேற்கும் உறவினர்கள்' பட்டியல் தான் பாக்கி ஒன்பது பக்கம். இந்துப் பெயர்களும், கிறிஸ்துவப் பெயர்களுமாக மாப்பிள்ளை பெண் பக்க தாய் மாமன், சிற்றப்பா, பெரியப்பா என்று வரிசையாக உறவினர் பட்டியல்.

அச்சகத்தின் கண்ணாடித் தடுப்புக்கு அந்தப் பக்கம் இரண்டு இளைஞர்கள் கம்ப்யூட்டரில் ஒரு திருமண அழைப்பை வரிவரியாக சரிபார்த்துக்கொண்டிருந்தார்கள்.

'யார் பெயரும் விட்டிருந்ததோ, இல்லே பெயரிலே, ஊரிலே, உறவு சொல்றதிலே அச்சுப் பிழை இருந்ததோ, கொலை கூட விழலாம்'.

அச்சக உரிமையாளர் சிரித்துக்கொண்டே சொன்னார். எனக்கு பயமாக இருந்தது. நிஜமாகவே ப்ரிண்டர்ஸ் டெவில் தான்.

'பேசாம வாக்காளர் பட்டியல் வாங்கிப் பின்னிணைப்பா கொடுத்திடலாம் போல இருக்கு' என்றார் ப்ரூப் கொண்டு வந்து வைத்த முதிய தொழிலாளி ஒருவர்.

அதானே.

★★★

**கா**ளையார்கோவில் பக்கம் கண்ணில் பட்ட பழைய போஸ்டர் ஒன்று -

அரிமா திரு...... பேத்தி காதணி விழா சிறக்க வருக வருக

லயன்ஸ் கிளப் உறுப்பினர் அரிமா திரு என்றால் ரோட்டரி கிளப் உறுப்பினர் சகடத் திருவா?

★★★

சிவகங்கை போஸ்டர்களின் நகரம். அரண்மனை வாசலில் கண்ணில் பட்ட ஒரு போஸ்டர் -

*மலேசியாவுக்கு உடனடியாக ஆட்கள் தேவை.*

*சப்ளையர்- மாத சம்பளம் ரூ. 20,000*

*புரோட்டா மாஸ்டர் - மாதம் ரூ. 30,000*

*சமையல்காரர் - மாதம் ரூ. 40,000*

*Parotta master - role, responsibilities and KPAs please...*

★★★

பாகனேரி சுதந்திரப் போராட்ட தியாகி திரு எஸ்.ஓ.எஸ்பி. உடையப்பா 108-ம் ஆண்டு மலரை அங்கே கொஞ்சம் இங்கே கொஞ்சம் என்று படித்துக்கொண்டிருக்கிறேன். கண்ணில் பட்ட செய்தி -

"வக்கீல் அமரர் டி.சீனிவாச அய்யங்கார் மிகச் சிறந்த காங்கிரஸ் தொண்டர். விடுதலைப் போராட்ட வீரர். சத்தியமூர்த்தி, ராஜாஜி, உடையப்பா, குமாரசாமி ராஜா போன்றோரின் நெருங்கிய தோழர். திரு. உடையப்பா ராமநாதபுரம் ஜில்லா போர்டு தலைவராக இருந்தபோது துணைத் தலைவராகப் பணியாற்றியவர். 'D.S, பரமக்குடி' என்று மட்டும் விலாசம் எழுதி, தபாலில் அனுப்பப்படும் கடிதங்கள் இவரைத் தவறாமல் சென்றடைந்துவிடும்."

*D.S. அவர்களிடம் ஒரு பத்திரிகை நிருபர் கேட்டார் - நீங்க கமல்ஹாசனோட அப்பாவா?*

*D.S : கமல்ஹாசன் என் மகன்.*

*ஏப்ரல் 21, 2013*

ஒரு வயலினின் மரணம் - லால்குடி ஜெயராமன்

நாரதர் தும்புரு மீட்டிட நேரெதிர்
சேருமோர் நாதம் வயலினில் - யாரவர்
ஆலமர் ஆண்டவன் அம்மைக்குச் சொல்லுவான்
லால்குடி வந்தாச்சு பார்.

- இரா.முருகன்

*“பயணம் புரிந்தது பாரத ரத்னம்*
*அயனரன் மாலுக்(கு) அருகே -வயலினை*
*வாசிக்க லால்குடி விண்ணுக்குப் போனதோ!*
*பூசிக்கும் தெய்வமானார் பார்”...*

- கிரேசி மோகன்

# பதினாறாம் வாய்பாடு

செந்தில் என்ற செந்தில்நாதன் எங்க ஆபீஸ் பையர். நால்பத்தஞ்சு வயசு கடந்தும் இன்னும் *office boy* தான். அதிலும் சகலவிதமான காகிதத்தையும் விழுங்கி, சீவல் பேப்பர் தயாரிக்கிற டாக்குமெண்ட் ஷ்ரெட்டர், போட்டோ காப்பியர்-பிரிண்டர் போன்ற மின்னணு சாதனங்களை இயக்க இன்னும் அவரை யாரும் ஏவுவதில்லை. ‘பாவம் அதெல்லாம் தெரியாது’ மனுஷன். எல்லா டேபிளிலும் தண்ணீர் பாட்டில் வைக்கிற காரியத்தை மனமுவந்து செய்வார் தினம் தினம்.

ஆபீஸ் கஃபேட்ரியாவில் நான் தேநீர் அருந்திக்கொண்டிருந்தபோது செந்திலும் மற்ற ஆபீஸ் பாய்களும் காலை உணவில் மும்முரமாக இருந்தார்கள்.

ஒண்ணே கால் காணி... அப்படீன்னா...

செந்தில் தான். சரியாக சதுர அடி, ஏக்கர், சதுர மீட்டர் என்று காணியின் அளவை சொல்லிக் கொண்டிருந்தார். போன மாதம் என் நண்பர் ஒருவர் அவசரமாக டெலிபோனில் கேட்ட விவரம். நான் இந்த உலகத்து மற்ற ஜீவராசிகள் போல் கூகிளில் தேடித்தான் அவருக்குத் தகவல் அறிவித்தேன். இங்கே, தினசரி துடைக்க அல்லாமல் வேறு எதற்கும் கம்ப்யூட்டர் பக்கமே போகாத செந்தில் அடித்து விளாசிக்கொண்டிருக்கிறார்.

பெரிசு கணக்குலே புலி சார்.

நான் அவர்களின் உரையாடலைக் கவனிப்பதைப் பார்த்த இன்னொரு ஆபீஸ் பையன் சொன்னார் (ன் ர் தான் இலக்கணப்படி தப்பு, சமூக நாகரிகப்படி சரி).

பதினாறாம் வாய்பாடு ஒப்பிப்பீங்களா?

நான் சிரித்தபடி கேட்டேன். எனக்கு பதினொரு பதினாறு, பனிரெண்டு பதினாறு எல்லாம் வராது... ஏதோ பத்து பதினாறு நூற்று அறுபது வரை சமாளிப்பேன்.

பெரிசு பவ்யமாக எழுந்து நின்று இருபது பதினாறு வரைக்கும் சொன்னார். அதற்கு மேலும் கூடப் போயிருப்பார்.

சார், நீங்க ஏதாச்சும் டேட் கொடுங்க. சுத்தமா என்ன நாளுன்னு சொல்வார்.

இன்னொரு ஆபீஸ் பையன் குறுக்கிட்டார்.

இருபத்தெட்டு ஆகஸ்ட் ஆயிரத்துத் தொளாயிரத்து ஐம்பத்து மூணு என்ன கிழமை செந்தில்?

நான் சட்டென்று கேட்டேன். எனக்குத் தெரிந்த தேதியோடு கூடிய ஒரே கிழமை.

பத்து செகண்ட் எதிர்ச் சுவரை வெறித்துவிட்டு செந்தில் சொன்னார்

‘வெள்ளிக்கிழமை சார்’.

மிகச் சரியான பதிலுக்காக நீங்களும் வென்றது ஒரு கோடி ரூபாய். இருந்தால் அட் சோர்ஸ் வரி பிடித்துக் கொண்டு கொடுக்கலாம்.

செந்தில் தோளைத் தட்டிப் பாராட்ட மட்டும் முடிந்தது. அடுத்த நாவலில் தேதி - நாள் கணக்கை சரிபார்க்க செந்தில் உதவியை நாடலாம்...

ஆமா, நீங்க என்ன உத்தியோகத்திலே இருக்கீங்க? பதினாறாம் வாய்பாடு தெரியுமா? எங்கே, பதினெட்டு பதினாறு என்ன சொல்லுங்க பார்க்கலாம்.

ஏப்ரல் 28, 2013

# சாவடியும் சில்லும் சர்க்கரைத் தெருவும்

சாவடி என்றொரு மேடை நாடகம். கொத்தவால் சாவடிதான் களம். காலம்? 1914 செப்டம்பர் 22 செவ்வாய்க்கிழமைக்கு இரண்டு நாள் சென்று. அந்தத் தேதியின் விசேஷம்? முதல் உலகப் போர் நேரம் அது. ஜெர்மனியக் கப்பல் எம்டன் சென்னைத் துறைமுகத்துக்கு அருகே வந்து குண்டு வீசித் தாக்கிய இரவு.

முதல் பிரதியில் சில மாற்றங்கள் செய்ய உட்கார்ந்தால் நாடகம் இன்னும் வளர்ந்து நிற்கிறது! சரி அப்படியே இருக்கக் கடவது. அதற்கு ஒரு தாற்காலிக முற்றும் போட்டு 'சில்லு' குறுநாவலை நாடகமாக்குவதில் நேற்றைய தினம் கடந்து போனது.

என்னமோ நாடகத்தில் இப்போது ஒரு விருப்பம்...

ராத்திரி திடீரென்று எகிப்திய நாவலாசிரியர் நக்யுப் மெஹ்பூஸ் *(Naguib Mahfouz)* எழுதிய 'கெய்ரோ மூன்று நாவல்' வரிசையின் கடைசி நாவல் 'சர்க்கரைத் தெரு' (ஷுகர் ஸ்ட்ரீட்) நினைவு வந்தது. எங்கேயோ வைத்த பிரதியைத் தேடி.... கிடைக்கவில்லை.

மேஜிக்கல் ரியலிசத்தை எனக்குப் பாடம் சொன்ன கார்சியா மார்க்வேயை விட, நக்யுப் மெஹ்பூஸ் தன் கெய்ரோ மூன்று நாவல் தொகுதி மூலம் என்னைப் பாதித்தது அதிகம்.

சர்க்கரைத் தெருவின் வாசிப்பு இனிமையில் ஒரு துளியாவது அச்சுதம் கேசவம் தர, அம்பலப்புழை ஸ்ரீகிருஷ்ணன் அருளட்டும்.

*29.4.2013*

# கச்சேரி

**கா**யத்ரி வெங்கட்ராகவனின் குரலும் எப்போதும் சிரித்த முகமும் மனதுக்கு இதமானவை. தம்பி ஈரோடு நாகராஜ் பக்கவாத்தியம் வேறே. நேற்று மேற்கு மாம்பலம் அயோத்யா மண்டபத்தில் ஸ்ரீராம நவமி கொண்டாட்டம் இவர்கள் கச்சேரியால் களைகட்டியது.

வாசலில் ஆர்ய கௌடா வீதியில் ஒரு செகண்டுக்கு ஒரு மாநகராட்சி பஸ்ஸும், பதினேழரை ஆட்டோ, பத்து மோட்டார் பைக், ஏழு கார் என்று இரண்டு திசையிலும் ஊர்ந்துகொண்டிருக்க, இரண்டரை மணி நேரக் கச்சேரியின்போது யாருமே ஹாரன் அடிக்கவில்லை என்பது ஆச்சர்யம். அடித்திருந்தாலும் நிரம்பி வழிந்த ரசிகர்களில் யாரும் அதைப் பொருட்படுத்தியிருக்க மாட்டார்கள்.

வெகு பொருத்தமாக சாவேரி தொடங்கி ராகமாலிகையில் பாவயாமி ரகுராமம். அட்டகாசமான காம்போதி (ஏமய்யா ராம ப்ரஹ்மேந்த்ரா). ரஞ்சனி, நிறைவான நிரஞ்சனி...

கே வி என் சாரின் சிஷ்யைக்கு சிஷ்யையான காயத்ரி, அவர் பாடிப் பிரபலமான ‘வருகலாமோ’ (மாஞ்சி) பாடுவாரா என்று நாகராஜிடம் மதியமே விசாரித்து கோபால கிருஷ்ண பாரதியார் எப்படிக் கச்சேரியில் வருவார் என்று ஒரு மாதிரி விக்கி லீக்ஸ் விவரம் கிட்டியிருந்தது.

‘குனித்த புருவமும்’ என்று காயத்ரி அழகாகத் தேவாரத்தைத் தொடங்க, மேற்படி பாரதியார் மோகனமாக வருவார் என்று ஊர்ஜிதமானது. நந்தன் சரித்திரக் கீர்த்தனை ‘தரிசனம் கண்டார்க்கு’ நேற்று கச்சேரியில் கேட்டவர்கள் அடுத்த ராம நவமி வரை மறக்க மாட்டார்கள்.

தொடர்ந்து அம்ருதவர்ஷிணியாக சுதாமயி சுதாநிதி...

நாகராஜ் தனியாக மிருதங்கத்தோடு மேடையில் ஏறினாலே அமர்க்களப்படுத்துவார். நேற்று கடம், கஞ்சிரா என்று படையோடு வந்து இறங்கி விட்டார். தனி பொறி பறந்தது.

வயலினில் காயத்ரி குரலோடு சுநாதமாக இழைந்த சாருமதி வில்லை எடுத்தது கண்டார். இசைத்தது கேட்டார்.

காலை வாக்கிங் போகணும்... சாவகாசமாக எழுதறேன்..

★★★

*Kejriwal promises Aam Adhmi Party election manifesto for each constituency. Not enough. Each voter, one manifesto.*

★★★

அண்மையில் படித்த சிறுகதைகளில் மனதை வெகுவாகப் பாதித்த ஒரு கதை சுப்ரஜா ஸ்ரீதரனின் ‘அம்மா’.

கதையில் வரும் கதைசொல்லி கதை இறுதியில் செய்தது மனதில் சுழன்றபடி இருக்கிறது. அதை நியாயப்படுத்தவில்லை. ஆனால், வேறு என்ன செய்திருக்க வேண்டும்?

சுப்ரஜா ஸ்ரீதரனின் வெற்றி இந்த விவாதத்தைத் துவக்கி வைத்ததில் தான்.

*ஏப்ரல் 30, 2013*

# விஸ்வரூபம் நாவல்
# – திரு. இந்திரா பார்த்தசாரதி அவர்களின் கடிதம்

'**வி**ஸ்வரூபம்' நாவல் பற்றி இந்திரா பார்த்தசாரதி சார் பகிர்ந்து கொண்டது

*I immensely liked the novel. I have sent my views by attachment.*

*EPaa*
*Apr 3 2013*

மேலைய நாட்டுக் கோட்பாட்டின்படி,சரித்திரம் நேர் கோட்டில் செல்லும். நேர்கோடு என்பதே கற்பனை. அதனால்தான், *BCE, ACE* என்று வரையறுத்துக் கொண்டு மேல்நாடுகளில் வரலாறு எழுதப்படுகின்றது இன்றுவரை. (அதாவது *ACE 2013* வரை).

ஆனால் நம் நாட்டில் சரித்திரம் நேர்கோட்டில் முடிவே இல்லாமல் போய்க்கொண்டே இருக்காது. யுகங்கள் நான்குதான். வருடங்கள் அறுபதுதாம். அவை திரும்பத் திரும்ப வரும். இது ஒரு *cyclic order*. அதனால்தான் நாம் அந்தக் காலத்தில் நிகழ்வுகளைச் சரித்திரமாகப் பார்க்கவில்லை. புராணங்களாகப் பார்த்தோம்.

வரலாற்று தர்க்கத்துக்குக் கட்டுப்படாமல் நிகழும் நாலு குடும்பங்களைப் பற்றிய இரா.முருகனின் நாவல், நேர்கோட்டில் செல்லவில்லை என்பதோடு மட்டுமல்லாமல், வெவ்வேறு

காலங்களில் முன்னும் பின்னும் செல்கின்றது. ஆனால் கதையைப் படிக்கும்போது எந்தவிதமான குழப்பமுமில்லை என்பதுதான் இந்நாவலின் கலா பூர்வமான வெற்றி.

ஐம்பதுக்கு மேற்பட்ட கதாபாத்திரங்கள் (ஆவிகள் உட்பட) நம் மனத்தை அலைக்கழிக்கவில்லை. காரணம், அவர்கள் பேச்சு நடையினின்றும் அவர்கள் யார் யாரென்று நமக்கு எளிதாகப் புரிந்துவிடுகின்றது. டால்ஸ்டாயின் 'போரும் சமாதானத்திலும்' 135 கதாபாத்திரங்கள். முருகன், நல்லவேளை, டால்ஸ்டாயை முறியடிக்க விரும்பவில்லை!

மூன்று நாடுகளில் நடந்தாலும், நிகழ்வுகளின் சாத்தியப்பாடுகள் எந்தவிதமான செயற்கைத் தன்மை இல்லாமல் படிப்பதற்கு மிகச் சுவாரஸ்யமாக இருக்கின்றன. இப்படித்தான் நடந்திருக்க முடியும் என்ற சிந்தனையை நம் மனத்தில் தோற்றுவித்துவிடுகின்றது. இப்படித்தான் அந்தந்தக் கால கட்டங்களில் பேசியிருப்பார்கள் என்ற நம்பகத்தன்மைதான் நாவலின் கொடுமுடி.

ஆரம்பித்த இடத்திலேயே நாவல் முடிகின்றது. இதுதான் *cyclic order*.

நன்றி இ.பா. சார் இரா.முருகன்.

*மே 1, 2013*

## கமல்ஹாசன் பார்த்த முதல் திரைப்படம்

*வெள்ளி (மே 3) தினத்தில் இந்தியத் திரைப்படத்துக்கு நூறு வயது. தாதாசாகிப் பால்கேயின் 'ராஜா ஹரிச்சந்திரா' முதல் இந்தியத் திரைப்படமாக வெளியான தினம் மே 3, 1913.*

*நான் பார்த்த முதல் படம் 'டாக்ஸி டிரைவர்'. தேவ் ஆனந்த் படம். 5 வயது சிறுவனாக என் தந்தையோடு (அவர் அப்போது சென்னை தி நகர் இந்தியன் ஓவர்சீஸ் வங்கி மேனேஜர்) ராஜகுமாரி தியேட்டரில் பார்த்த படம். வருடம்? 1958-59.*

*இந்தப் படத்தை இப்போது தலத் மெஹமுத் பாடிய 'ஜாயே தும் ஜாயே கஹான்' பாடலுக்காகவும், அப்பா இண்டர்வெல்லில் வாங்கிக் கொடுத்த கோலி சோடாவுக்கும், பாப் கார்னுக்குமாக நினைவு வைத்திருக்கிறேன்.*

*நீங்கள் நினைவு தெரிந்து பார்த்த முதல் சினிமா எது? எப்போது? எந்த ஊரில்? எந்த தியேட்டரில்? அந்தப் படத்தைப் பற்றி நினைவில் எதெல்லாம் இருக்கிறது?*

*இந்தக் கேள்விகளை என் நண்பர்களிடம் கேட்டேன். இன்று காலை கிடைத்த ஒரு சுவாரசியமான பதில்.*

*இந்தியத் திரைத் துறையில், முக்கியமாகத் தமிழ்த் திரைப்படத்தில் தொடர்ந்து 50 வருடமாகச் சாதனை படைக்கிற எம் பெருமைக்குரிய நண்பர் திரு.கமல்ஹாசன் சொல்கிறார்*

*strangely i don't remember my first film . a film according to my family elders ...I seem to have seen nearly a 100 times as a child. Madurai veeran it seems ran for 101 days in our little Paramakkudi, I seem to have visited the theatre astride my caretakers hip. My daily rasanjaatham and thayir saadam were slipped into my mouth as i gaped at the black and white spectacle every day. It seems a guy got a price for seeing the film all the 101 days . I did not qualify since i did not buy tickets . being the last offspring of DS had its benefits.*

*As i said in the beginning I don't remember any sequences on a review recently ....strange. it seems i used to even lisp away some dialogues from the film to my Periya manni with improvisations. I think like madurai veeran in the last scene my memory is stored in some cloud some where.*

*KH*

மே *4, 2013*

# வட மதுர மய்ந்தன

**கா**லை நேரச் சென்னை மாநகரம்.

அது ஹோட்டல்களின் மூடிய கதவுகளுக்குப் பின் ஸ்டெயின்லெஸ் ஸ்டீல் டபரா டம்ளர்களை அலம்பிச் சரசரவென்று சரித்து அடுக்கும் ஓசையாலும், கோயம்பேட்டிலிருந்து காய்கறி ஏற்றி வந்த மினி வேன்கள் பூங்கா பக்கம் அவற்றை நாலு நல்ல வார்த்தைகளோடு இறக்கிவிட்டுப் போகிற சத்தத்தாலும், ‘ஆகட்டும், சீக்கிரம் வாங்க, பஸ் எடுக்கணும்’ என்று திருப்பதி தினசரிப் பயண பஸ் டிரைவர்கள் அவசரமாக ஓடி வரும் பக்த கோடிகளை இன்னும் பதற்றமடைய வைக்கும் குரல் ஒலியாலும் ஆனது.

காட்சி ரூபமாக, கண்ணாடிக் கதவுகளுக்குப் பின் இனிப்பு வகைகள் அரை வெளிச்சத்தில் தட்டுப்பட, வாசலில் உட்கார்ந்தபடி தூங்குகிற நேப்பாளி கூர்க்காக்கள் காவல் இருக்கும் மிட்டாய்க் கடைகளாலும், அரை மணி நேரம் முன்பு ஒட்டிய ‘வணிகர் சங்கத் தலைவர் அழைக்கிறார்’, ‘மறைந்த தோழருக்கு ம.க.இ,க அஞ்சலி’, ‘தினகரனோடு இலவச இணைப்பு திரைக்கதை எழுதுவது எப்படி?’ போஸ்டர்கள் அப்பிய சுவர்களாலும் ஆனது.

வாடை ரூபமாக, வண்டிகளில் வைத்துத் தள்ளிப் போய் முதல் வெட்டு விழுந்து தென்னை மர வாசனையோடு கண் திறக்கும் இளநீர்க் காய்களும், பூங்கா வாசல் ஸ்டாலில் சுடச்சுட வந்திறங்கிய தக்காளி சூப்பும், திருப்பதிப் பெருமாள் கோவில் வாசலில் மிகக் கொஞ்சம் போல மணக்கும் சாமந்திப் பூ நறுமணமும் ஆனது.

அப்புறம்... விடிவதற்கு முன்பே தொடங்கும் கோடை வியர்வை அருவிகளால் ஆனது சென்னைக் காலை.

இன்றைக்கு பூங்கா நடை முடித்து, வியர்த்து விறுவிறுத்து திருப்பதி பெருமாள் கோவில் வழியாகப் போய்க்கொண்டிருந்தபோது, கோவிலில் இருந்து கன கம்பீரமாக பிரபந்த ஒலி. திருப்பாவை.

*பந்தார் விரலி! உன் மைத்துனன் பேர்பாட,*
*செந்தா மரைக்கையால் சீரார் வளையொலிப்ப*
*வந்து திறவாய்,*

உச்ச ஸ்தாயியில் உரிமையோடு, அதிகாரத்தோடு அழைக்கிற குரல். தொடர்ந்து அதே வரிகளைக் குரல் தணித்து மென்மையாக ஒலிக்கிற இன்னொரு குரல்.

மார்கழியை வைகாசி மாதத்தில் மனதில் கொண்டு வந்து நிறுத்துகிறவர்கள் அரையர்களா, பிரபந்த கோஷ்டியா? யாரோ, வாழ்க அவரெலாம்.

இது அழுத்தந்திருத்தமான தமிழ். பிரபந்தத்தைப் பெருமாளுக்கு நோகாமல், 'மாயன மன்னு வட மதுர மய்ந்தன தூய பெருநீர் யமுனத் துறவன' என்று ஐகாரம் கூட அழுந்தாமல் பாடுகிற பந்ததி இல்லை.

உடையவர் இப்படித்தான் பெரிய நம்பிகளின் திருமாளிகை வாசலில் அனுசந்தானம் செய்து கொண்டு நிற்க, அத்துழாயாக நப்பின்னை தோன்றி இருப்பாள்

பின்னணியில் மடேடர் வேன்களில் இருந்து காய்கறி இறக்கிக் கொண்டிருக்க மாட்டார்கள்.

★★★

குழந்தைக்குக் காதணி விழா. நூறு பேர் கூடி இருக்கத் தோதான ஒரு சிறிய மண்டபத்தில் நடக்கிறது. சடங்கு சம்பிரதாயங்கள் முடிந்து குழந்தையை மடியில் இருத்திக் காது குத்தும் போது நாலைந்து உறவினர்கள் கர்ம சிரத்தையாக ஸ்டெயின்லெஸ் ஸ்டீல் தட்டுக்களில் கரண்டியால் தட்டி ஒலி எழுப்பிக் கொண்டிருக்கிறார்கள். மங்கல ஒலியாம்.

இந்த மாதிரி சிறிய வீட்டு விசேஷங்களில் மண்டப வாடகை,

சாப்பாடு என்று நாற்பதிலிருந்து ஐம்பதாயிரம் வரை ஆகிறது. கூட ஒரு ஆயிரம் செலவழித்து ஒரு நாதசுவர இசைக்கு ஏற்பாடு செய்யாமல் எதற்கு இந்த 'டப்பா தட்டி முகூர்த்தம்?'

நாதசுவர, தவில் கலைஞர்கள் அருகிவிட்டார்கள். கர்னாடக இசை சபா இசையாக மாறிய பிறகு அது இவர்களுக்குச் சோறு போடுவதில்லை. பலரும் வேறு தொழிலுக்குப் போய் விட்டார்கள். விடாப்பிடியாக சில நலிந்த கலைஞர்கள். ஏதோ நம்பிக்கையில் நாதசுவர இசைக் கல்லூரியில் பயிலும் பொருளாதார அடிப்படையில் பிற்பட்ட மாணவர்கள்... சென்னையிலேயே இருபதிலிருந்து முப்பது குழுக்களாவது தேறும்.

ஆயிரம் ரூபாயும், விழா நடக்கும் இடத்தில் மற்றவர்களோடு விருந்தும் இவர்களுக்குக் கொடுத்தால் கொஞ்சமாவது உதவி செய்த மகிழ்ச்சி வரும். மாதம் பத்து சிறு கச்சேரி கிடைத்தால் கூடப் போதும், இவர்கள் வாழ்க்கையில் நாதசுவரமும் தவிலும் திரும்ப முக்கியமான இடத்தைப் பெறும்.

இவர்கள் போலத்தான் சிவன் கோவில் ஓதுவார்கள். நான் 1970-களில் சிவகங்கையில் இருந்தபோது, என் தந்தையார் எங்கள் ஊர்க் கோவில் ஓதுவாரை வீட்டு நிகழ்ச்சிகள் எல்லாவற்றுக்கும் தவறாது அழைப்பார். சில சமயம், தெருவோடு போகிற ஓதுவாரை வரவேற்று உள்ளே வந்து உட்காரச் சொல்லித் தேவாரப் பண்ணிசை பாடக் கேட்டு மகிழ்வார். அந்த வயதில் நான் சிவப்புச் சிந்தனைகளோடு அலைந்து கொண்டிருந்தாலும், ஓதுவார் 'பித்தா பிறைசூடி'யும், 'மாசில் வீணையும் மாலை மதியமும்' பாடலும் மற்றவையும் பாடும்போது கண்ணில் நீர் சுரக்கும். ஓதுவாருக்கு பில்டர் காப்பியோடு ஒரு சிறு தொகையை சன்மானமாக அளித்து அனுப்ப அப்பா தவறுவதில்லை.

சென்னையில் ஓதுவார்களைத் தேடி, தண்ணீர் வராத அடுக்கு மாடிக் குடியிருப்பில் படி ஏறி வந்து பாடச் சொல்ல ஆசைதான். நேரம் தான் இல்லை. முடிந்தவர்கள் இதைச் செய்தால் பண்ணிசையும் நிலைத்து நிற்குமே! அந்த இசைக்கு சைவம்-வைணவ வேறுபாடும், ஜாதியும் மதமும் இல்லை என்றே இப்போது தோன்றுகிறது.

*மே 11, 2013*

## திலகர் வந்த டிவி ஆன்மீகச் சொற்பொழிவு

காலை அவசரங்களுக்கு இடையே முரண்களும் அபத்தங்களும் எப்படியோ கண்ணில் பட்டுவிடுகின்றன.

விஜய் டிவியில் சமயச் சொற்பொழிவு. அவை நிறையக் கூட்டம். கிருஷ்ண கான சபாவா, நாரத கான சபாவா என்று தெரியவில்லை. முதல் வரிசையில் என் அன்பு நண்பர் எழுத்தாளர் திருப்பூர் கிருஷ்ணன்.

ஆன்மீகச் சொற்பொழிவு நடக்கிறது. புலவராகிய பேச்சாளர் சீரங்கத்து உறங்காவில்லிதாசனை, அவனுக்கு அரங்கனின் பேரழகைக் காட்டித் தந்த ஆசாரியனைப் பற்றி எல்லாம் அருமையாகப் பேசுகிறார். ஆச்சாரியனுக்கும் ஆசிரியருக்கும் வேறுபாடு உண்டு. ஆசிரியர் நன்றாக வாழ்வு அமையக் கல்வி கற்பிக்கிறார். ஆச்சாரியர் வாழ்ந்து காட்டுகிறார்.

மெல்லிய கரவொலி பேச்சாளரைத் தொடர்ந்து உற்சாகப்படுத்த மேலே போகிறார்..

இந்தியா சுதந்திரம் அடைந்த பிறகு பால கங்காதர திலகரை தேசியத் தலைவர்கள் ஜனாதிபதி பதவி ஏற்கும்படி கேட்டார்கள். திலக் சொன்னார் நான் ஆசாரியன். கற்பிப்பது என் பணி. எனக்கு நாட்டுத் தலைமைப் பொறுப்பு தயவு செய்து தராதீர்கள். திலகர் போன்ற தன்னலம் கருதாத ஆச்சாரியார்கள்...

அரங்கத்தில் ஆயிரம் பேர். தொலைக்காட்சியில் இன்னும் எத்தனை ஆயிரம் பேரோ... அர்த்தமுள்ள ஆன்மீகத்தோடு அபத்தமான தேசிய 'வரலாற்றை'யும் மனதில் சுமந்து போயிருப்பார்கள். திலகர் மறைந்தது 1920-ல். இந்தியா விடுதலை அடைந்தது - தெரியுமே.

★★★

**சா**வடி, சில்லு என்று இரண்டு மேடை நாடகங்கள் எழுதி முடித்து சிலிக்கன் வாசலை நாடகமாக்கும் சுவாரசியமான வேலையில் ஞாயிறு கரைந்தது. அடுத்து 'எழுத்துக்காரர்' நாடகமாகிறது. சாவடி 1914-ல் சென்னை கொத்தவால் சாவடியைக் களமாகக் கொண்டது. இரண்டு மணி நேரம் நிகழும். மற்ற மூன்றும் சேர்ந்து இரண்டரை மணி நேரம்.

எழுதத் தூண்டிய இனிய நண்பர் *Anand Raghav*, ஷ்ரத்தா நாடகக் குழுவினர், மூத்த தோழர் *Bharati Mani* எல்லோருக்கும் நன்றி.

★★★

**டை**ம்ஸ் ஓஃப் இந்தியா *Air India's Dreamliners to fly from today* ஹிந்து *Locked cockpit gives AI passengers jitters..one of Air India's domestic flights, operating in the Delhi-Bangalore sector, gave its passengers tense moments on Monday, when the cockpit door got locked even as the commander (pilot) was away from his seat to answer nature's call.*

போற போக்கிலே ஃப்ளைட் உள்ளே போகும்போது ஹோஸ்டஸ் சேவிப்பாங்களே, அப்போ மறக்காம கேட்டுடணும் 'பைலட் கிரமமா காரியம் எல்லாம் முடிச்சுட்டு வந்தாரோ?'. காக்பிட்டிலேயே கழிப்பறை கட்ட முடியாதோ? கீகடமா இருந்தாக்கூட பரவாயில்லே..

★★★

உண்ட உறிவெண்ணெய் ஊறியது பாற்கடலில்
வண்டார் கருங்குழல் வானுயுரக் கொண்டதோர்
குன்றுசூழ் மேகம் குவலயமே அஞ்சனம்
நன்றுன் மருளும் நயம்.

*மே 15, 2013*

# திரிதின ஸ்பிரிக் அப்படீன்னா?

இல்லறத்தானுக்கு விதிக்கப்பட்ட கடமைகளில் தலையாயது தினசரி கேலண்டரில் தேதி கிழித்தல். நினைவு வைத்துக்கொண்டு, காலையில் முதல் வேலையாக கேலண்டர் பக்கம் போய், ரெண்டு மூணு தாள் முன்கூட்டியே அவசரமாகக் கிழிபடாமல், நேற்றைய தேதிக்கான தாளை மட்டும் கிழிக்க வேண்டும். அப்புறம் முக்கியமானது கிழித்ததைப் படித்துவிட்டுக் குப்பையில் போட வேணும். அல்லது படித்துவிட்டுக் கிழித்தாலும் சரிதான்.

முன்பெல்லாம் தெற்கு மாவட்டங்களில் பல வீடுகளில் விவேகானந்தா தினசரி கேலண்டர்தான் தட்டுப்படும். மதுரை விவேகானந்தா அச்சகம் வெளியிட்டது அது. பழ.நெடுமாறன் அவர்களின் தந்தையார் நடத்திய அச்சகம். நீளமான கேலண்டர். ஒவ்வொரு தேதிக்கும் ஒரு சிறிய கட்டுரை மாதிரி நாள், நட்சத்திரம், அன்றைக்கு நடக்கும் எல்லா மத நிகழ்ச்சிகள், தலைவர்கள் பிறந்த, இறந்த தினங்கள் இப்படி பலதும் நல்ல தமிழில் வந்திருக்கும்.

இப்போது விவேகானந்தா கேலண்டர் கிடைக்கிறதா தெரியவில்லை. கல்லூரிக்குப் போகும்போது மற்ற வீடுகளில் செய்த மாதிரி நாங்களும் ஆனந்த விகடனுக்கு மாறிவிட்டோம். விகடன் கேலண்டரில் போனஸ் கோபுலு சார் வரைந்த அழகான முருகன் படம். எல்லா வருஷமும் கந்தன்தான் என்றாலும் அலுக்காது.

கேலண்டரில் தேதி கிழிக்கும்போது எப்போவாவாது கண்ணில் படும் சொற்றொடர் திரிதின ஸ்பிரிக். ஏதோ வருஷத்து விவேகானந்தா கேலண்டரில் பூண்டி மாதா திருநாள் திரிதின ஸ்பிரிக் என்று நடுவில் முற்றுப்புள்ளி இல்லாமல் அச்சாகி இருந்ததால், இந்த விசேஷமான வார்த்தை கத்தோலிக்க மத விழா சம்பந்தப்பட்டது என்று இதுவரை நினைத்துக்கொண்டிருந்தேன்.

நேற்று ஒரு நண்பர் புரோகிதர்.காம் என்ற இணைய தளத்துக்கான சுட்டியை அனுப்பியிருந்தார்

*http://www.prohithar.com/amavasai/amavasai_nandana_vijaya.pdf*

பழைய பஞ்சாங்கமாக இருந்தாலும் ஒரு தடவை பார்த்து விட்டுப் போகலாம் என்று படிக்கப் போனால், ’அமாவாசையைக் கணிப்பது எப்படி?’ என்று கட்டுரை.

நம்ப மாட்டீர்கள். அசந்து போனேன். இது வான நூல். *Pure astronomy. Not astrology.*

‘சந்திரன் பூமியில் இருந்து தொலைவில் பயணிக்கும் காலத்தில் அதன் வேகம் குறையும். இதனால் ஒரு திதி கட்டாயம் 24 மணி நேரத்துக்கு மேல் வியாபித்திருக்கும். அதாவது மூன்று நாட்கள் தொடர்பில் திதி இருக்கும். இதுவே திரிதின ஸ்பிரிக் எனப்படும். இந்த திரிதின ஸ்பிரிக் உலகின் ஏதாவது ஒரு பகுதியில் கட்டாயம் ஏற்படும்.’

ஆபீஸ் போகும் முன் அறிவு வளர்த்திய இணையத்துக்கு நன்றி.

*http://www.prohithar.com/amavasai/amavasai_nandana_vijaya.pdf*

மே *16, 2013*

## கோவிந்த் நிஹலானியோடு ஓர் உரையாடல்; கர்னாட் – 75

மூத்த நண்பரும் தேசிய அளவில் சிறந்த இயக்குநர் / ஒளிப்பதிவாளருமான திரு கோவிந்த் நிஹலானியோடு நேற்று பேசிக்கொண்டிருந்தேன்.

அவருடைய கதைக்கருவை வைத்து நான் ஆங்கிலத்தில் திரைக்கதை எழுதிய ஒரு மராத்தி / இந்தி சினிமா இப்போதைக்கு இல்லை என்று ஆனதால், அந்த ஸ்கிரிப்டை நாடகமாக்கிக் கொண்டிருக்கிறேன். ப்ளாக் ஹ்யூமர் என்ற அவ்வளவாகக் கையாளப்படாத நகைச்சுவை உத்தி.

ஒரு ஊடகத்திலிருந்து மற்ற ஒன்றுக்கு மாற்றுவது, அதுவும் காட்சி ரூபமான மீடியத்திலிருந்து வசன உருவான மேடையாக்கத்துக்கு மாற்றுவதில் ஏற்படும் சவால்கள் பற்றிய என் சந்தேகங்களுக்கு குரு ஸ்தானத்தில் இருந்து வகுப்பு எடுத்தார் கோவிந்த்.

விஷுவலாகச் சொல்லும்போது நாலு டிஸ்ஸால்வ், ட்ரால் இன், டீப் இண்டர்கட் என்று காட்சிகளை அடுக்கி ப்ளாக் ஹ்யூமர் எபக்டை கொண்டு வந்து விடலாம். அடிப்படையோட்டமாக அமைந்திருக்கும் வன்முறையை எந்த இடத்திலும் நியாயப்படுத்தாமல், அந்தக் கறுப்பு நகைச்சுவை அதை மேலும் குற்றப்படுத்தும். நாடகத்தில் வசனத்துக்கு முக்கியத்துவம் என்பதால் நகைச்சுவை முந்தி, ஒரு கட்டத்தில் அடித்தளக் கட்டுமானமான வன்முறையை நியாயப்படுத்துவது மாதிரி கூட ஆகிவிடக்கூடும்.

கவனம் தேவை. வசனம் எழுதும் போது முழுக் கதை உருவத்தையும் மனதில் எப்போதும் வைத்திருந்தாலே *(keeping the large picture in mind)* இது சரியாக வரும்..

கோவிந்த் சொன்னால் சரியாகத்தான் இருக்கும். பீஷ்ம சஹானியின் தமஸ், மராத்தி நாடக ஆசிரியர்கள் மகேஷ் எல்குஞ்ச்வரின் 'பார்ட்டி' நாடகம் இவற்றை ஊடகம் மாற்றி செல்லுலாய்டில் இயக்கி முத்திரை பதித்தவர் அவர்.

கோவிந்தின் குரு ஷ்யாம் பெனகால் ப்ளாக் ஹ்யூமரை அநாயாசமாகக் கையாண்டிருப்பார் மண்டி படத்தில். 'விடுதி'க்குக் கட்டாயப்படுத்திக் கொண்டுவரப்பட்ட ஊமைப் பெண்ணைத் தொழிலில் ஈடுபடுத்த விடுதித் தலைவி ஷாபனா ஆஸ்மி முயன்று கொண்டிருக்க, விடுதிக்குள் புகுந்த குரங்கை, அங்கே எடுபிடியாக குறைந்தபட்ச அறிவுடன் வளைய வரும் நசிருதீன் ஷா பிரயத்தனம் எடுத்து விரட்டிக்கொண்டிருப்பார். அந்தக் காட்சியின் பாதிப்பு படம் பார்த்துப் பல நாள் இருந்தது.

கோவிந்த் அறிவுரை எப்படிச் செயலாகிறது பார்க்கலாம்.

★★★

கோவிந்த் நிஹலானியிடமும் நான் கேட்ட கேள்வி நினைவு தெரிஞ்சு நீங்க பார்த்த படம் எது?

நரசிம் பஹத். இந்திப் படம். 1940-ல் வந்தது. (இது அப்புறம் 1953-லும் இன்னொரு முறை படமானதாம்). காந்திஜிக்குப் பிரியமான 'வைஷ்ணவ ஜனதோ' பாடலை எழுதிய நரசிம் மேத்தாவின் வரலாறு.

'இந்தப் படத்தை அப்பவே ரீ-ரன்... அஞ்சு வயசுலே பார்த்தேன் இரா... ஒரு காட்சி நல்லா நினைவு இருக்கு... சின்னப் பையன் நரசிம் புறாக்களுக்கு தானியம் போட்டிட்டிருப்பான்... புறா மேலே கேமரா நிலைக்கும்... டிஸ்ஸால்வ்... ஓபன் செஞ்சா திரும்ப புறா... கேமிரா ட்ரால்... தானியம் போடற கை பெரியவன் ஒருத்தனோடது. அப்புறம் அவன் முகம் தெரியும்... பையன் வளர்ந்து பெரியவன் ஆனான்னு புரிஞ்சுக்கறதுலே ஒரு கஷ்டமும் இல்லே'

குழந்தை மாதிரி சந்தோஷமாகச் சொன்னார்.

கோவிந்துக்கு ஐந்து வயதில் பிடித்த கேமிரா பித்து எழுபத்து மூணு நடக்கிற இப்போதும் உறுதியாகத்தான் இருக்கு.

★★★

ஞானபீட விருது பெற்ற கன்னட எழுத்தாளர், நாடக, சினிமா நடிகர் கிரிஷ் கர்னாடின் 75-வது பிறந்த நாளுக்காக இன்றைக்கு அவரை ஹிந்து பத்திரிகை பேட்டி கண்டிருக்கிறது.

கோடம்பாக்கத்திலும் அப்பா வேடத்தில் அவ்வப்போது வருகிறவர் கிரீஷ் கர்னாட். இங்கே ஞானபீடம், சாகித்ய அகாதமி, சங்கீத நாடக அகாதமி இப்படி உன்னதமான விருதுகளோடு வந்த ஓரே கலைஞர் அவராகத்தான் இருக்க முடியும்.

பெந்தகலே ஃபார் டோஸ்ட் என்று சமீபத்தில் புதிய நாடகம் எழுதியிருக்கிறாராம். பெங்களூர் நகர உருவாக்கம், வளர்ச்சி பற்றி கதையும், நிஜமும் கலந்து எழுதிய நாடகத்தில் 20-க்கும் மேற்பட்ட பாத்திரங்கள். நாடகத்தை மராத்தியில் மொழி பெயர்த்து மும்பையில் போட சூப்பர் ஹிட்டாம்.

அவருடைய நாடக வாழ்க்கை துவங்கியது சென்னை ப்ளேயர்ஸ் நாடகக் குழுவில் தான். ஆக்ஸ்போர்ட் யூனிவர்சிட்டி பிரஸ் மேலாளராக அப்போது (1975) யூ.ஆர்.ஆனந்த மூர்த்தியின் 'சம்ஸ்காரா' நாவலையும் படமாக்கி, பிராணேஷாசார்யா என்ற கதைக்கு அச்சாணியான பாத்திரத்தில் நடித்ததும் சென்னையில் இருக்கும்போது தான்.

அவர் சென்னையைக் கடந்து எத்தனையோ உயரங்களைத் தொட்டுவிட்டார் இப்போது.

மராத்தி கன்னட இலக்கியப் பரிமாற்றம் விசித்திரமானது. அரசியலில் கர்னாடகத்தின் எல்லைப்புற மாவட்டங்களில் மஹாராஷ்ட்ர ஏகாகிரன் சமிதி போன்ற அமைப்புகள் கன்னட எதிர்ப்பை தூண்டிக் கொண்டிருக்கும்போது மும்பையில் அவை நிறைந்து கிரீஷ் கர்னாடின் கன்னட நாடகம் மொழிபெயர்ப்பில் நடந்துகொண்டிருக்கிறது. அவருடைய 'ஹயவதன', 'நாகமண்டலா', 'துக்ளக்' எல்லா நாடகங்களுமே இப்படி கன்னடத்தில் எழுதி மராத்தி போனவைதான்.

கர்னாடின் நாடகங்களும், ம்கேஷ் எல்குஞ்ச்வரின் 'வாதே

சிராபந்தி'யும், மராத்தி இந்தியில் விஜய் டெண்டுல்கரின் 'சஹாராம் பைண்டர்', 'காஷிராம் கொத்வால்' போன்ற நாடகங்களும் பரீட்சார்த்த முயற்சிகளாகவும் பெரும் வெற்றி பெற்றவை.

மராட்டி ரசிகர்களைத்தான் புரிந்துகொள்ள முடியவில்லை. தாதா கோண்ட்கேயின் இரட்டை அர்த்த வசன சினிமாவையும் ரசிப்பார்கள். பரீட்சார்த்த நாடகத்தையும் வெற்றிபெற வைப்பார்கள்.

அடுத்த நம்ம நாடகம் மராத்தியிலேதான் நடத்தணும்...

★★★

பெரிய்ய்ய தண்ணி பாட்டில் ('மினரல் வாட்டர்' கேன்) 'உற்பத்தியாளர்கள்' வேலை நிறுத்தம் முடிந்துவிட்டதாம்.

சென்னையில் இந்தத் தண்ணீர் கிடைக்காமல் நேற்று கேன் ஒன்று ஐம்பது ரூபாய்க்கு விற்றது. இன்றோ நூறு ரூபாய். சாதா தினங்களில் இது முப்பது ரூபாய் இருக்கும்.

செங்கல்பட்டுலேருந்து தண்ணி கொண்டு வரோம் சார்... திருச்சியிலேருந்து வந்த தண்ணி சார்... இமய மலைத் தண்ணி சார்...

நிலைமை இப்படியே நீடித்திருந்தால் அடுத்த வாரம் இது கேனுக்கு ஆயிரம் ரூபாய் ஆகி இருக்கும். அதையும் வாங்கிக் குடிக்க ஆளிருக்கும்போது விற்கிறவர்களுக்கு என்ன கவலை?

சுற்றுச் சூழலைப் பாதிக்காமல் பாட்டிலில் தண்ணீர் அடைக்கும் நிறுவனங்களுக்குத் தடை விதித்து அவர்களின் மின் இணைப்பையும் துண்டித்த நல்ல செயலை மாநில அரசு செய்தது. அதை எதிர்த்தால் வேலை நிறுத்தம்.

மாநகராட்சி வழங்கும் தண்ணீரைக் காய்ச்சிக் குடித்தாலே போதும். காய்ச்சக் கூடச் செய்யாமல் சிவகங்கை செட்டியூரணி ஃபாண்டா *Fanta* நிறத் தண்ணீர் குடித்து வளர்ந்தவன் நான்.

வான் போல் விலை உயர்ந்த கேன் என் செய்யும்? வழிநடத்தும் கோள் என் செய்யும்? கோன் எம் அம்பலக் கூத்தன் இருக்க.

*மே 19, 2013*

அனந்தமூர்த்தியும் சிவராம் கராந்தும் சந்தேகத்துக்கு இடமின்றி சிறந்த எழுத்தாளர்கள்தான். சம்ஸ்காராவும், பாரதிபுரமும், சோமன துடியும், மூக அஜ்ஜியின் கனவுகளும், ஐத்தாள் குடும்பத்தின் வரலாறு சொல்லும் மரளி மல்லிகேயும் என் இலக்கியப் பிரக்ஞையை உருவாக்குவதில் முக்கிய பங்கு வகித்திருக்கின்றன.

ஆனாலும், இதையெல்லாம் படித்த போது மனதில் எழுந்த, இன்னும் எழும் கேள்வி கன்னட, மலையாள எழுத்தாளர்களை விட எந்த விதத்தில் இவர்கள் தலைமுறையினரான நம் ஜெயகாந்தனும், ஜானகிராமனும், அசோகமித்திரனும், இந்திரா பார்த்தசாரதியும் குறைந்து போனார்கள்?

ஒரு மனிதன், ஒரு வீடு, ஒரு உலகம், அம்மா வந்தாள், பதினெட்டாவது அட்சக்கோடு, தந்திர பூமி...தமிழ் நாவலின் அடர்த்தியும் களமும் புனைவும் மற்ற மொழி முயற்சிகளை விட ஒரு படி கூடுதல் உயரம் தான்.

உலக அரங்கில் தமிழுக்கு லாபி இல்லாததால்தான் நாம் இங்கே இருக்கிறோம்.. கன்னடம் புக்கருக்குப் போகிறது.

*மே 25, 2013*

# குஹாவின் புத்தகம், கேசவ் வரைந்த ஓவியம் (தோழர் ஜி.ராமகிருஷ்ணனோடு நடத்தலும்)

காலையில் நடேசன் பூங்காவில் நடக்கும்போது, மூத்த நண்பர் - இவர் வங்கி பொது மேலாளராக இருந்து ஓய்வு பெற்றவர் - 'ரெண்டு கோடி, மூணு கோடி' என்று படு சாதாரணமாகிக் கொண்டிருக்கு' என்று பணப் புழக்கத்தைப் பற்றிச் சொல்லிக் கொண்டு போனார். கொஞ்சம் பின்னால் இருந்து வேகமாக நடந்து வந்த இன்னொருவர் 'என்ன சார், கோடி கோடின்னு கோடி காட்டறீங்க' என்றார் சிரித்தபடி. வங்கி ஜி.எம் 'ஆமா, நீங்க கொடி காட்டறீங்க, நாங்க கோடி காட்டறோம்' என்றபோது அருகில் நடந்து வந்த அந்த இன்னொருவர் தெரிந்த முகமாகவே மனதில் பட்டார். ஆனாலும் காலை நடைக்கு மூக்குக்கண்ணாடி அணிந்து போவதில்லை என்பதால் மசங்கலாகத் தெரியும் உருவத்தை வைத்து நீங்கதானா என்று கேட்க இல்லை என்று அவர் சொல்லிவிட்டால்... பேசாமல் நடந்தேன்.

'இவர் எழுத்தாளர்... எட்சட்ரா எட்சட்ரா...' என்று பேங்க் ஜெனரல் மேனேஜர் என்னை விவரமாக மற்றவரிடம் அறிமுகப்படுத்த, நடந்தபடியே கைகுலுக்கல். உபசார வார்த்தைகள்.

நான் அப்படியே நடந்திருக்கலாம். ஆனாலும் வாய் சும்மா இருக்காதே...

வந்தவரிடம், 'சார் நீங்க...' என்று இழுத்தேன். ஜி.எம் சட்டென்று இடை வெட்டினார்.

'என்ன முருகன், காம்ரேட் ஜி.ஆர் தெரியலியா?'

நான் பார்த்ததுமே அவரை அன்புக்கும் மதிப்புக்கும் உரிய மார்க்சிஸ்ட் கட்சி தமிழ்நாட்டு மாநிலச் செயலாளர் தோழர்,ஜி ராமகிருஷ்ணன் என்று தான் நினைத்தேன். ஆனாலும் கண்ணாடி இல்லாமல் தவறாக அடையாளம் கண்டு கொண்டு..

வேணாம் என்று விட்டது சரிதான்.. அதோடு நிறுத்தியிருக்கக் கூடாதா..

தோழர் ஜி.ஆரை நாளைக்குப் பார்க்கும்போது முதல் வணக்கம் சொல்ல வேண்டும்..

நடேசன் பார்க்கில் காலை நேரத்தில் கண்ணில் படுகிறவர்களின் சிறு பட்டியல் இது

இரண்டு பத்திரிகையாளர்கள், வங்கி பொது மேலாளர், துணைப் பொது மேலாளர், திரை-சின்னத்திரை இயக்குநர், சின்னத்திரை அம்மா நடிகையர் இருவர், ஒரு திரைப்பட நடிகர், காமேஷ் ராஜாமணி இசைக்குழு அக்கார்டியனிஸ்ட் பாடகர்... அப்புறம் என் அருமை நண்பர், அப்பாவாகவே அவதரித்து நாடக மேடையில் நகைச்சுவை பொழியும்... பெயர் எல்லாம் அப்பாலே சொல்றேன்.

★★★

நித்தம் எனைவரையும் நின்கை வலிக்குமே
அத்தாநில் நான்வரையத் தூரிகைதா சித்தேநீ
பாசமொடு கண்ணன் பரிமாறிக் கொண்டானாம்
கேசவ் கரத்தில் குழல்.

*(இரா.மு 27.5.2013)*

★★★

மறக்க முடியாத டி.எம்.எஸ்.

நெருங்கிய நண்பரை இழந்த சோகம் மனதில் ஒரு நிமிடம் தலைதூக்குகிறது.

அவருடைய தனிப்பாடல்களே போதும் அவரை எப்போதும் நினைக்க வைக்க. எம்.ஜி.ஆராகவும், சிவாஜியாகவும், இன்னும் தமிழ்த் திரையில் யார் யாரோவாகவும் அவர் குரல் மூலம் இன்னும் பல காலம் இனம் காணப்பட்டுக்கொண்டிருப்பார்.

கூடப் பாடுகிறவர்களை அனுசரித்துப் பாடுகிறதில் அவர் தனிதான்.

'தங்க நிலவே நீ இல்லாமல் தனிமை காண முடியுமா' என்று கிட்டத்தட்ட அபஸ்வரமாகப் பாடிய பாரதி விஷ்ணுவர்த்தனோடு இவ்வளவு இசைந்து டி.எம்.எஸ்.தான் பாடி இருக்க முடியும்.

அஞ்சலி.

★★★

ராமச்சந்திர குஹாவின் 'இந்திய வரலாறு காந்திக்குப் பிறகு' (கிழக்கு பதிப்பகம் வெளியீடு) படித்துக்கொண்டிருக்கிறேன்.

ஆர்.பி.சாரதி சார் (நண்பர் பா.ராகவனின் தந்தையார்) சரளமாக மொழிபெயர்த்திருக்கிறார். மராத்தி பெயர்கள் கொஞ்சம் படுத்துகின்றன மிருணாள் கோர் போல (கோரே!)

சம்யுக்த விதாயக் தள், மகேந்திர சிங் திக்காயத், சௌதிரி சரண் சிங், பிந்த்ரன் வாலே, லோங்கோவால், தம்தமி தகசல் என்று 70-களிலும் 80-களிலும் அநாயாசமாகப் புகுந்து புறப்படுகிற வரலாற்று நூலில் சுவாரசியம் எந்த இடத்திலும் குறையவில்லை.

ராமானந்த் சாகர் தூர்தர்ஷனில் 'ராமாயணம்' மெகா சீரியலை 1980-களில் தொடங்கியபோது, நாடே ஞாயிறு காலை நேரங்களில் டெலிவிஷன் முன்னால் உட்கார்ந்துவிட்டது என்பதை அழகாகப் பதிவு செய்திருக்கிறார் குஹா.

'இந்துக்கள் வணங்கும் பல கடவுள்களில் ஒருவராக மட்டுமே கருதப்பட்டு வந்த ராமர், இத்தொடரின் உதவியால் அக்கடவுளர் அனைவரிலும் முக்கியமானவராகவும், கவர்ச்சிகரமானவராகவும் ஆகிவிட்டார்' என்கிறார் ராமச்சந்திர குஹா

ராமானந்த் சாகர் தூர்தர்ஷனில் காட்டித்தான் ராமனைப் பெருங்கடவுள் ஆக்கினாரா என்ன? வால்மீகியும், கம்பனும், துளசிதாசும், துஞ்சத்து எழுத்தச்சனும் பாடிய, இந்தியக் கலாச்சாரத் தொடர்ச்சியின் உருவகம் அன்றோ ராமபிரான்?

இந்தப் பத்தியைக் கிழக்கு தாராளமாக வெட்டியிருக்கலாம்.

கொஞ்சம் எல்லோரும் சிரமம் பார்க்காம, ராமச்சந்திர குஹாவின் புத்தகத்தை ஒரு தடவை படிச்சுடலாமே... நல்ல புத்தகம்... நண்பர்கள் வாங்கினால் (என்) பதிப்பாளருக்கும் நல்ல புத்தகம் விற்பனையாகும் நிறைவு கிடைக்கும்...

குஹா புத்தகத்துக்குத் திரும்ப வரேன்... அவர் புத்தகத் தலைப்பு 'இந்திய வரலாறு காந்திக்குப் பிறகு. கிழக்கு வெளியீடு. அவர் இந்தப் புத்தகத்தை இரண்டு பகுதிகளாகப் பிரித்துக்கொள்கிறார். அத்தியாயம் 25 வரை சொல்லப்படுவது 1947-1990 வரையான காலகட்டத்து நிகழ்ச்சிகள். அத்தியாயம் 26 க்கு அப்புறம் 1990க்குப் பிந்தைய நிகழ்வுகள்.

இருபத்தைந்தாம் அத்தியாய முடிவில் அவர் சொல்றார் 'இந்த அத்தியாயத்தோடு இந்தப் புத்தகம் வரலாறு என்பதிலிருந்து மாறி, வரலாற்று ரீதியாக எழுதப்படும் பத்திரிகையாளரின் கட்டுரைகள் என்று ஆகிறது'.

இந்தத் தன்னிலை விளக்கத்தை முன்கூட்டியே சொல்லி இருந்தால் முழுப் புத்தகத்தையும் வரலாற்று ரீதியான கட்டுரைகள் என்று குறிப்பிட்டிருந்தால் நான் ஏன் என்று கேட்டே இருக்க மாட்டேன்.

1947- வரை இது வரலாற்றுப் புத்தகமாக இருக்கிறது என்றால், வரலாற்றுப் புத்தகத்துக்கும், கட்டுரை புனைகதைக்கும் இருக்கும் வேறுபாடு நினைவு வர வேண்டும். வரலாறு நடந்ததை நடந்தபடி சொல்லுதல். எனக்குப் பிடித்ததை, விருப்பப்பட்ட மாதிரி சொல்ல இல்லை அது. 1984-க்கு அப்புறம் தொலைக்காட்சி என்ற ஊடகம் இந்திய சமூக வாழ்க்கையில் ஆழமாக ஊடுருவியது. ராமானந்த் சாகர் 'ராமாயணம்' தொலைக்காட்சித் தொடராக வந்தது. நாடு முழுக்க அது ஈர்ப்போடு பார்க்கப்பட்டது.

இது வரலாறு. குஹா வரலாற்றை எழுதியிருந்தால் அங்கே நிறுத்தி இருக்க வேண்டும். ராமன் என்ற தெய்வத்தைப் பெருந்தெய்வம் ஆக்கியது ராமானந்த் சாகரின் டிவி ராமாயணம் இது குஹாவின் வரலாற்று ரீதியான, ஆசிரியர் பார்வையிலான சொல்லாடல்.

இரண்டுக்கும் வித்தியாசம் உண்டு.

மே 27, 2013

*பணச் சலவை (money laundering) செய்ய ஒரு பத்திக்கு மிகாமல் ஒரு வழிமுறை கூறுக.*

*'வருமான வரி மூவாயிரம் டாலர் வருகிறது என்று வைத்துக் கொள்ளுங்கள். நீங்கள் பாடுபட்டுச் சேர்த்த கறுப்புப் பணத்தில் இருந்து வரியாக முப்பதாயிரம் டாலர் கட்டி விடுங்கள். அப்புறம் கணக்கு சமர்ப்பிக்கும்போது (filing of It return), அதிகமாக 27000 டாலர் கட்டிவிட்டேன் என்று முறையிடுங்கள். அரசாங்கக் கணக்கில் இருந்து கிட்டத்தட்ட 27000 டாலர் உங்களுக்குத் திருப்பித் தரப்படும். ஆக, உங்கள் கறுப்புப் பணத்தை அரசாங்க தயவில் 27000 டாலர் அளவு வெண்மையாகச் சலவை செய்து விட்டீர்கள்.'*

இந்தக் குடாக்குத்தனமான யோசனை எல்லாம் வெள்ளைக்காரனுக்குத் தான் வரும். கொக்கு தலையில் வெண்ணெயை வைத்துப் பிடிப்பது இதைவிட எளுப்பம்.

நம்ம ஊர்லே அதிகமாக வரி கட்டினால், அடுத்த ஜன்மத்தில் பூர்வஜன்ம ஞாபகத்தோடு பிறந்து ஹேபியஸ் கார்ப்பஸ் பெட்டிஷன் போட்டு முந்திய ஜன்ம *PAN Code* கொடுத்து க்ளெய்ம் செய்தால் கிடைக்க வழியுண்டு என்று தெரிகிறது.

★★★

**சு**ம்மா இலக்கிய மூச்சுவிடாமல் ஒரு சேஞ்சுக்காக வங்கி, கணினி என்று பேருரை நிகழ்த்தத் தீர்மானித்தேன். அதாவது, வங்கி அதிகாரிகளும், ஆடிட்டர்களும் (சராசரி வயது 50) ஒரு அறுபது பேர் நிறைந்த அவையில் வரும் சனிக்கிழமை மாலை சொற்பொழிவு. தலைப்பு *'3rd Generation Anti money laundering systems and customer profiling'*.

இந்த வறண்ட தலைப்புக்கு அப்புறம் *Islamic Banking, Derivatives, FATCA, Non delivery commodity market instruments, Forex integrated Treasury* என்று இன்னும் கனமான வங்கித்தனமான தலைப்புகளை எதிர்பார்க்கிறேன்.

இலக்கியக் கூட்டம் என்றால் பூக்கோவிலிருந்து வைகோ வரை எடுத்துக் காட்டி, சூளுரைத்து, ஒப்பிட்டு, கோபப்பட்டு, கிண்டல் அடித்து இரண்டு மணி நேரம் பேசிவிடலாம். வகுப்பு எடுப்பது

என்றால் பவர்பாயிண்ட் பிரசெண்டேஷனை மவுனப் படம் மாதிரி ஓட்டிக்கொண்டு மூச்சுவிடாமல் பொழிந்து தள்ளி விடலாம். டிரைவேடிவ்? ஆண்டி, அங்கிள் மணி லாண்டரிங், அதுவும் மூன்றாம் தலைமுறை கம்ப்யூட்டர் சிஸ்டம்களின் படம் வரைந்து பாகம் குறிப்பது. குருவாயூரப்பா இன்னும் மூன்று நாள் ஃபேஸ்புக் பக்கம் தலைவைத்து படுக்கக் கூடாது!

★★★

இந்த வங்கி கணினி சொற்பொழிவுகள் வெற்றியடைந்தால் அடுத்த மார்கழி சங்கீத சீசனில் நானும் சொற்பொழிவுத் தொடரைத் தொடங்கிவிடுவேன், ஆமா. குறுந்தகடு வெளியீட்டாளர்கள் தொடர்புகொள்ளவும்.

*ஜூன் 14, 2013*

# Death by Powerpoint

தொம்பங் கூத்தாடி அநாயாசமாக இரண்டு மூங்கில்களுக்கு நடுவே ஒரு பனை உயரத்தில் கட்டிய தாம்புக் கயிற்றில் நடந்தான். பிடி வழுக்காமல் கம்பம் ஏறி இறங்கினான். ஒரு கழியை விட்டு மற்றதற்கு நொடியில் தாவினான்.

பார்த்துக்கொண்டிருந்த திருடன் தொழில் கணக்குப் போட்டான் - இவனைக் கூடச் சேர்த்துக்கொண்டு அரண்மனையில் திருடப் போனால் கைநிறைய, முதுகில் மூட்டை நிறையக் கொண்டு வரலாமே.

ஆளுக்குப் பாதி. ஒப்பந்தம் ஆனது. நடு ராத்திரி. அரண்மனை மதிலுக்கு அந்தப் பக்கம் இருட்டில் நின்றார்கள் ரெண்டு பேரும்.

'விரசா ஆகட்டும்... தாவி உள்ளே போ... இந்தச் சாவிக் கொத்து எந்தப் பூட்டையும் திறக்கும்...'

திருடன் சாவிக் கொத்தை நீட்டினான். தொம்பங் கூத்தாடி யாரையோ மும்முரமாகத் தேடிக் கொண்டிருந்தான்.

'நம்ப சோக்ராதான். பையன் திம்திம்முனு கொட்டினா நான் சரசரன்னு சுவர் ஏறிடுவேன்'.

டெக்னாலஜி நம்மை எந்த மதிலையும் கடந்து வென்று வரும் தொம்பங் கூத்தாடிகளாக்கி இருக்கிறது. பவர் பாயிண்ட் பிரசெண்டேஷன் ஒரு ஸ்லைடாவது இருந்தால்தான் பேச்சு வருகிறது. *Death by power point* - நான் அடிக்கடி செய்வது.

நேற்றும் செய்ய ஆயத்தமானேன்.

'சார், ப்ரஜெக்டர் ஏதோ ப்ராப்ளம்... மாத்தித் தரேன்'.

போனவர் வரவே இல்லை.

பார்த்தேன். பின்னால் வெள்ளை அக்ரலிக் பலகை. மார்க்கர் பேனாக்கள். முழுக்க ஒயிட் போர்டில் எழுதி விளக்கி, வரைந்து விவரம் தந்து பவர் பாயிண்டே இல்லாமல் வகுப்பு. சேம்பர் மியூசிக் கச்சேரி செய்த மாதிரி மனதுக்கு நிறைவாக இருந்தது.

ஒயிட் போர்டும், மார்க்கர் பேனாவும்தான் எதற்கு? சுற்றுச் சூழலை மாசுபடுத்தும் இனங்கள் அல்லவோ இரண்டும்?

எல்லா நிறுவனங்களும் பள்ளி வகுப்பு போல கரும்பலகைக்கும் சாக்பீஸுக்கும் மாறினால் இன்னும் அந்நியோன்யமாக இருக்கும்.

பாடம் நடத்திக்கொண்டே, சாக்பீஸை உயர்த்திப் பிடித்து, கேரம் போர்ட் காயை அடிப்பது போல் சாக்பீஸின் தலையில் சுண்டி அந்தத் துண்டு கடைசி வரிசையில் பேசிக்கொண்டிருந்த சோமசுந்தரம் மேல் சரியாகப் போய் விழ, 'பாடத்தைக் கவனி' என்று கண்டித்தபடி க்வாட்ராடிக் ஈக்வேஷனைத் தொடர்ந்த எங்க ப்ரபசர் மாதிரி நானும் ஒரு நிமிடமாவது மாற ஆசைதான்.

★★★

*RBI raises minimum daily balance for CRR from 70% to 99%. Short term borrowing may come with more fund cost. And this will certainly hit the not-so-liquid banks below the belt. More painful than RBI holding these bankers by their b★l★s in a tight grip*

★★★

*Ben Bernanke (US Fed Reserve Chairman) effect is still lying heavy on Sensex with IT stocks continuing to rally today too. Yet, Footsie (FTSE) is wobbling with London Stock Exchange booking listless trades against the background of poor results by Microsoft and Google. Exotic option sellers, especially, 'long butterfly call' are having a field day over there..*

*Pray tell me if you know, what constitute Indian market sentiments?*

★★★

'பேனா நிப் பட்டையடித்து மசித் துளிகள் காகித நடுவில் சின்னத் தீவுகளாகக் குளம் கட்டின.'

இந்த வாக்கியத்தை எழுதிவிட்டுப் பார்த்தால் புரிவது இது 1870களுக்கும் 1970களுக்கும் இடைப்பட்ட காலகட்டத்தில் வாழ்ந்தவர்களுக்கே விளங்கும்.

பத்தொன்பதாம் நூற்றாண்டுக்கு முன் எழுத்தாணி பரம்பரை. இருபதாம் நூற்றாண்டின் கடைசி இருபது வருடமாக பால்பாயிண்ட் பேனா வம்சம். இடையில் வந்த மசிப் பேனா (*(fountain pen)* என்ற ஒரு சிறு தொழில்நுட்பம் சமூக வாழ்க்கையைப் பாதித்துப் போயிருக்கிறது.

புனைகதையும் அபுனைகதையும் ஓவியமும் புகைப்படமும் காலத்தைப் பதிவு செய்வது ஏன் அவசியம் என்று புரிகிறது.

★★★

*The opening sentence (preface) of Edgar Thurston's seven volume book 'Castes and tribes of South India'*

*In 1894, equipped with a set of anthropometric instruments obtained on loan from the Asiatic Society of Bengal, I commenced an investigation of the tribes of the Nilgiri hills, the Todas, Kotas, and Badagas, bringing down on myself the unofficial criticism that "anthropological research at high altitudes is eminently indicated when the thermometer registers 100° in Madras."*

ஆக, இந்த மாதிரி விமர்சனம் எல்லாம் 120 வருடமா வந்துட்டுத்தான் இருக்கு!

★★★

மறைந்த தோழர் சமர் முகர்ஜியைப் பற்றி யாரும் சொல்லாட்ட என்ன, நாம் சொல்லலாம்:

1) லெனினின் சோவியத் புரட்சி நான்காவது பிறந்த நாள் கொண்டாடிய போது பிறந்தவர் (நவம்பர் 7, 1913)

2) சுதந்திரப் போராட்ட தியாகி. சைமன் கமிஷன் எதிர்ப்புக்காகப் பள்ளியில் படிக்கும் போதே சிறைபுகுந்து, படிப்பைத் தொடர முடியாமல் போனவர் பிறகு சாவகாசமாக முடித்தார்.

3 1964-ல் கம்யூனிஸ்ட் கட்சி பிளவுபட்டபோது மார்க்சிஸ்ட் கட்சியில் இணைந்தார்.

4) 1957 முதல் 1971 வரை மேற்கு வங்க மாநிலச் சட்டமன்ற உறுப்பினராகத் தேர்ந்தெடுக்கப்பட்டுப் பணியாற்றியவர்.

5) 1971-1984 பெரிய தொகுதியான ஹௌராவுக்கு நாடாளுமன்ற உறுப்பினர்.

6) 1986 - ராஜ்யசபா உறுப்பினர்.

7) 1940-முதல் கம்யூன் (கட்சி கூட்டு இருப்பிடம்) வாழ்க்கை வாழ்ந்தவர். 1965 முதல் இறுதி நாள் வரை ஒரே கம்யூனில் தங்கி எளிய வாழ்க்கை வாழ்ந்தவர்.

சி.ஐ.டி.யூ. தொழிற்சங்கத் தலைவராகப் பதவி வகித்தவர்.

9) சட்ட மன்ற, நாடாளுமன்ற உறுப்பினர் ஊதியத்தை மறக்காமல் கட்சியில் ஒப்படைத்து தன் அத்தியாவசியச் செலவுக்காக மட்டும் பணம் வாங்கிக் கொண்டவர்.

10) யாரோடும் தனிப்பட்ட முறையில் விரோதம் கொள்ளாது, கோபப்படாது, கண்ணியம் காத்த நல்ல மனிதர்.

11) 100 வயது நிறை வாழ்வு வாழ்ந்து மறைந்தவர்.

சமர் முகர்ஜி போன்ற மனிதர்கள் இங்கே இருந்தார்கள் என்பது சீக்கிரமாக மறக்கப்பட்டுவிடும். லால் சலாம் காம்ரேட்.

★★★

கண்ணமுது காணாது காதில் குழலொலிக்கும்
பண்ணமுது என்நெஞ்சில் பாற்கடலாம் விண்ணமுது
மாரார் எடக்கயில் மன்றாடி நிற்கின்றார்
ஆரா வமுதே அருள்.

எடக்க தாளமும் நரம்பிசையும் கலந்த கேரள இசைக்கருவி.

மாரார் எடக்க வாசித்து சோபான சங்கீதம் பாடுகிறவர்கள் பெரும்பாலும் மாரார் குலத்தினராக இருப்பது மரபு.

ஜூலை 26, 2013

# வாவரசி

தமிழாசிரியர் நீலமேகம். 1960–களின் இளம் தி.மு.க காரர். நாத்திகர். வகுப்பில் அடிக்கடி பாரதிதாசனை மேற்கோள் காட்டுவார் ‘கிளையினில் பாம்பு தொங்க விழுதென்று குரங்கு தொட்டு’, ‘நீலவான் ஆடைக்குள் உடல் மறைத்து’, ‘கோரிக்கையற்றுக் கிடக்குதண்ணே’, ‘தமிழுக்கும் அமுதென்றும் பேர்’, ‘சம்(ங்) காரம் நிசமென்று சங்கே முழங்கு’, ‘காடு கமழ வந்த கற்பூரச் சொற்கோ’ என்று நான் நினைவில் வைத்திருக்கும் பாரதிதாசன் கவிதை எல்லாம் அவர் சொல்லக் கேட்டுத்தான். அவ்வப்போது ‘சேயோன்’ என்ற புனைபெயரில், எதிர்க்கட்சிப் பத்திரிகையான முரசொலிக்குக் கட்டுரை எழுதுவார். போஸ்ட் ஆபீசுக்குப் போய் அங்கே வைத்திருக்கிற அஞ்சல் பெட்டியில் அதைப் போட நம்பிக்கையான ஆள் வேண்டும் அவருக்கு. நான் அடிக்கடி முரசொலிக்குக் கடிதம் அப்படி அனுப்பியிருக்கிறேன்.

வகுப்பில் பாடம் நடத்தும்போது முதுபெண்டிர் நிமித்தம் பார்ப்பது குறித்து (இது நெடுநல்வாடை என்று நினைக்கிறேன்) சொன்னார் வாழ்வரசிகள் இவ்விதம் போவார்கள். நம்ம ஊர்லே வாவரசின்னு சொல்லுவாகளேடா அவுஹதான்.’

கடைசி வரிசையில் உட்கார்ந்திருந்த அண்ணாதுரை சொன்னான் - ‘ஓ வாவரச மரமா?’

நீலமேக வாத்தியார் நாலெட்டு தாவிச் சென்று அண்ணாதுரையைப் பொறி பறக்க அறைந்தார்.

'எதைப் பரிகாசம் செய்யறதுன்னு கெடயாதாடா.. அண்ணாதுரைன்னு பேருதான்! அறிவு சுத்த சூனியம். உங்கப்பாவை நாளைக்கு என்னிய வந்து...' பொரிந்து தள்ளி விட்டார்.

ஆத்திகராக, நாத்திகராக, குறிப்பிட்ட மதத்தினராக இருப்பதற்கும் விழுமியங்கள், மரபு மேல் மரியாதை வைப்பதற்கும் சம்பந்தம் இல்லை என்று தெரிந்துகொண்டேன்.

மேலே சொன்ன 'கோரிக்கை அற்றுக் கிடக்குதண்ணே' பாரதிதாசன் பாடலைக் கூட பின்னாளில் ஒரு தோழர் குற்றம் சொன்னார் – 'பெண்மையை சந்தைப்படுத்தப்பட வேண்டிய பண்டமாக ஆக்கிவிட்டார் கவிஞர்.' நான் சொன்னேன் 'பாரதிதாசனின் பெண்ணிய, பெண் விடுதலை சிந்தனைகளைப் புரிந்துகொள்ள அவர் படைப்புகள் முழுவதையும் படிக்க வேணும் தோழர். பெண்குழந்தை தாலாட்டும், தலைவாரிப் பூச்சூட்டி உன்னை பாடலையும் படித்துவிட்டு, இந்தப் பாடலுக்கு வாருங்கள். அவர் மனதின் ஆதூரம் தெரியும்'.

ஆகஸ்ட் 4 2013

பி.ஏ.கே பிறந்த நாளா? (புலிநகக் கொன்றை நாவல் ஆசிரியர் பி.ஏ.கிருஷ்ணன் என்ற பிஏகே அண்ணா)

ஆமா சார்.

எங்க பின் வீட்டுப் பிள்ளை.

என்னாக்க?

ஆழ்வார்பேட்டை வீட்டுக்குப் பின்னாடி ஒரு வீட்டுலே பிரம்மசாரியா முன்னாடி அவர் தங்கி இருந்தார் தெரியுமோ?

முன்னாடி பின்னாடி.... சார்... இது என்ன பஞ்சதந்திரம் பிளஸ் ஒண்ணா?

நாளைக்கு முக்கியமான ஷூட். வரீங்களா?

அடடா, கிளாஸ் எடுக்கணுமே...

எப்ப வரை?

ஆகஸ்ட் இருபத்தெட்டு எனக்கும் அறுபது முடியறது சார்.

ஏன் சார், சாப்ட்வேர் கம்பெனி வேலை, எழுத்துன்னு மும்முரமாக இருப்பீங்கன்னு பார்த்தா இந்த மாதிரி வெட்டிக் கணக்கு எல்லாம் எதுக்குப் போட்டுட்டு இருக்கீங்க?

மனுஷன் ஒரு பத்து நிமிடம் பிடித்துக்கொண்டுவிட்டார். நான் அறுபதென்ன, எண்பது வரை இருந்தாலும் வாயைத் திறக்கவே மாட்டேன். முக்கியமாக நம்ம நண்பரிடம்.

★★★

நிகழ்ந்த ஒரு துயரமான சம்பவத்தை அடிப்படையாக வைத்து உருவாகும் படைப்புகளின் இலக்கிய மதிப்பு குறித்து விவாதங்கள் நடந்துகொண்டேதான் இருக்கின்றன.

இந்த நிகழ்வுகளும் அவற்றின் பின்புலமும் சமுதாய நினைவில் என்றும் மறக்கப்படாமல் இருக்க வேண்டும் என்பது சமூக அக்கறை குறித்த நிலைப்பாடு.

அதை எழுத்து, நிகழ்கலை, ஓவியம், சிற்பம், இசை ஆகிய நுண்கலைகள் மூலம் நிறைவேற்றுவதில் தவறில்லை என்று நினைக்கிறேன். அவற்றின் இலக்கிய மதிப்பை வருங்காலம் கணிக்கட்டும்.

இது நிர்பயா குறித்து எடின்பரோ விளிம்புநிலைக் கலை விழாவில் *(Edinburgh Fringe festival)* தற்போது நிகழ்த்தப்பட்டுவரும் நாடகம் பற்றிய குறிப்பு.

*http://www.theguardian.com/stage/2013/aug/04/nirbhaya-india-women-rape-play*

*ஆகஸ்ட் 10, 2013*

# இரண்டாம் தர இந்தியன்

பிரதமரின் சுதந்திர தின உரை யூடியூபிலும் வருகிறது. காணக் காத்திருக்கிறேன்.

ஒரு நிமிடம் முன் ஒரு தேச பக்திப் பாடல் (மிலே ஸ்வர் மேரா துமாரா போல்) திரையில் ஒலித்து, ஒளிர்ந்து கடந்தது. நல்ல பாடல். நல்ல காட்சியமைப்பு. ஆனால் என்ன, முழுக்க முழுக்க இந்தியில்.

மிலே ஸ்வர் போல் எல்லா மொழியும் வேண்டாம், குறைந்த பட்சம் தெற்கு, வடக்கு, மேற்கு, கிழக்கில் இருந்து ஒரு மொழியாவது பாட்டில் வரலாமே?

நான் என்ன தான் இந்தியன் என்று உற்சாகமாக முன் வந்தாலும், 'நீ இரண்டாம் தரத்து இந்தியன்; இந்தி பேசுகிறவர்கள் மட்டுமே இந்தியர்கள்' என்று சுட்டிக்காட்டப் பட்டுக் கொண்டே இருக்கிறேன் என்பது கசப்பான உண்மை.

★★★

*சுதந்திர தினம் 2013 பிரதமர் அணிவகுப்பைப் பார்வையிட, Wing Commander சீனுவாசன் என்ற கருத்த தமிழர் அவரை வழிநடத்திப் போகிறார். நாங்கள் இல்லாமல் இந்தியா இல்லை. சுதந்திர தினம் 2013 எதிர்பார்த்தபடி இந்தியில் தான் பிரதமர் சொற்பொழிவு நிகழ்த்துகிறார். உத்தர்கண்ட் துயரத்தில் தொடங்குகிறார். அந்த மாநில மக்களுக்கு எல்லா உதவிகளும் அளிக்கப்படும் என்று உறுதிமொழி கொடுக்கப்படுகிறது.*

மகாத்மா காந்தி, நேரு, அடாமிக் கமிஷன்... தொடர்கிறார்.

சுதந்திர தினம் 2013 ஏழை எளியவர்களுக்குப் புது அதிகாரம் கிடைத்தது (ஆம் ஆத்மி கோ நயா அதிகார் மிலே ஹை) பிரதமர் தொடர்கிறார்...

சுதந்திர தினம் 2013 - *Food security bill waiting before parliament* - மூணு ரூபாய்க்கு ஒரு கிலோ அரிசி உரை தொடர்கிறது.

சுதந்திர தினம் 2013 7 புது ஐ ஐ டி, 8 புது ஐ ஐ எம்.. 5 தேசிய பல்கலைக்கழகம், 2 கோடி ஏழை எளிய மக்கள் குழந்தைகளுக்கு மத்திய சர்க்கார் வகையில் இலவசக் கல்வி, இலவச மதிய உணவு... இலவச மருத்துவ உதவி ஏழைப்பட்டவர்களுக்கு, வாழ்நாள் அதிகரிப்பு... உரை தொடர்கிறது...

சுதந்திர தினம் 2013 - நீண்ட பயணம்... நிறைவேற்ற வேண்டிய கடமைகள் நிறைய... லம்பி சஃபர், பஹுத் குச் கர்னா பாக்கி ஹை... உரை தொடர்கிறது...

சுதந்திர தினம் 2013 - அந்த நேரம் தொலைவில் இல்லை. நம் எல்லா துயரங்களில் இருந்தும் விடுதலை அடைவோம்... ஓ வக்த் தூர் நஹி.. ஹமாரி பூரா முஷ்கில் சே ஆஸாதி ஹோ ஜாயஹா... ஜன கண மன அதிநாயக... பிரதமர் உரை முடிவு.

அடுத்த வருடமும் இதே பேச்சு, இதே கூட்டம், இதே தலைவர்கள் அணிவகுப்பு, இதே இந்தி.. இதே சுதந்திரம்... வைதீஸ்வரன் சார் சொன்னது போல், 'இன்னும் சுதந்திரம்'... வந்தேமாதரம்

★★★

**சு**தந்திர தினம் 2013 - அஹமதாபாத் ஒளிபரப்பு. குஜராத்தியில் ஒரே ஒரு மோட்டார் சைக்கிள் விட்டுக்கொண்டு ஆறு பேர் போக, பின்னணியில் ஏ.ஆர். ரஹ்மான் 'மா துஜே சலாம்' பாட மோதி (மோடி) வரக் காத்துக்கொண்டிருக்கிறார்கள். பொறுமை இல்லை. வேறு யாராவது பார்த்துவிட்டு எழுதுவார்கள்...

★★★

*"There will be a general election in our country before I have the privilege of addressing you again on the eve of our next Independence Day. This great festival of democracy is an opportunity for us to*

*elect a stable government which will ensure security and economic development. Every election must become a crucial milestone in our nation's journey towards greater social harmony, peace and prosperity."*

மிக அழகாகச் சொன்னார் பிரனாப். (ஜனாதிபதியின் சுதந்திர தின உரை)

ஒவ்வொரு நாடாளுமன்றத் தேர்தலையும் ஜனநாயகத் திருவிழாவாகத்தான் பார்க்கிறேன். மகிழ்வோடு பங்கு கொள்கிறேன். பொங்கல் முடிந்து கரும்பும் தின்று முடிவது போல் அடுத்த அரசு பதவி ஏற்ற சில மாதங்களில், மகிழ்ந்த நேரம் முடிந்து போகிறது.

★★★

காலையில் இருந்து வாசல் அழைப்பு மணி ஒலித்தபடியே இருக்கிறது. எங்க அப்பார்ட்மெண்ட் பசங்க, பக்கத்து அப்பார்ட்மெண்ட்களின் நண்டு சிண்டுகள், தெருக்கோடி வீட்டுக் குழந்தைகள் என்று மழலைப் பட்டாளங்கள் உரிமையோடு வீட்டுக்கு வந்து சின்னஞ்சிறிய மூவர்ணக் கொடியை அன்போடு கொடுக்கிறார்கள். சட்டை முழுக்கக் கொடிதான் என்று ஆகிவிடும்போல் இருக்கிறது.

பத்து நிமிஷம் முன் மறுபடி அழைப்பு மணி. சலித்துக்கொண்டு போய்க் கதவைத் திறக்க (எழுதும்போது இடைஞ்சல் என்றால் இது வாடிக்கை) மிரள மிரள விழித்தபடி ஒரு ஏழெட்டு வயது சிறுமி.

என்னம்மா வேணும்?

அங்கிள், கொடி.

நான் சிரித்தேன்.

காசெல்லாம் தர வேணாம் அங்கிள்.

அவள் அவசரமாகச் சொன்னாள்.

கொடியைக் கையில் வாங்கிக்கொண்டேன்.

ஆமா, குண்டூசி எங்கே பாப்பா? எப்படி சட்டையிலே குத்திக்கறதாம்?

குண்டூசி தீர்ந்துபோச்சு அங்கிள்.

அவள் ஓட்டைப் பல் தெரிய மன்னிப்பு கேட்கும் தோரணையில் சிரித்ததும் அழகாகத்தான் இருந்தது.

சரிம்மா, தாங்க்ஸ். பேர் என்ன?

மெஹருன்னிசா.

மெஹருன்னிசா போய்விட்டாள். நான் குண்டூசி தேடிக் கொண்டிருக்கிறேன்.

★★★

**சு**தந்திர தினத்தன்று நல்ல செய்தி. வெங்காய விலை குறையும்.

*http://www.thehindu.com/news/national/karnataka/onion-prices-decrease-after-recording-a-high/article5020062.ece?homepage=true*

(வெங்காயமும் உருளைக்கிழங்கும் இல்லாமல் நம் முன்னோர் எப்படி வாழ்ந்திருப்பார்கள்? ஆயிரம் வருடத்துக்கு முன்பே இவை இங்கே அறிமுகமாகி இருந்தால் நம் கலை, இலக்கியத்தில் இவற்றின் தாக்கம் எப்படியாக இருக்கும்?

★★★

*Young, better educated militants  this is the face of global terrorism.*

*I am not for the state to infringe on human rights to curb terrorism.*

*However, I cannot but agree to an extent with Obama, "You can't have 100 percent security and also then have 100 percent privacy and zero inconvenience ...we're going to have to make some choices as a society. ... There are trade-offs involved."*

*http://www.theguardian.com/world/2013/aug/11/kashmir-conflict-new-wave-militants*

*ஆகஸ்ட் 15, 2013*

**இ**து இரண்டு நாள் முன்பு நடந்தது. 'விஸ்வரூபம்' நாவல் படித்த என் மலையாளத் தமிழ் நண்பர் தொலைபேசினார் என்ன கௌரியம்ம நாவல்லே வந்திருக்காங்களே.

எண்ணூறு பக்க நாவலில் கௌரியம்மா ஒரு நிமிடம் தோன்றி மறைகிற கதாபாத்திரம். கௌரியம்மா? கௌரி தாமஸ். மார்க்சிஸ்ட்

கட்சி மூத்த தலைவராக இருந்து இடதுசாரி முன்னணி அமைச்சரவைகளில் அங்கம் வகித்தவர். அவர் கணவர் காலம் சென்ற தாமஸ் இந்திய கம்யூனிஸ்ட் கட்சி.

கௌரி தாமஸ் கட்சியிலிருந்து விலக்கப்பட்டு, தனிக் கட்சி தொடங்கி, காங்கிரஸ் தலைமை உம்மன்சாண்டி அரசில் அமைச்சராக இருந்தார் (ஏழு வருடம் முன்). தற்போது வயது தொண்ணூறு.

1938-ல் நடக்கிற நாவல் நிகழ்ச்சியில் வரும் உப கதாபாத்திரம் கௌரி தாமஸ் என்பது கேரள அரசியல் வரலாறும் முன்னணிகளின் பின்னணி தெரிந்தவர்களுக்கு மட்டும் புரியும். அது புரியாவிட்டாலும் பாதகமில்லை. நாவல் படிக்கத் தடையேதும் இல்லை.

கௌரியம்மயை மட்டும் கண்டுபிடிச்சீங்களே... ஏகேஜி (தோழர் ஏ.கே.கோபாலன்) கூட வர்றாரே... தட்டுப்பட்டாரா?

நான் கேட்க, நண்பர் இல்லையே என்றார்.

அம்பலப்புழை படகுத் துறையில், 'நாளைக்கு பிணறாயியில் கட்சிக் கூட்டம் இருக்கு' என்று சொல்லிப்போவார் நாவல் கதாபாத்திரம்.

ஏகேஜி கௌரியம்மயைத் திருமணம் செய்ய விரும்பியதாகவும் ஆனால் கௌரியம்ம தோழர் தாமஸ் மேல் ஏற்கனவே நேசம் கொண்டிருந்ததால் திருமணத்துக்கு சம்மதிக்கவில்லை என்றும் மாத்ருபூமி விரிவான ஆராய்ச்சிக் கட்டுரை எழுதிய நேரத்தில் நான் உருவாக்கிய அத்தியாயத்தில் இந்த இருவரும் வந்தார்கள்.

நாவல் எழுதுவதில் இதெல்லாம் சின்னச் சின்ன சந்தோஷங்கள்.

★★★

இது தோழர் அச்சுத மேனோன் நூற்றாண்டு நேரம். அவரை மறக்க முடியாது.

அவரை மட்டுமா? ராஜனை மறக்க முடியாது. இன்றிருந்தால் என் வயதிருக்கும்... ராஜனை, அவர் தந்தை ஈச்சர வாரியரை, எமர்ஜென்சி கொண்டு வந்த இந்திரா காந்தியை, கேரளத்தில் அதைக் குரூரமாகச் செயல்படுத்திய உள்துறை அமைச்சர்

கருணாகரனை, ஜெயராம படிக்கல்லை, புலிக்கோடன் நாராயணனை மறப்பது எங்ஙனம்?

*http://matterofchoice.blogspot.in/2005/06/lest-we-forget.html*

★★★

ஏதெதற்கோ டெக்னாலஜி. காலையில் பத்திரிகையைத் திறந்தால் பொலபொல என்று உள்ளே இருந்து உதிர்கிற பிஸ்ஸா கடை, சைவ அசைவ உணவகம், உரகடத்தில் பட்ஜெட் அப்பார்ட்மெண்ட் இப்படி கலர் கலராக அடித்த பிட் நோட்டீசுகளை (பிட் இலலை, பேப்பரை விட பெரிய சைஸ் மடிச்சு வச்சுருக்காங்க பாவிகள்) உள்ளே செருகாமல் செய்ய யாராவது வழிசெய்யக்கூடாதா?

ஓப்பன் சைடிலும் ரெண்டு ஸ்டாப்ளர் பின் அடித்து அனுப்பலாம் என்று சொல்லி ஒருமாதிரி ஓரேமாதிரி புத்தகங்களை நினைவு படுத்துவதைத் தவிர்க்கவும்.

*ஆகஸ்ட் 17 2013*

# என் பெருமை எனக்கு

நேற்றிலிருந்து திரும்பவும் அழையா விருந்தாளியாக மைக்ரேன். நோவோடு வாழப் பழகிவிட்டது. காலையில் வாக்கிங் போனபோது சிநேகிதர்கள் கவலையோடு விசாரித்தார்கள்- கலகலன்னு பேசுவீங்களே... என்னாச்சு?

தலைவலி ஒரு பக்கமாக தலையோட்டைக் கெல்லி எடுக்க பிரயத்தனம் செய்ய, நான் செய்வது 'பேசாதிருந்தும் பழகு'.

ஏற்றுக்கொண்ட ஒரு கடமைக்காக சுஜாதா சார் எழுதிய சில சிறுகதைகளைப் படித்துக்கொண்டிருக்கிறேன். அதாவது எத்தனையாவது தடவையாகவோ... இது வேலை நிமித்தம் என்று சாக்கு.

'ரேணுகா' கதை முதலில் படிக்க எடுத்தது. சின்னச் சின்ன வாக்கியங்கள். அந்தக் கதை தொடங்குகிற சாம்பல் பூசிய காலைப் பொழுதில் இருந்து அது முடிகிற அர்த்தராத்திரி வரையான சம்பவங்களை நகர்த்திப் போக அவர் மேற்கொண்ட, குரலை உயர்த்தாத, கதையில் நம்மைக் கரையவிடுகிற *straight-faced narration*.. பளிச்சென்று கன்னத்தில் அறைகிற முத்தாய்ப்பு.

பிரபலமாக இருந்தார் என்ற ஒரே காரணத்துக்காக இலக்கிய அங்கீகாரம் மறுக்கப்பட்டவர் அவர்.

தம்பி சுதாகரின் புத்தகத்தை வெளியிட்டுப் பேசும்போது சுஜாதாவின் அறிவியல் கதைகளைப் பற்றிக் குறிப்பிட்டேன். அடுத்துப் பேசிய நண்பர் அறிவியல் கதைகள் இலக்கியம் ஆகாது என்று அபிப்பிராயம் தெரிவித்ததோடு, பெருமையாக வேறு சொன்னார் - நான் சுஜாதா எழுதிய எதையும் படித்தது கிடையாது.

சுஜாதா காலமானபோது அவர் வீட்டில் அஞ்சலி செலுத்தி விட்டு மற்ற எழுத்தாள, கலையுலக நண்பர்களோடு சுஜாதா பற்றிய நினைவுகளைப் பகிர்ந்துகொண்டிருந்தேன். அரை மணி நேரத்துக்கு ஒரு முறை எனக்கு ஒரு பத்திரிகை அலுவலகத்தில் இருந்து மொபைல் அழைப்பு - சார் உங்க கட்டுரையை முடிச்சு அனுப்பிடுங்க... இஷ்யு க்ளோஸ் பண்ணணும்.

தகனத்துக்குக் கூடப் போகாமல் அழைப்புக்கு மதிப்புக் கொடுத்து விரைவாக வீட்டுக்கு வந்தேன். குளிக்கக்கூட நேரம் இல்லாமல் லேப் டாப் முன் உட்கார்ந்தேன். சுஜாதா நினைவுக் கட்டுரை எழுதி முடித்து இமெயிலில் அனுப்பிவிட்டு ஒரு பாட்டம் அழுதேன்.

அன்றைக்கு கட்டுரைக்காக என்னைத் துரத்திய நண்பர்தான் சுஜாதா எழுதிய எதையும் படிக்காதவர். போகட்டும், அவர் பெருமை அவருக்கு.

சுஜாதா எழுதிய எல்லாவற்றையும் நான் படித்திருக்கிறேன். முக்கியமாக, ‘ரேணுகா’வை. அவருடைய அன்புக்கும் விமர்சனத்துக்கும் உரிய சீடனாக இருந்திருக்கிறேன்... இருக்கிறேன் - என் பெருமை எனக்கு.

*ஆகஸ்ட் 18, 2013*

## அந்தமான் கவிஞர்கள் இன்ன பிற

படிக்கச் சொல்லி பலமான சிபாரிசோடு எனக்கு நண்பர்கள் அனுப்பும் சுட்டிகளை அவ்வப்போது திறந்து என்னதான் எழுதியிருக்கிறது என்று பார்ப்பேன். இன்று ஒரு நல்ல கட்டுரை கிடைத்தது. அதிலிருந்து-

அந்தமான் தீவில் தமிழ் வளர்ப்பதில் டாக்டர். XYZ அண்ணாச்சிக்கு மிகுந்த ஆர்வம். வருடம் 9999 மார்ச் மாதம் 25 அன்று தமிழ்க் கவிஞர்களைக் கப்பலில் அழைத்துச் சென்று, அந்தக் கப்பலிலேயே ஒரு கவியரங்கம் நடத்திச் சாதனை படைத்தவர் டாக்டர் XYZ அவர்கள்.

பல தமிழ்க் கவிஞர்களைக் கப்பலில் அந்தமான் அழைத்துப் போனது போற்றுதற்கு உரிய தமிழ்த் தொண்டுதான். ஆனால் திரும்பக் கொண்டு வந்து விட்டுவிட்டாராமே!

★★★

அடுத்த பிறந்த நாளுக்குப் படம் பிடிக்கும்போது -

1) மூக்குக் கண்ணாடி பவர் கூடி இருக்கும்
2) தலையில் இன்னும் கொஞ்சம் வெள்ளி முளைத்திருக்கும்
3) சட்டையில் ஈரம் உலர்ந்திருக்கும்

அந்தப் படமும் கறுப்பு வெளுப்பில்தான் இருக்கும். இன்று பொழுது புலர்ந்தது யாம் செய்த தவத்தால்.

வாக்கிங் முடித்து வரும்போது எங்கள் காம்ரேட் பாலனின் அருமை மகள் சுஜாதா அவர்களைச் சந்தித்தேன். கிட்டத்தட்ட பதினைந்து வருடம் சென்று நிகழும் சந்திப்பு. அண்மையில், காம்ரேட் பாலனின் பேரன் (சுஜாதா அவர்களின் மகன்) தன் சிநேகிதியான வியத்னாமியப் பெண்ணைக் காதலித்துக் கைப்பிடித்திருக்க மகிழ்ச்சியான சேதியைச் சொன்னார் சுஜாதா. சாவகாசமாகச் சந்தித்து இலக்கியமும், அரசியலும், குடும்ப நிகழ்வுகளும் பேச திட்டம்.

★★★

மன்மோகன் சர்க்காருக்குப் போ(கு)ங்காலம் வந்துவிட்டதென்றும் அடுத்து மோதி/நிதீஷ்/முலாயம்-லல்லு-அகிலேஷ் பொற்கால ஆட்சியில் பாலும் தேனும் ஆறாகப் பெருக்கெடுத்து ஓடும் என்றும் நினைக்கிற நண்பர்கள் எனக்கு உண்டு. மன்மோகன் சர்க்காரோடு முன்னேற்றம் போம் என்று துக்கிக்கும் நண்பர்களும் உண்டுண்டு. காரத்தோ, எச்சூரியோ வர முடிந்தால் ... என்று ஏங்கும் வெகு சில தோழர்களும் உண்டு. எல்லோருக்கும் இதை சமர்ப்பிக்கிறேன் (கணையாழியில் கஸ்தூரிரங்கன் சார் எழுதிய கவிதை).

கடவுளும் கவர்ன்மெண்டும் ஒன்று
அதைத் தூற்றாதே:
பழி சேரும் உனக்கு
அதற்கு ஆயிரம் கண்கள்: காதுகள்
ஆனால், குறையென்றால்
பார்க்காது: கேட்காது
கை நீளும்: பதினாயிரம்
கேட்கும், பிடுங்கும்
தவமிருந்தால் கொடுக்கும்
கவர்மென்ட் பெரும் கடவுள்
அதைப் பழிக்காதே
பழித்தால்
வருவது
இன்னும்
அதிகம் கவர்ன்மெண்ட்தான்.

★★★

# கோவையில் சந்தித்தேன்

கோவையில் முதுபெரும் தமிழறிஞர் திரு கோபாலய்யர் அவர்களைச் சந்தித்தேன்.

தமிழ், வடமொழி, ஆங்கிலம் என்று மும்மொழியிலும் நல்ல புலமை. தேர்ந்தெடுத்த வாசிப்பு. அவற்றை எல்லாம் நல்லாசிரியராக ஆயிரக் கணக்கான மாணவர்களுக்குக் கற்பித்த அனுபவம்.

எல்லாவற்றோடும் கூட, கேள்வி ஞானத்தால் வளர்த்துக்கொண்ட இசையறிவு. இதுவரை 270-க்கு மேற்பட்ட தமிழ், வடமொழி கீர்த்தனங்களை இயற்றியுள்ளார். அவற்றில் சிலவற்றை திரு. நெய்வேலி சந்தானகோபாலன் இரண்டு ஆண்டுகள் முன் சுவாமி தயானந்த சரசுவதி அருளாசியோடு கோவையில் இசைக் கச்சேரி நிகழ்த்தி கோபாலய்யருக்குச் சிறப்புச் செய்திருக்கிறார்கள்.

திரு.நா.மகாலிங்கம், கவிஞர் புவியரசு ஆகியவர்களின் நண்பர்.

வயது 86.

'இதுதான் விழாவில் வெளியிட்ட கீர்த்தனைத் தொகுப்பு'

என்னிடம் காட்டுவதோடு நிற்காமல் புத்தகத்தைத் திறந்து, கட்டிலில் நிமிர்ந்து உட்கார்கிறார்.

'மதுரை மீனாட்சி பற்றி இது காம்போதியிலே எழுதினேன்.'

பாடத் தொடங்குகிறார். குரல் சற்றும் பிசிறடிக்காமல் காம்போதி கம்பீரமாக வருகிறது.

நடுவில் நிறுத்துகிறார். பொருள் விளக்குகிறார்.

'அம்பாள் மலர்னு நினைச்சு வண்டைக் கையில் பிடித்து மூடிக் கொள்ளும் முன்னாடி அது பறந்து போறது. வண்டுக்குப் பயம். அம்பாளைப் பார்த்து இல்லே... ரெண்டு நாள் முந்தி தான் அது மாலை மயங்கும் நேரத்தில் ஒரு தாமரைப் பூவில் தேன் குடிக்க உட்கார்ந்தது. கொஞ்ச நேரத்தில் தாமரை இதழ் மூடிண்டுடுத்து... ராத்திரி முழுக்கப் பூவுக்குள்ளே சிறை... விடிஞ்சு சூரிய வெளிச்சம் வந்து, தாமரை மலர்ந்ததும் வண்டு தப்பித்துப் பறந்தது. அதெல்லாம் நினைவுக்கு வந்துடுத்து வண்டுக்கு. ஏன்னா, அம்பாளோட முகத்தைப் பார்த்ததும் தாமரை மாதிரி இருந்ததாம்'.

பாட்டைத் தொடர்கிறார்.

'அம்பாள் மெல்லச் சிரிக்கிறாள். அது திசையெல்லாம் ஒலிக்கறது'

நான் நடுவில் புகுகிறேன்.

பாரதிதாசன் சொன்னாரே 'கங்குலில் ஏழு முகிலினமும் வந்து கர்ச்சனை செய்து கண்டதுண்டோ'.

கோபாலய்யர் முடிக்கிறார் – 'எங்கள் மங்கை நகைத்த ஒலியதுவாம்.. அவள் மந்த நகையிங்கு மின்னுதடா.'

பாரதி 'தராசு' கதையில் இந்த வரியை 'அவள் வாயில் குறுநகை மின்னலடா'ன்னு மாற்றியிருப்பதை ஒரு வினாடி தொட்டுவிட்டு காம்போதி தொடர்கிறது.

அடுத்து கல்யாணி. அபூர்வமான பூர்வி கல்யாணி. சாருகேசி. பாடி முடித்த கையோடு எம்.கே.டியின் 'காந்தியைப் போல் ஒரு சாந்த சொரூபனை'.

நான் கேட்டுக்கொண்டே இருக்கிறேன்.

பாட்டைத் தொடர்ந்து பேச்சு. பக்கத்தில் வைத்திருந்த புத்தகக் குவியலில் ஏதோ புத்தகத்தைத் தேடுகிறார் கோபாலய்யர்.

'அப்பாவுக்கு இப்போ அப்பப்ப ஞாபக சக்தி தப்பிடறது. என்னையே யாருன்னு கேட்டார் ஒரு தடவை. சாப்பிட வைக்க, நடக்க வைக்க கொஞ்சம் சிரமம்தான்.'

அன்புச் சகோதரி கவிதாயினி-ஓவியர் ஜெயா ரவி சொல்கிறார். கோபாலய்யரின் கடைக்குட்டி மகள்.

'ஆ.. கம்பன் வரிகள்.. மருதம் வீற்றிருக்கும்..'

நான் தொடங்குகிறேன்
தண்டலை மயில்கள் ஆட
தாமரை விளக்கம் தாங்க
கொண்டல்கள் முழவின் ஏங்க
குவளைக்கண் விழித்து நோக்க

ஒரு வினாடி அடுத்த அடியை நினைத்துத் தாமதிக்கிறேன். சட்டென்று கோபாலய்யர் குரல்.

தெண்டிரை எழிநி காட்ட
தேம்பிழி மகரயாழின்
வண்டுகள் இனிது பாட
மருதம் வீற்றிருக்கும் மாதோ.
இவருக்கா ஞாபக மறதி?

புத்தகக் குவியலில் ஒரு புத்தகத்தை எடுத்து என்னிடம் தருகிறார். ஆங்கிலத்தில் ராஜாஜி எழுதிய மகாபாரதம்.

'எத்தனை தடவை படிச்சாலும் அலுக்காத இதிகாசமாச்சே இது'

அவர் உற்சாகமாகச் சொல்ல, நான் கூறுகிறேன் 'வியாசர் விருந்துன்னு அவர் தமிழ்லே எழுதினது இன்னும் எளிமையா, சுவையா இருக்குமே'.

'ஆமா, ஆமா... ஜெயா... ஜெயா'

ஜெயா ரவி விரைந்து வருகிறார். அவரும் நல்லாசிரியர்தான்.

'கண்ணு, உங்க ஸ்கூல் லைப்ரரியில் வியாசர் விருந்து இருக்குமே.. கொஞ்சம் எடுத்துண்டு வந்து கொடேன்... படிக்கணும் போல இருக்கு'.

ஜெயா ரவி சிரிக்கிறார் –'அப்பா இனிமே அந்தப் புத்தகம் கைக்கு வந்து சேரும் வரைக்கும் என்னை விடமாட்டார் அண்ணா'.

'அப்பா, நீங்க ஹெட்மாஸ்டரா இருந்த செட்டிகுளம் பள்ளியிலே இருந்து ஆண்டு விழாவில் தலைமை ஏற்றுப் பேசக் கூப்பிட வந்திருக்காங்க...'

கோபாலய்யரின் மகன் வந்து சொல்கிறார்.

'வருஷா வருஷம் நானே வந்தா போர் அடிக்காதா பாவம் குழந்தைகளுக்கு'

சிரித்தபடி மெல்ல முன்னறைக்கு நடக்கிறார் அவர்.

எப்படி அலுக்கும்? அவருக்கு நான் மாணவனாக இருந்திருந்தாலும் இதையேதான் சொல்லியிருப்பேன்.

வாசல் அறையில் அவரைக் கைத்தாங்கலாக வந்தவர்களோடு பேச அமர்த்திவிட்டு, சகோதரி ஜெயா ரவியோடு வெளியே நடக்கிறேன்.

வெளியேயும் ஒரு பெருமழை ஆர்ப்பாட்டமில்லாமல் அமைதியாகப் பொழிந்துகொண்டிருக்கிறது.

*செப்டம்பர் 3, 2013*

# குடந்தை மகாபாரதம்

மகாபாரதம் கும்பகோணம் பதிப்பு ஒன்பது தொகுதிகள் என்ற அரிய நூல் தொகுப்பு திரும்ப வெளியாகிறது என்று நண்பர் பா.ராகவன் தகவல் பகிர்ந்துள்ளார்.

வாங்கிப் படிக்க ஆசைதான். ஆனால், வீட்டில் இனிமேல் புத்தகம் வைக்க இடமில்லை. 'ஊருக்கு உரைப்போம்' நிகழ்ச்சியில் அறிமுகப்படுத்த என்று இரண்டு வாரமாகப் புத்தகங்களைக் கொடுத்து அனுப்புகிறார்கள். அறிமுகப்படுத்திய புத்தகங்களை நண்பர்களோடு பகிர்ந்துகொண்டுவிட்டேன். இன்னும் நாலு தற்போது கைவசம் உண்டு. இனியும் எதிர்பார்க்கலாம். நிகழ்ச்சி ஒளிப்பதிவு முடிய முடிய அந்தப் பிரதிகளையும் பகிரத் திட்டம்.

நூல் அறிமுகம் என்பதால் ஒரு கடமை கருதிப் படிக்க வேண்டிய நூல்களும் வந்து சேர்கின்றன. நிச்சயம் எந்தக் குறையையும் எந்தப் புத்தகத்திலும் சுட்டிக் காட்ட மாட்டேன். ஆனால் நிறைவளிக்கும் விஷயம் இருந்தால் எடுத்துச் சொல்வது கடமை என்றே கருதுகிறேன்.

யாருக்கு எந்தப் புத்தகம் பிடிக்கும் என்று தேடி எடுத்துப் போய் அளிப்பது சுவாரசியமான வேலைதான். பம்மல் சம்பந்த முதலியார் எழுதிய 'தீட்சிதர் கதைகள்' புத்தகத்தை நண்பர் கிரேசி மோகனின் தந்தையார் திரு ரங்காச்சாரி அவர்களோடும், கண்ணதாசனின்

கட்டுரைகளை அலுவலக நண்பர் கணேசன் சுப்பிரமணியனோடும் பகிர்ந்துகொண்டேன். மற்றவை? ஃபேஸ்புக் எதுக்கு இருக்காம்?

நண்பர் பி.கே.சிவகுமார் சுவாரசியமான கருத்தை முன்வைக்கிறார்.

பாரதி, வைணவ பக்தி இலக்கியத்தில் காட்டிய அக்கறை குறைவென்றுதான் எனக்குப் படுகிறது. சைவ பக்தி இலக்கிய திருவாசகமும் திருச்சாழலும் அவர் கதைகளில் வரும். நம்மாழ்வார் பற்றித் தன் பகவத்கீதை மொழிபெயர்ப்பில் சொல்வது தவிர ஆழ்வார்கள் பற்றி அவர் அதிகம் பேசவில்லை.

பாரதி பற்றி அவருடைய நண்பர்-சீடர் குவளைக் கண்ணன் (குவளை கிருஷ்ணமாச்சாரியார்) 1938-ல் 'ஹிந்துஸ்தான்' பற்றி எழுதிய கட்டுரையில் இருந்து -

ஒரு நாள் பாரதியார், "கிருஷ்ணா, இந்த நாலாயிரம் எத்தனை ஆழ்வார்கள் சேர்ந்து பாடியது?" என்று கேட்டார். அதற்கு நான், "பதினொரு ஆழ்வார்களும் ஆண்டாளும் திருவரங்கத்தமுதனாரும் சேர்ந்து பாடியது நாலாயிர திவ்வியப் பிரபந்தம்" என்றேன்.

"பன்னிரண்டு பேர் சேர்ந்து நாலாயிரம் பாடினார்களா? நான் ஒருவனே ஆறாயிரம் பாடுகிறேன் பார்!" என்றார்.

*http://www.mahakavibharathiyar.info/kuvalai_kannan.htm*

செப்டம்பர் 28, 2013

## சுஜாதா, சுஜாதா, சுஜாதா, நாடகங்கள், தஸ்லிமா...

எழுதிக்கொண்டிருக்கும் 'சுஜாதா சிறுகதைகள் தொகுப்புரை' யில் இருந்து. இறுதிப் பிரதியில் இது இருக்கலாம், உதிர்ந்திருக்கலாம். இந்த நிமிடத்து ஸ்னாப்ஷாட்.

சுஜாதா மொழிநடை அவருக்கு அடுத்த தலைமுறையை வெகுவாக பாதித்த ஒன்று. அவர் கதையில் ஒரு இடத்திலாவது எழுவாய் இல்லாமல் சட்டென்று ஒரு சொற்றொடர் தொடங்கும். 'காப்பி குடித்துக்கொண்டிருந்தார்கள்' என்பது போல். யார் காப்பி குடித்துக்கொண்டிருந்தார்கள், எங்கே எப்போது என்பதெல்லாம் சாவகாசமாக வரும். வராமலும் போகலாம்.

இன்னொரு சுஜாதா பிரயோகம், 'விரோதமாக'. ஜீவராசிகளுக்கு மட்டுமில்லாமல் உயிரற்ற பொருட்களுக்கும் தாராளமாகப் பயன்படுத்துவார். இயைந்து வராத தன்மையைக் குறிக்க இது.

'மையமாகச் சிரித்தல்' அடுத்தது. ஏதாவது நிலைப்பாட்டை ஏற்றுக்கொண்டேன் அல்லது ஏற்கவில்லை என்று சொல்ல மனமில்லாமல், எதிரே இருப்பவர் மனதை நோகடிக்காமல் விலகும் தன்மைக்கு இது பொருத்தமான சொற்றொடர். ஆங்கிலத்தில் மொழிபெயர்ப்பது கடினம்.

அதேபோல் ஒரிஜினல் சுஜாதா ப்ராண்ட் பிரயோகங்கள் - ஜல்லி அடித்தல், கோஷ்டியே அலைகிறது, குடலாப்பரேஷன் போன்றவை. அவருடைய வைணவப் பின்னணி காரணமாக

அவர் கதைகளில் யாரும் யாரையும் வணங்குவதில்லை. அவர்கள் சேவிப்பார்கள்.

பரவலான வாசிப்பு காரணமாக அவரைப் படித்து எழுதத் தொடங்கிய 1970-களின் இளைஞர்களுக்கு இந்தச் சொல்லாடல்கள் நடையின் இயல்பான பகுதியாகிவிட்டிருந்தன.

நான் மேஜிக்கல் ரியலிசத்தில் புகுந்ததே அந்தப் பாதிப்பில் இருந்து விடுபட்டு என் கதையாடலை உருவாக்கிக்கொள்ளத்தான். பாலகுமாரன் அவர் கவிதை மொழியைக் கதைக்குக் கொண்டு வந்து தன் சொந்த மொழியைக் கையாளவும் அதுவே காரணமாக இருந்திருக்கலாம். பாலகுமாரன் இரண்டாம் வேற்றுமை உருபை நாடு கடத்திவிட்டு ஜன்னல் திறந்தான் வானம் பார்த்தான் என்றபடி எழுதியதற்கும் பின்னோடிகள் வந்து சேர்ந்தது நகை முரண்.

★★★

இன்னும் ஒரே ஒரு ஷ்னாப் ஷாட் இறுதிப் பிரதியில் பார்த்தால் அடையாளம் தெரியாது போகலாம் என்பதால், இங்கே பதிவு செய்கிறேன் (சுஜாதா சிறுகதைகள் தொகுப்புரை எழுதும்போது)

குதிரைக் கிச்சாமி கதையை ராச்சாப்பாடு சாப்பிட்டுவிட்டு வாசல் திண்ணையில் அறுபது வாட்ஸ் பல்ப் எரிய, தெருவில் சோன் பப்டி ஆகிய பாம்பே மிட்டாயைப் பெரிய தராசு மாதிரி கட்டித் தூக்கிக்கொண்டு ஒரு வடக்கத்திய வியாபாரி 'ஹாங் ஜீ கரம் நா ஜீ நரம்' என்று இந்தியில் ஏதோ பாடியபடி பெட்ரோமாக்ஸ் விளக்கு சகிதம் விற்றுக்கொண்டுபோகிற ராத்திரியில்தான் படிக்க வேண்டும். தெருவே கேட்கும் அளவு அதிர்ந்து சிரித்து விட்டு ஐந்து ரூபாய்க்குக் கைநிறைய சோன்பப்டி தினத்தந்தி கும்பத்தில் சுற்றி வாங்கிக்கொண்டு பிடிப்பிடியாகச் சாப்பிட்டபடி இன்னொரு தடவை ரசித்துச் சிரித்து ஆனந்தப்பட வேண்டும். பட்டிருக்கிறேன். இப்போதும் சோன்பப்டியைப் பார்த்தால் குதிரை தான் நினைவு வருகிறது. கதைதான் என்ன?

கிச்சாமியைக் குதிரை கடித்துவிட்டது. அவ்வளவுதான். ஆமா, நான் 'குளத்து ஐயர் அங்கியை மாட்டிக் கொண்டார்' என்று சிறு நகரத்தில் ரேடியோ ரிப்பேர் செய்து பிழைக்கும் ஒரு பிராமணர் ஊரில் அவுட்டோர் ஷூட்டிங் வந்த படத்தில் ஒரு காட்சியில்

பாதிரியாராக அழைக்கக் கூட்டிப் போவது பற்றி எழுதிய கதையின் முதல் வரி. அங்கேயே கதை முடிஞ்சுடுத்து முருகன் என்றார் நண்பர் எஸ்.ராமகிருஷ்ணன். குதிரை கிச்சாமியும் தேர்ந்த வாசகனுக்கு முதல் வரியிலேயே முடிந்திருக்கலாம். ஆனால் அதைப் படித்து வரிக்கு வரி, வரிகளுக்கு இடையில் வரும் நகைச்சுவையை அனுபவிக்க வேண்டி நான் உன்னத வாசகர் தகுதியை உதறித் தள்ளவும் தயார். தரை டிக்கெட்டில் உட்கார்ந்து விசில் அடித்து மனம் முழுக்க மகிழ்ச்சியோடு பார்க்க வேண்டிய எம் ஜி ஆர் படம் அது (எம் ஜி ஆருக்கும் குதிரைக்கும் சுஜாதாவுக்கும் என்ன தொடர்பு என்று கேட்க வேண்டாம். ஒன்றும் இல்லை).

கதைசொல்லி கூற்றாக (இது ரொம்ப ஓவர் இந்தக் கதைக்கு இப்படி பண்டிதத்தனமான பில்ட் அப் எல்லாம் கொடுத்தால் சுஜாதா என்னை மன்னிக்க மாட்டார்) 'நான்' நேரடியாகக் கிச்சாமி என்ற மத்ய தர வர்க்கத்து, இளமையிலிருந்து நடு வயதுக்குப் போய்க்கொண்டிருக்கும் சாமான்யன் கிச்சாமி என்ற கதைத் தலைவன் தன் கதை சொல்கிறான்.

'எனக்குப் பிரத்தியேகம் கிடையாது. தினப்படி காப்பி குடித்து, பேப்பர் படித்து, துணி மடித்து, பஸ் பிடித்து அங்குலம் அங்குலமாக மாயும் மனித எறும்பு. நானும் பிரசித்தமானேன். என்னை ஒரு குதிரை கடித்ததால்!'

சுஜாதாவின் சிறப்பு வர்ணனைகளில் இந்தக் கதை முக்கிய இடத்தைப் பெறுகிறது. முனிசிபல் ஆஸ்பத்திரி, அதன் முன்னால் குதிரை லாயம் (பிட்ரகுண்டாவில் கூட இதேபோல லாயம் இருக்கிறதாம்), ஸ்டவ் திரி வாங்க கிச்சாமி அகமது ஸ்டோருக்குப் போவது, டாக்டர் மருத்துவப் புத்தகத்தைப் பிரித்து குதிரைக்கடி என்று பொருளடக்கத்தில் தேடி உதட்டைப் பிதுக்குவது, அவர் சிறப்பு மருத்துவரிடம் போகும்படி சிபாரிசு செய்ய கிச்சாமியும் அவனைத் திட்டிக்கொண்டே மனைவியும் வெளியே வரும்போது கண்ணில் படுகிற, பனியனைத் தின்னும் பசுமாடு (அது பக்கத்திலே போகாதீங்க. அதுவும் கடிச்சு வைக்கப் போறது மிசிஸ் கிச்சாமி), ஜட்கா வண்டிக் குதிரை கடிக்காதே என்று ஜட்கா குதிரைகளில் பிஎச்டி வாங்கியது போல் நுண்மான் நுழைபுலத்தோடு தீர்மானமாகச் சொல்லும் மாமனார், கடித்த குதிரையை தினசரி பார்க்க கிச்சாமியின் நடை, ப்ருஹ்ஹ்ஹ் என்று

சிரிக்கிற குதிரை... சுஜாதா இந்தக் கதையைச் சின்னச் சின்ன நகாசு வேலைகளால் நிரப்பி இருக்கிறார். எந்தச் சிரமமும் இல்லாமல் கதை நகரும்போதே நகைச்சுவையும் நம்மை முழுக்கச் சூழ்ந்து கொள்கிறது. தணிந்த நகைச்சுவையில் சுஜாதா மாஸ்டர்பீஸாக இந்தக் கதையைச் சொல்வேன்.

★★★

**சு**ஜாதா இன்னொரு எழுத்துச் சில்லு. இங்கே பகிராத இன்னும் ஆறோ என்னமோ பாக்கி உண்டு...

எங்க ஊர்லே பங்குனியில் உத்திரத் திருநாளுக்கு முந்தைய பத்து நாளும் திருவிழா. மண்டகப்படி. இங்கே பத்து கதையோடு சுஜாதா மண்டகப்படி ஜாம்ஜாம்னு நடக்க இருக்கிறது.

மண்டகப்படியில் ஒரு பொதுத் தன்மை கச்சேரியாக பந்தலில் உட்கார்ந்து வாசித்து, சாமி புறப்பாட்டோடு தொடர்ந்து வாசித்து முன்னால் வரும் நாதசுவர கோஷ்டிகள். பத்து நாளும் பத்து விதமான வித்வத் அனுபவிக்கக் கிடைக்கும்.

எந்த நாளில் யார் வாசித்தாலும் எங்கள் வீட்டுக்குப் பக்கம் காந்திவீதி சந்திப்பில் நாதசுவர கோஷ்டி நடு ராத்திரிக்கு நின்று சிந்து பைரவி ஆலாபனை ஆரம்பித்தால், போர்வையைத் தூக்கி எறிந்துவிட்டு நாற்சந்திக்கு ஓடுவோம். 'தாமரை பூத்த தடாகமடி' அடுத்த அரைமணி நேரம் அமுதமாகப் பொழியும் என்று தெரியும்.

தேஷ் ராகத்தின் மூர்ச்சையைக் கோடி காட்டி ஒற்றை நாதசுவரத்தின் ஸ்ருதி வாஞ்சையாக அழைத்தாலும் அதே கதைதான். 'துன்பம் நேர்கையில் யாழெடுத்து நீ இன்பம் சேர்க்க மாட்டாயா' என்று அடுத்து பாரதிதாசன் பாடல் காலத்தை உறையச் செய்யப் போகிறது என்று அர்த்தம்.

அதேபோல் 'ஸ்ரீரங்கம்' என்று சுஜாதா கதை தொடங்கினால், கைவேலையைத் தொப்பென்று போட்டுவிட்டு அக்கடா என்று உட்கார்ந்துவிடலாம். ஒவ்வொரு ஸ்ரீரங்கம் கதையும் ஒரு ரகம். சிலவற்றில் தேவதைகள் வந்து போவார்கள். சிலவற்றில் மெய்மறக்க வைக்கிற, குறை இருந்தாலும் சிரிக்க வைக்கிற, அலட்டிக்கொண்டு அலைகிற, பரம சாதுவாக எல்லோருக்கும் தொண்டனாக ஓடி நடக்கிற எத்தனை எத்தனையோ பாத்திரங்கள். கி.ராஜநாராயணனின் 'கோபல்ல கிராமம்' நாவலில்

ஒவ்வொரு நாயக்கராக சலிக்காமல் அறிமுகமாகிறார்கள் என்று எழுதியிருந்தார் சுஜாதா. அவருடைய ஸ்ரீரங்கத்துக் கதை மாந்தர் கோபல்ல கிராமத்து மகாஜனங்கள் போல் எல்லா விதத்திலும் சுவாரசியமானவர்கள். சுஜாதா இன்னும் இருக்க மட்டும் நமக்குக் கொடுத்து வைக்கவில்லை. அவர் அறிமுகப்படுத்த இன்னும் எத்தனை சீரங்கத்தார் பாக்கி இருக்கிறார்களோ!

லண்டனில், சார்லஸ் டிக்கன்ஸ் போன்ற பிரபல எழுத்தாளர்களும், (ஆர்தர் கானண்டயிலின்) ஷெர்லாக் ஹோம்ஸ் போன்ற சாசுவதமடைந்த கதாபாத்திரங்களும் சுவாசித்திருந்த லண்டன் தெருக்கள், சந்து பொந்துகளை எல்லாம் அந்த எழுத்தாளர்கள், கதாபாத்திரங்களில் நம்மைப்போல் ஊறிய வழிகாட்டிகள் சுட்டிக் காட்டி உள்ளே அழைத்துச் சென்று அறிமுகப்படுத்தி நம்மோடு நடந்து வரும் சிறப்பு நடை நிகழ்ச்சிகள் தினமும் உண்டு. பெரும்பாலும் தேம்ஸ் தீரத்தில், பிக்பென் கடியாரக் கூண்டுக்கு முன் நிரையில் இவை மதியச் சாப்பாட்டு நேரத்துக்குப் பிறகு தொடங்கும். சுஜாதாவின் ஸ்ரீரங்கக் கதைகளைப் பாராயணம் செய்த எழுத்து ரசிகர்கள் எத்தனையோ பேர் உண்டு. அவர்களுக்காக ஸ்ரீரங்கம் சுஜாதா நடையை இங்கேயும் அறிமுகப்படுத்தலாம். இந்த நடையும் அவருடைய உரைநடை போல் பலரையும் பாதித்தாலும் வியப்பில்லை.

சுஜாதாவின் ‘உஞ்சவிருத்தி’ கதை புறக்கணிக்கப்பட முடியாத இப்படியான இன்னொரு ஸ்ரீரங்கக் கதை. தொடக்கத்திலேயே தேஷ் ராக ஆலாபனை போல் ஒரு சின்ன வர்ணனை. வாங்கப்பா, கதை சொல்லப் போறேன் என்று கூப்பிடுகிறார் சுஜாதா. இதோ வந்தோம்–

சில ஆண்டுகள் வடக்கே இருந்துவிட்டு ஒருமுறை ஸ்ரீரங்கம் போன போது வழக்கம்போல் ரங்கு கடையில் போய் உட்கார்ந்தேன். ரங்கு ‘அன்று கண்டமேனிக்கு அழிவில்லாமல்’ அப்படியே இருந்தான். புதுசாக கூலிங்கிளாஸ் போட்டிருந்தான். ஆண்டாளின் பையன் அமெரிக்காவில் இருக்கிறானே பாச்சாவோ, யாரோ... அவன் கொடுத்ததாம். வழக்கம்போல் தம்பு, சீது போன்றவர்கள் வந்து அரசியலையும் சினிமாவையும் அலசினார்கள். தம்பு தேவகாந்தாரிக்கும் ஆரபிக்கும் வித்தியாசம் என்னவென்று பாடிக் காட்டினான். சீது யாருக்கு மொட்டைக் கடுதாசி எழுதலாம் என்று யோசித்துக்கொண்டிருந்தான்.

அடுத்த பதினைந்து நிமிடம் நாம் சந்திக்கிற முதியவரை ஜன்மத்துக்கும் மறக்க முடியாமல் செய்துவிடுகிறார் சுஜாதா. சொந்தப் பிள்ளை, மருமகள் மேல் வன்மத்தோடு வளைய வருகிறார் பெரியவர்.

அவருக்குக் குடும்பத்தினர் மேல் ஆயிரம் குற்றம் குறை.

*"ஓய்! லைப்பாய், ரெக்சோனான்னு சோப்பு ஏதாவது போட்டுக் குளிக்கிறதுதானே? கிட்ட வந்தாலே கத்தாழை நாத்தம்!"*

*"மாட்டுப்பொண்ணு எங்கடா சோப்பு கொடுக்கறா? ஒரு அண்டா தண்ணிகூட வெக்கமாட்டேங்கறா ரங்கு."*

குடும்பத்துக்கும் அவர் மேல் கோபம் உண்டு.

*நாலும் பொண்ணு. நாலும் நன்னாப் படிக்கறதுகள். அதுகளைப் படிக்க விடாம சத்தமா பாராயணம் பண்ணிண்டு, எல்லா ரையும் கண்டார... வல்லாரன்னு திட்டிண்டு, கோமணத்தோட புழக்கடைல அலைஞ்சுண்டு..."*

கண் நன்றாகத் தெரிந்தாலும் குச்சியைப் பிடித்துக்கொண்டு ஒரு வேத பாடசாலை பையன் வழி நடத்த, பெரியவர் திருநாடு ஏகியதும், அவனுக்குப் போகிறது வீடு. மீதிக் கதையைப் புத்தகத்தில் படித்துக்கொள்ளுங்கள்.

கண்டாங்கரஸ் என்று சொல்வார்கள். அதுக்கு அடுத்து ஓல்ட் என்ற அடுத்த அட்ஜெக்டிவ் தன்னிச்சையாக விழும். இந்தப் பெரியவரை கண்டாங்கரஸ் ஓல்ட் மேன் என்று திட்ட முடியாது. காரணம் அவரையும் ரத்தமும் சதையும். மில்க் சாக்லெட்டில் ஆசையுமாக (இந்தப் பையனுக்கும் ஒரு சாக்லெட் கொடு) ஆக்கி உலவ விட்டிருக்கிறார் சுஜாதா. அவர் தொகுப்பு எதிலும் இடம்பெறாமல் போகாத கதை 'உஞ்சவிருத்தி'.

★★★

நேற்று 'ஊருக்கு உரைப்போம்' நிகழ்ச்சியில் (மக்கள் டிவி) நான் அறிமுகப்படுத்திய 'தடங்கலுக்கு மகிழ்கிறோம்' தன்னம்பிக்கை தரும் நூல் வகை- தினகரன் எழுதியது வைகறை பதிப்பகம் ஒரு பிரதி உண்டு. யாருக்கு வேணும் ப்ளீஸ்?

★★★

விஸ்வரூபம் நாவலுக்கு நண்பர் யுகமாயினி சித்தன் எழுதிய மதிப்புரை வரப் பெற்றேன். மாலை ஐந்து மணிக்கு, *'Chiththan, you have made my day'* என்று அழைத்து, உரத்துக் கூவ வைக்கும் உரை. விரைவில் பத்திரிகையிலும் பின் இணையதளத்திலும் வெளியாகும். நன்றி, *Chithan Prasadh*

★★★

நேற்று ஒருத்தர் கேட்டார் – 'புல்லாங்குழல் மேதை சர்ப்ப சாஸ்திரிகள் பற்றித் தெரியுமா?'

ஊஹூம். சரப சாஸ்திரிகள்தான் தெரியும்னேன்.

ஏதோ புத்தகத்தில் படித்தாராம். விஷயம் தெரிந்த ப்ரூப் ரீடர்கள், எழுதியவரிடம் சந்தேகம் கேட்கத் தயங்காத எடிட்டர்கள் இல்லாமல் பதிப்புத் துறை தடுமாறுகிறது.

மட்டுமா?

'மாமா வா பட்டாபிராமா' என்று மனம் உருக தீட்சிதர் வேண்டினார்...

அப்படியெல்லாம் உறவு கொண்டாடவில்லையாக்கும்.

★★★

சபாநாயகரின் சிரிப்பு பற்றிப் பேசிக்கொண்டிருந்தபோது நண்பர் மாலன் குறிப்பிட்டார் சிரிப்புக்கு ஏது வயது?

சிரிப்புக்கு வயதுண்டா? பல்லு வேணுமே மாலன்?! ஆனா பாருங்க, விஷ்ராந்திக்கு ராஜம் கிருஷ்ணன் அவர்களைச் சந்திக்கப் போனபோது நம்ம திருப்பூர் கிருஷ்ணன் சொன்னார் கல்லூரி பேராசிரியரும், சிறந்த மேடைப் பேச்சாளருமாக இருந்து ஓய்வில் இருக்கற பேராசிரியர் இந்திராவும் அங்கேதான் தங்கி இருக்கார், அவசியம் சந்திச்சுட்டு வாங்க முருகன். அவங்க சிரிப்பு மாதிரி ஓர் அழகான சிரிப்பை நான் பார்த்ததே இல்லை'.

திருப்பூர் சொன்னாரே என்று பேராசிரியர் இந்திரா அம்மையாரைச் சந்தித்து நீண்ட நேரம் பேசிக்கொண்டிருந்தேன். அவர் சிரிப்பு, திருப்பூர் கிருஷ்ணன் சொன்னபடிக்கு மிகமிக அழகானது. வாயில் ஒரு பல் கூட இல்லை.ஆனாலும் அவருடைய மகிழ்ச்சியை எல்லாம் கண்ணில் தேக்கி, கண்ணால் சிரித்தபடி இருந்தார் அந்த மூதாட்டி...

★★★

நண்பர் ஆனந்த ராகவ் மூலம் சில மாதங்கள் முன் ஷ்ரத்தா நாடகக் குழுவினர் நண்பர்களானார்கள் . குழுவைத் தொடங்கி, முன்னெடுத்துப்போகிற திரு சிவாஜி சதுர்வேதி, திரு *TDS (T.D.*சுந்தர்ராஜன்*)*, டாக்டர் பிரேமா சதுர்வேதி இவர்களோடு ஒரு பெரிய இளைஞர் படையே துடிப்பாகச் செயல்படும் அமைப்பு இது.

இன்று ஷ்ரத்தா குழுவினரின் அடுத்த படைப்பான 'நேற்று இன்று -நாளை'க்கான ஆயத்தப் பணிகள் தொடங்கின. நான் எழுதிய 'ஆழ்வார்', 'சிலிக்கன் வாசல்', 'எழுத்துக்காரர்' என்ற மூன்று நாடகங்களின் தொகுப்பு அது.

நண்பர்கள் ஒத்துழைப்போடு நன்றாக அமையட்டும் என்று வாழ்த்துகிறேன். ஆனந்த் ராகவுக்கு சிறப்பு நன்றி.

*அக்டோபர் 8 2013*

# கம்பெனி லிமிடெட் வழங்கும் எம்.எஸ். ஆராதனை

காலைத் தொலைக்காட்சி தொல்லை குறைந்தது என்று நினைத்தால் சற்று முன் ஒரு சேனலில் எம்.எஸ்.சுப்புலட்சுமி பற்றிய பேச்சுக் கச்சேரி.

பேச்சாளர் மைக்கைப் பிடித்ததும், ‘எல்லோரும் ஒரு நிமிடம் எழுந்து நில்லுங்க’ என்றார். நிகழ்ச்சியை ஏற்பாடு செய்து ஒளிபரப்பும் சேனலுக்குக் கூட்டமாக நன்றி செலுத்த வேண்டுமாம்.

எதுக்கு என்ன என்று கேட்காமல் நம்மாட்கள் யாராவது வற்புறுத்தினால் என்ன செய்வார்களோ அதைத்தான் அரங்கில் இருந்த கூட்டமும் செய்தது.

எழுந்து நின்றார்கள் எல்லோரும்.

வயதானவர்கள் சிரமத்தோடும், மற்றவர்கள் கடமை உணர்வோடும் எழ, அரங்கில் இருந்த திருப்பூர் கிருஷ்ணனும் கொஞ்சம் திகைத்து எழுந்து நின்றதை மறக்க முடியாது.

அப்புறம் பேச்சாளர் பேச ஆரம்பித்தாரா என்றால் இல்லை. கொஞ்சம் முன்னால் குனிந்து தன் கழுத்தைத் தடவிக்கொண்டார்.

கழுத்தில் இருந்து ஒரு தங்கச் செயினைக் கழற்றி எடுத்து முன்னால் தொப் என்று போட்டார்.

*'இது பிரபலத் திரை இசைக் கலைஞர் பெயர் சொல்லி எனக்கு அணிவித்தது.'*

*அதுக்கும் எழுந்து நிற்கச் சொல்வார் என்று எதிர்பார்த்தேன். நல்ல வேளையாக அப்படியெதுவும் நடக்கவில்லை.*

*செயின் ஆராதனை முடித்து சட்டை, பனியன் என்று அகற்றி அறிமுகப்படுத்த ஆரம்பித்தால் என்ன செய்வது என்று அடுத்த பயம். அதுவும் நிகழாமல் போனது அதிர்ஷ்டம் தான்.*

*நடுவில் ஸ்பான்சர் விளம்பரம். தங்க நகை விற்கும் கார்ப்பரேட் என்பதால் மும்பையில் உருவாக்கப்பட்ட sleek ஆன விளம்பரம். மும்பை மாடல் அழகி ஒவ்வொரு நகையாக அணிந்து சுமாரான lip sync-ல் நெல்லைத் தமிழில் பேசினாள். பேசாமல் நம்ம பேச்சாளரையே மாடலாக்கி இருக்கலாமே!*

*இதெல்லாம் முடிந்து புத்தகங்களை, கட்டுரைகளை மேற்கோள் காட்டி எம்.எஸ் பற்றிப் பேச ஆரம்பித்தபோது, டைம் அவுட். மீதி நாளைக்கு. அதிர்ஷ்டம் செய்தவர்கள் பார்க்கட்டும்.*

*எம்.எஸ்ஸை இப்படி evantualize செய்யணுமா?*

★★★

*Horror is watching 'Karaikal Ammaiyar' dubbed in Malayalam. P.Leela sings for an on screen K.B.Sundarambal*

★★★

**வ**த்தலக்குண்டு ராஜமய்யர் எழுதிய தமிழின் முதல் நாவல்களில் ஒன்றான 'கமலாம்பாள் சரித்திரம்' கதையில், மதுரை மாவட்ட கிராமங்களில் பத்தொன்பதாம் நூற்றாண்டு இறுதியில் நடமாடிய மனிதர்கள் ஆணும் பெண்ணும் குழந்தையுமாக அச்சு அசலாக வந்து போவார்கள்.

அதில் ஒரு பாத்திரம் 'பாப்பா பாட்டியகத்து வெட்டரிவாள்' பாட்டி. இவள் பக்கத்து வீட்டு வாசலில் (அங்கேயும் ஒரு பாட்டி தான் குடியிருந்தாள்) காயப்போட்டிருந்த அடுப்பு விறகைத் திருடிவிட்டு, அதை வெட்ட அரிவாள் கடன் வாங்க அவர்கள் வீட்டுக்கே போவாள். ஊர்ப் பசங்கள் இந்த விஷயம் தெரிந்து இந்தப் பாட்டியம்மா தலையைப் பார்த்ததுமே 'பாப்பாப்

பாட்டியாத்து வெட்டரிவாள்' என்று அவள் முதுகுக்குப் பின் கூவிவிட்டு ஓடும்.

பாட்டி திரும்பிப் பார்த்து நின்று நிதானமாக அதுகளை வசவு மழை பொழிந்து சபிப்பாள். அதைக் கேட்பதில் பசங்களுக்கு ஆனந்தம் என்றால் திட்டுவது பாட்டிக்குக் கொண்டாட்டம்.

சில நாள் எந்தப் பையனும் அவளைப் பார்த்துத் திட்ட மாட்டான். பாட்டி விட மாட்டாள். தெருவில் அவன் பாட்டுக்குப் போய்க்கிட்டிருக்கும் ஒரு பையனைப் பார்த்து, 'அப்பா, நீ ரொம்ப நல்லவன்.. என்னை எப்பவுமே கேலி பண்ணினதே இல்லை...' என்று சர்ட்டிபிகேட் வழங்குவாள்.

இவள் தெரு திரும்பும்போது அந்தப் பையன் 'பாப்பாப் பாட்டியகத்து வெட்டரிவாள்' என்று கத்தி விட்டு ஓட, பாட்டி படு குஷியாகத் திட்ட ஆரம்பிப்பாள். அதைத்தானே அவள் எதிர்பார்த்தது.

கமலாம்பாள் சரித்திரத்தில் மட்டுமா பாப்பாப் பாட்டியகத்து வெட்டரிவாள்கள்?

★★★

**நா**ளைக்குக் கையில் ஒரு புத்தகமும் இருக்க விடாமல் பிடுங்கி அதில் நாலஞ்சாவது பூஜையில் வந்துடும். தி.ஜானகிராமன் சொல்ற 'சரஸ்வதி பூஜையன்று தான் பல்பொடி மடித்த காகிதமாவது படிக்க வேண்டும்' என்று ஆசை வரும்.

அதுக்கு முன்னால் இன்று டாக்டர் தி.சே.செள. ராஜன் எழுதிய 'வீட்டு வைத்தியர்' மருத்துவ நூல் படிக்க ஆரம்பிச்சேன். 1945-ல் முதல் பதிப்பாம். சரளமான எளிய தமிழ். மருத்துவப் புத்தகத்திலும் தேசியம் தட்டுப்படத் தவறவில்லை.

தமிழ் நாட்டில் 1940-களின் விடுதலைப் போராட்டத்துக்கு சங்கு சுப்ரமணியன் சொற்பொழிவு, நாமக்கல் ராமலிங்கம் பிள்ளை கவிதை, பட்டம்மாளின் பாரதி பாட்டு, ராஜாஜியின் ஜெயில் டயரி, கல்கி சுப்ரமண்யத்தின் 'தியாக பூமி' டாக்கி இப்படியான முகங்கள்தான் இருந்ததாக அவ்வப்போது தோன்றும். அதற்கு டாக்டர் ராஜன் மருத்துவம் எழுத்து போல் இன்னொரு முகமும்

இருந்திருக்கிறது. பெ.நா.அப்புஸ்வாமியின் அறிவியல் அறிமுகமும் இங்கே வரலாம் என்று நினைக்கிறேன்.

*அக்டோபர் 14, 2013*

★★★

நடு ராத்திரிக்குக் கொஞ்சம் முன்பான நிசி. விருந்துக்கு ஒவ்வொருவராக வர, களைகட்டிக் கொண்டிருந்தது. பத்து கேமிராக்கள் விருந்து நாயகரின் ஒவ்வொரு அசைவையும், ஒவ்வொரு விருந்தாளியோடு அவர் பேசுவதையும் பதிவு செய்ய, நான் நண்பர் திரைப்படக் கல்லூரி முதல்வர் ஹரிஹரனோடு (ஏழாம் தலைமுறை இயக்குநரும் கூட) *discourse in films* பற்றிப் பேசிக்கொண்டிருந்தேன்.

சட்டென்று பின்னால் இருந்து தோளைப் பற்றி இழுத்து நடந்தார் கமல். அதுதான் வந்ததுமே நானும் கிரேசி, ரமேஷ் அரவிந்த், மதன் ஆகிய நண்பர்களும் சேர்ந்து புகைப்படம் எடுத்தாகிவிட்டதே.

எழுத்துரு பற்றி காட்டமா சண்டை போட்டிட்டிருந்தீங்களே... வந்திருக்கார்.

தொலைவில் ஓர் ஓரமாகக் கையைக் காட்டி அங்கே போய்ப் பாருங்க என்றார்.

சாரு அண்ணா? (சாருஹாசனா?). ரெண்டு நாளாக அவரோடும் அவருடைய 75+ புத்திளைஞர் நண்பர் குழாத்தோடும் ஆக்ரோஷமாக ஆங்கிலத்தில் அம்பு விட்டு *CC to KH* விவாதித்து, திடீரென்று ஞானோதயமானது என்னவென்றால், இருவருமே ஒரே கருத்தைத்தான் சொல்கிறோம்...

சாருஹாசனை எதிர்பார்த்துப் போனால், ஓரமாக ஜெயமோகன்.

லடாக் அனுபவங்களை, இந்த எழுத்துரு விவகாரத்தை (இன்று அவருடைய இணையதளத்தில் எழுதியிருப்பதன் சாராம்சத்தைச் சொன்னார்) பற்றி எல்லாம் பேசிக்கொண்டிருந்தோம்.

விருந்துக்கு வந்துவிட்டு இலை தழையை மட்டும் உண்டு போனவர் அவர் மட்டும்தான்.

பொரட்டா பிடிக்குமே, அதையும் விட்டாச்சா என்று கரிசனமாக விசாரித்தேன். கிரேசிக்கு அவரை அறிமுகம் செய்து வைத்தேன்.

சடயரிஸ்ட் எல்லாரும் பழைய இலக்கியத்தில் நல்ல ஆர்வம் கொண்டவர்கள் முருகன் என்றார் ஜெமோ. எல்லோரும்? யோசித்துவிட்டுச் சொல்கிறேன்...

சென்னைக்கே ஒரேயடியாக குடிவந்துவிடலாமே என்றேன். பத்மனாபபுரம் அவரை விடாது போல் இருக்கிறது. இந்து கோலப்பன் கூட அப்படித்தானாம். திருவல்லிக்கேணியில் இருந்தாலும், இன்று அவர்கள் ஊர் பெயர் சொன்னார். மறந்து விட்டது கோவில் சப்பரம், அங்கே சாமி புறப்பாடு இப்படித்தான் நினைத்துக்கொண்டிருப்பாராம்.

ஜெமோ காய்கறி தேட நான் நண்பர் பேராசிரியர் ஞானசம்பந்தனுடன் சமணர்கள் கழுவேற்றம் பற்றிக் கதைத்துக் கொண்டிருந்தேன்... விழா நாயகரும் ஒரு நிமிடம் நின்றார்... அவருக்கும் இது பிடித்த சப்ஜெக்ட்.

வரேன் முருகன்

ஜெயமோகன் கிளம்பியபோது விருந்து தொடங்கி இருந்தது.

*நவம்பர் 10 2013*

# ஒத்திகை நேரம்

*(குறிப்புகள் எழுதப்பட்ட நாள் 10.11.2013)*

## நாடக ஒத்திகை (லைவ்) 12

மகளுக்கு ஒரு தந்தை எழுதிய கடிதங்கள் - ஜவஹர்லால் நேரு - அப்பாவோட *favourite leader, favourite book, favourite mode of communication*... லெட்டர்... கடிதம்... *all old world charm*... சுகத்தைச் சொல்றதுக்கும் துக்கத்தைப் பகிர்ந்துக்கறதுக்கும் போஸ்ட் கார்டும் இண்லெண்ட் லெட்டரும்தான் அப்போ எல்லாம்... சின்னப் பிள்ளையிலே பார்த்திருக்கேன்... போஸ்ட்மேன் வீடு வீடா வந்து கடிதாசு வந்திருந்தா கொடுத்திட்டுப் போவாரு... எங்க பாட்டியம்மா அவசரமா வாங்கி மேலோட்டமா பார்ப்பாங்க.. நாலு மூலையும் மஞ்சள் குங்குமம் தடவி லெட்டர் வந்திருந்தா கல்யாணம் கல்யாணம்னு சொல்லிக்கிட்டு அவங்களே பிரிப்பாங்க... ஆனா. கருப்பு தீத்தி வந்துதோ, போச்சு.. உடனே என் கிட்டே கொடுத்துடுவாங்க.. மாடப் பிறையிலே வைடா குழந்தே.. நாளைக்கு நான் குளிக்கப் போகிற முந்தி படிச்சுக்கறேன்னு கெஞ்சுவாங்க..தூரத்து சொந்தத்திலே ஏதாவது சாவுச் செய்தியா இருக்குமாம்.. படிச்சா உடனே குளிக்கணுமாம்.. பகல்லே குளிச்சா ஜலதோஷம் பிடிக்குமாம்... பயம்... நான் காமிக்ஸ் வாங்க காசு

பத்தாட்ட ஏதாவது பழைய கடுதாசுலே கருப்பு இங்க் தடவி 'பூட்ட கேஸ் .. பூட்ட கேஸ்.. படிக்கட்டுமா இல்லே காசு தர்றியா கௌவி'ன்னு அவளைத் தொரத்துவேன்...

★★★

பாலாஜி ஒரே ஒருமுறைதான் இதைப் படித்தார்... ஒரு காற்புள்ளி அரைப்புள்ளி விடாமல் அழகாகச் சொல்லிவிட்டுக் கிளம்பி விட்டார். தெரிந்திருந்தால் இவரை இன்னும் பேச விட்டிருப்பேனே!

★★★

## நாடக ஒத்திகை (லைவ்) 11

எழுத்துக்காரர் ஒத்திகை.

ஒத்திகை தொடங்கும் முன் ஸ்லாக் ஹவரில் கவிதா என்னிடம் கேட்டார்.

ஏன் சார் எப்பப் பார்த்தாலும் லேப் டாப்பிலே ஏதோ எழுதிட்டு இருக்கீங்க?

நான்தான் எழுத்துக்காரர் கவிதா...

'The prime of Miss Jean Bradey' படிச்சிருக்கீங்களா கவிதா? Muriel Spark எழுதினது.

படிச்சதில்லே சார்

படிங்க... ஃபெமினிஸ்ட், போஸ்ட் மார்டனிஸ்ட்... டைட்டில், ஆதர் நேம் நினைவிலே வச்சுக்குங்க.

ஏன் சார்?

இன்னிக்கு ஒரு வரி உங்க டயலாக்கிலே சேர்த்திருக்கேன்... பரணன் பாலாஜிக்கு க்யூ கொடுக்க...

மூரியல் ஸ்பார்க் தமிழ் நாடக மேடைக்கு வரட்டுமே.

★★★

## நாடக ஒத்திகை (லைவ்) 10

*MANSION RESIDENT 2*

உனக்கு லேகியமே வேணாம். பார்த்தாலே ரிஷி கர்ப்பம் தான்.

*MANSION RESIDENT 3*

அப்படீன்னா?

*MANSION RESIDENT 2*

உஸ்மான் ரோடு கோமதி சங்கர் மிட்டாய்க்கடையிலே சோன்பப்டி வாங்கிக்கொடு. சொல்றேன்.

*MANSION RESIDENT 3*

இப்பவா, பூட்டி இருக்குமே.

*MANSION RESIDENT 1*

நாதன்ஸ்லே புல் மீல்ஸ் போயிடலாமா..

*MANSION RESIDENT 3*

நாதன்ஸ்லே இந்த நேரத்திலே இடம் கிடைக்கும்னா நினைக்கறே? எவன் மோர் சோறு தின்னுக்கிட்டு இருக்கான்னு பார்க்கணும். அவன் சளப் பளப்புன்னு அசைபோடறதை லட்சியமே செய்யாம டோக்கனை டேபிள்லே தண்ணியைத் தொட்டு வைக்கணும்.

*MANSION RESIDENT 2*

எதுக்குத் தண்ணி?

*MANSION RESIDENT 3*

பேப்பர் டோக்கன் *Fan* காத்துலே பறந்திடுமே.

*MANSION RESIDENT 1*

நான் அவன் இலை ஓரமா ஒரு சோத்தை எடுத்து அதைத் தொட்டு ஒட்டி வச்சிடுவேன்.

*MANSION RESIDENT 2*

*மகா ஊழல் பேர்வழி மச்சான் நீ. உன் கூட சாப்பிடறதே*

*(விளம்பரப் பட உச்சரிப்பில்)*

கிருமித் தொற்றை உண்டாக்கும். மற்றும் தேக ஆரோக்கியத்துக்குக் கேடு விளைவிக்கும்... ஆரம்ப சுகாதார நிலையத்தை நாடினால்...

*MANSION RESIDENT 1*

ஓகே ரத்தத்தின் ரத்தமான உடன்பிறப்புகளே. நாம் இப்போது இரவு சாப்பாடுக்காக அடுத்த தெரு ஆந்திரா மெஸ் போகிறோம்.

*1970 பிற்பகுதியில் சென்னை தி நகரில் பேச்சலர்ஸ் மேன்ஷன் வாழ்க்கையில் ஒருசில நிமிடங்கள். என் சொந்த வாழ்க்கையும் கூட.*

இப்போதும் உஸ்மான் ரோடில் கோமதிசங்கர் மிட்டாய்க் கடை இருக்கிறது. நாதன்ஸ் ஹோட்டல் இல்லை. ஆந்திரா மெஸ்ஸும்.

★★★

## நாடக ஒத்திகை (லைவ்) 9

*ஆழ்வார் ஒத்திகை.*

கிருஷ்ணசாமி இல்லேப்பா. நாராயணசாமி முதலியார். கே.என் அப்படீன்னு இனிஷியல்லேதான் பிரபலம். அவர் கிளப்பிலே பேட்மிண்டன் விளையாட எங்காத்துப் பக்கமாத்தான் இருக்கு. கார்லே போறார். நான் வீட்டு வாசல்லே வேஷ்டியைத் திரிச்சு மூக்கிலே விட்டுத் தும்மிண்டு இருந்தேன். தலையிலே ஒரே கொடச்சல். வந்த மனுஷர் அரைக் கட்டுலே நிஜாரும் கையிலே பந்து மட்டையுமா முன்னாலே நிக்கறார். எனக்குக் கையும் ஓடலே, காலும் ஓடலே. வாங்கோன்னு சொல்றதுக்கு முந்தி தடதடன்னு உள்ளே நுழைஞ்சவர் கண்லே கூடத்துலே மாட்டியிருந்த அனுமார்தான் பட்டார். எப்பேர்க்கொத்த ரூபம் ஓய். இப்படிப் புழுதி அடைய விட்டிருக்கீரே. பூஜை ஏதாவது பண்ணறீரான்னேன். என்.ஜி.ஓ வருமானத்துலே வயத்தைக் கழுவறதே உம்பாடு எம்பாடு. பூஜைக்கு எங்கே ஸ்வாமி போவேன்னேன். முதலியார் என்ன சொன்னார் தெரியுமோ?

ஆழ்வார் தன்னுள் ஆழ்ந்து சொல்ல, நெல்சன் முகத்தில் ஆச்சர்யம், தவிப்பு, அவசரம் என்று மாறி மாறித் தெரிய கண்கள் அங்கும் இங்கும் அலைபாய அவருக்கு ரியாக்ஷன் தருகிறார். நன்றாக வந்திருக்கிற காட்சி இது.

நாராயணசாமி முதலியார் என்ன சொல்லியிருப்பார்?

★★★

## நாடக ஒத்திகை (லைவ்) 8

ஆழ்வார் ஒத்திகை நடக்கிறது. ஆழ்வாராக டி டி சுந்தர்ராஜன். சந்திக்கும் இளைஞனாக நெல்சன் இளங்கோ.

ராத்திரி நேரத்தில், 1980 தென் சென்னைத் தெருவில் கைகூப்பிச் சேவித்தபடி டி டி எஸ் நம்மாழ்வார் பாசுரத்தை மெய்மறந்து சொல்கிறார். அவருக்கும் கேட்டும் பார்த்தும் சுற்றி இருக்கும் நமக்கும் கண் கலங்குகிறது.

> உண்ணும் சோறு பருகு நீர் தின்னும் வெற்றிலையும் எல்லாம்
> கண்ணன் எம்பெருமான் என்றென்றே கண்கள் நீர்மல்கி மண்ணில்
> உளவன் அவன்சீர் வளம் மிக்கவனூர் வினவி திண்ணமென்
> இளமான் புகுமூர் திருக்கோளூரே.
> பெருமாளே. உன் சேவடி செவ்வித் திருக்காப்பு.

★★★

## நாடக ஒத்திகை (லைவ்) 7

மதிய உணவு நேரத்தில் மேடை ஒளியமைப்பு நிர்வாகியான காளீஸ்வரியிடம் பேசிக்கொண்டிருந்தேன்.

ஒரு இண்டக்ரேடட் லைட்டிங் ப்ளான் இல்லாம வேலை ஆரம்பிக்கறது இல்லே...

அது போதுமா காளி? லைட்ஸ் ஆன் சரிதான்... *fade out*-ம் முக்கியமில்லையா? எழுத்துக்காரர்லே செண்டர் ஸ்டேஜ், ஆஃப் ஸ்டேஜ் ரெண்டிலேயும் பத்து செகண்ட் இடைவெளியில் ஆக்ஷன், அப்பப்ப ரெண்டுலேயும் ஒரே நேரத்திலே ஆக்ஷன்... லைட்டிங் ப்ளான் மட்டும் போதும்கிறீங்களா?

போதவே போதாது.. செண்டர் ஸ்டேஜ், ஆஃப் ஸ்டேஜ் ரெண்டும் எப்போ லைட்... என்ன மாதிரி... எந்த ஆக்டர் எந்த க்யூ கொடுத்ததும் லைட்ஸ் ஆன்... எல்லாம் தெரியணும்.. நானும் ஒரு பெர்மார்மர்னு நினைச்சுப்பேன்... மேடைக்கு முன்னால் இருக்கும் பெர்மார்மர்... ஸ்கிரிப்ட் முழுக்கத் தெரியணும்.. இப்போ இங்கேயும் தெரிஞ்சு வைச்சிருக்கேன்... கரெக்டா வரும் பாருங்க...

வரும். கிரிஷ் கர்னாட் நாடகத்துக்கு ஒளியமைப்பு செய்த இளம்பெண் ஆச்சே காளி.

★★★

## நாடக ஒத்திகை (லைவ்) 6

மதிய உணவுக்குப் பிறகு சிலிக்கன் வாசல் தொடர்கிறது.

சோலையின் நனவோடையாக..

*சாயந்திரம் ஆறு மணிக்கே வீட்டுக்குப் போய் அள்ளிப்போட்டு முழுங்கிட்டு நல்ல்லா தூங்கணும்... தூங்கணும்... ஈரமான தரை... தலகாணியை மிதிச்சுக்கிட்டு ஓடுற மகனோட ரப்பர் பந்து முதுகுலே மோதற சத்தம்... டிவி சீரியல்லே அழுற சத்தம்... சரோஜா திட்டற சத்தம்... சமையல் கட்டில் பாத்திரம் உடைபடுகிற மாதிரி சத்தம்... ஹோன்னு ஏசி பிளாண்ட் சத்தம்... சூசைராஜின் இருமல் சத்தம்... துரையின் வெந்த சேப்பங்கிழங்கு குரல்... மாலதி வளைச்சத்தம், சிரிப்புச் சத்தம்... Receptionist Fonseka குழைஞ்சு குழைஞ்சு டெலிபோன்லே விசாரிப்பு... May I know who is this? Oh Chandy... how are you? Could you please hang on for a second? Shall check up whether the boss is on the prowl... lion? Paper tiger... ha ha... கம்ப்யூட்டர் பின்னறையில் பழைய லைன் பிரிண்டர் சத்தம்... ஹோன்னு பெரிசா... அருவி விழற மாதிரி... ஐந்தருவி... குற்றாலம்... குளிக்கப் போறவங்க சத்தம்... குழந்தை அழுற சத்தம்... சார் மசாஜ் நாலு ரூபா... மங்குஸ்தான் பழம் வேணுமா சார்?அருவிக்கரை தோசைக்கடை.... சட்டுவம் சதா தோசைக்கல்லு மேலே உராயற சத்தம்... சார்வாளுக்கு இன்னும் ரெண்டு தோசை வைக்கட்டா... சாப்பிட்டு அருவியிலே குளிங்க... குளிச்சுட்டு வந்து சாப்பிடுங்க... சாப்பிட்டு திரும்ப குளியல்... அருவி அலுக்காது... நம்ம கடை தோசையும்...*

அப்படியே அதேபடிக்கு நல்லா வரணும் பெருமாளே....

★★★

## நாடக ஒத்திகை (லைவ்) 5

நண்பர் *Jayaraman Raghunathan* ரகு ஒத்திகையைப் பார்க்கவும், நண்பர்களோடு உரையாடவும் வந்திருக்கிறார். கையோடு ஒரு பெரிய பெட்டி நிறைய கேக் கொண்டு வந்திருப்பதாகத் தெரிவதால் ஆவலோடு எதிர்பார்க்கிறோம் அனைவரும்.

★★★

## நாடக ஒத்திகை (லைவ்) 4

சிலிக்கன் வாசல். சூசையாக ரோஹன் ஐயர்.

'என்ன சோலை, துரை ரோடு விட்டுட்டானா?'

இல்லே தம்பி... *Rod*... ராடு விட்டுட்டானா?

ரோடு விட்டுட்

ரோஹன் நாயர்:-

அப்படியே விட்டாச்சு... அதுவும் நல்லாத்தான் இருக்கு.

★★★

## நாடக ஒத்திகை (லைவ்) 3

சிலிக்கன் வாசல். நடுநாயகமான சோலை கதாபாத்திரம். சூரஜ் அனுபவித்துச் செய்கிறார். வசனம் பேசும்போது எமோட் செய்வதை கொஞ்சம் கொஞ்சமாக செதுக்கி கச்சிதமாக்கி இருக்கிறார் இயக்குநர் டிடிஎஸ். எப்போதாவது வசனம் மறந்தால் அவன் எமோட் செய்வதை இப்போது நான் ரசிக்கிறேன்.

★★★

## நாடக ஒத்திகை (லைவ்) 2

சிலிக்கன் வாசல். சாப்ட்வேர் கம்பெனி உள்ளூர் நிர்வாகியாக பாலாஜி. எத்தனை பெரிய டயலாக் ஆக இருந்தாலும், ஒரே தடவை பார்த்துவிட்டு சர்வ சாதாரணமாகப் பேசுகிற நேர்த்தி அபாரம்.

கான்பிடன்ஷியல் ரிப்போர்ட் ஒரு நிமிட சாம்பிளாக அவர் குரலில் வருகிறது இப்படி -

*Though the skill set of both Solai and Susai as well as their relative dot net and B to C as well as B to B portal experience is same, I observe Soosai is a better fire fighter and game changer than Solai..*

எனக்கே நடுவில் வார்த்தை இடறுகிறது... பாலாஜி ஒரே டேக் தான்.. *kudos to him*

★★★

## நாடக ஒத்திகை (லைவ்) 1

சிலிக்கன் வாசல் ஒத்திகை நடந்துகொண்டிருக்கிறது. கடைசிக்கு முந்திய காட்சி. காத்தாடி ராமமூர்த்தி அதகளப்படுத்திக் கொண்டிருக்கிறார்.

'இங்கே யாருப்பா டைரக்டர்? டி டி எஸ், நீயா? நாப்பது வருஷமா செஞ்சும் நடிக்க வரல்லேன்னு டைரக்ட் பண்ண வந்துட்டியா?'

என்னை ஏற இறங்கப் பார்த்துவிட்டு 'இவர் யாரு? நாடக ஆசிரியரா? பார்த்தாத் தெரியலே...'

*நவம்பர் 15, 2013*

# ஒரு தொலைபேசி அழைப்பு

நேற்று முன் தினம் மாலை தொலைபேசி ஒலித்தது. பழக்கமான குரல். கவிதாலயா கிருஷ்ணன்.

'சார் பேசணுமாம் உங்க கிட்டே'

'ப்ளீஸ்...'

'வணக்கம் முருகன்... நேற்று ஷ்ரத்தாவோட... நீங்க எழுதிய மூணு நாடகமும் பார்த்தேன்... பிரமாதம்... மூணும் மூணு விதம்... என்னை ரொம்பவே பாதிச்சுது... நாடகம் பார்த்துட்டு வந்து வெகு நேரம் அதைப் பற்றியே யோசிச்சிட்டு இருந்தேன்... *concept and content... presentation... excellent...* முக்கியமா எழுத்துக்காரரில் கவிதா *assertive stage presence and amazing dialogue delivery...* ஆழ்வார்... *TDS* அருமையான *performance...* ஆழ்வார் கதை அருமை...'

நான் தயங்கித் தயங்கிக் குறுக்கிட்டேன்.

'சார், ஆழ்வார் கதையே உங்களுக்காகத்தான் பதினஞ்சு வருஷம் முந்தி எழுதினது. குமுதத்திலே சிறப்பாசிரியரா ஒரு இதழுக்குக் கதை கேட்டு உங்க அசிஸ்டெண்ட், இப்போ டைரக்டர் நண்பர் சரண் என் வீட்டில் வந்து காத்திருந்து ரெண்டு கதை வாங்கிட்டுப் போனார். 'ரெண்டையும் கடைசி நிமிடத்தில் இடப் பிரச்சனையால் குமுதத்தில் போட முடியலே, ஆனால் அவை மிக நல்ல கதைகள்' என்று அப்போ எனக்கு ஒரு கடிதம் எழுதியிருந்தீங்க. இன்னும் அதை பத்திரமா வச்சிருக்கேன்...'

'அப்படியா?'

'ஆமா சார், அதிலே ஒரு கதை, 'வெறுங்காவல்' கதிர்லே பிரசுரமாகி அந்த வருட இலக்கியச் சிந்தனை விருதுக்கு திரு தி.க.சி சார் தேர்ந்தெடுத்தார். இன்னொண்ணு கோமல் ஆசிரியரா இருந்த சுபமங்களாவிலே பிரசுரமாகி, அகில இந்திய அளவில் பல மொழிச் சிறுகதைகள் தேர்வில், தமிழுக்காக 'கதா' விருது வாங்கிச்சு.'

'அப்படியா, சந்தோஷம்... கதா விருது எந்தக் கதைக்கு வாங்கினீங்க?'

'உங்களுக்காக எழுதின ஆழ்வார்தான் சார்... ஒரே கதைக்கு உங்க கிட்டே இருந்து ரெண்டு தடவை பாராட்டு... தேங்க்ஸ் சார்.'

கே.பாலசந்தர் சார் ரசித்துச் சிரித்தார்.

' நாடகம் முடிஞ்சதுமே நீங்க எங்கேன்னுதான் எல்லோரையும் கேட்டேன்..'

'வர முடியாமல் ஒரு அவசரம் சார்... சாரி..'

'அவசியம் நேரில் வாங்க... பேசணும்.'

இந்தப் பாராட்டை முதலில் நான் மகிழ்ச்சியோடு பகிர்ந்து கொண்டது என் அருமை நண்பர் *KH* அவர்களோடுதான். அடுத்து இன்னொரு அருமை நண்பர் கிரேசி மோகன். அடுத்து குடும்பம், நண்பர்களாகிய நீங்கள்.

எல்லோருக்கும் நன்றி.

*நவம்பர் 22, 2013*

## காதில் பஞ்சாமிர்தமும், காற்றில் வரும் இசைவிழாவும்

*மலையாள மகாகவிகளில் ஒருவராகப் போற்றப்படும் உள்ளூர் பரமேஸ்வர ஐயர் (மற்ற இருவர் குமாரன் ஆசான், வள்ளத்தோள்) தன் 'அன்னும் இன்னும்' கவிதையில் 'விடியல்' பற்றி வர்ணிக்கிறார்.*

பூங்கோழிகள் நிரன்னெங்கும்
புலரிப்பூக்கள் வாழ்த்தவே
பஞ்சாமிர்தம் செவிக்குள்ளில்
பச்சகிளிகள் தூகவே

*(பூங்கோழி சேவல்; தூக-தூவ)*

*வீட்டில் தமிழும், வெளியே மலையாளமும் பேசி இருக்கக் கூடியவர் உள்ளூர். அவர் மலையாளத்தோடு தமிழிலும் தேர்ச்சி பெற்றிருந்தவர்.*

*பாரதியின் 'இன்பத் தேன் வந்து பாயுது காதினிலே'யால் பாதிக்கப்பட்டு பஞ்சாமிர்தம் செவிக்குள் பச்சைக் கிளி தூவ விட்டிருப்பாரோ?*

★★★

*இந்த சங்கீத சீசன் நிகழ்ச்சி நிரலை வேகமாகப் புரட்டிக் கொண்டிருந்தபோது சட்டென்று தோன்றியது காயத்ரி வெங்கடராகவன் கச்சேரிகள் சாயந்திர slot-ல் எல்லா சபாவிலும் நடக்கின்றன. வாழ்த்துகள் Gayathri Venkataraghavan.*

'சிலிக்கன் வாசல்' நாடகத்தில் இவருக்கு ஒரு *honorary mention* கொடுத்திருந்தேன்.

அதேபோல் இன்னொண்ணு கவனீச்சீங்களா? அக்கரை சிஸ்டர்ஸ் (வயலின்) இந்த சீசனில் ப்ரமோஷன்.. இரு வயலின் கச்சேரி கூட உண்டு போல...

அக்கரை அக்கா தங்கை வாய்ப்பாட்டு கச்சேரி வேறே அகாடமியில் பகல் கச்சேரி.

★★★

இந்த வருஷம் தம்பி ஈரோடு நாகராஜ் கச்சேரி ஒண்ணையும் விடாமல் பார்த்து ரசிக்கக் கொடுத்து வைக்கணுமே, அம்பலப்புழ ஸ்ரீக்ருஷ்ணா

★★★

இந்த வருஷம் இசை விழாவிலாவது எல்லா வித்வான்களும் பாடப்போகிற ராகத்தைச் சொல்லிட்டுப் பாடலாம். அல்லது சஸ்பென்ஸைத் தக்க வைக்க, பாட்டு முழுக்கப் பாடிவிட்டுச் சொல்லலாம்.

மேற்கத்திய இசையில் இந்தப் 'புரிஞ்சா ஆகா இந்த ராகமான்னு கேட்டு அனுபவி, புரியலின்னா, சங்கீதத்தை மட்டும் அனுபவி' மனப்பான்மை இல்லை. சிம்ஃபனி ஆர்கெஸ்ட்ரா எதாக இருந்தாலும், சோலோ கச்சேரியாக இருந்தாலும், வாக்னரா, மொசார்டா, பித்தோவனா, ஷெகோவ்ஸ்கி எழுதிய எந்த சிம்பெனி என்று ஒவ்வொரு ஐட்டத்துக்கும் விவரம் இருக்கும்.

இங்கேயும், இந்துஸ்தானியிலும் *NDA non disclosure agreement (among musicians)* தான்.

ராகத்தைச் சொல்லிவிட்டுப் பாடுவது அபூர்வ ராகங்களை மட்டும் சொல்வது பற்றி (நண்பர் கே ஜவர்லாலுடன் அரட்டையில் நான் சொன்னது)

ஏசுதாஸ் கூட அப்படித்தான் எனக்கு ரொம்ப வருஷம் முன் (ப்ரபொசர் டி.என்.கே வயலின்) ரிஷபப் ப்ரியாவை அறிமுகப் படுத்தினார். அவர் சொல்லாமல், 'நம்ம ப்ரபசர் சார் சொல்வார்' என்று சஸ்பென்ஸை நீடித்து டி என் கே அவர்களைச் சொல்ல வைத்தார்.

எனக்கென்னமோ எல்லாப் பாட்டுக்குமே சொல்லலாம் என்று தோன்றுகிறது.

இன்னும் கொஞ்சம் எனக்கு இடம் கொடுத்தால், பாடி முடித்ததும், ஒரு வரி அதே ராகத்தில் பிரபலமாகி இருக்கும் திரைப்பட இசைப் பாடலைப் பாடிக் கோடி காட்டிவிட்டுத் தொடரலாம். கரகோஷம் அள்ளும்.

வெகுஜன இசையையும், சம்பிரதாய இசையையும் இணைத்துப் பாலம் போட்டுக்கொண்டே இருக்கும் இளையராஜா போன்ற இசைக் கலைஞர்களுக்கு சபா சங்கீதம் செலுத்தும் மரியாதையாக அது இருக்கும்.

★★★

எல்லா வருஷமும் எல்லா வாய்ப்பாட்டு வித்வான்களுக்கும் விடுக்கும் என் இன்னொரு கோரிக்கை இப்பவும் ரிபிட்டு.

தமிழில் மட்டும் பாடுங்கள் என்று சொல்லவில்லை. தமிழிலும் பாடுங்கள். 'ச'வை ஷ என்று உச்சரிக்காத தமிழில் நீங்கள் வாய்ப்பாட்டையோ, பதினாறாம் வாய்பாடை ராக மாலிகையாகவோ பாடினாலும் ரசித்துக் கைதட்டுகிறோம்.

★★★

நான் இந்த வருட இசை விழாவை ( ரிடையரானதால், நிறைய நேரம் கிடைக்க, வாய்ப்பு கிட்ட ப.அ.ஸ்ரீ (பகவான் அம்பலப்புழ ஸ்ரீகிருஷ்ணன்) அருள் புரிக.

இந்த வருடம் நான் விஜயம் செய்ய இருக்கும் சபா கேண்டின்கள் பற்றி எழுதும்போது சபாவில் அப்போது நடக்கும் கச்சேரி விவரம் கலக்காமல் பார்த்துக்கொள்கிறேன்

*டிசம்பர் 1, 2013*

# சென்னை புத்தகக் கண்காட்சி 2014

சென்னை புத்தகக் கண்காட்சி ஜீவா சிற்றரங்கு

காலச்சுவடு வெளியீடான 'ஸ்ரீதரன் சிறுகதைகள்' புத்தகத்தை பி.ஏ.கே அண்ணா வெளியிட்டுப் பேசினார். என் மதிப்புக்கும் அன்புக்கும் உரிய நண்பர்கள் லண்டன் பத்மனாப ஐயர், மு.நித்தியானந்தன் ஆகியோர் நிறுவிய தமிழியல் தரும் நூல் இது.

ஐயர் லண்டனிலிருந்து தொலைபேசி புத்தக வெளியீட்டு விழாவில் ஸ்ரீதரன் கதைகளை வெளியிட்டுப் பேசவேண்டும் என்று அன்பு வேண்டுகோள் விடுத்ததைத் தட்ட முடியவில்லை என்றார் பி.ஏ.கே. *2002*-ல் ஸ்ரீதரன் கதைகளைப் புத்தகமாக்க முயற்சி எடுத்து நிறைவேறாமல் தற்போது காலச்சுவடு மூலம் அது சாத்தியமாகிறது என்று ஐயர் குறிப்பிட்டதாகச் சொன்னார் அவர்.

பிஏகே பேச்சின் சாரம் :

சிறுகதை அவ்வளவாகத் திருப்தி தராத ஒன்று. அந்த இலக்கிய வடிவத்தைக் கையாள்வதில் உள்ள சிரமமே அதற்குக் காரணம். நகர்ந்துபோகும் வாழ்க்கையில் நழுவி ஓடும் ஒரு கணத்தை உறைய வைத்த சிறந்த சிறுகதைகள் தமிழில் இருப்பது முக்கியமான நிகழ்வு.

ஸ்ரீதரனின் ஆரம்ப காலக் கதைகள் ஜெயகாந்தனை வியந்து அவருடைய சாயல் சமூக விமர்சனங்களைக் கொண்டவை.

இந்தத் தொகுப்பில் முதலில் வரும் கதைகள் அவை. அவற்றைத் தொடர்ந்து வரும் ராமாயணக் கலகம் போன்ற கதைகளில் தனித்தன்மை தெரிகிறது.

ஸ்ரீதரன் அண்மைக் காலங்களில் சிறுகதை எதுவும் எழுதவில்லை என்று தெரிகிறது. அவர் தொடர்ந்து நல்ல சிறுகதைகளைப் படைப்பார் என்ற நம்பிக்கை இருக்கிறது.

புத்தகத்தை காலச்சுவடு கண்ணன் செம்பதிப்பாக வெளியிட்டுள்ளார். அச்சும் அமைப்பும் அபாரம். நண்பர் ஓவியர் லண்டன் ராஜாவின் ஓவியங்கள் சிறுகதைகளுக்கு அணி செய்கின்றன.

★★★

சிற்றரங்கு எங்கே இருக்கு? பதிப்பாளர்களிலேயே பலருக்குத் தெரியாது என்று நினைக்கிறேன்.

வெளியே இருக்குங்க என்றார் ஒருத்தர். பத்து ரூபாய் கொடுத்து நுழைவுச் சீட்டு வாங்கிவிட்டு உடனே வெளியே போக மனம் இல்லாம இன்னும் இருவரிடம் கேட்க விதவிதமான பதில்கள்.

எதிரே வந்த நண்பர் வண்ணதாசனிடம் நலம் விசாரித்த கையோடு அவருக்கு இது சம்பந்தமாக ஏதும் தெரியுமா என்று விசாரித்தேன். நல்ல வேளை, அவரோடு வந்த நண்பர் சரியாக ஆற்றுப்படுத்தினார்.

வண்ணதாசனோடு இன்னும் கொஞ்சம் பேசியிருக்கலாம்.

★★★

நண்பர்கள் காலச்சுவடு கண்ணன், நாகரத்தினம் கிருஷ்ணா சந்தித்தேன். விழா தொடங்கும் முன் பி ஏ கே அண்ணாவோடு சிற்றரங்கத்துக்கு வெளியே 'ஓய்விட'த்தில் சமணர் கழுவேற்றம் பற்றிக் கதைத்துக்கொண்டிருந்தேன்.

(ஓய்விடம் நாற்காலிகள் போட்டு வைத்த ஓய்விடம்தான். ரெஸ்ட் ரூம் அல்ல)

அவருடைய கட்டுரைக்கு வந்த எதிர்வினைகளுக்குப் பதில் அளிப்பதாக ஒரு விளக்கமான கட்டுரை எழுதியிருப்பதாகச் சொன்னார்.

காலச்சுவடில் அல்லது செம்மலரில் எதிர்பார்க்கலாம்.

★★★

கண்ணகி தொன்மம் புத்தக வெளியீடு

சு.ப.அறவாணன் கண்ணகி என்ற சொல் கண்ணால் சிரிக்கிறவள் (கண் +நகி) என்ற பொருள்படும் என்றார்.

கணிகை என்ற குலம் ஏற்பட்டது சிலம்பு காலத்தில் என்று தெரிகிறது.

நூலாசிரியரை எனக்கு காவ்யா சண்முகசுந்தரம் அறிமுகப்படுத்தி வைத்தார்.

★★★

*Nagarathnam Krishna's translation of Nobel laureate Jean-Marie Gustave Le Clézio's novel Le Procès-Verbal.*

*As Prapanjan who was to have released the book is reported to be indisposed, Prof.Panchangam (please correct me if I am wrong) officiated in his place.*

*Le Clézio's novel with the complex theme of the protagonist confused about where he comes from – whether from the army camp or from a psychiatry ward – poses a tough challenge to translators. Krishna has been remarkably successful at his attempt to render the book in Tamil.*

★★★

பி ஏ கே அண்ணாவோடு வலம் வந்தபோது கண்ணில் பட்டவை

நண்பர் காவ்யா ஷண்முகசுந்தரம் அவர்கள் தமிழ் வாசகர்களின் இலக்கியத் தேடல் மீது நம்பிக்கை வைத்து, பிரசுரம் செய்துள்ள நூல்களின் ரசகரமான தலைப்புகள்.

கநாசுயம், புதுமைப்பித்தம்... இன்ன பிற

பி ஏ கிருஷ்ணம் எப்போ வரும்?

★★★

**சென்னை புத்தகக் கண்காட்சி 2014**

வாங்க வேண்டாம் என்ற வைராக்கியத்தோடு போனாலும், அச்சு மோகினி மாயையில் ஆட்பட்டு நேற்று வாங்கிய புத்தகங்கள்

- பஞ்சக் கும்மிகள் (புலவர் செ.இராசு தொகுத்தவை காவ்யா
- தி.ஜானகிராமனின் 'செம்பருத்தி' (காலச்சுவடு)

★★★

நண்பர் சுகுமாரனுக்கு வாழ்த்துத் தெரிவித்து அவருடைய 'வெலிங்டன்' நாவல் வாங்கினேன். மலையாளத்திலும் கையெழுத்துப் போடச் சொல்லி நான் வற்புறுத்த, முதல் பக்கத்தில் 'ஸ்நேகபூர்வம் முருகனு' என்று எழுதிக்கொடுத்தார்.

அவருடைய தொகுப்பு மலையாளத்தில் வெளியாகும்போது தமிழில் கையெழுத்து வாங்கிக்கொள்ள வேணும்

★★★

கிழக்கு விற்பனையகத்தில் நண்பர் ஹரன் பிரச்சனாவுக்கு ஹலோ சொல்லி பத்ரியோடு பல பட்டடையாகப் பேசிக் கொண்டிருந்தோம்.

*The best publishing business model, break even in terms of the print order, publishing paradigm shift and the future of digital publishing...*

பத்ரி சொன்னதில் கிரகித்தது *'there is no one-size-fits-all solution'.*

அரை மணி நேரம் கழித்து இன்னொரு முக்கியமான பதிப்பாளர் சொன்னார் 'மினிமம் ஐம்பது காப்பி போடுறேன்' (ஆமா, ஐம்பது தான்).

விற்க விற்க கூடுதல் பிரதிகள் அச்சாகின்றன போல.

*appears the common perception that print-on-demand has huge overheads may not be wholly true..*

★★★

'என் எச் எம் ரைட்டர் எம்.எஸ்.வேர்டு ஃபைல் அடிக்க உபயோகிச்சா சில எழுத்து சரியா வரலியே' பிஏகே டு பத்ரி.

'மைக்ரோசாப்ட் க்ளோஸ்ட் சோர்ஸ் கோட் எம் எஸ் வேர்ட் உள்ளே என்ன பண்றதுன்னு தெரியறதில்லை. *safest bet is to write with NHM Writer in Notepad, copy it in MS Word and save'* பத்ரி.

நோட்பேட்தான் எதுக்கு? நான் வேர்ட்பேடில் என் எச் எம் ரைட்டரை எந்தப் பிரச்சனையும் இல்லாமல் பயன்படுத்தறதைச் சொன்னேன்.

விஸ்வரூபம் நாவல் முழுக்க அப்படி எழுதினதுதான்.

அதுக்கு முன், அரசூர் வம்சம், ரெட்டைத் தெரு, லண்டன் டயரி இதெல்லாம் முரசு அஞ்சல் யூனிகோட் உபயோகிச்சு எம் எஸ் வேர்ட் கோப்பாக்கியது. அதற்கும் முன் பிராஜக்ட் மேனேஜ்மென்ட், ராயர் காப்பி கிளப், சைக்கிள் முனி, மூன்று விரல் இதெல்லாம் முரசு அஞ்சல் *TSCII in MS Word file.* பிரச்சனை இல்லாம இருந்தது அப்போ. காரணம் முன்பு *operating System Windows 2009,* அதுக்கும் முற்பட்டவை.

இப்போ விண்டோஸ் எக்ஸ்பி, விஸ்டாஸ். லாப்டாப்பில் ஓப்பன் சோர்ஸ் உபுண்டோ எல்லாம் பயன்படுத்த தைரியம் கம்மி. பயன்படுத்தினால் என் எச் எம் ரைட்டர் வழுக்கிட்டு சுகமா ஓடும்னு தோணுது.

★★★

இன்னிக்கு ராத்திரி இங்கே தங்கணும் என்றார் பத்ரி

கண்காட்சி வளாகத்தில் இரவு முழுக்க ரோந்து வர வேண்டிய அவசியம். *inventory*-ஐ *asset valuation* செய்தால் குறைந்தது ஒரு கோடி ரூபாயாவது வரும். ஸ்டால்களைப் பூட்டி வைக்க முடியாது. ஆகவே இவ்வளவு மூலதனமும் வெட்டவெளியில். பாதுகாப்பு அவசியம்.

பபாசி சார்பில் தினசரி ஒரு குழு இந்தக் காவல் ரோந்துப் பணி செய்கிறார்களாம். குழுவில் ஒரு உறுப்பினர் யாராவது ஒரு பதிப்பாளர்.

நேற்று பத்ரி முறை.

பெரிய ப்ளாஸ்கில் காப்பி போட்டு எடுத்து வந்துடுவீங்களா என்று கேட்டேன். அதெல்லாம் அவங்களே கொடுத்திடுவாங்கன்னு

எதிர்பார்க்கிறேன் என்றார் தன் நம்பிக்கையைச் சற்றும் இழக்காத பத்ரி.

காவல் கோட்டத்தை வலம் வந்து 'பாரா உஷார்' என்று கூவியபடி (இது காபந்து செய்கிறதற்கான பாரா) பத்ரியைக் கற்பனை செய்ய நன்றாக இருக்கிறது.

★★★

தினமணியில் நண்பர் எஸ்.ராமகிருஷ்ணன் நாவல் 'நிமித்தம்' பற்றி -

எஸ்.ராமகிருஷ்ணனின் புதிய நாவல் 'நிமித்தம்' (ரூ.375, உயிர்மை பதிப்பகம்). தன்னோடு படித்த நண்பர் பற்றிய உருக்கமான கதையை அவர் எழுதியுள்ளார். காது கேளாக் குறைபாடு உடைய நண்பன் அவன். அந்தக் குறைபாட்டின் காரணமாகவே பிச்சை எடுத்து வாழக்கூடிய நிலைக்குத் தளப்பட்டு சமூக வீதியில் அலைகிறான். அந்த வலியைப் பக்கங்களில் நிறைத்துள்ளார்.//

ரொம்ப எளிமைப்படுத்தி எழுதிய அறிமுகமாகத் தெரிகிறது. எஸ்.ரா. நாவல் உலவும் தளம் இதுவாக இருக்காது. காது கேட்காததால் பிச்சை எடுத்தான் என்று நம்பிக்கையின்மையை எஸ்.ரா. நிச்சயம் சொல்லியிருக்க மாட்டார்.

சரி, எம்.வி.வெங்கட்ராம் 'காதுகள்'? அவை நம்பிக்கை பற்றியோ நம்பிக்கையின்மை பற்றியோ அல்ல. அகச்செவியும் உள்மனமும் சேர்ந்து நிகழ்த்திய ரசவாத எழுத்து எம்வியுடையது.

★★★

சாகித்ய அகாதமி ஸ்டாலில் வாங்கிய புத்தகங்கள்

1) சே.ப.நரசிம்மலு நாயுடு சிற்பி பாலசுப்பிரமணியம் எழுதியது. (விலை ரூ. 10 சற்றே பழுதடைந்த பிரதி)

2) ஆனந்தரங்கம்பிள்ளை நாட்குறிப்பு (தேர்ந்தெடுக்கப்பட்டது)

3) ஹென்றி கிருஷ்ணபிள்ளை (யோ.ஞானசந்திர ஜான்சன் எழுதியது)

மலையாளம்

1) குஞ்சன் நம்பியார் (வி.எஸ்.சர்மா எழுதியது)

*2) எழுத்தும் வாயனயும் (வி.எஸ்.அனில்குமார் எடிட் செய்தது)*

★★★

## சென்னை புத்தகக் கண்காட்சி 2014

அசோகமித்திரன் சார். வணங்கினேன். புத்தகத்தில் கையெழுத்துப் போட காலச்சுவடு ஸ்டால் போகிற அவசரத்திலும் 'மோதிலால் தெரு தானே' என்று அன்போடு விசாரித்தார். 'ஆமா சார், அங்கே வந்துட்டேன்... முந்திய தலைமுறை எழுத்தாளர் ந.சிதம்பரசுப்ரமணியன் இருந்த தெருன்னு நீங்க எழுதியிருந்தீங்களே'

அழகான, அளவான அசோகமித்திரன் சிரிப்பு. 'ஆமாமா, நான் உங்களைத் தேடி ஒரு தடவை வந்திருக்கேன்... உங்க அப்பா கூட என்கிட்டே சொன்னார்... கதை எழுத வச்சு அவனைக் கெடுத்திடாதீங்கன்னு... ஞாபகம் இருக்கா?

நான் பதில் பேசாமல் சிரித்தேன். சில கேள்விகளை சாய்ஸில் விட்டுவிடலாம். பதில் எதுவும் வேணாம். அந்த வாஞ்சையும் அன்பும்தான் முக்கியம்.

*ஜனவரி 19, 2014*

## பாலு மகேந்திரா

வாய் நிறைய மனம் நிறைய அவரே அன்போடு வரவேற்றார் 'தலைமுறைகள்' ஃபோர் ஃப்ரேம்ஸ் ப்ரீவ்யூ தியேட்டரில் சிறப்புக் காட்சியின் போது. சமீபத்திய நாவல் பிரதிகளைக் கொடுத்தேன். வாங்கி ஒரு நிமிடம் குழந்தை கன்னத்தை வருடுகிற மாதிரி வாஞ்சையோடு வருடிவிட்டுப் பின்னால் நின்ற நண்பரிடம் கொடுத்தார்.

'ஸ்கிரீனுக்கு ரொம்ப பக்கத்தில் உட்கார்ந்திடாதீங்க' என்று பக்கத்து இருக்கையைக் காட்ட, அருகே எங்கள் மதிப்புக்குரிய தோழர் ஜி.ஆர் (மார்க்சிஸ்ட் கம்யூனிஸ்ட் தமிழ்நாடு செயலர்).

ஜி.ஆர் இன்னும் படத்தின் பாதிப்பில் இருந்து முற்றாக விடுபடவில்லை. தமிழ் சினிமாவின் சிறந்த முயற்சிகளில் ஒன்றாகத் தலைமுறைகள் படத்தைச் சுட்டிக்காட்ட அவர் எப்போதும் முன்வருவார்.

இரண்டு நாள் சென்று கமல் அவர்களுடன் இதே படம் இன்னொரு சிறப்புக் காட்சி.

படம் முடிந்து நிறை குறை பற்றிப் பேசிக்கொண்டிருந்தபோது, என்னையறியாமல் 'ஸ்வான் சாங்' என்று சொல்லிவிட்டேன். என்னமோ திருத்திக்கொள்ளத் தோன்றவில்லை.

மனம் சரியாகத்தான் கணித்திருக்கிறது.

பாலு சார்,

தலைமுறைகள் கடைசி மழைக் காட்சி அதன் சென்டிமென்ட் தன்மையை மீறி அழ வைத்ததற்குக் காரணம் நான் அங்கே உங்கள் கதாபாத்திரத்தைப் பார்க்கவில்லை. நீங்கள்தான் நிறைந்து நின்றீர்கள். ‘மறந்துடாதே’ என்று நாத் தழுதழுக்கச் சொல்லி விடைபெற்றீர்கள்.

கோகிலா, அழியாத கோலங்கள். வீடு, சந்தியாராகம், யாத்ரா, தலைமுறைகள்...

என் 25-ம் வயதிலிருந்து இன்று 60-ம் வயது வரை, இன்னும் மனதில் நிறைந்திருக்கும் வெகு சில அபூர்வமான திரைக் கலைஞர்களில் நீங்களும் ஒருவர்.

பாலு சார், RIP

பிப்ரவரி 13, 2014

# நாயனக்காரர்கள்

நாகசுவரக்காரர்கள் மூத்த நாயனக்காரர், இணை நாயனம், தவில், ஒத்து, தாளம் என்று 'செட்'டாகவே இருப்பது அந்த நாள் பழக்கம். சில கச்சேரிகளில் அதிக சுவாரசியம் கூட்ட, 'கெஸ்ட் அப்பியரன்ஸ்' ஆக வேறொரு அல்லது ரெண்டு தவில் வித்வான்கள் சேர்த்துக்கொள்ளப்படுவார்கள். இவர்களை 'ஸ்பெஷல் தவில்' அல்லது 'தனித் தவில்' என்று சொல்வது வழக்கம்.

'நாகசுவரச் சக்கரவர்த்தி' என்று புகழ்பெற்ற திருவாவடுதுறை ராஜரத்தினம் பிள்ளையவர்களுக்கு (டி.என்.ஆர்) இந்த 'தனித் தவில்' சமாசாரம் அறவே பிடிக்காதாம்.

கலாக்ஷேத்ராவில் டி.என்.ஆர் கச்சேரிக்கு ருக்மிணி அருண்டேல் ஏற்பாடு செய்தபோது செம்பன்னார்கோவில் தட்சிணாமூர்த்தி பிள்ளை (பெயர் சரிபார்க்க வேணும்) தனித்தவில் என்று அழைப்பிதழில் பார்த்து டி என் ஆர் கடுப்பாகி விட்டாராம்.

தட்சிணாமூர்த்தி பிள்ளை விஷயம் தெரியாமல், டி என் ஆர் கூட சென்னை போக அவர் வீட்டுக்குப் போயிருக்கிறார்.

'நான் என்னத்துக்காக உன்னைக் கூட்டிட்டுப் போகணும்... நீதான் தனியா வாசிக்கப்போறியே... தனியாவே போய்க்கோ' என்று குழந்தை போல் கோபப்பட்டாராம் டி என் ஆர்.

இதெல்லாம் தினமணி சிவகுமார் நேற்று சொன்னது.

டி என் ஆர் உள்ளூர் கோவில் பக்கம் கடை பெஞ்சில் உட்கார்ந்து சுவாரசியமாக 'குடியரசு' அல்லது 'விடுதலை' படித்துக்கொண்டு இருப்பாராம். குருக்கள் வந்ததும் கோவிலுக்குள் போவாராம். அவருக்கு ரெண்டும் வேணும்.

★★★

அமெரிக்கரான டக்ளஸ் நைட் *(Douglas M.Knight JR)* நாட்டியப் பெருங்கலைஞர் பாலா என்ற பாலசரஸ்வதி தேவியின் மகள் லட்சுமியை மணந்தவர். அவருடைய *'Balasaraswathi Her Art and Life'* மறுவாசிப்பு செய்துகொண்டிருக்கிறேன்.

பாலா தென்னிந்திய திராவிட கருப்பு. வட இந்தியர்கள் கிண்டல் செய்கிற உடல்வாகு, அவர்கள் பார்வையில் அழகு இல்லாத முகம்.

பாலா இந்தியக் கலைக் குழுவின் அங்கமாக சோவியத் யூனியன் போக 1958-ல் தேர்ந்தெடுக்கப்படுகிறார். எல்லா ஏற்பாடுகளும் முடிந்து பயணம் வைக்கத் தயாரான தினத்தை நெருங்கும்போது தில்லியில் இருந்து ஒரு செய்தி வருகிறது - பாலா சோவியத் யூனியன் போக வேண்டாம்.

இந்தோ சோவியத் நல்லுறவு மலர்ந்து வரும் நாட்கள் இவை. சோவியத் மக்களுக்கு மகிழ்வையும், இந்தியா பற்றி அன்பான நேசமான பிம்பத்தையும் உருவாக்க வேண்டியது அவசியம். பாலா சிறந்த நாட்டியக்காரியாக உள்ளூரில் இருக்கலாம். சோவியத் போக அவர் லாயக்கு இல்லை.

இதுதான் காரணம். இது யாருடைய அபிப்பிராயம் என்று நினைக்கிறீர்கள்? நவ பாரத நிர்மாண சிற்பி பண்டித ஜவஹர்லால் நேருவுடையது! *You too, Panditji!* கருப்பு பாலாவைப் பிடிக்காத நேருஜி, எம்.எஸ்ஸையும் கலாக்ஷேத்ரா ருக்மிணி அருண்டேலையும் கொண்டாட அவர்களுடைய, வட இந்தியாவுக்கு அன்னியமில்லாத, இஷ்டமான சிவப்பு நிறம் காரணம் என்று சொல்லமாட்டேன். இருந்தாலும்...

'நீங்க அங்கே போய் அவமானப்படறதை விட, உங்க பயணத்தை கான்சல் செய்து, அந்த அவமானத்திலேருந்து உங்களை

விடுவிச்சிருக்கோம் சர்க்கார்லே... எங்க கிட்டே நன்றி சொல்லணும் நீங்க'.

இந்திய அமைச்சு அதிகாரி ஒருவர் பாலாவிடம் பெருமையாகச் சொன்னாராம். கருப்பு அந்தக் கால சர்க்காருக்குப் பிடிக்காத கலர் போலே இருக்கு.

★★★

'மூணு காலம்... மூணு நடை.... மாற்றி மாற்றி வாசிப்பது ரக்தி மேளம்' என்றார் நண்பர் தினமணி சிவகுமார்.

கேரளத்தில் 'தாயம்பகம்' மாதிரியா என்று கேட்டேன்.

இல்லையாம்.

ரக்தி மேளம் பற்றி நெட்டுலே தேடியபோது கிடைத்தது

(நன்றி *https://groups.google.com/forum/#!topic/nallisai/spbysYDmMiw)*

ரக்தி என்றால்?

"ஆடல் தெய்வம் நடராஜர் காளியோடு நர்த்தனம் செய்யும் பொழுது நந்திகேஸ்வரர் சுத்த மத்தளத்தில், "தீம் தாம்" என்ற சொல்லை அமர்த்தி, "தீம்தக தத்தித்தாம்" என்னும் மிஸ்ர கதி நடையை வாசித்ததாகக் கூறுவர். இன்றும் நடராஜ பெருமான் சுவாமி புறப்படும் பொழுது சுத்த மத்தளத்தில் "தீம்தக தத்தித்தாம்" என்ற சொல்லை மிஸ்ர நடையில் வாசிக்கின்றார்கள். இந்தச் சொல்லை சம்பிரதாயப்படி அனேகவித லயக் கற்பனையோடு மிஸ்ர நடை அல்லது மிஸ்ர கதியில் வாசிப்பதற்கு ரக்தி என்று பெயர், இதை

- விளம்ப காலத்தில் ஆரம்பமாக வைத்துக்கொண்டு அமைத்து,

- அதற்கு அடுத்ததாக மத்தியம காலத்தில் திஸ்ர கதியாக அமைத்து,

- அதற்கு அடுத்து மூன்றாவது காலம் அல்லது துரித காலத்தில் சதுஸ்ர நடையாகவும்,

இப்படி மூன்று காலத்தில் மூன்று நடைகள் அமைத்து வாசிப்பதுதான் ரக்தி மேளமாகும்."

*பிப்ரவரி 21, 2014*

# சுஜாதா நினைவைக் கொண்டாடுவது எப்படி

நாளை மறுநாள் சுஜாதா சார் நினைவு நாள்.

நான் புதிய தலைமுறை 27-2-2014 இதழில் எழுதியுள்ள கட்டுரை இது. (புதிய தலைமுறைக்கு நன்றியோடு இங்கே பகிர்ந்து கொள்கிறேன்)

## சுஜாதா நினைவு இரா.முருகன்

திரும்பிப் பார்ப்பதற்குள் சுஜாதா இல்லாத இன்னொரு ஆண்டு கடந்து போய் அடுத்த நினைவு தினம். நாற்பது, நானூறு பேர் கூடி, ஆளுக்கு நாலு சுஜாதா தொடர்பான சம்பவங்கள், திமலா சிறுகதை விசேஷம், சுஜாதா இல்லாத எந்திரன் சினிமா என்று பேசி, ஒரு நிமிடம் எழுந்து மௌனம் அனுஷ்டித்துவிட்டு, மொபைல் எண்களைப் பகிர்ந்தபடி பிரியலாம். அல்லது இதுவும் செய்யலாம்.

1) 'சுஜாதாவின் வாரிசு' என்று இஷ்டத்துக்கு யாருக்காவது பட்டம் கட்டுவதை இந்த மார்ச் ஒண்ணாந்தேதி காலை 5 மணியிலிருந்து நிறுத்திக்கொள்ளலாம். சமகாலத் தமிழ்

உரைநடையில் சுஜாதா சாதனை பெரிது. அவருடைய் நாற்காலி காலியாகவே இருக்கட்டும். அது மடமில்லை. சின்னப் பட்டம் வேணாம்.

2) ‘சுஜாதா மாதிரி எழுதுகிறார்’ என்று யாருக்காவது சான்றிதழ் வழங்குவதையும் உடனடியாகச் சட்ட விரோதமாக்கலாம்.

3) சுஜாதாவின் நாவல்களை, சிறுகதைகளைத் தொடர வேண்டாம். கணேஷையும் வசந்தையும், சீரங்கத்து புதுத் தேவதைகளையும், மெக்சிகோ சலவைக்காரிகளையும் கண்ணைக் கசக்கிக் கொண்டு திரும்ப எழச் செய்ய வேண்டாம். அவர்களும் சுஜாதாவோடு விண் நாடு ஏகினர் என்பதை அறிக.

4) சுஜாதாவின் காப்பிரைட் சொல்லாடல்களை இயன்ற மட்டும் தவிர்க்கவும். ஜல்லி அடித்தல், மையமாகச் சிரித்தல், குடல் ஆப்பரேஷன், கோஷ்டியே அலைகிறது போன்றவை இதில் அடங்கும்.

5) சுஜாதா கதைகளில் எங்கே வெற்றி பெற்றார் என்பது, எல்லாருக்கும் தெரியும் புத்திசாலித்தனமான கருப்பொருள், கச்சிதமான எடுப்பு தொடுப்பு முடிவு. எந்த ஜானரில் புனைகதை எழுதினாலும் சுவாரசியத்தை நாடு கடத்த மாட்டேன் என்று தீர்மானித்துக்கொள்ளுங்கள். மற்றவை உசிதம் போல.

6) எந்த இனங்களில் சுஜாதா தோற்றார் என்பதையும் சங்கோஜமில்லாமல் ஆராய்ந்து பார்க்கலாம். பத்திரிகைத் தொடர்கதைப் பாணி அவருடைய கதைகளை வெகு எதிர்மறையாகப் பாதித்தது. நீங்கள் வெற்றி பெற என்ன செய்யணும்? யோசியுங்கள்.

7) அறிவியல் புனைகதைகள் சுஜாதா இறப்புக்கு அப்புறம் மிகச் சிலரே எழுதுகிறார்கள். இந்தத் துறை தமிழில் மேம்படுவது அவசியம். பத்திரிகைக்காரரர் என்றால் எத்தனை பிழை இருக்கிறதோ அத்தனைக்கு சன்மானத்தில் குறைத்துக்கொண்டு அம்மாதிரிக் கதைகளை வெளியிட்டு உற்சாகப்படுத்துங்கள்.

8) சுஜாதாவின் அறிவியல் கட்டுரை ரசிகர் நீங்கள் என்றால், ஆட்டம் பாமிலிருந்து எக்ஸெம்மெல் கணினி நிரல் வரையான

பரந்த அறிவியல் தளத்தில் உங்களுக்குப் பிரியமானது குறித்து மாதம் ஒரு கட்டுரையாவது எழுதுங்கள்.

9) சுஜாதாவின், 'கணையாழி கடைசிப் பக்கம்', 'கற்றதும் பெற்றதும்' ரசிகரா? எல்லா எழுத்தாளர்களும் கதை எழுதுவதைப் பெரும்பாலும் நிறுத்தி வைத்துவிட்டு பத்திரிகை பத்தியாக இதைத்தான் செய்கிறார்கள். அந்தக் கட்டுரைகள் புத்தகங்களாகவும் வந்து குவிகின்றன. நீங்களும் எழுதுவது, கட்டுரைத் தொகுப்புகளை வாங்குவது பற்றி சுஜாதா நினைவு நாளை ஒட்டி வாக்குறுதி எடுத்துக்கொள்ளலாம்.

10) நீங்கள் சுஜாதாவின் சினிமா வசன ரசிகர் என்றால், அவருக்கும், இன்னும் பலருக்கும் இன்னும் பிடிபடாதிருக்கும் திரைக்கதை என்ற துறை தமிழில் வளரச் செய்ய வேண்டியதென்ன என்று யோசிக்கலாம்.

11) சுஜாதா சுஜாதாதான், நான் நானே என நினைவுபடுத்திக் கொள்வதும் மிகத் தேவை.

*பிப்ரவரி 25, 2014*

## updatable ebook? updatable ebook... you should be kidding...!

நண்பர் ஒருத்தர் விடிகாலையிலே யோசிக்க வைத்து விட்டார்.

ஒரே ஒரு கேள்விதான் கேட்டார்

ஏன் சார், ஈபுக் ஈபுக்குனு சொல்றீங்களே... அறிவியல் ஈபுக் இருக்குதுன்னு வைங்க... புத்தகம் வந்து வித்துட்டு இருக்கற போதே அந்த டெக்னாலஜி மாறிடலாம்... அப்போ வாங்கின புத்தகத்தை என்ன செய்யறது?

இன்னொரு புது பதிப்பு வரும். வாங்கி வச்சுக்க வேண்டியதுதான்.

அது எதுக்கு முழு புத்தகத்தையும் திரும்ப ஒரு தடவை டௌண்லோட் செய்யணும். எது மாறி இருக்கோ அதை மட்டும் அப்டேட் செய்யற மாதிரி.

செய்யற மாதிரி?

*update-able ebook* இருக்கா?

க்ளீன் பௌல்ட். வீட்ட்டுக்கு வந்து ஜெட் கூகிளிங்

அரை மனசா ஒண்ணு ரெண்டு முயற்சி அப்டேட்டபிள் ஈபுக்கில் இருக்கு... இது மாதிரி...

*Final Jeopardy in "updateable" e-book*

*december 23, 2010jeopardy book*

*The e-book of Final Jeopardy can be pre-ordered, as of today, at Amazon and B&Nbut there's a wrinkle. The e-book that turns up on Jan. 26 will be a partial e-book, with only the first 11 chapters. The final chapter, including the result of the man-vs-machine showdown between IBM's computer and the two human champions, will arrive on Feb. 17 ( following the Feb. 14/15/16 televised match) as an update. USA Today carries the story of the updateable e-book.//*

இது அதிக பயன் ஏற்படுத்தக்கூடிய முயற்சியான்னு பத்ரி *Badri Seshadri* கிட்டேதான் கேக்கணும்..

எனக்கு அச்சு புத்தகம் பிடிக்கும். அதிலே அப்டேட்டபிள் ஆப்ஷன் வச்சா?

என்ன நல்லா இருக்கீங்களா சார்? எங்கே இவ்வளவு தூரம்? உங்க புத்தகம் இப்போத்தான் படிச்சு முடிச்சேன்... நல்லா இருக்கு...

அதைக் கொஞ்சம் எடுத்துட்டு வர்றீங்களா... நாலு எடத்துலே மாத்த வேண்டியிருக்கு... கையோட மாத்திக்கொடுத்திட்டு அடுத்த எடத்துக்குப் போகணும்.

எழுத்துக்காரர்-னா சும்மாவா? இந்தப் பொறுப்பும் எடுத்துக்க வேண்டியதுதான்...

★★★

# காலச் சக்கரத்தின் சுழற்சி

*70*-களில் இந்தியன் ஓவர்சீஸ் வங்கி *ACWD Automatic Cumulative Wedding Deposit* என்ற பெயரில் *graded recurring deposit* திட்டம் தொடங்கியது. மாதம் 100 ரூபாய் வீதம் 12 மாதம், அடுத்த ஆண்டு மாதம் 200 ரூ, அதற்கடுத்த ஆண்டில் 300 ரூ - இப்படி பத்து ஆண்டு அதற்கு மேல் செலுத்தி வட்டியோடு கணிசமான தொகை கிடைக்க வழி செய்த திட்டம். மக்களின் திருமணத்துக்கு உதவும் என்று விளம்பரம் செய்யப்பட்ட திட்டம் இது. வாடிக்கையாளர்களிடம் நல்ல வரவேற்பு இருந்தது.

கிட்டத்தட்ட இதே நேரத்தில் கரூர் வைஸ்யா பேங்க் இதே போன்ற 'திருமகள் திருமணத் திட்டம்' அறிமுகப் படுத்தியது. அதுவும் நல்ல வரவேற்பைப் பெற்ற திட்டம்.

அப்போது 'பெண்ணுக்கு வரதட்சணை கொடுக்க, நிறைய செலவழித்துத் திருமணம் செய்து கொடுக்க மறைமுகமாக வங்கிகள் தூண்டுகின்றன இம்மாதிரியான திட்டங்கள் மூலம்' என்று கருத்தாக்கம் உருவாகி (அரசியல் கட்சிகளின் பங்கும் சமூக ஆர்வலர்களின் பங்கும் இதில் உண்டு) எதிர்ப்பு எழுந்தது.

இப்போது அம்மாதிரியான வங்கித் திட்டங்கள் 'உங்கள் மகன் அல்லது மகளின் திருமணச் செலவுகளுக்கு உதவ என்று விளம்பரம் செய்யப்படுகின்றன.

2015 - அரசின் சுகன்யா சம்ருதி திட்டம் பெண் குழந்தையின் எதிர்காலத்துக்கான சேமிப்பு - மகளின் கல்யாணம் அல்லது உயர் கல்விக்கு என்று குறிப்பிடப்படுகிறது. உயர் கல்வி சரி. கல்யாணம்?

★★★

ஹங்கேரியில் ஒரு சின்ன கிராமம். அதுக்கு ஒரு மேயர். பதினெட்டுப் பேர் மக்கள் தொகை. ஆறு குதிரை. ரெண்டு பசுமாடு. மூணு ஆடு. சின்னதா ஒரு கோழிப் பண்ணை. புல்வெளி.

கிராமத்தை தினசரி 500 பவுண்ட் (ரூ 48000) கொடுத்து வாடைகைக்கு எடுத்துக்கலாம். மேயர், குதிரை, இன்ன பிற உங்கள் பணியில் அந்த ஒரு நாள் மட்டும்.

அது மட்டுமில்லே, அன்றைய துணை மேயர் நீங்கதான்.

முக்கியமாக ஒண்ணு, நீங்க உங்க இஷ்டப்படி அந்தக் கிராமத்துக்குப் பெயர் சூட்டலாம் (ஒரு நாள் மட்டும்).

கிராம மேம்பாட்டுக்கான திட்டம்னு மேயர் சொல்றார்.

★★★

வட்டப் பந்தை வட்டமடிக்கும்
மற்ற பந்தும் போகும் மாண்டே
மாளா ஒளியாம் ஞாயிறும் கூட
மற்றோர் யுகத்தில் கரிந்து போகும்
கரிந்தும் எரிந்தும் வெடித்த பின்னும்
உதிக்கும் குழம்பில் உயிர்கள் முளைக்கும்.
செய்யுள் போலொரு காதல்...

எனக்குப் பிடித்த வரிகள். கமல்ஹாசன் கவிதை ‘சாகாவரம்’ (உத்தம வில்லன் திரைப்படப் பாடல்)

★★★

ஜிம்பாவே தேசியத் தலைவர் ராபர்ட் முகாபே 91-ம் பிறந்த நாள் கொண்டாடியிருக்கார்.

கிடா வெட்டி விருந்து வேணாம்னு யானை வெட்டிச் சமைச்சு சாப்பிட்டிருக்காங்க.

அது மட்டுமிலே, சுருக்கமாகச் சொன்னா, ஒரு *zoo*-வையே தின்னு தீர்த்தாச்சாம்.

*91 வயசிலே யானை மாமிசம்... எவ்வளவு ஜெலூசில் குடிச்சாரோ!*

*மார்ச் 6, 2015*

★★★

போன மாதம் ஊரெங்கும் சூப்பர் சிங்கர் பரபரப்பு பற்றியிருந்த நேரம்.

தொலைபேசிய ஒரு நண்பர் சொன்னார்-

'அந்தக் குழந்தை பிரமாதமா பாடறா. விக்கு விநாயகராம் கேட்டு அசந்துபோய் அப்படியே கட்டிண்டுட்டார். நித்யஸ்ரீ பிரமிச்சுப் போய் இருந்தாங்க. இந்த வயசிலேயே பெரிய பெரிய பாடகிகள் மாதிரி பாடறான்னு பாராட்டினாங்க. சங்கீதத்தையே கரைகண்டுட்டா'.

பெருவாரியான ரசிகர்கள் மட்டுமில்லாமல், அந்தக் குழந்தையின் பெற்றோரே இப்படித்தான் நம்பியிருக்கக் கூடும். அந்தக் குழந்தை கூட அப்படியே நினைத்திருக்கலாம்.

சினிமாவில் வரும் பாடலை, அது கர்னாடக இசையா, மெல்லிசையா என்று பேதம் இல்லை, அப்படியே பின்னணிப் பாடகர் பாடிய மாதிரி அச்சு அசலாகப் பாடுவதே மேதமை என்று ரியாலிட்டி ஷோ ரசிகர்கள் நாடெங்கும் நினைக்கிறார்கள், இவர்களின் எண்ணிக்கை கூடி வருகிறது என்பது நினைவில் கொள்ள வேண்டிய ஒன்று.

கர்னாடக இசையோ, இந்துஸ்தானியோ, சோபான சங்கீதமோ, பண்ணிசையோ, பரப்பிலும் ஆழத்திலும் கடல் போன்றவை. இவற்றில் தேர்ந்த குருவைச் சார்ந்து நீண்ட காலப் பயிற்சியும், கடினமான சாதகமும் இருந்தாலே இவ்விசை வடிவங்களில் கொஞ்சம் போலவாவது தேர்ச்சி கண்டதாக நினைக்கலாம்.

அதுவும் முழு மன நிறைவாகாது. ஒரு எம்.எஸ், பீம்சென் ஜோஷி, பர்வீன் சுல்தானா, சஞ்சய் சுப்ரமணியமாகக் கடின உழைப்பும் பயிற்சியும் அவசியம்.

சூப்பர் சிங்கர் ரசிகர்களுக்கு இந்த நுட்பம் தெரியாது. நிகழ்ச்சிகளுக்குத் தேர்வாளராக வரும் இசைப் பிரபலங்களும் இதையெல்லாம் சொல்லி சுருதி பேதம் உண்டாக்க வேண்டாமென்று நினைத்து, பங்கு பெறுகிறவர்களைப் பற்றி மிக உயர்வாகவே சொல்லிச் செல்கிறார்கள்.

தமிழ், மலையாளம், தெலுங்கு எந்த மொழியை எடுத்தாலும் இந்த மாதிரி இன்ஸ்டண்ட் மேதைகளை உருவாக்கிவரும் நேரத்தில், தூர்தர்ஷன் வழக்கம் போல் விளம்பரமே இல்லாமல் சிறப்பான இசைத் தேர்வு நிகழ்ச்சியை நடத்திவருகிறது.

*SPIC MACAY (Society for the Promotion of Indian Classical Music And Culture Amongst Youth)* ஆதரவோடு தூர்தர்ஷனும், அகில இந்திய வானொலியும் நடத்திவரும் *Naad Bhed* (நாத பேதம்?) நிகழ்ச்சி தவற விடக்கூடாதது.

இங்கும் போட்டி, தேர்வாளர்கள், குரலிசை, கருவியிசை தான். தேர்ந்த இசைக் கலைஞர்கள் தேர்வாளர்கள். நுணுக்கமான கேள்விகள். கர்னாடக சங்கீதம், இந்துஸ்தானி இரண்டும் பிரதான இடம் பெறுகின்றன.

நேற்றைய நிகழ்ச்சியில் (வெள்ளிக்கிழமை மாலை 5 மணி) தப்பா இசையென்ற இந்துஸ்தானி பாரம்பரியம் சார்ந்த வேகமான பாட்டு முறையில் இளம்பெண் ஒருவர் அற்புதமாகப் பாடினார். நடுவராக வந்தவர் (கிரிஜா தேவியென்று நினைக்கிறேன்) குவாலியர் பந்ததிக்கும் (குவாலியர் கரானா) ஆக்ரா பந்ததிக்கும் உள்ள வேற்றுமைகளைக் குறிப்பிட்டு அவற்றையும் பயில வேண்டும் என்று அறிவுரை கூறினார்.

பங்கு பெறுகிறவர்களுக்கும் பார்வையாளர்களுக்கும் பயனளிக்கும் நிகழ்ச்சி என்றால் இப்படியன்றோ இருக்க வேண்டும்!

*மார்ச் 14, 2015*

## நகர்—தல்

வீட்டுக் குப்பை வெளியே சுமந்து
கொஞ்சம் வளைந்து சாலை திரும்பும்
மூலையில் குப்பைத் தொட்டியில் குவித்து
இங்கிருந்து அங்கு ஏதும் குறையாது
அசுத்தம் நகர்த்தி உலகம் தூய்மை
ஆக்கும் உவகை இனியது கேளீர்.
கசடு சேர்த்த கருப்பு பிளாஸ்டிக்
பையும் கையுமாய் காலை விடியுமுன்
நடக்கத் தொடங்கச் சின்னதாகக்
காக்கைக் கூட்டம் தாழப் பறந்து
கூடவே வந்தது நேற்று.
காகம் சூழ்ந்து கரையச் சற்றே
நடுங்கிக் கூர்த்த அலகுகள் பார்த்து
குப்பையைத் தொட்டியில் மெல்ல வீச
தலையில் தட்டிப் பகடியாய்க் கேவி
எவ்விப் பறந்த பெரிய காக்கையைப்
பார்த்து நினைவில் முழுக்கச் சுமந்தேன்.
அய்யே காக்கா தலையிலே தட்டினா
காலம் முடியலாம் உஷாரப்பா.
தெருவில் நடந்த கிழவி சொல்ல

ஆமா என்றார் சைக்கிளில் யாரோ.
காலம் முடியுமுன் பழங்குப்பை போகாதா
காலம் முடியப் புதுக் குபபை வாராதா
இன்று சேர்ந்ததை எடுத்துப் போட்டு
எனக்குத் தெரிந்த காக்கை இனியும்
தட்டிச் சிறகு தாழ்த்திப் பறக்க
வருமென நோக்கிப் பையுடன் போனால்
வடக்கில் இருந்து மந்திரி வந்து
குப்பை கூட்டிப் போவார் என்று
உலகம் சுத்தம் காக்கையும் காணோம்
குப்பைத் தொட்டி குடியெங்கு போனது?

- இரா.முருகன் *26.8.2015*

ஆகஸ்ட் *26, 2015*

## புது நாடகங்கள்: சில்லு, கூகிள் கடோத்கஜன்

*என் 'சில்லு' நாடகம் வரும் செப்டம்பர் 10-ம் தேதி (வியாழன்) சென்னை நாரத கான சபாவில் அரங்கேறுகிறது. 10,11,12,13 தேதிகளில் சென்னையிலும், நவம்பரில் அமெரிக்கா (ப்ரீமாண்ட், கலிபோர்னியா) நிகழ இருக்கும் சில்லு, 2017 புத்தாண்டில் மீண்டும் இந்தியாவில் பரவலாகக் காட்சிப்படுத்த திட்டங்கள் செயல்படுத்தப்பட உள்ளன.*

*சில்லுச் சில்லாகச் சில சிந்தனைகள் 1*

*அதென்ன CHILLU?*

*கண்ணாடிச் சில்லு இந்தச் சொற்றொடரில் சி சொல்வது போல, அதுதான் சரியான உச்சரிப்பு*

*ஸில்லு-ன்னு சொல்லலாமா? தாராளமாகச் சொல்லலாம்.*

*சில்லு கடைசியில் உகரம் முழுக்கச் சொல்லணுமா? CHILLUUU ?*

*ஊஹூம், அது குற்றியலுகரமாக (பாதி உ) வரும். தமிழில் அப்படித்தான் உச்சரிக்க வேணும்.*

*CHILLUUUU? சொல்லலாம், தப்பே இல்லை.*

★★★

**கூகிள் கடோத்கஜன்**

மயிலை கற்பகாம்பாள் சந்நிதியில் நண்பர் கிரேசி மோகனின் 'கூகிள் கடோத்கஜன்' நாடகத் துவக்கத்துக்கான பூஜையில் கலந்து கொண்டு சற்றுமுன் திரும்பினேன்.

நண்பர்கள் கிரேசி மோகன், மாது பாலாஜி, அப்பா ரமேஷ், வாசு, பாட்டி சுந்தரராஜன், ஏ.ஆர்.எஸ், பார்த்தி மற்றும் இதர கிரேசி கிரியேஷன்ஸ் நண்பர்கள் கலந்துகொண்டு சிறப்பித்தார்கள்.

இந்த மாதம் 14-ந் தேதி அரங்கேறுகிறான் 'கூகிள் கடோத்கஜன்'. நாரத கான சபா அரங்கில்தான்!

'சில்லு' நாடக அணியின் சார்பில் கிரேசி கிரியேஷன்ஸ் நண்பர்களுக்கு மனம் நிறைந்த வாழ்த்துகள்.

*செப்டம்பர் 3, 2015*

# கூத்து – 1

முந்தாநாள் பார்த்த கட்டைக் கூத்து இன்னும் மனதில் ஆடிக் கொண்டிருக்கிறது.

பெர்டோல்ட் ப்ரெஹ்டின் அந்நியப்படுத்துதல், ஸ்டானிஸ்லாவ்ஸ்கியின் மெதட் ஆக்டிங் எல்லாம் இருக்கட்டும், நவீன நாடகம் இப்படியும் இருக்கலாம்.

இப்படித்தான் இருக்க வேணுமா என்பது நல்ல விவாதமாகலாம்.

இரண்டு அபூர்வமான கதாபாத்திரங்கள் கட்டியங்காரர்கள். இவர்கள் நாடகத்தை, பாத்திரங்களை அறிமுகப்படுத்துகிறார்கள். ஒரு வினாடியில் துரியோதனனின் காவல்காரர்கள் ஆகிறார்கள். அப்புறம் கண்ணபிரான் வந்துகொண்டிருக்கிறான் என்று பாஞ்சாலியிடம் அறிவிக்கும் தூதுவர்கள், தெய்வத்தின் காலில் விழுந்து வணங்கி எழ விருப்பமின்றிக் கிடக்கும் பக்தர்கள் (என்னப்பா தூங்கிட்டீங்களா என்று கிண்டல் செய்யும் தெய்வம்), பச்சை குத்த வந்த குறமகளிடம் அரட்டை அடிக்கிறவர்கள் என்று இயல்பாக, சில வினாடிகளில் இவர்கள் தங்களை மாற்றிக் கொள்கிறார்கள், மேக்கப் மாற்றம் இல்லை. உடல்மொழி மூலம்.

ஒரு கட்டியங்காரன் 10 வயது அஜய். இன்னொருவன் இன்பரசு (7 வயது இருக்குமா?) அதிலும் அந்த இன்பரசு அவன் பிறவிக் கலைஞன். என்ன பிரமாதமான நடிப்பு!

பச்சைகுத்த குறமகளிடம் கையை நீட்டிவிட்டு அவள் தொடுவதால் ஏற்படும் விடலைத்தனமான் குறுகுறுப்பு, பச்சை குத்தும் ஊசி கூர்மையாகக் கையில் இறங்க சுரீரென்று வரும் வலி, அரசன் பக்கத்தில் இருக்கும் போது கள்ள மரியாதை, கொஞ்சம் தூரத்தில் நின்று நக்கலாகப் பார்வை கலக்குகிறான் பொடியன்.

நண்பர் தீபா சொன்னது கட்டியங்காரன் ஆடிட்டு வர சீன்... அவன் ஆடிக்கிட்டே எக்ஸிட் கொடுக்கணும் .. சீன் முடிஞ்சு அடுத்தது தொடங்கியாச்சு. அவன் ஆட்டத்தை நிறுத்தாம அப்படியே அதே வேகத்தில் வெளியே போனான்.. ஒரு பதற்றம் இல்லை.. நல்ல நடிகனுக்குத்தான் இது சாத்தியம்.

திரையில் ஒரு காட்சி முடிஞ்சு *dissolve* ஆகி அடுத்த காட்சி வர்ற மாதிரி..

எல்லா நடிகர்களும் (சராசரி வயது 13 முதல் 15) அபாரமாக நடித்தார்கள். கட்டியங்காரர்கள் அற்புதமாக நடித்தார்கள்.

## கூத்து – 2

**வ**சனம் ரொம்ப கூர்மை.

துரியோதனின் மனைவி பானுமதியிடம் குறமகள் குறிசொல்கிறாள் - உன் வம்சமே அழிஞ்சுபோயிடும்.

அவள் குறிசொன்னதற்குக் கூலி கேட்கிறாள். பானுமதி தர மறுக்கிறாள்.

'யாராவது கூலி கொடுத்துத் தாலி அறுத்துப்பாங்களா?' இது பானுமதியின் சுரீர் வசனம்.

'கூலி கொடுக்க மாட்டேன் என்கிறாள் உங்க மனைவி' என்று குறமகள் மன்னன் துரியோதனனிடம் புகார் சொல்கிறாள். பக்கத்தில் நிற்கிற கட்டியங்காரர்கள் அரசுப் பிரமுகர்களாக நின்று கெத்தாகச் சொல்கிறார்கள் 'உழைப்புக்கான கூலி தர மாட்டோம். எப்பவுமே தர மாட்டோம்'.

ஒரு வினாடியில் *contemporary* ஆகி நடப்பைத் தொட்டுக் காட்டி, லாகவமாக கதைக்குள் மறுபடி அமிழ்கிறது கூத்து.

# கூத்து – 3

**ச**ந்நதம் வந்து *(entering into a trance)* குறிசொல்லுதல் மதம் சார்ந்தது என்பதோடு ஒரு சமூக நிகழ்வு என்றும் கூத்தைப் பார்க்கும்போது புரிகிறது.

அத்தினாபுரத்தில் துரியோதனன் அரண்மனைக்குக் குறமகள் போகிறாள். அரசியும் மற்ற கௌரவர்களின் மனைவியரும் இருக்கும் உயர்ந்தோர் அவை. ஏழைக் குறத்தி மனதில் பட்டதைச் சொல்ல வேண்டும். எதிர்ப்பு வராமலும் சொல்ல வேண்டும்.

தெய்வ வழிபாடு நடக்கிறது. குறமகளுக்குச் சந்நதம் வருகிறது. அவள் பேச ஆரம்பிக்கிறாள்.

துரியன் பாண்டவர்களைச் சூதில் வீழ்த்தியதும், பாஞ்சாலியைத் துகில் உரித்ததும் அநீதி. இறுதி வெற்றி அறத்துக்கே. கௌரவர் குலம் அழியப்போகிறது.

எதிர்ப்புக் குரல் அடக்கப்பட்ட சமுதாயத்தில் சமூக விமர்சனத்துக்கு எப்படியாவது ஒரு கதவு திறக்கும். இங்கே அது சந்நதமாக.

# கூத்து – 4

கட்டியங்காரர்களின் கையில் பிடித்திருக்கும் சிறு பிரம்புகள் முக்கியமான அரங்கப் பொருட்கள் ஆகிவிடுகின்றன.

போய்ப் பஞ்ச பாண்டவர்களைக் காட்டில் தேடிவிட்டு வாங்க என்று வீரர்களிடம் ஆணையிடுகிறான் துரியோதனன்.

கட்டியங்காரர்கள் அடுத்த வினாடி வீரர்களாகிறார்கள். மேடை அவர்கள் பாவனையில் காடாகிறது. பிரம்புகளைப் சற்றே சாய்த்துப் பிடித்தபடி புதர்களைப் பாவனையில் விலக்கிக் குனிந்து தேட ஆரம்பிக்கிறார்கள். கிடைமட்டமாகப் பிரம்பைப் பிடித்து வாயால் டப் என்று ஒலி எழுப்ப, என்ன என்று கேட்கிறான் மன்னன். துப்பாக்கி மன்னா என்கிறான் வீரன்.

காட்டில் வேட்டைக்குப் போகிறவனின் பிம்பம் அப்படித்தான் கிராம வெளியில் மனதில் பதிந்திருக்கிறது.

*anachronism* -இல்லை. பாசாங்கு இல்லாத மேடை நிகழ்வு.

## கூத்து — 5

குறமகளின் உச்சந்தலையில் கட்டப்பட்டிருக்கும் ஒரு சிறு மரக் கிண்ணம். அவளுக்குள் தெய்வம் வந்து சந்நதம் ஏற்படும் போதெல்லாம் அந்தக் கிண்ணம் சுழல ஆரம்பித்து விடும்.

கிண்ணத்தில் அரை ஆம்பியர், 10 வோல்ட் டிசி மோட்டார் வைத்துச் சுழல வைக்க மெனக்கெடாமல், தேவைப்படும்போது குறமகளே கையை உயர்த்திச் சுழற்றிவிட்டுக் கொள்கிறாள்.

அற்புதம் நிகழ்கிறதா நிகழ்த்தப்படுகிறதா என்று கேட்காமல் கேட்கும் உத்தி இது

## கருத்துப் பரிமாற்றம் –

*Dheepa Ramanujam What I meant was when he was beaten and was hurt, he was limping and had to exit rubbing his back. By the time he started moving, the next scene had already started. But he never stopped limping as he walked out and he was in the character until the exit.*

ஞாநி சங்கரன் இரண்டு அபூர்வமான கதாபாத்திரங்கள்- கட்டியங்காரர்கள். இவர்கள் நாடகத்தை, பாத்திரங்களை அறிமுகப் படுத்துகிறார்கள். ஒரு வினாடியில் துரியோதனனின் காவல்காரர்கள் ஆகிறார்கள். அப்புறம் கண்ணபிரான் வந்துகொண்டிருக்கிறான் என்று பாஞ்சாலியிடம் அறிவிக்கும் தூதுவர்கள், தெய்வத்தின் காலில் விழுந்து வணங்கி எழ விருப்பமின்றிக் கிடக்கும் பக்தர்கள் (என்னப்பா தூங்கிட்டீங்களா என்று கிண்டல் செய்யும் தெய்வம்), பச்சை குத்த வந்த குறமகளிடம் அரட்டை அடிக்கிறவர்கள் என்று இயல்பாக, சில வினாடிகளில் இவர்கள் தங்களை மாற்றிக் கொள்கிறார்கள், மேக்கப் மாற்றம் இல்லை. உடல்மொழி மூலம்.// இதெல்லாம் நவீன நாடகத்தில் வந்து முப்பது வருடங்களுக்கு மேலாகிவிட்டன. 1978லேயே வீதி, பரீக்ஷா, நிஜ நாடக இயக்கம், அடுத்து 80களில் கூத்துப்பட்டறை, சென்னை கலைக் குழு, பல்கலை அரங்கம், இன்னும் பல குழுக்கள் எல்லாரும் இந்த உத்திகளைச் செய்யத்தொடங்கிவிட்டோம். நீங்கள்தான் எங்கள் நாடகங்களைப் பார்க்க வருவதில்லை.

*EraMurukan Ramasami* ஞாநி, பரீட்சா நாடகத்தில் இதெல்லாம் வந்திருப்பதில் மகிழ்ச்சி தான். *yet, when even the Devil has to be given its due, why not the Angels?*

ஞாநி சங்கரன் நேற்று மாலை நான் இந்தக் கூத்தைப் பார்த்தேன். சுட்டிப் பொடியன் மட்டுமல்ல, எல்லாருமே உடலிலும் முகத்திலும் சக்தி பொங்க நடித்திருந்தார்கள். சம்பிரதாயமான கூத்தில் காட்சி, அடவு முடியும்போது இருக்கும் கேஷுவல்நெஸ் இல்லாமல், நவீன நாடக / நடன டைமிங்குடன் ஒவ்வொன்றையும் கத்தரித்தது போலச் செய்த கோரியோகிராஃபிக்காகவும் சிறுவர்களுக்கு அருமையான பயிற்சி அளித்தமைக்காகவும் ராஜகோபாலையும் இதர ஆசிரியர்களையும் நாம் பாராட்டவேண்டும். இந்தச் சிறுவர் குழுவினரைப் பல்வேறு பள்ளிகளில் இதர சிறுவர்களுக்கு நடித்துக் காட்ட நாம் எல்லாரும் ஏற்பாடு செய்யவேண்டும். நான் தொடங்கிவிட்டேன்.

★★★

பூங்காக் காவலராக
இருத்தல் அன்று எளிது.
புகார் நகரச் சதுக்கத்தில்
தீயோரை அடித்துத்
தின்ற பிறகு
உத்தியா வனத்தில்
உலவும் பூதமாய்
கற்புடைப் பெண்டிரை
மிரட்டிப் பொழிந்து
கலாசாரமும் காவல் காத்து
பீடம் ஏறி
ஓய்வு எடுக்கலாம்.
பூங்காக் காவலனாக
இருத்தல் இன்று கடினம்.
செடிக்கும் கொடிக்கும்
பொழிய வைத்திருக்கும்
சன்னக் குழாயைக்
கவிழ்த்து வளைத்து
பிளாஸ்டிக் குடத்தில்

தண்ணீர் பிடித்து
ஒக்கலில் குழந்தையொடு
நடக்கும் பெண்ணைப்
பார்க்கவில்லை என
நடிப்பது கடினம்.
கைவிரல் பிடித்து
அப்பா என்றழைத்து
பூவும் மரமும் காட்டிப்
பெயர் கேட்டு
ஓடிவரும் சிறுவனின்
ஒற்றைக் கதாநாயகனாக
புல்லை மிதித்து
நடக்கும் இளைஞனை
விசில் ஊதி விலக்கிக்
குழந்தைக் கற்பனை
சிதைந்து நசிக்கக்
கண்டிப்பது கடினம்.
பூங்காக் கம்பத்தில்
சுதந்திர தினக் கொடி
ஏற்றும் போது ஈயும்
ஆரஞ்சு மிட்டாய் மட்டும்
தின்று வாழ்தல் கடினம்.
பூங்கா இல்லாத ஊரில்
பூங்காக் காவலனாக
இருத்தல் கடினம்.

- இரா.முருகன்

*அக்டோபர் 4, 2015*

★★★

எழுத்து பயில்வதில் எழும் மேலதிக மகிழ்ச்சி வாழ்வு சார்ந்த புதினம் பயோ ஃபிக்ஷன்- எழுதும்போதுதான்.

நெம்பர் 40, ரெட்டைத் தெரு எழுதும்போது அனுபவித்தது இது. தியூப்ளே வீதி எழுதிக்கொண்டிருக்கும்போது இன்னும் கூடுதலாக அனுபவித்துக்கொண்டிருப்பதும் இதுவே. பதின்ம வயதின் இறுதியில் மறுபடி போய் நின்று கடந்து வந்த பாதையைப் பார்க்கும்போது, மறுபடி வாழ வாய்ப்புக் கிடைத்த பரவசம்.

அன்று நீராடிய நதிகளில் எல்லாம்
சென்று நீராட விரும்புகிறேன்

என்பார் ஜெயகாந்தன் ஒரு கவிதையில். பயோ பிக்ஷன் அந்த மறு பயணத்தை நோஸ்டால்ஜியாவாக மட்டும் இல்லாமல் அந்தக் கணங்களில் வாழ்ந்து நிகழ்த்த வழிசெய்வது.

ஒவ்வொரு அத்தியாயத்தை எழுதத் தொடங்கும் முன்பும் உற்சாகமும் ஆனந்தமுமாக நினைவுகளின் ஊர்வலம் மனதில் கெக்கலி கொட்டிப் புறப்பட்டுவிடும். புனைவு கலந்து அவற்றை எழுத்தாக வார்த்தெடுத்ததும் ஏற்படும் நிறைவு அலாதியானது.

எழுத்து வாழ்க்கையைச் சொன்னாலும் எழுதி முடித்த படைப்பிலிருந்து விலகி நின்று பன்முகப் பொருள் தரும் வாசிப்பை ஏற்படுத்த வழிசெய்யவே நான் விரும்புவேன். எனினும் ரெட்டைத் தெரு எழுதி முடித்ததும் கொஞ்சம் அழுதேன். நூலை நிறைவு செய்யும் பக்கங்கள் மனதைக் கிள்ளியெடுத்துக்கொண்டுதான் இறங்கி நகர்ந்து மறைந்தன.

தியூப்ளே வீதி நாவலை நிறைவு செய்யும் அத்தியாயங்களை இப்போது எழுதிக்கொண்டிருக்கிறேன். பிரியத்துக்கு உரிய அந்தத் தோழியரையும் நண்பர்களையும் மறுபடி பிரியும் துயரம் தலை தூக்கும் நேரத்தில் பிரான்ஸில் / சுவிட்சர்லாந்தில் குடிபுகுந்த, ஒரு புதுவை நண்பரின் கடிதம் வந்திருக்கிறது

'நான் விரைவில் புதுவைக்கு வருகிறேன். அங்கே வந்து என்னோடு ஒரு நாள் செலவிட இயலுமா?'

ஆத்மார்த்தமாக அவருக்கு நன்றி சொன்னேன். போய் வர வேண்டும்.

எழுத்தும் நட்பும் இதமாகக் கலக்கும் சூழலில் தியூப்ளே வீதி நிறைவடைந்து கொண்டிருக்கிறது. விரைவில் 600 பக்க அளவில் நேர்த்தியான புத்தகமாக வெளிவரும்.

நவம்பர் 20, 2015

★★★

'தியூப்ளே வீதி' வாழ்வியல் நாவலை முழுமையாக எடிட் செய்து சீராக்கி புத்தகமாக்கத்துக்கு அனுப்ப கிட்டத்தட்ட ஒரு வாரம் நல்ல உழைப்பு. முடிந்து மென்பிரதியை அனுப்பிய பிறகு ஆனந்தமான ஒரு களைப்பு. 'கடல் புரத்தில்' நாவலில் வண்ணநிலவன் கிறிஸ்துமஸுக்கு முந்திய தினம் வீட்டைச் சுத்தப்படுத்தி அலங்கரித்து களைத்துப் போய் உறங்கும் வீட்டு ஆண்களின் உறக்கம் அழகாக இருந்தது என்பார். அது போன்ற சுகமான களைப்பு இது.

சற்றே இளைப்பாற நான் போனது பிரியமான கிரேசி கிரியேஷன்ஸ் நண்பர்களின் 'கூகுள் கடோத்கஜன்' மேடை நாடகத்துக்கு.

யாராவது கணக்கு வைத்திருக்கிறார்களோ தெரியவில்லை. அதிகமான மேடை நாடகங்கள் எழுதி, முக்கியமான கதாபாத்திரத்தில் நடித்து, அதிகமான முறை, அதிகமான நாடுகளில், ஊர்களில் சகல விதமான மேடைகளிலும் வெற்றிகரமாக நடத்துவதில் நண்பர் கிரேசி மோகன் எப்போதோ கின்னஸ் சாதனை புரிந்து அதைத் தொடர்ந்து நிலைநிறுத்திக் கொண்டிருப்பார் என்று நினைக்கிறேன்.

அதுவும் எல்லா நாடகங்களிலும் முக்கியமான கதாபாத்திரங்களின் பெயரும், ஏற்று நடிக்கும் நடிகர்களும் முப்பத்தேழு வருடம் முன்னால் கிரேசி கிரியேஷன்ஸ் தொடங்கி, முதல் தடவையாக திரையை உயர்த்தியபோது இருந்தபடிக்குத்தான் இன்றைக்கும்.

மேடையிலும் மேடைக்குப் பின்னாலும் உரிமையோடு உயர்த்தும் வாடா போடா அரட்டைகளும், நாடக நகைச்சுவைக்குச் சற்றும் குறையாத க்ரீன் ரூம் கலாட்டாக்களும் அந்தக் குழுவின் ஒட்டுமொத்தமான ஈடுபாட்டின் இன்னொரு ப்க்கம். மழையோ வெயிலோ சென்னையோ வெளியூரோ வெளிநாடோ இந்த

ஈடுபாட்டையும் உற்சாகத்தையும் தவறாமல் பார்க்க முடியும். இன்றைக்கும் அதைக் கண்டு ரசித்தேன். கிரேசி கிரியேஷன்ஸ் நாடகம் பார்க்கப் போவது இந்த அனுபவத்தில் பங்குபெறுவதற்கும் தான்.

நெருங்கிய உறவினர் வீட்டு விசேஷத்துக்குப் போகிறது போல் ரசிகர்கள் வந்து நிறைந்து கலகலப்பாகப் பேசிக்கொண்டிருக்க, நாடகம் ஆரம்பிக்கும் முன்பே அரங்கம் களைகட்டி இருந்தது. நாடகம் ஆரம்பிக்கும் வரை மேடையில் திரையிட்ட சார்லி சாப்ளின் சினிமா காட்சிகள் சூழ்நிலையை உற்சாகமாக்கிக் கொண்டிருந்தன. அவ்வப்போது அரங்கில் இருந்து ரசிகர்கள் மேடைக்குப் பின்னால் போய் மோகனுக்கும் பாலாஜிக்கும் மற்ற நண்பர்களுக்கும் ஹலோ சொல்லிவிட்டு வருவது வீட்டு விசேஷச் சூழலை இன்னும் அதிகமாக்கியது. எல்லோருக்கும் மோகன் நல்ல தோழர். அவருக்கும் பல ரசிகர்களும் அதேபடிக்கு. இடைவேளையின் போதும் நாடக நிறைவு பெறும் நேரத்திலும் செயற்கைத்தனமே இல்லாத இந்தச் சிறு அரட்டைகளும் செல்பிகளும் இன்னும் அதிகமாகும் என்று தெரியும்.

சாக்லெட் கிருஷ்ணா முடிந்த இடத்தில் கூகுள் கடோத்கஜன் தொடங்குகிறது. பகவான் கிருஷ்ணனும் மாதுவும் சம்சாரி வாழ்க்கையின் சின்னச் சின்னத் தொந்தரவுகளைப் பற்றிப் பேசிக்கொண்டிருக்க, குசேலன் வருகிறதாக படு கேஷுவலாக நாடகத்தை ஆரம்பிக்கிறார் மோகன். அப்புறம் தொண்ணூறு நிமிஷம் இடைவிடாத நகைச்சுவை நேரம்தான்.

யாரையும் புண்படுத்தாத, ரெண்டாவது அர்த்தம் தொனிக்காத, ஆரோக்கியமான, கண்ணில் கண்ணீர் வர, குலுங்கிச் சிரிக்க வைக்கும் நகைச்சுவைக்கு கிரேசி மோகனை விட்டால் வேறு யாரும் கிடையாது.

மோகன் இந்த நாடகத்தில் ரெட்டை வேடமாக சாக்லெட் கிருஷ்ணன், கடோத்கஜன் என்று வந்து கலக்குகிறார். வழக்கம் போல் மாதுவாக பாலாஜி மோகனோடு நடிப்பு ஜுகல் பந்தியில் வெளுத்து வாங்க, கூடையில் கம்ப்யூட்டர் சுமந்து விற்று வரும் வியாபாரியாக நீலு அண்ணா, தாத்தா ப்ரமோஷன் கிடைத்த ராமானுஜமாக அப்பா ரமேஷ், கௌசல்யா பாட்டியாக சுந்தர்ராஜன் சுந்தா, பார்த்தா பார்த்தசாரதி, ஜானகியாக

மது இன்னும் மற்றைய கிரேசி கிரியேஷன்ஸ் நண்பர்களும் கலகலப்புக்குக் குறைவில்லாமல் பார்த்துக்கொள்கிறார்கள். இளைய தலைமுறை இசையமைப்பாளர் கௌஷிக் சுப்ரமணியத்தின் தலைப்புப் பாட்டு அமர்க்களமாக உள்ளது. *A peppy tune.*

நாடகத்தில் தொடர்ந்து வரும் சிரிப்புச் சிதறலுக்கு நடுவே சட்டென்று மனதைக் கவ்வும் சிந்தனையோட்டமும் உண்டு. மோகனை ஒரு ஆன்மீகவாதியாகவும், நல்ல மரபுக் கவிஞராகவும், நேர்த்தியான ஓவியராகவும் அறிந்த நண்பர்களுக்குத் தெரிந்த அவருடைய பன்முக ஆளுமை வெளிப்படும் வசனங்களை சாண்ட்விச் போல இரண்டு அதிரடிச் சிரிப்புகளுக்கு நடுவே சிந்திக்க ஒரு கருத்தாக வைத்துச் சொல்லியபடி போகிற சாமர்த்தியத்தை ரசிக்காமல் இருக்க முடியாது.

மாது செயல் மறந்து நிற்கும் ஒரு வினாடியில் மன்னவன் நானே, மக்களும் நானே, மரம் செடி கொடியும் நானே, நீயும் நானே, நானும் நானே என்று கீதையின் சாரத்தை நச்சென்று கண்ணன் சொல்வது எவ்வளவு இயல்பானதோ அதே அளவு நயமானது மாதுவின், 'ஒண்ணுமே புரியலே கிருஷ்ணா' என்ற அப்பாவித்தனமான பதிலும். இரண்டையும் அவையில் கைதட்டி ரசித்ததைப் பார்க்க முடிந்தது. 'நமக்குத் தேவை நிறைய யசோதைகள்' இதுபோல் இன்னொரு முத்து.

எழுந்து நின்று சிரித்த ரெண்டு ஜோக் மாது கிருஷ்ணனிடம் கேட்கும் கேள்வியாகவும் அதற்கான பதிலாகவும் வருகின்றவை. ஒன்று, 'கிருஷ்ணா, இன்னும் ஏன் கல்கி அவதாரம் எடுக்கலே நீ?' மற்றது, 'கிருஷ்ணா, நீ மந்திரம் போட்டு எனக்கு பத்மஸ்ரீ விருது வாங்கிக் கொடுக்கறியா?' இரண்டுக்குமான பதிலை நாடகம் பார்த்துத் தெரிந்துகொள்ளலாம்.

*டிசம்பர் 1, 2015*

## நண்பர் எஸ்.ராமகிருஷ்ணன் தொகுத்த '100 சிறந்த சிறுகதைகள்' நூலுக்கு நான் தினமலரில் எழுதியிருக்கும் சிறு அறிமுகம் –

'இவை எல்லாம் எனக்குப் பிடித்த தமிழ்ச் சிறுகதைகள். இந்தப் பட்டியலுக்கு வெளியிலும் சிறந்த கதைகள் உண்டு' என்ற விளக்கத்தோடு, ஒரு நூறு சிறுகதைகளை, எழுத்தாளர் எஸ்.ராமகிருஷ்ணன் தொகுத்திருக்கிறார். யார் எங்கே பட்டியல் போட்டாலும் இடம்பெறும், புதுமைப்பித்தனின், 'கடவுளும் கந்தசாமி பிள்ளையும்', மவுனியின் 'அழியாச் சுடர்' போன்றவற்றோடு, எஸ்.ரா., ஐந்து முக்கிய வரையறைகளை வைத்துத் தேர்ந்தெடுத்த மற்ற கதைகளும், இடம்பெற்ற நூல் இது. இவை பெரும்பாலும், எல்லா இலக்கிய வாசகர்களுக்கும் பிடித்தவை.

அங்கொன்றும், இங்கொன்றுமாக கதைகளைப் படித்து வந்தபோது, கு.ப.ராஜகோபாலன் எழுதிய, 'விடியுமா' கதை, சட்டென்று மனதில் கனமாக அப்பிக் கொண்டது. 'சிவராமய்யர் டேஞ்சரஸ்' என்று அந்தக் கால அபத்தமான ஆங்கிலத்தில் அடித்த தந்தி கிடைத்து, ரயிலேறும் குடும்பம் பற்றிய கதை. சின்னச் சின்ன உரையாடல்களும், நம்பிக்கை எழுவதும், விழுவதுமாக கும்பகோணத்தில் இரவில் துவங்கிய பயணம், சென்னையில்

முடியும்போது, அந்த சிவராமனின் உடலை மருத்துவமனையில் பெற்றுக்கொள்கின்றனர். மனதில் இருந்து பயம் தீர்கிறது. பின்? விடிந்து விட்டது. கதை அவ்வளவுதான்.

'மனதில், ஆழத்தில் பீதி அதுபாட்டிற்கு புழுப்போல துளைத்துக் கொண்டே இருந்தது. மேலே மட்டும் சமாதானம் கொஞ்ச நேரத்திற்கு ஒருதரம். அந்த திகில் மேல்மட்டத்திற்கு வந்து தலையெடுக்கும்; உடம்பு பதறும்; நெஞ்சு உலரும்; அடி வயிறு கலங்கும்; முகம் விகாரமடையும்; மறுபடி மெதுவாக சமாதானத்தின் பலன் அதிகமாகும்; பயத்தைக் கீழே அமுக்கி விடும்'.

'கதை கருவிலும், சொல்லும் முறையிலும், மொழிநுட்பத்திலும், கதையின் வடிவத்திலும், கு.ப.ரா., சாதித்ததை, அடுத்து வந்தவர்கள் கடந்தனரா அல்லது எட்டினரா? என்ற கேள்வியும், இந்தக் கதைகளைப் படிக்கும்போது எழுகிறது. 'இந்திய அளவில், தமிழ்ச் சிறுகதைகளே முதலிடம் பிடிக்கின்றன' என்ற, எஸ்.ரா.,வின் பிரகடனம் உண்மையாக இருக்கட்டும்.

ஒரே எழுத்தாளரின் ஒன்றுக்கு மேற்பட்ட கதைகள், புத்தகத்தில் அங்கங்கே தட்டுப்படுகின்றன, எஸ்.ரா., எழுதிய கதைகள் உட்பட. அதைத் தவிர்த்திருந்தால், இன்னும், 10 எழுத்தாளர்களின் அறிமுகம், இந்தப் புத்தகத்தின் மூலம் கிடைத்திருக்கலாம்.

## மாதவிக் குட்டியின் 'இப்பிறவியில் இவ்வளவுதான்' மொழிபெயர்ப்பு நூலுக்கு நான் தினமலரில் எழுதியிருக்கும் சிறு அறிமுகம் –

முப்பது ஆண்டுகளுக்கு முன், 'கலாகவுமுதி' என்ற மலையாள வார பத்திரிகையைத் தொடர்ந்து படித்து வந்தேன். மலையாள எழுத்தாளர் மாதவிக்குட்டி எழுதிய, 'நீர் மாதளம் பூத்த காலம்' என்ற, வாழ்க்கை வரலாறு, தொடராக வந்த நேரம் அது. மாதவிக்குட்டியின் எழுத்தில் தென்பட்ட எளிமையும், கவித்துவமும், அமைதியான அழகும், உண்மை தொனியும் மனம் கவர, அவருடைய கதைகளையும், புனைவில்லாத பிற படைப்புகளையும் தேடிப் படித்தேன் அப்போது.

பிறகு, அவருடைய கட்டுரை மொழி, மாறுதல் அடைந்ததை உணர்ந்தேன். எல்லா திசையில் இருந்தும் தாக்கப்படும் பெண்ணாக, தன் இருப்பையும், செயல்பாட்டையும் சதா நியாயப்படுத்திக் கொண்டே இருக்க வேண்டிய கட்டாயம் உள்ளவராகத் தன்னைச் சித்தரித்து எழுதப்பட்டவை, பின்னாளில் வந்த அவர் கட்டுரைகள்.

இடையில் மாதவிக் குட்டி, இஸ்லாம் மதத்தைத் தழுவினார். 'மதம் மடுத்து' (மதம் அலுத்துப்போனது) என்று, பாரம்பரியம் மிகுந்த, 'மாத்ருபூமி' தினப் பத்திரிகையில் பேட்டி கொடுத்தார். அந்த நேர்காணலில் கண்ட சத்திய தரிசனத்தால் கவரப்பட்டு,

அதை நான் உடனடியாக தமிழில் மொழிபெயர்த்து பிரசுரம் செய்வதற்குள், 'நான் அப்படி ஒரு பேட்டியே தரவில்லை' என்று சொல்லிவிட்டார், சுரையாவாகப் பெயர் மாறிய மாதவிக்குட்டி.

இந்தியாவில் அடைக்கலம் புகுந்து வசிக்கும் வங்கதேச தஸ்லிமா நஸ்ரீன் எழுத்துகளில், தற்போது கட்டமைத்துக் கொண்டிருக்கும் துன்புறுத்தப்படும் பெண்ணின் பிம்பத்தை, மாதவிக் குட்டியின் நீட்சியாகவே காண்கிறேன். கட்டுரைகளில், இப்படியான தன் முனைப்பு தென்பட்டாலும், மாதவிக்குட்டியின் சிறுகதைகள் வசீகரமானவை. அவற்றில் வரும் பெண்கள் சுயமாக சிந்திப்போர்; துணிந்து செயல்படுவோர்; சமுதாயம் மாறும் என்று நம்புவோர்.

மாதவிக் குட்டியின் தேர்ந்தெடுத்த சில படைப்புகளை, தமிழில் மொழிபெயர்த்து தொகுப்பாக வந்திருக்கும் புத்தகம் இது. புத்தகத்தின் தலைப்பான, 'இந்தப் பிறவியில் இவ்வளவு தான்' தொடங்கிய கட்டுரைகளோடு, 'மதில்கள், திருநங்கை, சந்தனச் சிதை' போல், மலையாளத்தில் பரவலாக வாசித்துக் கொண்டாடப்படும் சிறுகதைகளும் இடம் பெற்றிருக்கும் நூல். மு.ந.புகழேந்தி தொகுத்தது.

சட்டென்று கவனத்தை ஈர்க்கும் எழுத்து மாதவிக் குட்டியுடையது.

'என்னுடைய பலவீனங்கள் அவிழ்த்துப் போடப்பட்ட ஆடைகளாகும். அவற்றை எடுத்துத் துவைக்க எனக்கு நேரமில்லை; பொறுமையுமில்லை. பக்தியென்னும் திரை மட்டும் என் ஆத்மாவினுடைய நிர்வாணத்தைப் பிறர் கண்களிலிருந்து மறைத்து வைக்கிறது.'

தமிழுக்கு மிக நெருங்கிய மொழி மலையாளம் என்றாலும், மலையாளத்திலிருந்து தமிழுக்கு வந்த, நான் படித்த பல படைப்புகள் மனநிறைவைத் தரவில்லை. புகழேந்தி இந்தப் புத்தகத்தில் நேர்த்தியான மொழிபெயர்ப்பு மூலம் பெருவெற்றி அடைந்திருக்கிறார் என்றே சொல்ல வேண்டும்.

*டிசம்பர் 9, 2015 Era Murukan*

★★★

மூவர் அணியாகவும் நால்வர் அணியாகவும் தோளோடு தோளாக நடை பயிலும் பூங்காக்களைத் தவிர்த்து நீண்ட

நெடிய பயணமாக நிழல் அடர்ந்த கோமதி நாராயணா வீதி நடைபாதையில் கண்ணதாசன் சிலையை நோக்கிப் போகும் போது மோட்டார் சைக்கிளில் வந்த இரண்டு இளைஞர்கள் வண்டி நிறுத்திக் கேட்கிறார்கள்

சார், மெரினா பீச்சுக்கு எப்படிப் போகணும்?

பார்வைக்கே தெரிகிறது வெளி மாநிலத்து இளைஞர்கள். ஆங்கிலம் இந்தியோ போஜ்பூரியோ அடர்த்தியாகப் பூசிய குரலில் தயக்கத்தோடு வருகிறது.

வழி சொல்லிவிட்டுத் தொடர்ந்து நடக்கவேண்டியது தானே. முடியவில்லை.

நான் எங்கே இருக்கிறேன்? தி.நகரில்தானா? அல்லது கனவில் திருவல்லிக்கேணிக்கு வந்திருக்கிறேனா? கிறிஸ்டோஃபர் நோலனின் 'இன்செப்ஷன்' திரைப்படம் போல, கனவுக்குள் கனவாக ஆழ்மனம் கடந்து அவர்கள் வந்தார்களா? கண் விழித்தால் நான் எங்கே இருப்பேன்?

சில நொடிகள் இந்தக் குழப்பத்தில் கடந்து போக அவர்கள் மீண்டும் மெரினா பீச் என்கிறார்கள். சுதாரித்துக் கொண்டு வழி சொல்லத் தொடங்குகிறேன். அண்ணா மேம்பாலத்துக்குக் கீழாகப் போய் ராதாகிருஷ்ணன் சாலையில் திரும்பி-

ஃப்ளை ஓவர் என்ற சொல் மறந்துபோகிறது. ஆடோபான் கீழே போய்..எப்போதோ படித்த பிரஞ்ச் *autopont* எதற்கோ இப்போது நடுவில் வ்ருகிறது.

அவன் திரும்ப மெரினா பீச் என்கிறான். பொறுமையோடு சொல்லி நன்றி வாங்கிக் கொண்டு தோ ரியன் *De Rien* என்று ஒற்றை வாக்கியம் மறுபடி ப்ரஞ்சில் பதிலும் சொல்லிக் கடக்கிறேன். கனவோ நனவோ தொடர்கிறது நகர் வெண்பாவாக

இதுவோ கடலோரம் இங்கிவரோ காந்தி
இதுவோ உழைப்பாளர் வெற்றி - பொதுவினில்
தாம்புலம் வைத்தழைக் காதே மனதிற்குள்
மாம்பலம் வந்த கடல்.

*மார்ச் 19, 2016*

மாதவன் என் மணியினை
வலையிற் பிழைத்த பன்றி போல்
ஏதும் ஒன்றும் கொளத் தாரா
ஈசன்தன்னைக் கண்டீரே?
பீதக-ஆடை உடை தாழப்
பெருங் கார்மேகக் கன்றே போல்
வீதி ஆர வருவானை
விருந்தாவனத்தே கண்டோமே.

மடிக் கணினியில் சஞ்சய் சுப்ரமண்யன் குரலில் ஆண்டாளின் நாச்சியார் திருமொழி (சாமா ராகம்) ஒலிக்கிறது.

'வாழ்ந்து போதீரே'க்கு அடுத்து எழுத இருக்கும் நாவலுக்கான கள ஆய்வு செய்ய மங்களூர்-ரத்னகிரி வழிப் பயணத் திட்டத்தை வகுத்துக் கொண்டிருக்கிறேன். கூரியர் சர்வீஸ் அழைப்பு.

கோதை தான். இப்போது நூல் வடிவில்.

புரட்டிப் பார்க்க, அரங்கனுக்கும் நாச்சியாருக்கும் நிகழ்ந்த கடித உரையாடலாக, ஸ்ரீமுகங்கள்.

//மாமாயனுக்குக் கோதை வரைவது. பொருத்தமுடைய நம்பி என உமைக் குறிப்பிட்டதற்கு மகிழ்ந்தீர்கள்.

தருமம் அறியாக் குறும்பனைத்
தன்கைச் சார்ங்கம் அதுவே போல்
புருவ வட்டம் அழகிய
பொருத்த மிலியைக் கண்டீரோ

என்று பட்டி மேய்ந்து என்னும் பதிகத்து ஆறாம் பாடலுள் உம்மைப் பாடியிருப்பதைக் கண்ணுறவில்லையோ... நாணிலி

ஆண்டாள் கடிதத்தில் வெட்கமும் கிண்டலும் சீண்டுதலுமாக மொழி அமைந்தால் அரங்கன் கடிதம் கனகம்பீரம்.

'நம் வீட்டில் உள்ள குடவரும், கோவணரும், பூவிடுவோர், தழைவிடுவார், தண்ணீர் சுமப்பார், தண்டெடுப்பார் முதலியவர்களும், அணுக்கரும், கணக்கரும் நம்பால் வந்தனர். கோதை வீட்டினின்றும் அர்ச்சகரும், குடவரும், கோவணரும், தண்டெடுப்பாரும் ஸ்ரீராமானுஜ உடையாரும் வந்தார்கள் என விண்ணப்பித்தனர்'.

அருமையான புத்தகம் என்று புரட்டும்போதே தெரிகிறது.

நம் நண்பர் *Naan Rajamagal* நான்ராஜாமகள் எழுதியது.

விரைவில் படிக்க எடுக்க வேண்டும்.

ஜெயந்தி சங்கரின் அனைத்துப் படைப்புகளும் சேர்ந்த நூல், வித்யாசுப்ரமணியம் (உஷா மேடம்) எழுதிய உப்புக் கணக்கின் இறுதி அத்தியாயங்கள், துளசி சேச்சியின் அக்கா... படிக்க வேண்டிய வரிசை இது.

இப்போது ராஜாமகள் (திருமதி தேன்மொழி) எழுதிய இப்படிக்கு... கோதை நூலும்

*ஜூன் 10, 2016*

★★★

தொம்பங் கூத்தாடி அநாயாசமாக இரண்டு மூங்கில்களுக்கு நடுவே ஒரு பனை உயரத்தில் கட்டிய தாம்புக் கயிற்றில் நடந்தான். பிடி வழுக்காமல் கம்பம் ஏறி இறங்கினான். ஒரு கழியை விட்டு மற்றதற்கு நொடியில் தாவினான்.

பார்த்துக் கொண்டிருந்த திருடன் தொழில் கணக்கு போட்டான் இவனைக் கூடச் சேர்த்துக் கொண்டு அரண்மனையில் திருடப் போனால் கைநிறைய, முதுகில் மூட்டை நிறையக் கொண்டு வரலாமே.

ஆளுக்குப் பாதி. ஒப்பந்தம் ஆனது. நடு ராத்திரி. அரண்மனை மதிலுக்கு அந்தப் பக்கம் இருட்டில் நின்றார்கள் ரெண்டு பேரும்.

'விரசா ஆகட்டும்.. தாவி உள்ளே போ... இந்தச் சாவிக் கொத்து எந்தப் பூட்டையும் திறக்கும்...'

திருடன் சாவிக் கொத்தை நீட்டினான்.

தொம்பங் கூத்தாடி யாரையோ மும்முரமாகத் தேடிக் கொண்டிருந்தான்.

'நம்ப சோக்ராதான். பையன் திம்திம்முனு கொட்டினா நான் சரசரன்னு சுவர் ஏறிடுவேன்'.

டெக்னாலஜி நம்மை எந்த மதிலையும் கடந்து வென்று வரும் தொம்பங் கூத்தாடிகளாக்கி இருக்கிறது. பவர் பாயிண்ட் பிரசெண்டேஷன் ஒரு ஸ்லைடாவது இருந்தால் தான் பேச்சு வருகிறது. *Death by power point* நான் அடிக்கடி செய்வது.

நேற்றும் செய்ய ஆயத்தமானேன்.

‘சார், ப்ரஜெக்டர் ஏதோ ப்ராப்ளம்... மாத்தித் தரேன்’.

போனவர் வரவே இல்லை.

பார்த்தேன். பின்னால் வெள்ளை அக்ரலிக் பலகை. மார்க்கர் பேனாக்கள். முழுக்க ஒயிட் போர்டில் எழுதி விளக்கி, வரைந்து விவரம் தந்து பவர் பாயிண்டே இல்லாமல் வகுப்பு. சேம்பர் மியூசிக் கச்சேரி செய்த மாதிரி மனதுக்கு நிறைவாக இருந்தது.

ஒயிட் போர்டும், மார்க்கர் பேனாவும்தான் எதற்கு? சுற்றுச் சூழலை மாசுபடுத்தும் இனங்கள் அல்லவோ இரண்டும்?

எல்லா நிறுவனங்களும் பள்ளி வகுப்புப் போல கரும்பலகைக்கும் சாக்பீஸுக்கும் மாறினால் இன்னும் அந்நியோன்யமாக இருக்கும்.

பாடம் நடத்திக்கொண்டே, சாக்பீஸை உயர்த்திப் பிடித்து, கேரம் போர்ட் காயை அடிப்பது போல் சாக்பீஸின் தலையில் சுண்டி அந்தத் துண்டு கடைசி வரிசையில் பேசிக்கொண்டிருந்த சோமசுந்தரம் மேல் சரியாகப் போய் விழ, ‘பாடத்தைக் கவனி’ என்று கண்டித்தபடி க்வாட்ராடிக் ஈக்வேஷனைத் தொடர்ந்த எங்க ப்ரபசர் மாதிரி நானும் ஒரு நிமிடமாவது மாற ஆசைதான்.

> பவர்பாய்ண்ட் திரையில் பலகதை பேச்சில்
> உவப்பர் உறங்குவோர் ஓர்மை அவைநீங்கிப்
> பாக்கள் இயற்றும் பழைய நினைவுவரும்
> சாக்பீஸ் அடிகொள் படிப்பு.

*ஜூலை 25, 2016*

ஔரங்கசீப் நாடகத்தின் நோக்கம் ஔரங்கசீப்பை அற்புதமான குணநலன்கள் கொண்ட, நீதிக்கும் நேர்மைக்கும் உருவகமாக நின்ற கதாநாயகனாகச் சித்தரிப்பது இல்லை.

மத சகிப்புத்தன்மையில் அக்பர் ஒரு முனையில் என்றால், அவருடைய கொள்ளுப் பேரரான ஔரங்கசீப் முற்றிலும் எதிர்முனையில் இருந்தவர். இந்துக்கள் கட்டாயமாகச் செலுத்த வேண்டி இருந்த ஜெசியா வரியை அக்பர் விலக்கினார். ஜெஸியா வரியைத் திரும்ப விதித்தவர் ஔரங்கசீப். அந்த வரிப் பணம் சமூக நலனுக்காகப் பயன்பட வேண்டும் என்று இன்னொரு சட்டம் கொண்டு வந்து அதுவும் போதாமல், நலிந்த முஸ்லீம் குருமார்களின் நலனுக்காக ஜெசியா வரிப்பணம் செலவிடப்பட வேண்டும் என்று அடுத்த மாற்றம் கொண்டு வந்தவர் அவர். இசை போன்ற அழகுணர்ச்சியும் கலாச்சாரப் பின்னணியும் கொண்ட நுண்ணிய ரசனையைப் புறம் தள்ளித் தடை செய்தவரும் அவரே. தன் தந்தை ஷாஜஹானுக்குப் பிரியமானவை என்பதாலேயே இசையையும், அழகும் நேர்த்தியான கட்டுமானமும் கொண்ட கட்டிடங்களை நிர்மாணித்து ரசிக்கும் கட்டிடக் கலையையும் புறந்தள்ளியவர் ஔரங்கசீப். அரசுப் பணத்தில் அழகுணர்ச்சி ஏன் என்ற கருத்தாக்கம் அதன் பின்னொட்டாக வந்திருக்கலாம்.

ஔரங்கசீப் நாடகம் அவர் தம் தந்தையாரான சக்கரவர்த்தி ஷாஜஹானையும் தமக்கை ஜெஹனாராவையும் சிறை வைத்து, போட்டியாக இருந்த தாரா ஷிகோவையும் மற்ற சகோதரர்களையும் கொன்று, தில்லி முகலாயப் பேரரசின் ஆறாவது பேரரசராக முடி சூட்டிக் கொள்ளும் நேரத்தை[1] காலமாகக் கொண்டு நிகழ்கிறது. பாபர், ஹுமாயுன், அக்பர், ஜஹாங்கீர், ஷாஜஹான், ஔரங்கசீப் என்று போகும் வரிசை இது.

ஔரங்கசீப்பின் மூத்த சகோதரி ரோஷனாரா அவரைச் சார்ந்து இயங்கியவர். இன்னொரு சகோதரியான ஜஹனாராவோ மற்ற சகோதரனான தாரா ஷிகோவைச் சார்ந்து இயங்கிவர். எல்லோருமே ஷாஹஹானுக்கும் அவர் மிகவும் நேசித்து தாஜ்மஹாலில் வைத்து ஆராதித்த மும்தாஜ்க்கும் பிறந்த குழந்தைகள்.

---

*1* ஔரங்கசீப் தன் சகோதரன் தாரா ஷிகோவை வென்ற சாமுகார் போர்க் காலம்–*1658 CE*

*நல்லவர்கள் X அல்லாதவர்கள் = ஔரங்கசீப், ரோஷனாரா X தாரா, ஜஹானாரா*

என்று எளிமையான சமன்பாடு சரித்திரத்தில் இல்லை. இந்த நாடகம் நிகழும் *1658*-க்குப் பிறகு, ரோஷனாரா காதலித்தார் என்ற காரணத்துக்காக ஔரங்கசீப் அவளை அரண்மனையில் இருந்து புறத்தாக்க, தாராவுக்குப் பிரியமான சகோதரி ஜஹனாரா ஔரங்கசீப் அணிக்கு மாறி அந்தக் கால அரசியலில் முக்கியப் பங்கு வகிக்கத் தொடங்குகிறார் என்று போகிறது வரலாறு.

இறக்கும் தறுவாயில் நோயுற்று மூத்துத் தன்னைச் சுற்றி என்ன நடக்கிறது என்று தெரியாமல் புலம்பும் ஷாஜஹான், நாடகம் காட்டும் இறந்த காலம். அவனைச் சிறை வைத்து முகலாயச் சக்கரவர்த்தியாகும் ஔரங்கசீப் நாடகத்தின் தற்காலம். தன் சகோதரன் ஔரங்கசீப்பைக் கொன்று, மத சகிப்புத் தன்மையோடு அக்பர் ஆண்டது போலதான் ஓர் அரசு அமைக்க வேண்டும் என்று கனவு கண்ட தாரா மனதளவில் வாழ்ந்தது நாடகக் களன் சார்ந்த எதிர்காலத்தில். இந்தக் கால ஒருமையின்மை, ஆளுமை அடிப்படையிலான முரண்கள் காரணமாக எழும் தனிமனித, குடும்ப, சமூக வாழ்க்கை சார்ந்த பிரச்சனைகளையே நாடகம் முன்னெடுத்துப் போகிறது.

நாரத கான சபா, ஆழ்வார்ப்பேட்டை, சென்னை

செப் *15,16,17,18*

ஷ்ரத்தா தியேட்டர்ஸ், தியேட்டர் நிஷா

செப்டம்பர் *13, 2016*

★★★

'**து**க்ளக் சோ'வாகத்தான் எப்பொழுதும் நினைவில் வருகிறார். அவருடைய நாடகங்கள் அதற்கு அடுத்த அடையாளம். சினிமா அதற்கும் பின்னால்.

*1970*-கள், துக்ளக் பத்திரிகையின், துக்ளக் சோ பொது வாழ்வின் பொற்காலம். ஜெயகாந்தனின் 'ஓர் இலக்கியவாதியின் அரசியல் அனுபவங்கள்', கண்ணதாசனின் 'எண்ணங்கள் ஆயிரம்' என்று

அருமையான தொடர்கள் துக்ளக்கில் வந்த நேரம் அது. துக்ளக் சத்யா அந்தத் தொடர்களையும், மற்ற பத்திரிகைகளையும், ஏன் துக்ளக் பத்திரிகையையும் கூட நயமான பகடி செய்த ஒண்ணரைப் பக்க நாளேடு வெளியானதும் அப்போது தான்.

வண்ணநிலவன் 'துர்வாசர்' ஆக அவதாரம் எடுத்து, துக்ளக் இதழில் நவீன இலக்கியகர்த்தாக்களைச் சாடியது அதற்கு அப்புறம் நிகழ்ந்த ஒன்று.

1971-ல் தி.க. ஊர்வலத்தில் தெய்வத் திருவுருவங்களுக்கு அவமரியாதை நிகழ்ந்தபோது மற்ற பத்திரிகைகள் பிரசுரிக்க அஞ்சியிருக்க, துக்ளக் அந்தப் படங்களைப் பிரசுரித்து, கடுமையாக விமர்சனம் செய்து எழுதியது. பத்திரிகையின் அந்த இதழ் கடைகளில் இருந்து அகற்றப்பட்டது. அந்த நேரத்திலும் 'துக்ளக் பத்திரிகைக்குத் தடை விதித்து அதை இன்னும் பிரபலமடையச் செய்த அரசுக்கு நன்றி' என்று தனதேயான நகைச்சுவையோடு தி ஹிந்து பத்திரிகையில் விளம்பரம் செய்திருந்தார் சோ.

முகமது பின் துக்ளக் படம் வெளியான திரையரங்குகளில் அப்படத்தைத் திரையிடுவதற்கு எதிராக நிகழ்ந்த கலகங்களையும் மீறி அவருடைய ரசிகர்கள் திரண்டு வந்து அப்படத்தைக் குறைந்த பட்ச வெற்றியடையச் செய்தார்கள். அவருடைய 'என்று தணியும் இந்தச் சுதந்திர தாகம்' நாடகம் நடத்த எதிர்ப்பு என்று இருந்த சூழ்நிலையில், நாடகக் குழுவினருக்கும், பார்வையாளார்களுக்கும் பாதுகாப்பற்ற சூழலில், புதுவையில் அந்த நாடகத்தைக் காண வந்த ஆயிரம் ரசிகர்களில் நானும் ஒருவன்.

நெருக்கடி நிலைக் காலகட்டத்தில் பத்திரிகைத் தணிக்கைக்குத் தன் பத்திரிகையை உட்படுத்த மறுத்த ஒரே பத்திரிகையாளர் சோவாகத்தான் இருக்கும். முழுக்க கருப்பு தீற்றிய அட்டையும், உள்ளே சர்வாதிகாரி படத்துக்கு விமர்சனம் என்று நெருக்கடி நிலையை எதிர்த்த கட்டுரையுமாக சோ பிரகாசித்தார். அரசு குனியச் சொன்னால் மண்டி போட்ட பத்திரிகையாளர் மத்தியில் சோ துணிச்சல்காரர் தான்.

பெருந்தலைவர் காமராஜர் முதல் இந்திரா, ராஜிவ், வாஜ்பாய், எம்.ஜி.ஆர், கலைஞர், ஜெயலலிதா வரை அவர் விமர்சிக்காத தலைவர் இல்லை. யாரையும் சோ தரம் தாழ்ந்து தாக்கியதில்லை.

அவருடைய *intellectual honesty*-ஐ மதிக்கிறேன்.

அவர் ஆன்மா சாந்தியடையட்டும்

டிசம்பர் 7, 2016

★★★

**ச**த்குரு தியாகராஜ ஸ்வாமிகள் இயற்றிய நாட்டிய நாடகமான ‘நௌகா சரித்திரம்’ பற்றி நேற்று டாக்டர் பிரமிளா குருமூர்த்தி நடத்திய சொற்பொழிவு-நிகழ்த்திக் காட்டுதலில், எனக்கு இருந்த இரண்டு அடிப்படை சந்தேகங்கள் தீர்ந்தன.

1) நௌகா என்றால் படகு என்று தெரியும். தியாகராஜர், படகு என்று சேர்த்துப் பார்த்து, இது அவருக்குப் பிரியமான ராமபிரானையும் அவனுக்குக் கங்கையில் படகோட்டிய குகனையும் பற்றிய படைப்பு என்று இதுகாறும் நினைத்திருந்தது தவறு.

நௌகா சரித்திரம், யமுனையில் கண்ணன் தோணிகளோட்டி கோபியரோடு விளையாடி வந்த கதை. முத்துக்களைக் கொடுத்து தெருவில் விற்றுப் போகிற இலந்தைப் பழம் வாங்க வருகிற குழந்தைக் கண்ணனை கோபியர் தம்மோடு ஓடத்தில் அழைத்துப் போகிறார்கள். காற்றும் மழையுமாக யமுனை ஓடம் தத்தளிக்க, கண்ணன் அவர்களைக் காத்து ரட்சிக்கிறான். சுருக்கமான கதை இது.

2) நௌகா சரித்திரத்தில் பத்துக்கு மேற்பட்ட ராகங்களில் (13?) கீர்த்தனைகளும் தாருக்களும் உண்டு. நான் நினைத்திருந்தபடி அது தாரு இல்லை, தரு.

தரு ஒரு கதையாடல். ராம கதையோ, கிருஷ்ண கதையோ அதில் ஒரு காட்சியை விவரிப்பது அது. கீர்த்தனை பொதுவாக, அது எந்த தெய்வம் குறித்து அமைந்திருக்கிறதோ, அத் தெய்வத்தின் குண நலன், சிறப்பு எல்லாம் கூறி அருள் செய்ய வேண்டுவதாக வரும். (பாடிப் பரவுதல் இதுதானோ?)

தரு, துருவ என்ற வேர்ச்சொல்லின் அடிப்படையிலானது. துருவ என்பது ஏற்கனவே இருந்த / நிகழ்ந்ததைச் சுட்டுவது.

3) தியாகராஜர் காலத்திலேயே மெலட்டூர் பாகவதமேளா

பிரபலமடைந்து இருந்தது. இந்த நிகழ்வுகளில் மனம் பறிகொடுத்து அவர் நௌகா சரித்திரம், பிரஹலாத பக்த விஜயம் ஆகிய நாட்டிய நாடகங்களை இயற்றியிருக்கலாம்.

4) யமுனைக் கரை வர்ணனை, கோபியர்கள் தங்களுக்குள் பேசிக் கொள்ளுதல் (‘குழந்தைக் கண்ணன் நிறையத் தங்க நகை அணிந்திருக்கிறான். அவனை ஓடத்தில் நம்மோடு அழைத்துப் போனால் அந்த நகை களவு போய்விடலாம். கூட்டிப் போக வேண்டுமா?’ என்பது இதில் ஒன்று!), கோபிகள் கண்ணன் சம்வாதம், படகு அசைந்து செல்வது போல் அமைந்த பாட்டு நடை என்று உன்னதமான நாடகப் பாங்கும், இசையுமாக பரிபூரண சரணாகதி தத்துவத்தை விளக்குவது நௌகா சரித்திரம்

5) தெலுங்கு மொழியில் அமைந்த இசை நாடகம் நௌகா சரித்திரம். 1868-ல் இது தமிழில் ‘கண்ணன் காட்சி ஓடக் கும்மி’ என்ற பெயரில் மொழிபெயர்க்கப்பட்டுள்ளது.

6) பொதுவாக நாட்டிய நாடகங்களில் இடம்பெறும் பாடல்களுக்கு இசை அமைக்கும்போது, ‘ஆதி நாட்டை, அந்தம் சுருட்டி’ (நாட்டை ராகத்தில் தொடங்கி, சுருட்டியில் நிறைவு செய்தல்) பின்பற்றப் படும் என்றாலும், தியாகராஜரின் படைப்புகளில் ஒரே ராகத்தில் தொடக்கமும், நிறைவும் இருக்கும்.

நௌகா சரித்திரம் சுருட்டியில் தொடங்கி, சுருட்டியில் நிறைவுறும்,. பிரஹலாத பக்த விஜயம் மத்யமாவதியில் தொடங்கி, அதே ராகத்தில் (பவமான சுத்துடு பட்டு பாதார விந்தமுலகு இசைநிகழ்ச்சி நிறைவு செய்யும்போது மங்களம் பாடுவது பெரும்பாலும் இந்தப் பாடலோடுதான்) முடிவு பெறும்.

டாக்டர் பிரமிளாவின் குழுவினர் அவ்வப்போது நௌகா சரித்திரப் பாடல்களை இனிமையாக இசைத்தது மனதுக்கு நிறைவாக இருந்தது.

(வாணி மஹால்- 17 டிசம்பர் 2016 10:00 மணி)

டிசம்பர் 18, 2016

★★★

சிவலோக நாதனைக் கண்டு சேவித்திடுவோம் வாரீர்.

பயணத்துக்கு எடுத்து வைக்கும் பட்டியலில் சஞ்சய் சுப்பிரமணியன் குரல் தன்னிச்சையாக முதலாவதாக வந்து உட்கார்ந்துகொள்கிறது. மாயாமாளவ கவுள ராகத்தில் சஞ்சய் நல்ல தோழனாகத் தோளில் அணைத்து வாங்க, போகலாம் என்று கெஞ்சுகிறார். அப்புறம், போனால் நல்லா இருக்கும், வாங்க என்று ஒரு கால் உள்ளேயும் மற்றது வெளியேயுமாக நின்று கூப்பிடுகிறார். அதற்கும் அப்புறம், முதுகில் பலமாக அன்போடு ஒரு அடி கொடுத்து, வாய்யா, போகலாம்னா வர மாட்டே நீ, கிளம்பு என்று அவசரப்படுத்துகிறார். சரி சரி என்று உடன்பட்டு, சின்னஞ்சிறு ஃப்ளாஷ் ட்ரைவில் அந்தப் பாட்டு என்றில்லை, திருமங்கை ஆழ்வாரின் 'விற்பெரு விழவும் கஞ்சனும் மல்லும் வேழமும் பாகனும் வீழ' ஈராக கிட்டத்தட்ட இருபத்து நாலு மணி நேரம் சஞ்சய் இசையைப் பயணப் பையில் போடும்போது தான் மனம் விழித்துக்கொள்கிறது.

வண்ணதாசனுக்கு விஷ்ணுபுரம் விருது வழங்கும் விழாவில் கலந்துகொள்ள, சஞ்சய் சுப்பிரமணியனின் சிந்துபைரவியும் சங்கராபரணமும் எதுக்கு?

ஆலப்புழையில், உற்ற தோழனின் திருமணத்துக்குப் போகிற மகிழ்ச்சியில் ஒரு ரயில் பிரயாணத்தின்போது பெரிய ப்ளம் கேக் வாங்கி எடுத்துப் போனேன். அவனுக்குப் பிடிக்கும் என்று சமாதானம். அம்பலப்புழை ஸ்ரீகிருஷ்ணன் கோவிலில் ப்ளம் கேக்கோடு நுழைந்து தோழனுக்கு ஊட்டி விடுவது உசிதமில்லை என்று பட, அந்தக் கேக்கை முழுக்க நானே உண்டபடி நாவல் படித்துக்கொண்டே பயணம் முழுக்க இருந்து, பிள்ளைக்கனியமுது வாயோடு போய் இறங்கினேன். குருசாஹரம் நாவலாக எனக்குக் கம்பெனி கொடுத்த ஒத்துப்புலக்கல் வேலுக்குட்டி விஜயன் என்ற ஓ.வி.விஜயன் மாஷ, 'இனி ஒரிக்கலும் நின்னோடு கூடி ஞான் யாத்ரய்க்கு இறங்ஙுவானில்லா' என்று கோபித்துப் போனார். அது வேறு கதை. வண்ணதாசன் கதை இல்லையது

வண்ணதாசன் கதை பற்றி என்ன பேச? வண்ணதாசன் கதைகளை விட இன்னும் நூறு பக்கம் அதிகமாகவே பேசலாம். உரையாடலாம். விவாதம் செய்யலாம். பேசுகிறோம். பேசுவோம். எல்லாம் பேசியாகி

விட்டது என்று ஒருநாளும் சொல்லப் போவதில்லை. எனின், அவர் படைப்பு குறித்து நான் பேச முற்பட்டது எல்லாம் ஏற்கனவே பேசப்பட்டு விட்டதா? அப்படித்தான் தெரிகிறது.

ஆதியில் வசனம் இருந்தது. அந்தத்திலும் அது இருக்கும். இடையில் அது இருப்பதும் மறைவதும் மீண்டும் துளிர்த்துப் புன்னகைப்பதுமாக, அகவன் மகளே என விளிக்கும் சங்க இலக்கியத்தில், உரையிடையிட்ட செய்யுளான சிலப்பதிகாரத்தில், திருவாய்மொழிக்கு அழகிய மணவாளரின் பன்னீராயிரப்படி ஈடு உரையில், விவிலியத்தின் கம்பீரமான தமிழாக்கத்தில், ஆனந்தரங்கப் பிள்ளை டயரிக் குறிப்பில், வண்ணதாசன் புனைகதையில் நிரம்பித் தளும்புகிறதே அது குறித்துப் பேசலாமா? யாராவது அதையும் பேசி இருப்பார்கள். அது குறித்து எழுதியிருப்பார்கள். இருக்கட்டும். வேறே எத்தனை தலைப்பு உண்டு, பேச. இல்லாவிட்டால் என்ன? உருவாக்குவோம். தலைப்பா முக்கியம்? நமக்குப் பேச வேண்டும். அவ்வளவு தான்.

நூறுக்குள்ளே ஒரு நம்பர் சொல்லு. எண்பத்தொன்பது. அது என் மகன் ஐபிஎல் கிரிக்கெட் மாட்ச்களில் அணியும் ஜெர்சி நம்பர். வேறே எண்? சரி, ஒன்று அல்லது நூறு. ஒன்று என் தகவல் பரப்பில் பெண் என்ற தலைப்பு. நூறு? அதுவும் பெண் தான். எல்லா எண்ணுமே பெண் தான் அங்கே. வண்ணதாசனின் படைப்புகளில் பெண் பாத்திரங்கள் பற்றிப் பேசலாமா? இதையும் யாராவது. ஏற்கனவே பேசி இருந்தால்? பேசினால் என்ன, மோகனாம்பள் நடு மண்டபத்தில் ஆடினால், ரமாமணியும் ஓர் ஓரமாக ஆடி விட்டுப் போகட்டுமே.

வண்ணதாசன் சித்தரிக்கும், திறமை இருந்தும் உதாசீனம் செய்யப்பட்டு கிட்டியதே இயல்பு வாழ்க்கை என்றான, அதில் நிறைவு காணப் பழக்கப்பட்ட, பழக்கப்படுத்தப்பட்ட பெண்களைக் கடந்துபோகிறோம் இப்போது -

நீங்க எப்பவும் போல பட்டிமன்றம் அது இதுன்னு தொடர்ந்து பேசிக்கிட்டு இருக்கலாம். சேனல் இப்போ பெருத்துப் போச்சு. கல்யாணமாலையில் எல்லாம் துபாய், அமெரிக்கான்னு அவங்களே கூட்டிப் போறாங்க. காசி கேட்கிறான்.

போதும்னு தோணிடுச்சு. எனக்கே போதும்னு தோணிடுச்சு.

போதும்கறதே எப்பவும் அவங்கவங்களுக்குத் தோணறது தானே. தாயம்மா சொல்கிறாள்.

அவள் மீண்டும் வருகிறாள் சுனில் அம்மாவாக

நீங்க இங்கே வந்ததும் பி.எட் படிக்கப் போறதாச் சொன்னீங்க இலையா?

பசங்க படிச்சா சரிதாங்க

வண்ணதாசன் காட்டும் *use and throw* அல்லது *use and keep aside* பெண்கள் இன்னொரு மாதிரி

பிச்சம்மாள் ஆச்சி செத்துப்போயிருந்தாள். ஆயுள் பூராவும் வீடு வீடாக தோசைக்கு அரைத்துக்கொண்டும், முறுக்குச் சுற்றிக் கொடுத்துக் கொண்டும், இதெல்லாம் போதாது என்று இரண்டு மூன்று பூனைக் குட்டிகளை வளர்த்துக் கொண்டும் இருந்தவள். தெருவில் எல்லோருமாகச் சேர்ந்து அவளைத் தூக்கிப் போட வேண்டிய நிலைமையில் தென்னங்கிடுகுக்காக கிருஷ்ணன் வைத்த வீட்டுப் படியேறுகிறவன் அனுதாப்பட பின்னும் பெண்கள் வருவார்கள்.

வண்ணதாசனின் காயப்படுத்தப்பட்ட பெண்கள் காதலோ, காமமோ, செய்யாதன செய்யும் குறுகுறுப்போ, ஓடிப் போய், ராத்திரி ரெண்டு மணிக்கு தூத்துக்குடி மணல் தெரு வீட்டில் கதவைத் தட்டி, டாக்சி கதவைத் திறந்து வைத்துக்கொண்டு, 'ஏறு நாயி வண்டியிலே, மத்ததெல்லாம் வீட்டுக்குப் போய்ப் பேசிக்கலாம்' என்று மாமா அதட்டும் பெண்.

நான் கூட நாயி என்பது நாயன் என்ற உன்னதமான, பிரியமான பதத்தின் பெண்பால் என்று ஒரு வினாடி நினைத்தேன்.

'நாயி, நீ மெட்ராஸ் ரேடியோவிலே கச்சேரி கொடுக்கப் போனபோது, பைரவியிலே உபசாரமும் வாசிச்சியே, அதை இப்போ வாசி' என்று நாகசுவரச் சக்கரவர்த்தி டி.என்.ராஜரத்தினம் பிள்ளை புல்லாங்குழல் இசைக்கலைஞர் டி என் நவநீதம்மாளைக் கேட்க, பூர்ண கர்ப்பிணியான நவநீதம்மா வாசிக்கக் கேட்டு ஆசிர்வதித்ததாக என் சிநேகிதர் தினமணி சிவகுமார் சொன்ன நிகழ்ச்சியில் வந்த நாயி தானா இந்தக் காயப்படுத்தப்பட்ட சாலாச்சியின் மாமா விளிப்பது? இல்லை, இது புழுத்த நாய் குறித்த

வசவு. அவர் அடுத்துச் செய்வது பெண்ணை மலினப்படுத்தும், *marginalizing the woman* செயல் அழுது கொண்டிருந்த சாலாச்சி கழுத்தில் கையை வைத்து, வைத்து கூட இல்லை, கையைக் கொடுத்து, இப்ப என்ன கள்ள அழுகை என்று காருக்குள் தள்ளுவார். உடலாலும் மனதாலும் காயப்படுத்தப்பட்ட அந்தப் பெண் அப்புறம் ஆறு விரல் மாப்பிள்ளையைக் கல்யாணம் கட்டிக் கொண்டு உயிர்த்துப் பெருகும் ஜீவ சமுத்திரத்தில் கரைந்து தான் போவாள். யாருக்கும் இங்கே ஆறு விரல் இல்லையே இப்போது. எல்லோரும் ஏடிஎம் வரிசையில் நின்று ஏமாறி அடுத்த ஏடிஎம் தேடிப் போகும் ஒற்றை முகம் கொண்ட *zombie*கள் ஆகிப் போனோமே.

அந்தப் பெண்கள் கிட்டி போல ஆண் துணை வந்து சேரக் காத்திருப்பவர்கள். காத்திருந்து? டாக்டரிடம் போக வேண்டும். அவர்களின் உறவு தொடர்பான அந்த ரகசியம் ஊகிக்கப் படக்கூடியது. அந்தப் பெண்ணை மட்டும் உடல் ரீதியாகப் பாதித்து, மனதை அலட்டும் அது. காத்திருக்கிறவள் வெட்ட வரும் வாட்களைக் கண்டு மிரண்டு ஓடுவாள். தலை ஒரு புறமும், கை ஒரு புறமுமாகச் சிதறுண்டு வீழும்படியாக உயர உயர எழுகிற வாட்களை வைத்திருப்பது யார்? அந்த வாள் எதை வெட்ட வருகிறது. என்னைத்தானா? அவள் மிரண்டு ஓடி மனிதச் சங்கிலியில் இணைவாள். வலமும் இடமும் கரங்கள் பற்ற மனிதம் இன்னும் கொஞ்சம் போல உயிர்த்திருக்கும், கிட்டிக்கு ஆதரவு அளிக்க. கிட்டிக்கு மட்டுமில்லை. கணவன் இறந்து அல்லது அவன் இருக்கும்போதே அவனைத் துறந்து, அவன் தம்பியையோ, வேறு யாரையோ அடுத்துக் கூடியிருந்து, அதைத் தவறாகப் பார்க்கும் உறவுகளை எதிர்கொண்டு மனதளவில் காயப்படுத்தப்படும் கோவில்தர்மம் என்ற விநோதமான பெயர் கொண்ட பெண்ணாகவும், தில்லிக்குப் போன பாண்டியம்மாளாகவும் அவர்கள் வருகிறார்கள். மாமு ஆச்சி போல் இந்த சுவர பேதத்தைப் பொருட்படுத்தாத பவ்ய ஜீவன்களும் உண்டுதான். எல்லாருக்கும் இங்கே இடம் இருக்கிறது.

வண்ணதாசன் காட்டும் பெண்கள் *sexually uninhibited* ஆக இருக்கலாம். இல்லாமலும் இருக்கலாம். ஆனால் *sexually repressed* ஆன ஆண்களோடு இடைகலந்து பழகி, *sex* பற்றிய இயற்கையான

விழைவை, எல்லோருக்கும் பெய்யும் அன்பு மழையில் கரைத்துக் கள்ளமில்லாத பிரியமாக மடை மாற்றித் தீர்க்கிறவர்கள் தாம் அவர்கள் பெரும்பாலும்.

*வாசல்லே நிக்கிறாரு. குடிச்சிருக்கார். வந்து யாருன்னு பாருங்க அத்தான் என்று தம்பி மனைவி ஒரு விதமான பயந்த குரலில் படுக்கையறைக்கு வெளியே நின்று பேசினாள். வெற்றுடம்போடு இருந்து அவளுக்கு முன் சட்டை மாட்டுவதில் சின்னக் கிளர்ச்சி இருந்தது. இதற்கு அப்புறம் கதை சொல்லி இந்தத் தலைமுறையில் எங்கள் குடும்பத்தில் மூக்குத்தி போட்டிருக்கிறவள் இவள் மட்டும்தான் என்று tangential ஆகப் பறந்து அந்த வட்டத்தில் இருந்து வெளியேறிவிடுகிறார்.*

அதிலும் அந்த 'ஒருவிதமான' பயந்த குரல், ஒருவிதமான, சங்கடத்தைச் சுட்டுகிறதாக நான் அர்த்தப்படுத்திக்கொள்கிறேன். *Catharsis with conditionalities.* இத்தனை சொன்ன கல்யாண்ஜிக்கு அது என்ன விதம் என்றா சொல்ல வராது? சொல்லியே ஆக வேண்டும், ஆனால் அதில் அமிழக் கூடாது, கிளர்ச்சி சின்னதாகவே மடியட்டும் என்ற கல்யாண்ஜியின் பொறுப்புணர்வு புரிகிறது.

வண்ணதாசன் காட்டும் சில பெண்கள் கல்யாணத்தையும் இனக் கவர்ச்சியையும் ஒன்றாக்கிக் குழப்பிக்கொள்வதில்லை.

*'மலையாளப் பட ஷூட்டிங். ஜெயராம், ஷோபனா நடிக்கறாங்க. ஜெயராம் எவ்வளவு அழகா இருக்கார் தெரியுமா? நல்ல சிவப்பு. சிரிச்சா கன்னத்திலே குழி விழுது.*

*அப்படியே ஜெயராம் கூடப் போயிட வேண்டியதுதானே. கரும்பு ஜூஸ் குடிக்கலாமா அக்கா? உங்க ஜெயராம் ஆப்பிள் ஜூஸ் தானே குடிப்பாராம். நாமளும் அதையே குடிக்கலாமா? போங்கக்கா, என்னை விட நீங்கதான் அவரை நினைச்சுட்டிருக்கிற மாதிரி இருக்கு. அவங்க வந்தா அவங்க கிட்டேயும் சொல்லுவேன். எதை, ஜெயராம் பத்தியா? சொன்னா என்ன?*

பாசமும் பரிவும் நேரத்துக்கு உணவும் தந்து குழந்தை, கட்டியவன், அவன் தந்தை என்று மூன்று தலைமுறையைப் போஷித்துப் பராமரிக்கிறவர்கள் கல்யாண்ஜி காட்டும் இன்னும் சில பெண்கள். அந்தப் பொறுப்பு அவர்களை மேலும் ஆண்களிடையே மேலதிகக் கவனம் பெறச் செய்கிறது. அவர்களுடைய தன்மை பற்றிய

பிரியத்தால் உருப்பெருக்கிய தோற்றங்களைக் கட்டி நிறுத்துகிறது.

ஓர் அறைக்குள் இருந்து வெளியேறி இன்னொரு அறைக்குள் நுழைகிற போதெல்லாம் மேலும் சற்று அழகாகவும், தீர்க்கமாகவும் ஆகிறார்கள் அவர்கள், பகவதியைப் போல.

தைப்பூசத்தன்று வீடு கழுவி விட்டு, ரேடியோவோடு 'ரோஜா மலர் வேணுமா, நல்ல ஜாதி மலர் வேணுமா' என்று ராஜி என் கண்மணி படப் பாடலை பாலசரஸ்வதி போல் பாட இன்னும் கொஞ்சம் பளிச்சென்று கழுவி விட்டது போல் இருக்கிறது வீடு. அவர்கள் வசிக்கும் இல்லத்துக்கு விலாசம் விசாரிக்கத் தேவையில்லை. 'அட்ரஸை வேறே விசாரிக்கணுமாக்கும். வாத்தியார் மகள் வீடு இதுதான் இதுதான்னு வாசல்லே போட்டிருக்கிற கோலம்தான் வீட்டுக்குள் கூப்பிடுதே'.

அந்த எவ்வுயிருக்குமான தாய்மை செழுமைக்கும் வளத்துக்கும் ஏங்க வைக்கிறது இந்தப் பெண்களை.

மழை பெய்யுதா இப்போ? சாகிறவரைக்கும் எங்க அம்மை இதைத்தான் கேட்டுக்கிட்டிருந்தா. மழை பெய்யுதா, மழை பெய்யுதான்னு அவ ராத்திரி எல்லாம் கேட்கிற சத்தம் ரொம்ப நாளைக்குக் காதிலே விழுந்துக்கிட்டே இருந்தது எனக்கு. மழைச் சத்தத்தைக் கேட்காமலேயே மண்டையைப் போட்டா.

தள்ளாத வயதில் கோலூன்றிக் கொண்டு தட்டுத் தடுமாறி மாமரச் சுவட்டுக்கு பதைபதைத்து ஓடிவரும் அன்பு அந்தப் பெண்களில் சிலரால் உருவகிக்கப்படுகிறது.

இது யாரப்பா மரத்தாண்ட? குச்சியெ ஒடிக்கிற வாசனை வந்துச்சே. துளிர் எது, முத்தினது எது, பிஞ்சு எது, பழுத்தது எதுன்னு தெரிய வேண்டாமா, பறிக்கறவனுக்கு? அரற்றி விட்டு, அலை கரையைத் தொட்டு உள்வாங்குவது போல் தரையை எல்லாம் உருவிக்கொண்டு அந்தக் கிழவி திரும்பப் போகிறாள்.

காமமே உடலாக, அதுவே மனமாக, தானாக உருமாறி, காருண்யமும், மனிதமும் இறந்த பெண்களும் அபூர்வமாகக் கல்யாண்ஜியின் சித்தரிப்பில் வருகிறார்கள். மிக வேகமாக *fast forward* செய்து அதெல்லாம் அவசரமான *flash back* ஆகிறது.

ஆக்சிடெண்ட்லே காசிப் பாண்டியன் செத்துட்டான்.

பொண்டாட்டிக்காரி பொழச்சுட்டா. அதுக்கு அப்புறம் காசி குடும்பத்தோடு குடும்பமாத்தான் இருந்தேன். எங்களுக்கு ஒரு பொம்பளைப் புள்ளை பிறந்துச்சு. சரோஜான்னு கூப்பிடுவோம். உனக்கு மதி கெட்டுப் போச்சுன்னா நீ எவன் கூடயும் போ. பீடிக் கம்பெனிக்காரன், சிகரெட் கம்பெனிக்காரன்னு எவன் கூடேயும் எக்கேடும் கெட்டுப் போ. அதுக்கு அந்தப் பச்சைப் பிள்ளையைப் போய் ஏன் இடைஞ்சலா நினைக்கணும்? இன்னைக்கு, பெத்த பிள்ளையை பச்ச நாவியெக் கொடுத்துக் கொல்லணும்னு தோணியவளுக்கு நாளைக்கு என்னையும் கொல்லணும்னு தோணறதுக்கு எத்தனை நாளாகும்? உன்னை விட்டு வைக்கலாமா? வெட்டிப் பொலி போட்ட ஆண்மை தன் நியாயம் பேசுகிறது. அவள் குழந்தையோடு பீடிக் கம்பெனிக் காரனுடன் போயிருந்தால் உயிரோடு இருந்திருப்பாளோ?

ஹாட்லி துரையின் மனைவியான வெள்ளைக்கார துரைச்சானி, இந்தப் பெண்களிலிருந்து வேறுபட்டவள். உடம்பில் சத்தே கிடையாது. ஆனால் கட்டிலில் சிறுத்தை போன்று இருந்தவள். பெரிய ஆயனோடு, இரண்டு சிறுத்தைப் புலிகள் கவ்விக் கவ்விப் புரள்வது போல் கலவி செய்தவள் அவள். அந்த சுகம் வாய்க்கப் பெற்ற பெரிய ஆயன் அதற்கு அப்புறம் தன் மனைவி மேல் பிரியம் வைக்க உதவிய காமக் கடும்புனல் அது. நற்பெருங் காமமும் வேண்டுவதே இம்மாநிலத்தே.

வண்ணதாசனின் கதைகளில் வல்லமை படைத்த, சாதித்துக் காட்டும் துணிச்சலான பெண்கள் அபூர்வமாகக் காணக் கிடைப்பதுண்டு. ஆனந்தவல்லி இந்த *empowered women* ஜாதி. அவள் அழகானவள் என்பதற்கும் அப்பாற்பட்டவள். அவளுடைய வலிமை அவளுடைய இருத்தல் சார்ந்தது. உடல் கவர்ச்சி கொஞ்சம் போல அவளை கண்டோர் விரும்பும் வல்லியாக்க உதவி இருக்கலாம். லேசாக எண்ணெய் பூசிய மாதிரி, முளை முளையாகக் கன்னத்தில் பருக்கள் இருக்கிற முகம் அவளுடைய கணவனுக்கு மட்டுமில்லை, வீட்டில் வைத்து அவளை, சரி, அவளையும் அவள் கணவனையும் புகைப்படம் எடுக்க வந்தவனுக்கும் பிடித்த ஒன்று. பரு இல்லாவிட்டால் அவங்க முகத்துக்கு இந்த க்ரேஸ் வந்திருக்க மாட்டாது என்று கணவன் ஃபோட்டோ எடுக்க வந்தவனுடன் சகஜமாகப் பகிர்ந்துகொள்ளும் பெருமை வல்லியின் ஆளுமை சம்பந்தப்பட்டது. இந்திரா காந்திக்கு வாய்த்த க்ரேஸ் அது.

அந்த ஆளுமை ஆளை அடித்துக் கட்டிப் போடவும் செய்யக் கூடியது. கனகு சங்கரபாகத்துக்குச் செய்த மாதிரி. அவர் ஆற்ற முடியாமல் அரற்றியது போல

உலகத்தில் இருக்கற ஒரு பொம்பளையைக் கூட ஏறிட்டுப் பார்க்க முடியாமப் போச்சு. பஸ் ஏறப் பக்கத்திலே நிக்கறது, டிரெயினில் நம்ம கம்பார்ட்மெண்டில் வர்றது, கல்யாண வீட்டுலே சரசரன்னு பட்டுப் புடவையும் பூவுமாப் போறது... இவ்வளவு ஏன், ஆக்சிடெண்ட் ஆகி சதசதன்னு ரத்தத்துலே ரோட்லே கிடக்கறது..எந்தப் பொம்பளையையும் நான் பார்க்க முடியாமப் போச்சு. எங்கே திரும்பினாலும் ஆம்பளை ஆம்பளை மீசை தாடி சிகரெட் வேர்வை விஸ்கி.

பாஸிங்ஷோ சிகரெட் பிடிக்கும் மூதாட்டி *empowered*-ஆ என்று தெரியவில்லை, ஆனால் சுருட்டைப் பற்ற வைத்துக் கங்கு வாய்க்குள் இருக்கப் புகை விடும் சில ஆந்திரப் பெண்மணிகள் போல் அவள் வித்தியாசமானவள் தான்.

இதெல்லாம் இருக்கட்டும். இந்தப் பெண் கடலில் கல்யாண்ஜி நுட்பமாகப் பதிவு செய்து கொண்டே போகிற இன்னொரு மகா அனுபவம் உண்டு. அது ஸ்பரிசம்.

உயிரினங்கள் ஒன்றை ஒன்று இடைகலந்து பழக சந்திக்கும்போது தொட்டும், தட்டியும், அணைத்தும், பற்றியும், நெருங்கியும் அண்மை பாராட்டுதல் அது. அம்மா பிள்ளையைத் தொட்டு உச்சி முகர்ந்து ஆசி தரும் அண்மையோ, தந்தை தன் செல்ல மகளில் தன் அன்னையைக் கண்டு பிள்ளையாகத் தஞ்சம் புகும், கண்ணை நீர் மறைக்கும் ஸ்பரிசமும் இல்லை அது. ஆணும் பெண்ணும் பழகியிருக்கும் மெல்லிய காமம் கலந்த தொடுதல் கூட இல்லை தான்.

வண்ணதாசன் வாசகர் தோளில் அணைத்து மஹேஸ்வரி கதையில் சொல்வார் நூலகங்களில் புத்தக முதுகைப் பார்த்து விரல்களால் தள்ளிக்கொண்டே வருவோமே, அதுபோல புடவை அடுக்கைத் தள்ளிக்கொண்டிருந்தாள் செஞ்சுலெட்சுமி - என்று. அந்த ‘வருவோமே’. அப்படியான அன்பின்பாற்பட்ட *inclusivity* ஸ்பரிசம் குறித்த கல்யாண்ஜியின் சித்தரிப்பு. அது முழுக்கப் பெண்கள் சம்பந்தப்பட்டது. அவர்கள் பரஸ்பரம் ஸ்பரிசித்துக்

கொள்ளப் பிறந்தவர்கள். கல்யாண்ஜிக்கு இஷ்டமான கொன்றை மலர்கள் போல, என்றால் நாகலிங்கப் பூக்கள் போல அவர்கள் ஸ்பரிசத்தால் அழகானவர்கள். அந்த உரிமை மறுக்கப்பட்டால் அவர்கள் மரித்துப் போகலாம்.

கதைசொல்லிப் பெண் நடைப்பக்கம் போய் மீனாளின் உச்சந்தலையைத் தொடுகிறாள். மீனாள் அவள் கையைப் பிடித்துக் கொள்கிறாள். ருக்கி அம்மா என்ற ருக்மணி சொல்கிறாள் பக்கத்தில் வா என்று சொல்வது போல தலையசைத்து அவள் வந்ததும் அவளுடைய இடது கையைப் பற்றிக் கொண்டேன். ஆரஞ்சு நிற ரப்பர் வளையல்களின் கீழ் வெதுவெதுப்பும் ஈரமுமாக அந்தக் கையைப் பற்றிக் கொண்டு, அப்படிப் பற்றின நேரத்தின் கூச்சத்தில் உருவிக்கொள்ள யத்தனிக்கிற கையை மேலும் இறுக்கி, விரல்களைக் கோத்துக்கொண்டு கேட்டேன் பாட்டுப் பாடுவாங்களா, பாட்டுப் படிப்பாங்களா?

அது பார்வதி அக்கா தையல் மிஷினை நிறுத்திவிட்டு வந்து செய்தது. குஞ்சம்மா தலையை ஒரு தடவை, இரண்டு தடவை கோதிவிட்ட பிரியம் அது.

கனவு கண்டு மருளும் அந்தப் பெண் பாலாவுக்கு அக்காவின் கண்களில் முத்தமிடத் தோன்றும். அக்காவின் கண்கள் அழகானவை. அக்காவின் மார்பு அழகானது. அக்காவே அழகானவள் தான். அக்காவின் கண்களால் ஒரு சுற்று வருடி, வருடின விரல்களைக் கொண்டு தலையும் கோதிவிட்ட பிறகு போர்வையை இழுத்துக்கொண்டு அவள் பக்கத்தில் துயில்வாள் பாலா.

அக்காவைத் தொடாமப் பேசேன் என்று எங்கள் அடுக்குமாடிக் குடியிருப்பில் ஒரு பெண் தன் பெண்ணான சிறுமியிடம் சொன்னதைச் சோகத்துடன் பார்த்தேன் அண்மையில். மேற்கு மாம்பலம் ராஜூ நாயக்கன் தெருவில் அது போல அனுபவப்பட்டுத்தான் நம்மருமை வண்ணதாசன் நெல்லைக்குத் திரும்பியிருப்பாராக இருக்கும். நாம் இனியும் மேற்கத்தியக் கலாசாரத்தின் அடிப்படையில் தான் நம் உறவுகளைக் கட்டமைத்துப் போவோம். என்ன செய்ய!

ஆமா, இதெல்லாம் நான் படிக்காமல் பேசியிருக்கலாமோ?

வண்ணதாசன் சொல்வது போல், நேரில் ஒருத்தரோடு ஒருத்தர் பேசுவதை விட காகிதத்தில் தாராளமாக நாலு வார்த்தை அதிகமாகப் பேசுவோம். அல்லது பேசாமல் இருப்போம். பேசாமல் என்ன செய்வது இந்தக் கூட்டத்துக்கு வந்து, மேடை ஏறி?

ஸென் குரு சீடர்களுக்குப் பாடம் சொல்ல மரத்தடியில் அமர்ந்தார். சீடர்கள் ஒவ்வொருவராக அவர் முன் வந்து உட்கார்ந்தார்கள். அப்போது மரத்தில் ஒரு பறவை பாடியது. பாடி முடிக்கும் வரை அமைதியாகக் கண் மூடி இருந்தார் குரு. அப்புறம் சொன்னார் இன்றைய பாடம் முடிந்துவிட்டது. போய் வாருங்கள்.

நான் பேசாமல் இருந்தால், சஞ்சய் சுப்ரமணியனின் நாச்சியார் திருமொழி பாடலை இங்கே எல்லோரும் கேட்க இசைக்கச் செய்திருப்பேன். நல்ல ரசானுபவமாக அது இருந்திருக்கக்கூடும்.

> மாத வன்என் மணியினை வலையில் பிழைத்த பன்றிபோல்
> ஏது மொன்றும் கொளத்தாரா ஈசன் றன்னைக் கண்டீரே
> பீதக வாடை யுடைதாழப் பெருங்கார் மேகக் கன்றேபோல்
> வீதி யார வருவானை விருந்தா வனத்தே கண்டோமே.

*(நிறைவு)*

*டிசம்பர் 26 2016*

# குறுந்தொகையும் Baroque இசையும்

எழுத்தாளர்களில் மரபிசை பற்றிய அடிப்படைப் புரிதல் போன தலைமுறையில் கு.ப.ரா, நா.சிதம்பரசுப்ரமணியன், தி.ஜானகிராமன், கல்கி, கு.அழகிரிசாமி, கி.ராஜநாராயணன் என்று பலருக்கும் உண்டு. இந்தத் தலைமுறையில் அது குறைவுதான்.

அதேபோல, சமகால இலக்கியம் அறிந்த இசைக் கலைஞர்கள் போன தலைமுறையில் குறைவு. முசிரி சுப்பிரமணிய ஐயர் எழுதிய சிறுகதை என்று தினமணி சிவகுமார் உருவாக்கிய ஒரு தினமணிக் கதிர் இசைமலரில் படித்தேன். (அந்த இசைமலர்கள் எல்லாம் பொக்கிஷங்கள்). அரியக்குடி திருப்பாவைப் பாசுரங்களுக்கு இசையமைத்தார். என்றாலும்,, அவருக்கு இருந்த இலக்கிய ஆர்வம் பற்றித் தெரியாதுதான். எம்.எஸ் சிலப்பதிகாரம் ஆய்ச்சியர் குரவையையும், டி.கே.பட்டம்மாள் பாரதி பாடல்களையும், பி.வி.ராமன், லட்சுமணன் சகோதரர்கள் குலசேகர ஆழ்வாரின் மன்னுபுகழ் கௌசலை தன் பாசுரத்தையும், கே.வி.நாராயணஸ்வாமி, 'வருகலாமோ ஐயா' போன்ற நந்தனார் சரித்திரக் கீர்த்தனைகளையும் பாடிப் பிரபலமாக்கினார்கள் எனினும் இவர்களின் இலக்கியப் பரிச்சயம் குறித்து அறியோம்.

சமகால இசைக் கலைஞர்களில் சஞ்சய் சுப்பிரமணியன், டி.எம்.கிருஷ்ணா இருவரும் தற்காலத் தமிழ் இலக்கிய ரசனை கொண்டவர்கள். விஜய்சிவாவும் கூட என்று அறிகிறேன். சஞ்சய்

தமிழில் பக்தி இலக்கியத்திலும் ஈடுபட்டவர். ஆழ்வார்களும், நாயன்மார்களும், கோபாலகிருஷ்ண பாரதியாரும், அருணாசலக் கவிராயரும், முத்துத் தாண்டவரும் கர்னாடக இசை மேடைகளில் கம்பீரமாக இப்போது வலம் வருவது சஞ்சய் சுப்பிரமணியனின் ரசனையும் உழைப்பும் பிடிவாதமும் நிறைவேற்றித்தந்தவை. மயூரம் வேதநாயகம் பிள்ளையின் சர்வமத சமரசக் கீர்த்தனைகள் வரை கச்சேரிக்கு அழைத்து வந்துவிட்டார் சஞ்சய். போன மாதம் கச்சேரி மேடையில் *topical* ஆக வேதநாயகம் பிள்ளையின் 'பணமே' பாடலை அவர் இசைக்க, அவையே அதை ரசித்து அனுபவிப்பதை யூடியூபில் பார்த்து ரசிக்கலாம். மோடிப் பாட்டு என்று ரசிகர்கள் பெயர் வைத்து விட்டார்கள் அதற்கு!

பழந்தமிழ் இலக்கியத்தில் ஈடுபாடு கொண்ட இன்னொரு சமகால இசைக்கலைஞர் வீணை இசைஞர் திருமதி நிர்மலா ராஜசேகர். குறுந்தொகையில் மனம் பறிகொடுத்தவர் இவர். செம்புலப் பெயல் நீராரின் 'யாயும் ஞாயும் யாராகியரோ' பாடலுக்கு இருபது வருடம் முன்பே சஹானா ராகத்தில் இசையமைத்து வழங்கி வந்தவர். இது ஏ.ஆர்.ரஹ்மான் இந்தப் பாடலுக்கு இசையமைத்ததற்கு முன்பு.

திசம்பர் 31 இரவு பத்தரை மணியில் இருந்து ஜனவரி 1, காலை 3:00 மணி வரை நீண்ட புத்தாண்டுக்கான கர்னாடக மரபிசை இரவு நிகழ்ச்சியில் (வாணிமஹால், தி.நகர், சென்னை) என்னை மிகவும் கவர்ந்த நிகழ்வு நிர்மலா ராஜசேகர் இந்தப் பாடலை வீணையில் வழங்க, அவருடைய அன்பு மகள் ஸ்ருதி ராஜசேகர், இப்பாடலுக்கான ஏ.கே.ராமானுஜனின் ஆங்கில மொழிபெயர்ப்பு வரிகளை அழகாகக் கூறினார். மேற்கத்திய மரபிசை பயின்ற இளம் பாடகி ஸ்ருதி.

அதன் பிறகு மேற்கத்திய இசையின் முக்கியமான அங்கமாகிய பரோக் இசையை (*Baroque Music*) இவர்கள் இருவரும் சேர்ந்து வழங்கினார்கள். 1700-களில் உருவாகி இன்னும் பிரபலமாகப் பயின்று வரும் இசை வடிவம் இது. கிட்டத்தட்ட இந்தக் காலகட்டத்தில் தான் கர்னாடக இசை இங்கே செழுமையுற்றது.

பிரஞ்சு நாட்டு இசைக்கலைஞரின் (*François Couperin* ஃப்ரான்ஸவா கூபெய்ன் என்று நினைவு) இசையாக்கத்தை இனிமையும் கம்பீரமுமான *soprano* குரலில் ஸ்ருதி இசைக்க, வீணையே *harpsichord* ஆக, மென்மையாக பாடலோடு கூட நிர்மலா

வாசித்துவர, ஆயிரம் பேர் கூடியிருந்த அந்த அரங்கில் சுற்றிச் சுழன்று சூழ்ந்த இசை நிரப்பிய உன்னதமான அந்தச் சில நிமிடங்களோடு என் புத்தாண்டு பிறந்தது.

ஜனவரி 2, 2017

★★★

**ச**ற்றுமுன், நடைப்பயிற்சி முடித்து யோசித்தபடி பாண்டிபஜார் கடந்து வரும்போது பூ வாங்கிக் கொண்டிருந்த நண்பர் கை நீட்டிப் புன்சிரிப்போடு தாமதமான புத்தாண்டு வாழ்த்துச் சொல்கிறார். நலம் விசாரிக்கிறார்.

‘முந்தாநாள்தான் பத்திரிகையிலே படிச்சேன் உங்களைப் பற்றி’ என்கிறேன். ‘ஆமாம், தி இந்துவில்’ என்று சிரிப்பு மாறாமல் பதில் சொல்கிறார்.

அவர் சங்கீத நாடக அகாதமியின் 2016-ம் ஆண்டு விருது பெற்றிருக்கிறார்.

என் காலைப் பொழுதை அழகாக மலரச் செய்த வயலின் இசைக் கலைஞர் லால்குடி ஜிஜேஆர் கிருஷ்ணனுக்கு நன்றி.

போன வாரம், நாரதகான சபாவில் காலை 8:30 கச்சேரி கேட்டு விட்டு கேண்டீன் காப்பி முடித்து அடுத்த கச்சேரிக்கு வந்து கொண்டிருந்தபோது வெளியேறிக்கொண்டிருந்த கார் என்னைப் பார்த்து நின்றது. ஓட்டி வந்தவர் 8:30 கச்சேரி செய்த இளைஞர் திரு ஸ்வர்ண ரேதாஸ். சஞ்சய் சுப்ரமணியனின் சிஷ்யர்.

‘வந்து சிறப்பித்ததற்கு மகிழ்ச்சி சார், நன்றியும் கூட’

அழகான ஆங்கிலத்தில் புன்சிரித்தபடி சொல்லிக் கடந்து போகிறார்.

சின்னச் சின்ன, ஆனால் நிறைவான சந்தோஷங்கள்

ஜனவரி 6, 2017

★★★

## இப்படி எழுதினேன்

என்.எஸ்.மாதவன்

எழுத்தில் நான் கடைப்பிடிக்கும் விதி அதில் சுய சரிதக் கூறுகளுக்கு இடமில்லை என்பதுதான். ஏலியட் முதலான படைப்புகளை வாசித்து, சுயமானதொரு ஆளுமையிலிருந்து தப்பி ஓடுவதே எழுத்து என்ற புரிதல், இளமையிலேயே எனக்குக் கிட்டியிருந்தது.

நான் பிறந்தது எர்ணாகுளத்தில். நீங்கள் நம்ப முடியாத நவீன நகரமாக அப்போது எர்ணாகுளம் இருந்தது. 1964-ல் எரணாகுளத்தில் இருந்த ஒரே ஒரு ரெகார்டிங்க் கம்பெனியில், அப்போது புகழ் பெற்ற பாப் இசைப் பாடகர்களான பீட்டில்ஸின் ஒரு இசைத்தட்டு வாங்கப் போயிருந்தேன். அவர்கள் வரவழைத்திருந்த ஐந்தோ அல்லது ஆறோ இசைத்தட்டுகள் வந்ததுமே பரபரப்பாக விற்றுப் போயிருந்தன. அவ்வளவு நவீனமான நகரம் அது.

அன்று வாசிப்பின் தொடக்க காலத்திலேயே எனக்கு வேறொரு குணம் உண்டாகியிருந்தது. நான் நான்காம் வகுப்பில் இருந்தபோது, அன்றைய கம்யூனிஸ்ட் மாநில அரசு இரண்டு அல்லது மூன்று அரசுப் பள்ளிகளில் ஆங்கில மொழிவழிக் கல்வியைத் தொடங்கி இருந்தது. மிகச் சிறு வயதில் அப்படி ஒரு பள்ளியில் ஆங்கில மொழி கற்றதனால் எனக்குக் கிட்டிய பலன், நான் பத்தாம் வகுப்பில் இருக்கும் போதே ஆல்பர்ட் காம்யூ நூல்களை முதல் முறையாக வாசிக்க முடிந்தது. வாசித்துப் பெரிதாக எதையும் புரிந்துகொள்ளாவிட்டாலும் அப்படியான புத்தகங்கள் கிட்டும் வாய்ப்பு எனக்குக் கிடைத்திருந்தது.

என் வீட்டிலேயே ஓர் இலக்கியச் சூழல் நிலவியது. என் தந்தை வழிப் பாட்டி மிகப் பிரசித்தமான தர்க்கவியல் நிபுணராக இருந்தார். வாரணாசி பல்கலைக் கழகத்திலிருந்து சிறப்புப் பட்டம் பெற்றவர் அவர். ஆதி சங்கரரின் படைப்புகளுக்கு மலையாளத்தில் முதலாவது உரையாசிரியர் அவரே. இலக்கியமும் எழுத்தும் பெருஞ்செயல்கள் என்று கருதிய சூழல் எனக்குக் கிட்டிய ஒன்று.

அதோடு கூட அக்காலத்தில் நிலவிய பொதுவான இலக்கியச் சூழலும் உண்டு. பெரும்பாலும் மேற்குடியினர் கைகொண்டிருந்த வடமொழி சார்ந்த அறிவுஜீவிதத் தன்மையிலிருந்து, முற்போக்கு இலக்கியம், ஜீவனுள்ள இலக்கியம் என்றெல்லாம் புதிய பாதை

சமைத்த ஒரு காலகட்டத்தில்தான் என் வாசிப்பு தொடங்கியது. முற்கால இலக்கியப் படைப்பாளிகளான கேரள வர்மாவோ, கவிஞர் உள்ளூர் பரமேஸ்வர ஐயரோ போன்றவர்கள் எழுத்தில் அடங்காத ஆர்வம் கொண்டிருந்தது போல எழுத்தாளனுக்குச் சில தன்மைகள் வேண்டியிருந்தன.

அந்தக் காலத்தில் வடமொழிதான் இலக்கிய மொழி. கவிஞர் குமாரன் ஆசான் தவிர ஏனையோர் மேற்குடியினர். சமஸ்கிருத இலக்கியத்தை நோக்கினால், எழுத்தை விட எழுத்தாளனைப் பற்றிய சித்தரிப்புகளே மிக்கவாறும் உண்டு. முற்போக்கு இலக்கியம் வந்தபோது இது மறைந்தொழிந்தது. அதற்கு மாறாக பஷீர், கேசவதேவ், தகழி போன்ற படைப்பாளிகள் முன்னெடுத்துப் போன ஒன்று, அனுபவம் சார்ந்த எழுத்து.

என்னைப் போன்ற ஒரு சிறுவனுக்கு என்ன அனுபவம் கிடைத்திருக்கக் கூடும் அன்று? அனுபவம் இருந்தால் மட்டும் எழுத்தாளனாகலாம் என்ற பிரக்ஞை உள்ளத்தில் இருந்த காலம் அது. பஷீர் போல பத்து, பனிரெண்டு வருடம் பயணம் போய் எழுத என்னால் அப்போது முடியாதே. இதெல்லாம் செய்ய இயலாதவர்களின் எழுத்துகளை விமர்சகர்கள் சபிக்கும் காலமாயிருந்தது அது.

அன்றைய சூழலில் எரணாகுளம் போன்ற நவீனமான நகரத்தின் பாதிப்பு வெகுவாக இருந்தது. அங்கே பொது நூலகத்தில் இல்லாத வெளிநாட்டுப் பத்திரிகைகளே இல்லை என்று சொல்லலாம். இவற்றின் மூலம் எனக்கு எழுத்தில் செய்நேர்த்தி என்ன என்ற புரிதல் கிடைத்தது. எழுதுவது எப்படி என்று பெரிய பெரிய எழுத்தாளர்களோடு நிகழ்த்திய நேர்காணல்கள் அன்றைய பாரீஸ் ரிவ்யூ போன்ற வெளிநாட்டு இதழ்களில் வந்துகொண்டிருந்தன. அதெல்லாம் வாசித்து மனப்பாடமாக நினைவில் நிறுத்துவது எனக்கு முக்கிய காரியமாக இருந்தது.

ஒரே வயது வட்டத்திலான இளைய தலைமுறை இலக்கிய ஆர்வலர்கள் ஒன்றுகூடிய இடமாக அக்காலத்தில் எரணாகுளம் மகாராஜா கல்லூரி இருந்தது. பள்ளிக் கல்வி முடித்துப் பெற்ற அறிவோடு மகாராஜா கல்லூரியில் சேர வேண்டும். பத்தாம் வகுப்பில் படிக்கும்போது லட்சியம் இது மட்டும் தான். கல்லூரியில் அட்மிஷன் கிடைக்க, பள்ளி இறுதி வகுப்புத் தேர்வில் கிட்ட

வேண்டிய மதிப்பெண்களைப் பற்றியல்லாமல் நினைப்பு வேறெது பற்றியுமில்லை. நான் புகுமுக வகுப்பில் சேர்ந்த காலத்தில் கவிஞர் சச்சிதானந்தன் முதுகலை இலக்கிய வகுப்பில் இருந்தார். அவர் போன்ற சிலரின் விலை மதிப்பில்லாத நட்பு எனக்குக் கிடைத்தது.

இலக்கியத்தோடு, அரசியலிலும் எனக்கு ஆர்வம் இருந்தது. இலக்கியமும் அரசியலும் இடை கலக்கும்போது அது வேறு மாதிரியான பிரச்சனையாக இருந்தது. கழுத்தா, எழுத்தா என்பதே அது. கழுத்து இருந்தால் தானே எழுத உயிரோடு இருக்க முடியும்? எழுதுவது என்பது ஏறக்குறைய மென்மை கொள்வது. அதனால் சகிப்பின்மையும் உண்டாகும். இந்த சகிப்பின்மையைக் கடந்து போய் எழுத்தாளனாக வேண்டும். என்று ஆழ்மன நினைவில் உண்டு. என்றாலும் அப்படி வெளிப்படையாகத் தோன்றாத ஒரு காலகட்டத்தினூடேதான் அன்று கடந்து போனேன்.

மலையாளத்தில் சிறப்பான கதாசிரியர்களில் ஒருவரான காலஞ் சென்ற டி.ஆர் எனக்கு நல்ல நண்பர். நாங்கள் மாலை நேரங்களில் சந்திக்கும்போது எல்லா எழுத்தாளர்களையும் கடுமையாக விமர்சித்தோம். நாங்கள் எழுதப்போவதில்லை என்று தீர்மானித்திருந்ததே அதற்கு முதற் காரணமாகும். ஆகவே யாரையும் விமர்சிக்கலாம் தானே? இப்படி இருக்க, டி.ஆரின் ‘மிருகம்’ என்ற சிறுகதை ரகசியமாக மாத்ருபூமியில் பிரசுரமனது. அக்காலக் கதைகளின் பயன்படுத்தப்பட்ட சொற்களின் பட்டியல் ரொம்ப விசித்திரமானது. அவன், நகரம், காலகட்டம் இப்படி ஒரு ஐம்பது சொற்களை நாங்கள் ஒரு நாள் பட்டியலிட்டோம். இந்தச் சொற்களை நாங்கள் எழுதப் போகும் கதைகளில் பயன்படுத்தப் போவதில்லை என்றும் உடன்படிக்கை செய்துகொண்டோம். அந்த உடன்படிக்கை பிற்காலத்திலும் தொடர்ந்தது. நான் அப்போது பெரும்பாலும் எழுதியதெல்லாம் நான் பங்கு பெற்று இயங்கிக்கொண்டிருந்த மாணவர் சங்கச் செயல்பாடுகள் குறித்த கட்டுரைகளே. எங்களுடைய மாபெரும் உடன்படிக்கையை மீறி டி.ஆர் கதை எழுதியது ஏன் என்று அவரிடம் கேட்டேன். ‘கூச்சல் போடுவதற்கான துணிச்சல் நமக்கு வேண்டாம். நம்மால் எழுத முடியும் என்று காட்ட வேண்டும்’, என்றார் அவர்.

அப்போதெல்லாம் நான் கதை எதுவும் எழுதவில்லை. அதற்கப்புறம், திருவனந்தபுரத்தில் வசிக்கும்போதுதான் மாத்ருபூமி சிறுகதைப்

போட்டிக்குக் கதை எழுதினேன். அப்போது எங்கள் விடுதியில் எல்லோரும் மாத்ருபூமி போட்டிக்குக் கதை எழுதினார்கள். எனக்கும் சச்சிதானந்தனுக்கும் நண்பரான ஒரு நம்பூத்ரி இருந்தார். டெக்கான் ஹெரால்ட் போன்ற பத்திரிகைகளில் பணிபுரிந்தவர் அவர். 'நீ நிறைய ஐடியா வச்சிருக்கியே, அதில் ஒண்ணை எடுத்து கதையா எழுதேன்' என்றார் என்னிடம் நம்பூத்ரி. அப்படித்தான் 'சிசு' என்ற முதல் சிறுகதை எழுதினேன். அதில் சுய அனுபவம் ஏதுமில்லை. குழந்தை இல்லாத மனைவி கணவன் பற்றிய கதை அது. அப்போது எனக்குப் பத்தொன்பதோ, இருபதோ தான் வயது. ஒரு பெண்ணைப் பற்றித் தெளிவாகத் தெரியாமல்தான் நான் கதை எழுதினேன்.

அந்தக் கதைக்கு முதல் பரிசு கிடைத்தது. முதல் பரிசு கிடைத்ததில்லை அதில் முக்கியமான விஷயம், அனுபவம் இல்லை என்று புரிந்ததால் ஏற்பட்ட தாழ்வு மனப்பான்மையை ஒதுக்கி வைத்துக் கற்பனையான ஓர் உலகத்தை உருவாக்கியது தான் இதில் முக்கியம். பாவனையாகச் செய்தது என்றால் வானத்தில் இருந்து தெறித்து விழுந்த செயற்கை உலகம் எல்லாம் இல்லை. எழுதிய சூழ்நிலையின் பாதிப்பு அதில் நிச்சயம் உண்டு. அனுபவம் இருந்தால் மட்டும் கதை எழுதலாம் என்பதில்லை என எனக்குக் கிடைத்த அந்த முதல் பரிசு. அழுத்தந்திருத்தமாகக் காட்டியது. பிறகு நான் அதேபடிக்கு இன்னும் எட்டு, பத்து கதைகள் எழுதினேன். அதற்கப்பால் நான் கேரளத்தை விட்டு வெளியே பணி நிமித்தம் போக வேண்டி வந்தது. அப்படி ஒரு நான்காண்டுகள் கழிந்த பிறகு கோட்டயம் நேஷனல் புக் ஸ்டால் (என் பி எஸ்) மலையாளக் கலைக் களஞ்சியம் ஒன்றை வெளியிட்டது. அதில் மலையாளச் சிறுகதை வரலாறு இடம் பெற்றிருந்தது. அந்தக் கட்டுரையில், என்னைப் பற்றிக் குறிப்பிடுவது - எரிந்து முடித்த இலக்கியச் சுடர்கள் ஜயதேவன், என்.எஸ். மாதவன் போன்றவர்கள்.

அந்தக் காலத்தில் எனக்கு மலையாளத்தோடு தொடர்பின்றிப் போனது. அன்று கேரளத்துக்கு வெளியே வசிக்கும்போது மலையாளத்தோடு இருந்த ஒரே தொடர்பு தொலைதூரத் தொலைபேசி அழைப்பு (எஸ் டி டி) மூலமே கிடைத்திருந்தது. இப்போது தொலைக்காட்சி, கைபேசி என்று எல்லாம் வந்து விட்டது. மொழியில் இருந்து இன்று தப்பிக்க முடியாது.

கேரளத்திலிருந்து வெளியே போய் ஐந்தாறு ஆண்டுகள் கழிந்த போது நான் எழுத்தாளன் என்ற நினைப்பு இல்லாமல் போனது. சிறுவயதில் ஒன்றோ இரண்டோ கதை எழுதாதவர்கள் அபூர்வம். அவர்கள் போன்ற ஒருவன் என்ற மனநிலையோடு நான் வாழ்க்கையைத் தொடர்ந்தேன். அதன் பின் வாழ்வு வசப்பட்டு இடரின்றி அமைந்தது. எனக்கு விருப்பமான செயல்களில் ஈடுபடத் தொடங்கினேன் வாசிப்பு, கால்பந்தாட்டத்தை ரசிப்பது இப்படி.

தொடர்ந்து கால்பந்தாட்டம் பார்த்து, எனக்கு ஹிக்விட்டா கதை எழுதத் தோன்றியது. ஆனால் அதை எழுதும்போதே எனக்கு நிச்சயமானது இதை எழுதும் நான் பழைய நானில்லை.

மிகுந்த சோம்பலோடு தான் அக்கதையை எழுதினேன். அந்தக் கதையின் கையெழுத்துப் பிரதி தொலைந்து போனது. என் மனைவி அதைத் தேடிக் கொடுத்தார். இறுதியாக ஒரு நாள் துணிச்சலோடு, திருப்பி அனுப்புவதற்காக தபால் தலை ஒட்டிய உறையோடு கூட அக்கதையை மாத்ருபூமியின் ஆசிரியராக இருந்த எழுத்தாளர் எம்.டி.வாசுதேவன் நாயருக்கு அனுப்பி வைத்தேன். எம்.டி.வாசுதேவன் நாயர் போல் தம் எழுத்தாளர் இனத்தைச் சேர்ந்த மற்றொருவரை உற்சாகப்படுத்தும் ஒரு பத்திரிகை ஆசிரியரை எவ்வளவு பாராட்டினாலும் போதாது. அவர் மாத்ருபூமி பத்திரிகை அடுத்த வாரத்தில் வெளியிட வேண்டித் தேர்வு செய்திருந்த கதையை நிறுத்தி வைத்து, நான் அனுப்பிய ஹிக்விடா கதையைப் பிரசுரித்தார். அதன் பிறகு எனக்குத் தொடர்ந்து எழுத முடிந்தது.

*(Kerala Literay Festival KLF 2017 - ஹிக்விடா முதல் தேன் வரை கருத்தரங்கு.*

*ஹிக்விடா என்.எஸ்.மாதவனின் புகழ்பெற்ற சிறுகதை. தேன், பால் சக்கரியாவினது.*

*பிப்ரவரி 2-5:கோழிக்கோடு*

*'சிசு' கதை குறித்து திரு என்.எஸ்.மாதவன் பேசியது இது*

*Transcript in Malayalam: Safia O C*

*Acknowledgements:அழிமுகம் மலையாள இணைய இதழ்*

*மொழிபெயர்ப்பு: இரா முருகன்*

*பிப்ரவரி 5, 2017*

# நாவல் எடிட்டர், கவிதை எடிட்டர், சிறுகதை எடிட்டர்

நண்பர் ரியாஸ் குரானா, தமிழ் எழுத்தாளர்களுக்கும் கவிஞர்களுக்கும் எடிட்டர்கள் தேவைப்படுகிறார்கள் என்று கருத்துத் தெரிவித்திருக்கிறார். உண்மை தான்.

நிறைய எழுதும்போது, வேகமாக எழுதும்போது, பெரிய கான்வாஸில் நிகழ்வுகளைச் சித்தரித்துப் போகும்போது சில பிழைகள் பிரதியில் புகக் கூடும்.

எழுவாய்-பயனிலை-செய்வினை-செயற்பாட்டு வினை மயங்கி வருதல் போன்ற இலக்கண வழுக்கள் தொடங்கி, காற்புள்ளியா, அரைப்புள்ளியா, நிலைத்தன்மையும், தொடர்பும் பற்றியவை, *(consistency and continuity related)* என்று பல தளங்களில் தவறு ஏற்படலாம். என்னதான் *family tree* வைத்துக்கொண்டு எழுதினாலும், 50, 60 கதாபாத்திரங்களைக் கையாளும்போது பெயர் குறிப்பிடுவதில் விபரீதமான பிழைகள் ஏற்பட வாய்ப்பு உண்டு. இவற்றையெல்லாம் திருத்த என்று இல்லாவிட்டாலும் எழுதியவரிடம் 'இது சரியா?' என்று பொருந்த *(to contest)* எடிட்டர் வேண்டித்தான் இருக்கிறது.

நான் என் இரண்டாவது அரசூர் நாவலான விஸ்வரூபம் எழுதிய போது, ஒவ்வொரு அத்தியாயத்திலும் தொடக்கத்தில் நாள், கிழமை, தமிழ், ஆங்கில மாதம் குறித்துப் போக வேண்டி இருந்தது.

*1890 முதல் 1938 வரையான காலகட்டம். 104 அத்தியாயங்கள் என்பதால் அந்த அளவுக்கு நாள் குறித்தல். கூடவே கதைக்குள் குறிப்பிடப்படும் நாட்கள் (1899-ல் ஏழு கிரகங்கள் ஒரே நேர்கோட்டில் வந்த தினம் அதில் ஒன்று).*

ஒரு மலையாள பஞ்சாங்கத்தை அடிப்படையாகக் கொண்டு இந்தத் தேதி குறிப்பிடலைச் செய்தேன். எழுதி, பிரசுரமான பிறகே *1899-க்கு முற்பட்ட சில தேதிகளுக்கான நாட்கள், அவற்றுக்கான கிழமைகளிலிருந்து இரண்டு தினங்கள் அகன்று வந்திருப்பதைக் கவனித்தேன்.*

*//தீபம் ஒளிர மஞ்சளில் குழைத்துப் பூசிய தெய்வீகம் அழுத்தமாகக் கவிந்திருந்த சந்நிதிக்கு முன்னால் பகவதி கைகூப்பி நின்றாள். அவள் ஒரு தூசு. துகள். பிரபஞ்சத்தின் எத்தனையோ கோடானுகோடி நட்சத்திர மண்டலங்களில், அவற்றில் மையம் கொண்டு இயங்கும் அளவு தட்டுப்படாத கிரகங்களில் ஆகச் சிறிய ஒரு கிரகத்தில் ஊர்கிற, நடக்கிற, பறக்கிற, இழைகிற, உறைந்து கிடக்கிற ஏதேதோ ஜீவராசிகளில் ஒரு சின்ன உயிராக, உடம்பாக மனசாக ஒரு மகா பிரதிமை முன்னால் நிற்கிறவள் அவள். வானத்துக்கும் பூமிக்குமாக வளர்ந்து விசுவரூபம் கொண்டு அண்ட சராசரங்களை வளைத்து அணைத்து இன்னும் வளர்ந்து பாதாளம் தொட்டுத் தலைகீழாகப் புரட்டி வானம் செய்து வேடிக்கை பார்த்தபடி நிற்கிற கிருஷ்ணன் கனிவாகச் சிரிக்கிறான்.*

இதைக் காற்புள்ளி விரவி, அரைப்புள்ளி நிறைத்து, தனித்தனி *staccato* சொற்றொடர்களாக்கி மூன்று முறை மாற்றி எழுதி நிறைவு செய்தபோது, எடிட்டிங்/எடிட்டிங் தேவை மனதில் எழுந்து வந்தது.

*பிப்ரவரி 12, 2017*

# அசோகமித்திரன் நினைவுகள் – 1

இந்தியாவின் புக்கர் பரிசு என்று மும்பை பத்திரிகைகள் க்ராஸ்வோர்ட் விருது பற்றி. மிதமாகப் பரபரத்து உள் பக்கத்தில் செய்தி வெளியிடும்.

பரிசுக்காக 2008 ஆண்டு ஷார்ட்லிஸ்ட் ஆன 'இந்திய மொழிகளில் இருந்து ஆங்கிலத்துக்கு மொழியாக்கம் செய்யப்பட்டவை' பட்டியலில் தமிழ், மலையாளப் படைப்புகள்

கரைந்த நிழல்கள் - அசோகமித்திரன்
கோவர்த்தனண்டெ யாத்ரகள் - முகுந்தன்
நாலுகெட்டு - எம்.டி.வாசுதேவன் நாயர்
அரசூர் வம்சம் - இரா.முருகன்

இவை தவிர அல்மா கபூதரி (உருது மைத்ரேயி புஷ்பா), சௌரங்கி (வங்காளி சங்கர்) இடம் பெற்றிருந்தன.

பரிசளிப்பு விழாவில் எம்.டி.வாசுதேவன் நாயர் தவிர மற்ற அனைவரும் கலந்துகொண்டோம். மெரீண்ட்ரைவில் BCCI அலுவலகத்துக்கு எதிரே இண்டர்காண்டினெண்டல் ஓட்டலில் தங்கியிருந்தோம் அப்போது.

விழாவுக்கு முந்திய மாலை நேரம் தங்கியிருந்த இடத்துக்கு அருகே சர்ச்கேட் ரயில்வே ஸ்டேஷனுக்கு நடந்து போய்வரலாம்

என்றார் அசோகமித்திரன். நண்பர் ராம்நாராயண் (கரைந்த நிழல்கள் மொழிபெயர்ப்பாளர்), கிழக்கு பதிப்பகம் பதிப்பாளர் பத்ரி, ஜானகி வெங்கட்ராமன் (அரசூர் வம்சம் மொழிபெயர்ப்பாளர்), கீதா கிருஷ்ணன் குட்டி (கோவர்த்தண்டெ யாத்ரகள், நாலுகெட்டு நூல்களின் மொழிபெயப்பாளர்), நான்.

ஒரு சிறு குழுவாக நாங்கள் பேசிக்கொண்டே நடந்தோம். எதிரே *BCCI.* ராம்நாராயண் *1960-70*களின் ஹைதராபாத் ரஞ்சி ட்ராபி அணி கிரிக்கெட் வீரர். அசோகமித்திரன் ஹைதாராபாத்தில் நீண்ட நாள் வசித்து இடம் பெயர்ந்தவர். கிரிக்கெட்டில் ஈடுபாடு உள்ளவர். ஆகவே, அபீத் அலி, ஜெய்சிம்ஹா, முஷ்டக் அலி என்று ஹைதராபாத் கிரிக்கெட் வீரர்கள் பற்றியே பேச்சு சுவாரசியமாகப் போனது.

விழாவில், முகுந்தனின் கோவர்த்தனண்டெ யாத்ரகள் பரிசு பெற்றது. விழா முடிந்து அடுத்த தினம் விடிகாலையில் விமான நிலையம் போக வேண்டும். நான் *Hotel Front Desk-* பகுதியில் செக் அவுட் செய்ய நடந்த போது அசோகமித்திரன் அங்கே இருந்தார். ஓட்டல் பணியாளரான பெண்மணி அவருடைய அறை எண் விவரம் சரிபார்த்தபின் அவரைக் கேட்டாள்

*'Sir, did you consume any beverage stored in the cabinet or the refrigirator in your room?'*

அதோடு நிறுத்தியிருந்தால் பரவாயில்லை. *'Beer, for instance'* என்று விளக்கம் அளித்தாள்.

'அவர் யார் தெரியுமா?' என்று நான் குறுக்கிடலாம் என்று ஒரு வினாடி தோன்றியது. ஆனால் அது அபத்தமான இடையூடாக இருந்திருக்கும். அவர்கள் உரையாடும்போது குறுக்கிட எனக்கு உரிமை இல்லை.

அசோகமித்திரன் என்னை ஒரு வினாடி புன்னகையோடு பார்த்தார். அப்புறம் அவளிடம் சொன்னார்

*'There was a small bottle of aerated water on the table. I took a sip from that last night when I felt somewhat indisposed. It was not alcoholic, I'm sure. However, you can bill it on me.'*

*'No sir, it is on the house'.*

அவள் புன்னகைத்து அவரை விலக்கி என்னைப் பார்த்து அறை எண் கேட்டாள். சொன்ன அடுத்த வினாடி சரிபார்த்து, போகச் சொல்லிவிட்டாள். வேறு கேள்வி இல்லை அவளிடம் இருந்து.

அசோகமித்திரன் சாரும் நானும் டாக்சியில் ஏறினோம்.

நான் முதலில் செக் அவுட் செய்திருக்கலாம் என்று இன்னும் தோன்றுகிறது.

*மார்ச் 26, 2017*

# அசோகமித்திரன் நினைவுகள் – 2

அசோகமித்திரன் நினைவுகள் -2 (அல்லது அசோகமித்திரனை முன்வைத்துக் கொஞ்சம் நினைவலைகள்)

(மீள்பதிவு 2008 கூடுதல் பதிவு 2017 மார்ச் 26 - நீள் பதிவு)

அசோகமித்திரன் என் அப்பாவின் சிநேகிதர். இரண்டு பேரும் தி.நகர் வாசிகள் ஆனதால், அது நடேசன் பூங்கா நட்பாக இருக்கும் என்று நினைத்துக்கொண்டிருந்தேன். அதற்கும் முற்பட்டதாம். ராணுவத்தில் இருந்த, அசோகமித்திரனின் உறவினரான, அவர்களுக்கு ஒரு தலைமுறை முந்திய யாரோடோ தொடங்கியதாக இருக்கும் என்று தெரிகிறது.

அது தெரியாமலேயே, அசோகமித்திரனை கணையாழிக்காரராகவே நான் முதலில் அறிந்திருந்தேன்.

எண்பதுகளில் தில்லியில் நான் வேலை பார்த்தபோது கணையாழிக்கும் தீபத்துக்கும் அங்கேயிருந்து கவிதை அனுப்புவது வழக்கம். அசோகமித்திரன் அப்போது கணையாழியின் பொறுப்பாசிரியராக இருந்தார்.

நான் எழுதிய சிறுகதை ஒன்று. 'வண்டி' என்ற பெயரில் கணையாழியில் பிரசுரமானது. (தேர் தொகுப்பில் உண்டு). அது வருடம் 84-ல் என்று நினைவு. கவிதையிலிருந்து உரைநடைக்குக்

காலடி எடுத்து வைத்த நேரம். அச்சில் வந்த என் முதல் கதை அதுவாகத்தான் இருக்கும்.

அதற்கு முன்னால் எழுதிய சிறுகதையை தீபம் நா.பாவிடம் கொடுத்திருந்தேன். நான் எழுதிய கவிதையை எல்லாம் தீபத்தில் மறுக்காமல் பிரசுரித்த அவர் கதையைப் பற்றிக் கேட்டபோது மெல்லச் சிரித்தார். அது நா.பா டைப் கதை இல்லைதான். பின்னாளில் வீதி குறுநாவலாக நீட்சி அடைந்த அந்தக் கதையும் தேர் தொகுப்பில் உண்டு.

கணையாழிக்கு அனுப்பிய வண்டிக்கு ஒரு விபத்தும் நேராமல் அனுப்பிய இரண்டாம் மாதமே பிரசுரமானது. ஒரு குளிர்கால சனிக்கிழமை ராத்திரி, கரோல்பாக் அஜ்மல்கான் ரோட் பக்கத்து நடராஜன் மெஸ்ஸில் ராச்சாப்பாடு முடித்து, தமிழ்க் கடையில் சிகரெட் பற்ற வைத்துக்கொண்டு கணையாழி வந்தாச்சா என்ற வழக்கமான கேள்வியைக் கேட்டேன். வந்தாச்சு என்ற வழக்கத்துக்கு மாறான பதிலோடு கையில் கணையாழி பனியில் நனைந்த குழந்தையாக என் கையில். பிரித்த பக்கத்தில் வண்டி.

சிகரெட்டைத் தரையில் போட்டு அணைத்தேன். சன்னமான பனிக்காற்று. சுபாவமாகவே அழகான எல்லா பஞ்சாபிப் பெண்ணும் பேரழகியாகத் தெரியும் ராத்திரி வெளிச்சம். லிப்ஸ்டிக்கும், பிரம்மாண்டமான காதணிகளும் அணிந்த ஆரணங்குகள் அந்த ராத்திரிப் பனியில் கண்ணில் கனவு மிதக்க நிற்கும் ஒரு கெச்சலான மதராஸி இளைஞனை லட்சியமே செய்யாமல் அஜ்மல்கான் வீதி நடைபாதையில் இன்னும் லிப்ஸ்டிக்கும், தோடும் வாங்கிக்கொண்டிருக்கிறார்கள். வாங்கி முடித்து பானிபூரி சாப்பிட்டுக்கொண்டிருக்கிறார்கள்.

பானிபூரி, பஞ்சாபி வாசனைக்கு நடுவே காஷ்மிலான் ஸ்வெட்டரோடு என் வெஸ்பா ஸ்கூட்டரில் உட்கார்ந்தபடி வண்டி முழுக் கதையையும் படித்து முடித்தபோது ஒரு வரிகூட சேதாரம் இல்லாமல் அச்சில் சுகப் பிரசவம் என்று தெரிய வந்தது. மிதமான வேகத்தில் ஸ்கூட்டர் விட்டுக்கொண்டு இந்தியா கேட், லோதி காலனி வழியாக லாஜ்பத்நகர் வரும்வரை கதை வரிகள் மனதில் வரிசை கலைந்து வந்தபடி இருந்தன.

லாஜ்பத்நகர் ரயில்வே ஸ்டேஷன் எதிர்ப்புறம் வீடு. மேஜர் சாப்

ஒருத்தருடைய வீட்டு முதல் மாடியின் தனிக்கட்டையாக வாசம். வீட்டில் மேஜருடைய வயதான அம்மா, மனைவி, சகோதரி என்று நானிஜி, மாதாஜி, பூவாஜி கவுர்கள். மற்றும் குல்வந்த் கவுர், வீரான்வாலி கவுர், அமர்ஜித் கவுர் என்று மேஜருடைய பெண்கள் பள்ளியிறுதியிலும் கல்லூரியிலும் படித்துக்கொண்டிருந்தார்கள்.

பாங்க் ஆபீசர் சோக்ரா என்பதால் மட்டும் என்னை வாடகை வாங்கிக்கொண்டு முதல்மாடியில் குடிவைக்க ஏற்றவில்லை மேஜர். தப்புத் தண்டாவுக்குப் போகமாட்டான், அந்த மாதிரி ஏதாவது ஏடாகூடமாக நினைக்க முற்பட்டாலும் புஜபல பராக்ரமசாலிகளான கவுர்கள் வாஹே குரு என்று பையனை நிர்மா போட்டுத் துவைத்து பால்கனி கொடியில் காயப்போட்டு விடுவார்கள் என்று சர்வ நிச்சயமாகத் தெரியும் அவருக்கு.

வீட்டுக்குள் சிகரெட் பிடிக்காதே, வீட்டுச் சமையலறையில் தேங்காய் உடைக்காதே என்று அம்மா கவுர் போட்ட நிபந்தனையோடு (எனக்கு முன்னால் அங்கே இருந்த ஒரு தலைச்சேரி நாயர் குடும்பத்தோடு தினசரி தேங்காய் யுத்தங்கள் நடத்தி அலுத்துப் போயிருந்தார் அவர்), ராத்திரி பத்து மணிக்கு முன்னால் வீட்டுக்கு வந்து சேராவிட்டால் வாசல் இரும்புக் கதவு பூட்டப்படும் என்ற தடைச்சட்டமும் அமலிலிருந்தது.

தேங்காய் உடைக்கும் விஷயத்தில் கவலை இல்லை. செண்ட்ரல் மார்க்கெட் பஞ்சாபி தாபாவும், லஜ்பத்நகர் தமிழ் மெஸ்ஸூம், லோதி காலனி கர்னாடகா பள்ளி மெஸ்ஸூம், போதாக்குறைக்கு யு.என்.ஐ காண்டீனும், கல்யாணமான நண்பர்களின் இல்லங்களும் இருந்தபடியாலும், இங்கெல்லாம் போய்க் கறங்கித் திரும்ப ஸ்கூட்டருக்குப் போடப் பெட்ரோல் அப்போது ரொம்பவே மலிவாகக் கிடைத்து வந்ததாலும், வீட்டில் சமையல்கட்டுக்குப் போவதே பாட்டில் மூடியை அகற்றிப் போடவும், பிரட் டோஸ்ட் செய்யவும்தான்.

சிகரெட் சமாச்சாரமும் கிட்டத்தட்ட ஓ.கேதான். சட்டமாக பால்கனியில் நின்று புகைவிடாமல், எல்லாக் கதவையும் மூடிவிட்டு ஊதினால் புகை கீழே இறங்கி, தலைப்பா மாடிப்படியேறாது.

ஆனால், ராத்திரி பத்து மணி ஷரத்து கடைப்பிடிக்க கஷ்டமானது. வாரத்தில் இரண்டு தடவையாவது மீற வேண்டிப் போகும்.

மலையாள சலச்சித்ரோல்ஸவம், பெங்காலி படவிழா, மும்பையிலிருந்து குழு நாடகம் என்று கவுரவமான சாக்குகளும் இதற்குச் சில வேளை காரணமாகும்.

வண்டியை வெளியில் நிறுத்திவிட்டு, கம்பிக் கதவேறித் திருடன் மாதிரி உள்ளே குதித்து மாடிக்குப் போகும்போது கவுர்பெண்ணுகள் முதுகுக்குப் பின்னால் சிரிக்கிற மாதிரி பிரமை.

நான் தில்லிக்குப் போனது ஏக் துஜ்ஜே கே லியே வந்த நேரம். தேரே மேரே பீச் மே கைசா ஹை ஏ பந்தன் என்று எஸ்.பி.பி குரலில் பாடியபடி, எல்லாச் சுவரையும் கடந்து, கவுர்களில் ஒருத்தியைக் காதலித்துக் கல்யாணம் செய்து, தினசரி லிப்ஸ்டிக்கும் முட்டையும்,மதர்ஸ் டயரி டோக்கன் பாலும் வாங்கி வந்து கொடுத்து, தலைப்பாக் கட்டிக் கொண்டு தில்லியிலேயே செட்டில் ஆகிவிடலாமா என்று தீவிரமாக யோசித்துக்கொண்டிருந்த நேரம் அது. (நல்ல வேளையாக மேஜர் குடும்பம் ரட்சைப்பட்டது).

கவுர் நினைவு இல்லாமல் கணையாழி நினைவில் அந்த ராத்திரியும் சுவரேறிக் குதித்து உள்ளே போனேன்.

நடு இரவில் ரஜாயைக் கழுத்து வரை போர்த்திக்கொண்டு படுக்கையில் உட்கார்ந்தபடி அசோகமித்திரனுக்கும், கஸ்தூரிரங்கனுக்கும் நன்றிக் கடிதம் எழுத உட்கார்ந்து எப்படித் தொடங்குவது, என்ன எழுதுவதென்று தெரியாமல் கிறுக்கிக் கொண்டிருந்தபடி கண்ணயர்ந்ததும், காலையில் அடித்துப் பிடித்துக்கொண்டு ஏழு மணி ஷோவுக்கு நிசாமுத்தீனில் 'ஒரு கை ஓசை' போனபோது கூடக் கையோடு கணையாழியைக் கொண்டு போய் அரையிருட்டில் திரையில் அஸ்வினியும் பாக்யராஜூம் பாட்டுப் பாடிக்கொண்டிருக்கும்போது, பத்திரிகையைப் புரட்டி இன்னொரு தடவை வண்டி படித்ததும் நினைவு இருக்கிறது.

நான் தில்லியில் இப்படி படைப்பாளிக்கே உரிய, உரிய என்னது அது. ஆமா, படைப்பு தரும் கர்வத்தில், அளித்த திருப்தியில் திரும்பத் திரும்ப மூழ்கி முத்தெடுத்துக் கொண்டு இன்னும் நாலு பாக்கெட் ஃபோர் ஸ்கொயர் சிகரெட் காலு கடையில் வாங்கிக் காலி செய்து கொண்டிருந்தபோது சென்னையில் என் வீட்டுக்கு அசோகமித்திரன் வந்திருக்கிறார். அப்பாவைச் சந்திக்க இல்லை. என்னைப் பார்க்கத்தான்.

அடுத்த வார இறுதி ட்ரங்க் காலில் எல்லா ஸ்தாயியிலும் சஞ்சரித்து ஏகப்பட்ட ஹலோ ஹலோ கேக்கறதா சகிதம் (அப்போதெல்லாம் ட்ரங்க் கால் அப்படித்தான்) அப்பா இதை எனக்குச் சொல்ல, தாங்க முடியாத ஆச்சரியம். அசோகமித்ரனா? என்னைத் தேடியா? ஏகப்பட்ட சந்தோஷம். அசோகமித்ரன் வந்து போயிருக்கிறார் இந்தக் கத்துக்குட்டியைப் பார்க்க. மகத்தான சோகம். அவர் வந்த போது எதிர்கொண்டு வரவேற்க நான் சென்னை திநகர் வீட்டில் இல்லை. தில்லியில் வங்கிப் பணி என்று லாஜ்பத்நகரில் குப்பை கொட்டிக் கொண்டிருந்திருக்கிறேன்.

நீ இல்லேன்னா என்ன? எனக்கு ரொம்ப நாள்பட்ட ஃப்ரண்ட் ஆச்சே. இத்தனை வருஷக் கதை பேசிண்டிருந்தோம். சுந்தரம்னு அவர் மாமா மிலிட்டரியிலே இருந்தார் ஹலோ ஹலோ கேக்கறதா - அப்பா சகஜமாகப் பதில் சொல்லிவிட்டார்.

அசோகமித்திரன் சார் என்ன சொன்னார்?

அது, நீ கணையாழியிலே எதோ கதை எழுதினியாமே. படிச்சேன்னார்.

அடுத்த சென்னைப் பயணத்தில் எங்கள் மோதிலால் தெருவுக்கு நாலைந்து தெரு கடந்து பஸ் ஸ்டாண்டுக்கு கிழக்கே தாமோதரன் தெருவுக்குப் போனேன் -அசோகமித்ரன் வீடு அங்கே தான். குலமுறை கிளர்த்தியதும் ஆத்மார்த்தமான, சுருக்கமான சந்திப்பு. அவர் கேட்டார்

ஆமா, ஏதோ பேங்க் எக்ஸாம் எல்லாம் இருக்காமே?

ஆமா சார், CAIIB certified Associate of Indian Institute of Bankers. பார்ட் ஒன், பார்ட் டூ அப்படீன்னு ரெண்டு பிரிவு.

முடிச்சாச்சா?

இல்லே சார், பார்ட் ஒன் மட்டும் முடிச்சிருக்கேன்

ரெண்டு பார்ட்டையும் முடிச்சுட்டு கதை, கவிதை எல்லாம் வச்சுக்கலாம்கறார் உங்கப்பா

அவர் என்னைப் பார்த்துச் சிரித்தார்.

சொல்லுங்கோ அவன் கிட்டேன்னு அழுத்தமா சொன்னார். சொல்லிட்டேன்.

கடமை முடித்த நிறைவோடு சொன்னார்.

ஆறு மாதம் கழித்துப் பணி மாற்றலில் சென்னை வந்து சேர்ந்தபோது, தி.நகர் போஸ்ட் ஆபீஸ் அருகே சைக்கிளில் போய்க் கொண்டிருந்த அசோகமித்திரன் சாரைக் கண்டு மரியாதையோடு கையாட்டினேன்.

எழுதியாச்சா?

ஆமா சார், தீபத்திலே ஒண்ணு. அன்னம் விடு தூதுவிலே...

பேங்க் பரீட்சை?

அடுத்த போஸ்ட் ஆபீஸ் வாசல் சந்திப்பில் ஆச்சு என்று பதில் சொல்ல முடிந்தது. நாலு மாதம் கழித்து.

*மார்ச் 26, 2017*

## கணையாழியின் கடைசிப் பக்கங்கள்

கணையாழியின் கடைசிப் பக்கங்கள் தொகுப்பைப் பலர் பல விதமாக நினைவு வைத்துக் கொண்டிருக்கிறார்கள். எனக்குக் கணையாழியில் கட்டுரையாக வந்தபோது உட்புகுந்து புத்தகத்திலும் (முதல் தொகுப்பில்) ஏறிய அச்சுப் பிழைகளாக நினைவு நிலைத்திருக்கிறது.

பச்சை மாலும் ஈசனும் பரந்ததே சிவாயமே என்ற சிவவாக்கியர் பாடல் வரியை சுஜாதா ஒரு தடவை மேற்கோள் காட்ட அது பச்சை மாலும் ஈசலும் பரந்ததே சிவாயமே என்று அச்சில் வந்திருந்தது. ஈசனை ஈசல் ஆக்கிய அச்சு இயந்திரத்தின் திருவிளையாடலைப் பற்றி அடுத்த மாதம் அவர் கடைசிப் பக்கத்தில் விதந்தோதியிருந்தார்.

தாகம் படத்தில் கண்பார்வை இழந்த கதாநாயகனாக வரும் முத்துராமன் தெருவைக் கடக்கும் காட்சி பார்வையாளர்கள் குறுக்கீடு இல்லாமல் படமாக்கப்பட்டதை சுஜாதா கடைசிப் பக்கத்தில் சிலாகித்திருந்தார். *Zoom* முறையில் படமாக்கப் பட்டதால் அந்தக் காட்சி இயல்பாக அமைந்ததாகக் குறிப்பிடுவார் அப்போது.

கணையாழி கம்பாசிட்டராக இருந்த முதியவர் வைதீஸ்வரன் கவிதையில் காகிதச் சேதியாகத் திரும்பி வருவார் என்று ராணுவ

வீரரின் மரணத்தைப் பாடியதை, காகித சோதியாகத் திரும்பி வருவார் என்று கவிதைக்குள் கம்பாசிட்டர் கவிதை எழுதியவர். அவர் *ZOOM* என்பதில் *M* என்ற இறுதி எழுத்தை நீக்கி, மிச்சமான *ZOO*-வை 200 என்று எண்ணாக்கி விட, சுஜாதா 200 முறையில் படமாக்கப்பட்ட காட்சியைப் பாராட்டியதாகப் பதிவாகி இருந்தது.

புத்தகத்திலும் (நாகையில் ஒரு பதிப்பகம் வெளியிட்ட முதல் பதிப்பு அது) பச்சை மாலும், ஈசலும், 200 முறையில் படமாக்குதலும் அப்படியே வந்திருந்தது. அடுத்த பதிப்புகளில் பிழை மரபு காக்கப் பட்டிருக்கும் என்று நம்புகிறேன்.

ஏப்ரல் 18, 2017

# உரைக்கு ஓர் உரை

வாசகசாலை நடத்திய சுஜாதா தினக் கூட்டத்தில் நான் சொல்ல முற்பட்டது சரியாகப் போய்ச் சேரவில்லை என்று தெரிகிறது.

என் உரையின் சாரம்

1) வாசிப்பது போலப் பாடுவது, பாடுவது போல் வாசிப்பது என்று ஒரு படைப்பாக்க வடிவத்தின் தனித் தன்மைகளை மற்றொன்றில் பொருத்திப் பார்ப்பது மரபிசையில் வெற்றி பெறலாம். கவிதை போல் கதை எழுத முற்படாதீர்கள் (கணையாழியின் கடைசிப் பக்கம் பத்தியில் என் முதல் சிறுகதைத் தொகுப்பு தேர் குறித்து சுஜாதா எழுதியது)

2) ஜம்ப் கட் உத்தியை அத்தி பூத்தாற்போல் கையாண்டால் போதும். நான்கைந்து இழையாக ஒலி ஒளி எண்ணம் என்று சிதறல்களை அடுக்கிப் போகும்போது எதை / யாரை *track* செய்வது - பின்தொடர்வது என்று வாசகருக்குக் குழப்பம் ஏற்படலாம். (தனி உரையாடலில் சுஜாதா எனக்குச் சொன்னது தேர் தொகுதியை முன்வைத்து.

3) கதை முடிந்த பிறகு தொடர வேண்டாம் (என் ஆதம்பூர்க்காரர்கள் சிறுகதைத் தொகுப்புக்கு சுபமங்களாவில் மதிப்புரை எழுதியபோது சுஜாதா குறிப்பிட்டது). இது பழக்கத்தில்தான் கைவரும். எனவே எழுதிப் பழகுக.

4) லேசான போன்ற பிரயோகங்களைக் கூடிய மட்டும் தவிர்க்கலாம். சீரான அனுபவப் பகிர்வுக்கு இந்த லேசான என்ற பதம் இடையூறாக நிற்க வாய்ப்பு உண்டு. கூடியவரை *quantify* செய்யவோ, உதாரணம் காட்டிப் போகவோ முயற்சி செய்யலாம் (என் 'முதல் ஆட்டம்' சிறுகதைத் தொகுதி பற்றி குமுதத்தின் சுஜாதா எழுதிய சிறு மதிப்புரை மற்றும் தனி உரையாடலில் அவர் குறிப்பிட்டது)

5) தனித்துவமாகத் தொடங்கும் கதைகள் வெற்றியடைய வாய்ப்பு உண்டு (என் 'உத்தராயணம்' சிறுகதையைத் தனக்குப் பிடித்த 10/20 சிறுகதைகளில் ஒன்றாகக் குறிப்பிட்டதற்கு, தனி உரையாடலில் அவர் சொன்ன காரணம்)

6) தமிழ் உரைநடையில் மரபுத் தொடர்ச்சி உண்டு. முந்திய தலைமுறை எழுத்தாளர்களின் பாதிப்பு இயல்பாக அமைந்து அதன் மேல் புது உரைநடையை எடுத்துச் செல்ல வேண்டும் (என் நாவல் அரசூர் வம்சம் குறித்து குமுதத்தில் அவர் எழுதியது)

7) இதெல்லாம் உருவம், உத்தி பற்றிய குறிப்புகள். உள்ளடக்கம் பற்றியதில்லை.

*ஏப்ரல் 19, 2017*

# விலாஸ் சாரங் சிறுகதைகள்

**உ**ங்களுக்கு அரசூர் வம்சம் நாவல்களின் மேஜிகல் ரியலிசம் பிடித்திருந்தால், விலாஸ் சாரங் எழுதிய ஆங்கிலச் சிறுகதைத் தொகுப்பான *The Women in Cages* கட்டாயம் பிடிக்கும்.

ஜி.நாகராஜனின் குறத்தி முடுக்கு வாசிப்பனுபவம் உண்டென்றால் விலாஸின் கதைகளில் அமிழ்ந்து அதே வாசக அனுபவம் காண்பீர்கள்.

ரோமன் போலன்ஸ்கியின் தி ரெபல்ஷன் திரைப்படத்தை ரசித்தவர்கள், இந்திய இலக்கியத்திலும் மரபார்ந்த நாட்டிய வகைகளிலும் மிக அபூர்வமாகக் காணக் கிடைக்கும் பீபஸ்த ரசம் என்ற அருவருப்பு ஒரு படைப்பாக்கக் கூறு என்று கருதுகிறவர்கள் என்றால் இந்தப் புத்தகம் கையில் கிடைத்தால், படித்துவிட்டுத்தான் கீழே வைப்பீர்கள்.

இரண்டு தலைமுறைக்கு முந்திய தமிழ்ச் சமுதாயம் மராத்தி எழுத்தாளர் வி.எஸ்.காண்டேகரின் புதினங்களை வாயோயாது பாராட்டிக்கொண்டிருக்க, மராட்டி கலை-இலக்கியம் புலிப் பாய்ச்சலாக முன்னே சாடி, வீரியமிக்க தலித் எழுத்தாகவும், விஜய் டெண்டுல்கர், மகேஷ் எல்குஞ்ச்வர் போன்றோரின் மேடை மரபைப் புரட்டிப் போட்ட நாடகங்களாகவும், அருண் கொலட்கர், திலீப் சித்ரே, குஸுமகராஜ் போன்றோரின் புத்தலைக்

கவிதைகளாகவும் உருவெடுத்துப் பிரவகித்திருக்கிறது. கவிதை, கதை, நாடகம் என்று பன்முகப் படைப்பாற்றலோடு பல மராட்டிப் படைப்பாளிகள் உண்டு. முக்கியமாக விலாஸ் சாரங்க். மிக வித்தியாசமான எழுத்தாளர்.

அவருடைய கதைகள் எல்லாவற்றிலும் ஒரு பொதுவான பாத்திரம் உண்டு. எல்லாப் பருவ காலங்களிலும், பகலிலும், இரவிலும் உயிர்த்தும், மடிந்தும், உறங்கியும், பாதி விழித்தும் இருக்கும் மாநகரமான மும்பாய்தான் அது.

அசாதாரணமான கதைக் களன்கள் அடுத்தடுத்து வந்து வாசகரை ஆட்கொள்வது விலாஸ் சாரங்க் கதைகளில் சர்வ சகஜமானது. சிவாஜி பூங்காவை அடுத்த கடற்கரைப் பகுதிக்குக் காதலியுடன் போகும், மூத்திரம் போக நேரமில்லாமல் அடக்கிக்கொண்டு போகும் கதாநாயகன், அதேபோல கதாநாயகி, காதலர்கள் இந்தப் பக்கம் ஒதுங்க, நீண்ட சுவருக்கு அப்புறம் மயானத்தில் எரியூட்டக் கொண்டு வந்த பிணம், அங்கே கூட்டமாக வந்து, சுவரோரம் சிறுநீர் கழிக்க வருகிறவன், இவனை அடையாளம் கண்டு, 'என் அம்மா இறந்துபோனாள். அவளைத் தகனம் செய்ய வந்திருக்கோம்' என்று அற்ப சங்கை தீர்த்து வந்தவன் பேசுவது என்று ஒரு கதை நடக்கும்.

பார்சி இனத்தவர் இறந்தவர் உடல்களைக் கழுகுகள் உண்ண ஏற்றி வைத்திருக்கும் அமைதிக் கோபுரம், அதன் பக்கத்து நடைபாதையில் வசிக்கும் பிச்சைக்காரன், அவனோடு நட்புக்கொண்டு புது மாமிசம் (எங்கிருந்து என்று சொல்ல வேண்டியதில்லை) அவ்வப்போது அவனுக்குக் கொண்டு வந்து போடும் காக்கை, கூடலின் போது மலம் கழித்து, காசு கொடுத்து வந்தவனால் தாக்கப்படும் வயதான வேசி, இலக்கியப் பத்திரிகைகளில் நூல் விமர்சனம் எழுதி, உபதொழிலாகப் பிச்சைக்காரர்களைத் துரத்திச் சென்று பிச்சை எடுக்க அனுமதி தரும் சிண்டிகேட்டின் சார்பில் தினசரி கமிஷன் வசூலித்து அந்த அமைப்பின் தலைவருக்குத் தவறாமல் செலுத்தும் இலக்கிய விமர்சக பிச்சைக் கமிஷன் ஏஜெண்ட் என்று பாத்திரங்கள்.

ஒரு விநாயக சதுர்த்திக் கதையில், விநாயக சதுர்த்தி முடிந்து கடலில் கரைக்க பிரம்மாண்டமான ஊர்வலமாக எடுத்துச்

செல்லப்படும் பிள்ளையார்கள் எல்லோரும் ஒரே நேரத்தில் ரதங்களில் இருந்து சாடிக் குதித்து ஓடிப்போகிறார்கள்.

காந்தி ஜெயந்தி முற்பகலில் காமதிபுரப் பெண் ஒருத்தி வாடிக்கையாளர் தேடி நிற்க, அவளைத் தேடி வரும் பத்திரிகைக்காரன் ஊர் விஷயம் உலக விஷயம் பேசுகிறான். இலக்கியத்துக்காக நோபல் பரிசு பெற்ற ஒரு ஐரோப்பிய எழுத்தாளர் தன் புத்தகத்தை ஐரோப்பிய விபச்சாரிகளுக்குக் காணிக்கை ஆக்கியது பற்றித் தான் எழுதியதாகச் சொல்கிறான். 'அந்த ஆளு இங்கே வந்தா நான் அவருக்கு ஃப்ரீ சர்வீஸ் தருவேன்' என்கிறாள் அவள்.

நேபாளத்தில் இருந்து வந்த இன்னொரு காம்திபுரப் பெண் தனக்குத் தெரிந்த யோகி ஒருத்தரை இமாலயத்தில் இருந்து வரவழைத்து மந்திர தந்திரம் செய்து உடலில் ஒன்றுக்கு மேற்பட்ட அந்தரங்க உறுப்புகள் முளைத்து வர வழிசெய்கிறாள். இடுப்புக்கு மேல் அடுக்கப்பட்ட உபரி உடல் பாகங்கள் அவை. எல்லாவற்றுக்கும் கஸ்டமர்கள் வருகிறார்கள். நின்றபடியே சேவை தர, வந்தவர்கள் உபயோகத்துக்காக உயரமான மர ஸ்டூல்கள்... காசு கொட்டுகிறது இவளுக்கு. அவர்கள் சபிக்கப்பட்டவர்கள் போல் ஆண்மையற்றுப் போக, வாணிபம் முடிகிறது. தேவேந்திரன் அவள் மேல் இரக்கம் கொண்டு கடைசி கஸ்டமராக வர, அவனிடம் வரம் கேட்கிறாள் - பெண்ணுறுப்புகளை எல்லாம் கண்களாக மாற்றி விடு என்கிறாள். வருகிறவர்கள் போகிறவர்களைக் குற்றம் புரிந்தவர்களாக உணர வைத்தபடி அந்தக் கண்கள் விழித்தபடி இருக்கின்றன.

விலாஸ் சாரங்க் அவசியம் படிக்கப்பட வேண்டிய படைப்பாளி.

*ஏப்ரல் 20, 2017*

# அருண் கொலட்கர் – மறு பார்வையில்

அருண் கொலட்கர் ஆங்கிலம் மற்றும் மராட்டியில் கவிதை எழுதிய இருமொழிக் கவிஞர். அவருடைய அனைத்து ஆங்கிலக் கவிதைகளையும், கவிஞரும், இலக்கிய விமர்சகருமான அரவிந்த் கிருஷ்ண மெஹ்ரோத்ரா தொகுத்து *Arun Kolatkar Collected Poems in English* என்ற புத்தகமாக்கியிருக்கிறார். இங்கிலாந்து (நார்த் அம்பர்லேண்ட்) பதிப்பு இது.

அருண் கொலட்கரின் இந்த மொத்தத் தொகுப்பைப் படிக்கும் போது அவருடைய கவிதைப் பெருவெளியும், இலக்கியத் தேடலும், கவிதையும் வாழ்க்கையும் பாதித்து வழிநடத்திப்போன அகப் பயணத்தின் சுவடுகளும் புலனாகின்றன.

வாழ்ந்த நாட்களில் பாதிக்கு மேலாக உத்தியோகம் இல்லாமல் இருந்திருக்கிறார் அந்தக் கவிஞர். நல்ல ஓவியரும் கூட அவர். 1956-ல் வேலை தேடி மும்பையில் இருந்து சென்னைக்கு வந்து, ஓராண்டு தங்கியிருக்கிறார். தாம்பரம் *Ground Training School, Air Force Station* மத்திய அரசு அலுவலகத்தில், இளம்நிலை ஓவியராகப் பணியில் சேரும் எதிர்பார்ப்போடு சென்னை வந்தவருக்கு அந்தப் பணி கிடைக்கவில்லை. எனினும் மனம் தளராமல் மோர்ஸ்கோட் (தொலைத் தொடர்பு - தந்தி மூலம் தகவல் அனுப்புவதற்கான குறியூட்டு மொழி) கற்று அஞ்சல் துறையில் தந்தியாளர் *(telegraphist)* ஆகப் பணி கிட்டுமா என்று

முயன்றிருக்கிறார். அதுவும் கிடைக்கவில்லை. மண்பானை மேல் ஓவியம் வரைந்து விற்க முயன்றிருக்கிறார். தோல்வி. சென்னையில் அந்தக் காலகட்டத்தில் அவர் பிறமொழிக் கவிஞர்களைச் சந்தித்துக் கலந்து பழகியிருக்கிறார். ஆனாலும் ஆச்சரியம், இவர்களில் ஒரு தமிழ்க் கவிஞர் கூட இல்லை. ஸ்ரீ ஸ்ரீ, ஆருத்ரா, பைராகி, கோரா சாஸ்திரி என்று அவர்கள் அனைவரும் தெலுங்குக் கவிஞர்கள்!

மும்பை திரும்பி நிலையில்லாத உத்தியோகங்களில் இருந்து, விலகி, மற்றொன்றில் சேர்ந்து வாழ்க்கை நடந்திருக்கிறது. பெப்டிக் அல்சரும், குடிப் பழக்கமும் கூடவே தொடர்ந்திருக்கிறது.

இத்தனைக்கும் இடையே ஜெஜூரி கவிதைகள் தொடங்கி வைக்க அவருடைய ஆங்கிலக் கவிதைப் பயணம் 1960-களில் தொடங்கி இருக்கிறது. 1974-ல் வெளிவந்த அந்தக் கவிதைத் தொகுப்பால் வெகுவான, ஆங்கில இலக்கியப் பெரும் பரப்பு சார்ந்த அடையாளம் காணலும், அங்கீகாரமும் கிடைக்கப் பெறுகிறார். தாய்மொழியில்லாத ஆனால் இயல்பாகப் புழங்கும் ஒரு மொழியில், புதுக் கவிதை என்ற புது மரபாக எழுந்து வரும் இலக்கிய வடிவத்தில், புதியவர்களுக்கே உரிய உற்சாகத்தோடு எழுதப்பட்ட கவிதைகள் அவை. காண்டோபா எனும் வேடர் தெய்வம் உறையும் ஜெஜூரி தலத்துக்கு அருண் கொலட்கர் தன் சகோதரரோடு போன யாத்திரை என்ற நிகழ்வை அடிநாதமாகக் கொண்டு, அங்கதமும், மரியாதையின்மையும், பாசாங்கற்ற தன்மையும், வடிவச் செறிவுமாக பல தளங்களில் வெற்றி பெற்ற தொகுப்பு ஜெஜூரி.

ஜெஜூரியில் 1960-களில் தொடங்கிய கொலட்கரின் ஆங்கிலக் கவிதை யாத்திரை, உரைநடைக்கு வெகு அருகில் வரும் மொழிதல், உருவ அமைப்பு கொண்டு அதே நேரத்தில் அந்த நெகிழ்வுக்குள் புதைந்திருக்கும் ஒழுங்கமைதி பலமான பின்புலன் அமைக்க, 2004-ல் வெளிவந்த காலாகோடா கவிதைகளோடு நிறைவு பெறுகிறது. காலாகோடா கவிதைகளின் அசாதாரணமான உரையாடல் தொனி, வாசகனோடு கவிஞருக்கு கவிதையின் முதல் வரியிலேயே ஏற்படும் இணக்கம் (bonding) ஆகியவை கைவரப் பெற்ற கவிஞர்கள் அபூர்வம்.

ஜெஜூரிக்கும் காலாகோடா கவிதைகளுக்கும் இடைப்பட்ட நெடிய காலகட்டத்தில் அவர் ஆங்கிலக் கவிதை உருவத்தில்

நிறையச் சோதனைகள் செய்து பார்த்திருக்கிறார். கவிதை மொழியை வலிந்து மிகவும் நெகிழ்த்தி, வேண்டுமென்றே கூறியது மீண்டும் கூறி, சொற்கோவையில் தாளக் கலைஞர் போல விதவிதமாகச் சேர்த்துப் பிரித்து மீண்டும் வேறொன்றாகப் புனைந்து பார்த்திருக்கிறார். இவற்றில் பெரும்பான்மையும் வெற்றி பெற்றவையோ என்னமோ, ரசிக்கத் தகுந்தவை. மாதிரிக்கு இது.

## விருதுகளுக்குப் பல பயன்கள் உண்டு

விருதுகளுக்குப் பல பயன்கள் உண்டு
அவை விமர்சகர்கள் வாயை அடைக்கும்
அறிவிலிகளை நம்ப வைக்கும்
சிலர் உங்கள் மீது கொண்ட நம்பிக்கையை
உறுதிப் படுத்தும்
உன்னதத்தைத் தேடும் புரவலர்களின்
முழுமுனைப்பை அடிக்கோடிடும்
விருதோடு வரும் பணம்
எப்போதும் கைச்செலவுக்காகும்
காசு வரவு இல்லாமல்
தத்தளித்துத் தடுமாறும் கவிஞர்களுக்கு
எதிர்பாராத நிம்மதியைக் கொண்டு வரும்
விருதுகள் கவிஞர்களின் சவப்பெட்டி மேல்
அடித்த வெள்ளி ஆணிகளும் கூட
விரைவாக விடைபெற்றுப் போகாமல்
பல காலமாகப் பிடிவாதமாக மூச்சுவிட்டுக்கொண்டிருந்த
கவிஞர்களைப் புதைக்க
விருதுகள் நேர்த்தியாக வழிவகுக்கும்
இன்னொரு கோணத்தில் பார்த்தால்
புதைக்கப் பட்டாகிவிட்டது என்பதாலேயே
எழுதுவதை நிறுத்தி விட
எந்தக் கவிஞனுக்கும் கடப்பாடு இல்லை
என் சவச் சடங்கு நிர்வாகிகளுக்கும்
பேங்க் ஆஃப் இந்தியா வங்கிக்கும்
விருதுக் குழு தேர்வாளர்களும்
என் மனமார்ந்த நன்றி
எனினும் அவர்களை எச்சரிக்கிறேன்

என் சிறந்த படைப்பை நான் இன்னும் எழுதவில்லை
என் சமாதிக்குள்
நிறைய எழுது பொருட்களை நான்
என்னோடு புதைத்திருக்கிறேன்
இனி வரும் காலம் முழுக்க எழுத
அவை போதும்
திரு அக்பர் பதம்ஸி
மற்ற என் இதர சக சமாதியாளர்கள் எல்லோருமே
இப்படியான முன்னேற்பாடோடு இருக்கிறார்கள்
அனைவருக்கும்.
நன்றி

*(ஆங்கிலத்திலிருந்து தமிழ் மொழியாக்கம் இரா.முருகன்)*

*(1999 பேங்க் ஆஃப் இந்தியா இலக்கிய விருது அருண் கொலட்கருக்கு அளிக்கப்பட்டது. அக்பர் பதம்ஸி ஓவிய விருது பெற்றார்)*

*ஏப்ரல் 22, 2017*

# கம்பெனி லிமிடெட் – 1

சாஃப்ட்வேர் நிறுவனங்கள் சுவாரசியமானவை. அவற்றில் கணிசமான ஊழியர்கள், பறந்துகொண்டும், ஓடிக்கொண்டும், நடந்துகொண்டும், தடுமாறிக்கொண்டுமிருக்கும் ப்ராஜக்ட்களில் வேலை பார்க்கிறவர்கள்.

காலையில் கேண்டீனுக்குப் போகும்போது சாந்தமும் கருணையுமாகப் புன்சிரித்து, வழியில் அங்கங்கே கனிவோடு குசலம் விசாரித்துப் போகிறவர்கள் சீராக இயங்கிவரும் ப்ராஜக்ட்களைச் சேர்ந்தவர்கள். பின்புறத்தில் அக்னி பற்றிப் பிடித்த அவசரத்தோடும் படபடப்போடும் நடக்கிறவர்கள் பற்றி எரியும் ப்ராஜக்ட் ஊழியர்கள். கள்ளச் சிரிப்போடு பவனி வருகிறவர்கள் முழுகும் கப்பலையும் கம்பெனியையும் கைகழுவி விட்டு, வேறே நிறுவனத்தில் சேர அதிகாரபூர்வமான நியமன ஓலை கிடைத்தவர்கள். முகத்தில் எந்த உணர்ச்சியும் காட்டாத கல்லுளிமங்கானியர்கள், இருக்கும் நிறுவனம், ப்ராஜக்ட்டிலேயே அயல் நாட்டுப் பயணமும் அங்கே உத்தியோக ஸ்தல மாற்றமும் கைவரப் பெற்றவர்கள். 'உங்களுக்குத் தெரிஞ்ச கார் ட்ரைவிங் ஸ்கூல், ரொம்ப காசு கேட்காதவங்களா இருந்தா சொல்லுங்க சார்' என்றோ, 'குலதெய்வம் கும்புட்டு மொட்டை போட்டு பிரார்த்தனை நிறைவேற்றிட்டு வரலாமான்னு பார்க்கறேன். பாஸ்போர்ட் போட்டோவோட முகம் மேட்ச் ஆகலேன்னா ஏர்போர்ட்லே சிரமம் இருக்குமா' என்றோ இடம் பொருள்

ஏவல் மீறி ஏதாவது கேள்வி கேட்டு இவர்களில் சிலர் பெற்ற பெருவளம் குறித்துத் தற்செயலாக வெளிப்படுத்திக்கொண்டு முழிப்பதும் உண்டு.

ப்ராஜக்ட் எதுவும் இல்லாமல் தற்காலிகமாக 'பெஞ்சில்' இருப்பவர்களின் அலுவலக வாழ்க்கை கொஞ்சம் ஸ்லோ மோஷனில் நடைபெறும். அவர்களைச் சும்மா இருக்கவிடாமல் இருக்கத் தரப்படும் சின்னச் சின்னப் பணிகளையும் ஈடுபாட்டோடும் அர்ப்பணிப்பு உணர்வோடும், சிரத்தையாகச் செய்வார்கள்.

'உங்கள் சிறுகதைத் தொகுதி கொடுங்க, படிச்சுட்டுத் தரேன்', என்று கேட்ட பெஞ்ச் நண்பர் அடுத்த நாள் டை கட்டிக் கொண்டு ஆபீஸ் வந்து அவசரமாகத் தாண்டிப் போனால் மூன்று விஷயங்கள் புலனாகும். முதலாவது, அவருக்கு நடக்கிற அல்லது புதியதாக வந்துகொண்டிருக்கும் ஒரு ப்ராஜக்டில் இடம் கிடைத்து விட்டது. இரண்டாவது, அவர் அந்தச் சிறுகதைத் தொகுதியைப் படிக்க மாட்டார். மூன்றாவது, அதைத் திரும்பத் தரப்போவதில்லை.

மொத்த ஆபீஸுமே பரபரப்படைந்து, பலரும் காதில் ஒட்டி வைத்த மொபைல் போனோடு கழிவறையிலும் வந்த காரியம் மறந்து தொலைபேசிக் கொண்டிருந்தால் ஆர்.எப்.ஐ அல்லது ஆர்.எப்.பி வந்து சேர்ந்திருக்கிறது என்று அர்த்தம்.

ஆர்.எப்.ஐ என்பது ரிக்வெஸ்ட் ஃபார் இன்பர்மேஷன். வெளிநாட்டிலோ, இங்கே தானோ, ஒரு நிறுவனம் புதியதாக சாப்ட்வேர் என்ற மென்பொருள் உருவாக்கி இயக்கி வைத்துத் தரவோ, இருக்கும் மென்பொருளை சீராக நடத்தித் தரவோ இன்னும் மூன்று மாதம் கழித்து நடவடிக்கை எடுக்கப்போகிறார்கள். அதற்கு முன் எந்தெந்த சாப்ட்வேர் கம்பெனிகளோடு பேச்சு வார்த்தை நடத்தலாம் என்று குறும்பட்டியல் உருவாக்கி வைத்துக் கொள்ள வசதியாகத் தகவல் கேட்கிற ஏற்பாடு அது.

உங்கள் கம்பெனி பற்றி, உங்களுடைய கஸ்டமர்கள் பற்றிச் சொல்லுங்கள் என்று விதவிதமான ராகங்களில் தொடரும் ஆர் எப் ஐ கேள்விகளுக்கு நல்ல கற்பனை சக்தி உள்ளவர்கள் அருமையாகப் பதில் அளிக்கக் கூடும். இந்தப் பதில்களை ஒட்டு

மொத்தமாகப் படித்துப் பார்த்தால், சகல துறையிலும் வெற்றி மேல் வெற்றி வந்து சேரப் பெரும் சுவடுகள் வைத்து முன்னே போவதாக ஒரு கார்பொரேட் பிம்பம் கிட்டும். அது கலைந்து விடுவதற்குள் குறும்பட்டியலில் இடம் பிடித்து விட வேண்டும்.

*மே 11, 2017*

★★★

வாழ்ந்திருந்ததற்கான எல்லா அடையாளமும் சிதைக்கப்பட்டு, அங்கங்கே குட்டிச் சுவர்களாக, சூனிய வெளியில் திறக்கும் வாசலாக, பிடுங்கி எடுத்து இரும்புக் கிராதியில் சாத்தி வைத்த மரக் கதவாக, இன்னொரு வீடு இறந்துகொண்டிருக்கிறது.

தி.நகர் தணிகாசலம் வீதியில் இந்திப் பிரச்சார சபைக்கு எதிர்வசத்தில் நிமிர்ந்து கம்பீரமாக நின்ற வீடு அது. சற்றுமுன், இன்று காலை 7:00 மணிக்கு எடுத்த நிழற்படம் இது.

வாசலில் இன்னும் வீட்டுக்கு உரிமையாளராக இருந்தவரின் பெயர் பொறித்திருக்கிறது. திரு. எஸ். சத்தியமூர்த்தி.

ஆம், சுதந்திரப் போராட்ட வீரரும், பெருந்தலைவர் காமராஜ் அவர்களின் அரசியல் குருவும், நேரு, ராஜாஜி போன்ற தலைவர்களோடு இந்திய விடுதலைப் போராட்ட அரங்கில் மகத்தான ஆளுமையாக வலம் வந்தவருமான தீரர் சத்தியமூர்த்தி வசித்த வீடுதான் இது.

அவருடைய புதல்வி திருமதி லட்சுமி கிருஷ்ணமூர்த்தி நிறுவிய 'வாசகர் வட்டம்' நூல் வெளியீட்டு நிறுவனம் இங்கே இருந்து தான் இயங்கி வந்தது. தற்காலத் தமிழிலக்கியத்தின் மகத்தான படைப்புகளான கி.ராஜநாராயணின் 'கோபல்ல கிராமம்', நீல. பத்மநாபனின் 'பள்ளிகொண்டபுரம்' போன்ற நூல்கள் இங்கே தான் நேர்த்தியாக முதல் பிரசுரம் கண்டன. சிட்டி, தி.ஜானகிராமன் இருவரும் காவிரியின் அடியொற்றி நடந்து ஐம்புலன்களில் காவிரிதீரத்தை அனுபவித்து, ஆழ்ந்த இலக்கியப் பரிச்சயத்தோடு எழுதிய பயண நூலான 'நடந்தாய் வாழி காவேரி' வாசகர் வட்ட வெளியீடாக இங்கிருந்துதான் வெளியானது.

தீரர் சத்தியமூர்த்தியும், வாசகர் வட்டமும், லட்சுமி

கிருஷ்ணமூர்த்தியும் அவர்களுடைய விடுதலைப் போராட்ட, இலக்கியப் பங்களிப்பு மூலம் என்றும் நினைவுகூரப்படுவார்கள். இன்னும் ஒரு நாளோ, ஒரு வாரமோ இந்த வாசலும் வெட்டவெளியில் நின்றிருக்கும்.

*மே 14, 2017*

★★★

*Earworm* எல்லோருக்கும் வரும். காலையில் கேட்ட ஏதாவது பாட்டு மனதில் போய் உட்கார்ந்து உட்காதில் நாள் முழுக்க ஒலித்துக்கொண்டே இருப்பது அது. 24 அல்லது 48 மணி நேரத்தில் வேறொரு பாட்டு உட்செவியில் நுழைய இது இறங்கி விடும்.

எங்கள் பிரச்சனை கொஞ்சம் வேறே மாதிரி. இது *mutated ear worm* சமாசாரம்.

கொஞ்சும் புறாவே பாட்டைக் கேட்ட என் பெருந்தலைவர் நண்பர் நரசிம்ம ராவே என்று நாள் முழுக்கப் பாடிக்கொண்டிருந்ததாகச் சொன்னார்.

எனக்கு வந்து சேர்ந்த பாட்டு நீலகிரி எக்ஸ்பிரஸ் படத்தில் இடம் பெறும் 'திருத்தணி முருகா'. ஸ்ரீவித்யாவின் அருமையான நாட்டியத்துக்கு இசைக்கப்படும் பாடல் இது

திருத்தணி முருகா
தென்னவர் தலைவா
தேவரும் மயிலும்
காயலில் வருமா

பாடலின் ஒரிஜினல் வடிவத்தை யு-டியூபில் கண்டு, கேட்டுக் கொள்க.

வாட்ஸப்பில் பகிர த்ருப்ணித்துற-வில் இருந்து (திருப்பணித்துறை) நண்பர் சொல்கிறார்

*another earworm mutate :*

அஞ்சலிதேவி யெண்ட் கோஷ்டி பாடிப் பரவும்-
ஜகதீஸ்வரா பாவி பரமேஸ்வரா

*(மணாளனே மங்கையின் பாக்கியம் ஜகதீஸ்வரா பாஹி பரமேஸ்வரா)*

காதுப்புழு பற்றி விக்கிபீடியா

***An earworm, sometimes known as a brainworm, sticky music, or stuck song syndrome, is a catchy piece of music that continually repeats through a person's mind after it is no longer playing.[3] Phrases used to describe an earworm include "musical imagery repetition", "involuntary musical imagery", and "stuck song syndrome". The word earworm is possibly a calque from the German Ohrwurm.***

*earworm* பற்றி நண்பர் கிரேசி மோகன் சொல்கிறார்

இரண்டு நாடகளாக "தூக்கமும் கண்களைத் தழுவட்டுமே" பாடல்... சரணத்தை மாற்றி அமைத்தேன்...தூக்கமும் வந்தது, சரணமும் பிறந்தது... அவ்வையாரின் 'வயிறே உன்னோடு வாழ்தல் அரிது" வேற மண்டையில்... இனி சரணம்...!

"காலையில் நானோர் கனவு கண்டேன் - அந்தக்
கனவினில் அறுசுவை உணவு உண்டேன்...
கண்விழித்தெழுந்ததும் கடும் பசி பாரு
வயிறே நீகூறு(கெட்ட) வண்ணாஞ் சோறு"...

- கிரேசி மோகன்

மே 30, 2017

# எழுதவும் மிஞ்சும் இந்நாள்

நாள்
தெருவுக்கு இணைகோடாக
முதுகு வளைந்து வீடுதோறும்
ஆவின் வழங்கும் முதுபெண்ணும்
நிறம் கொண்டு முகமெழுதிய
திருஷ்டிப் பூசணியும்
கறிவைக்க அடர்சாம்பல்
படர்ந்த வெறும் காய்களும்
அடுத்தடுத்து அடுக்கிய
நடைபாதைக் கடையில்
விலை குறித்து விசாரமோ
வாங்க வந்தது எதுவென மறந்தோ,
பார்த்து நிற்கும் புது ஸ்கூட்டர்காரரும்
பூங்கா சுற்றி நடை
இடமிருந்து வலமா
வலமிருந்து இடமா
முடிவுக்கு வராத
முன்னாள் நடிகையும்
காலி சவப்பெட்டியோடு
மடடார் வேன் நிறுத்தி
கையில் காகிதம் பார்த்து
டீக்கடையில் விசாரிப்பவனும்
எடுத்துக் கொண்டது போக
எழுதவும் மிஞ்சும் இந்நாள்.

*ஜூன் 23, 2017 Era Murukan*

# நண்டு மரம் – முன்னுரை

இது என் பத்தாவது சிறுகதைத் தொகுப்பு. சிறுகதையிலும் குறுநாவலில் மும்முரமாக இயங்கிய 1990-களுக்கு அப்புறம் நாவலில் கவனம் குவிந்த கடந்த பனிரெண்டு ஆண்டுகளில் எழுதப்பட்ட சிறுகதைகள் இவையெல்லாம். அனேகமாக எல்லாக் கதைகளுமே பத்திரிகைகள் கேட்டு வாங்கிப் பிரசுரித்தவை. இந்தப் பத்திரிகைகளில் இலக்கியச் சிற்றிதழ்களும், பெரும் வணிக இதழ்களும் அடங்கும்.

வடிவத்தில் சோதனை நிகழ்த்தப்பட்ட கதைகளோடு கதானுபவத்தையும், கதை சொல்வதில் உண்டாகும் மகிழ்ச்சியையும் பகிர்ந்து கொள்வதற்கென எழுந்த கதைகளும் இதிலுண்டு. வேகமாக நகரும் கதைப்போக்கும், முனைந்து மெல்ல நிகழ்த்திப் போகும் கதையாடலும் இவற்றில் அடுத்தடுத்த கதைகளிலேயே காணக் கிடைக்கும். எல்லாக் கதைகளுமே சற்றே நீண்டவை. எழுதப்பட்ட வடிவிலேயே பிரசுரம் கண்டவையும் கூட.

என் நாவல்களில் வருவதை விடக் குறைந்த அளவில் தான் மேஜிக்கல் ரியலிசம் இந்தச் சிறுகதைகளில் உருவத்திலும் உள்ளடக்கத்திலும் கலந்து வருகிறது. வரும்போது, மெல்லிய, எனில், அவசியமான கீற்றாகவே அது தட்டுப்படுகிறது. ஒன்றிலிருந்து ஒன்றுக்குச் சங்கிலித் தொடராகப் பற்றிப் பிடித்துப் போகும் கதைகளாக இல்லாமல் அததற்கு என்று களம், மொழி, நடை என்று எல்லை தாண்டாமல் நிகழ்கிறவை இவை.

மனதில் ஒரு சிறு நினைவுக் கீற்றாக, என் லேப் டாப் கம்ப்யூட்டரில் ஒன்லைன் சுருக்கமாகச் சில வருடங்கள் உறைந்த கதைகள்

இவற்றில் சில. இவை போன்ற இன்னும் சிலவோ, நாவல் கதையாடலுக்குள் ஏதோ ஒரு தருணத்தில் கலந்து கரைந்து விட்டன யாராவது எந்தப் பத்திரிகையில் இருந்தாவது கதை கேட்டுச் சிறுகதை ஆகியிருக்க அவற்றுக்குக் கொடுப்பினை இல்லை.

ஆலப்புழைக்கு அருகே வேம்பநாட்டுக் காயல் கரையோரம் ஒரு கிராமத்தில் தங்கி இருந்தபோது மனதில் எழுந்த தொன்ம நினைப்பு காத்திருக்க வேண்டியில்லாமல் 'போத்தல்' கதையானது, மழை தொடங்கிய அதே ராத்திரியில் தான். உடைந்த போத்தல் துண்டுகளை மறுபடி சுமாராகப் பழைய வடிவில் ஒட்டித் தரச் செய்யப்படும் பிரார்த்தனை என்ற கதைச் சரடு, ஜி.அரவிந்தனின் திரைப்படம் 'எஸ்தப்பன்' பாதிப்பில் இருக்கலாம் என்று இதை எழுதும்போது தோன்றுகிறது. ஆனால் எஸ்தப்பன் படத்தை நான் கடந்த நாலாண்டுகளுக்குள் தான் பார்த்தேன். சிறு அற்புதங்கள் செய்யும் என் எஸ்தப்பனை நானே உருவாக்கி இருக்கக் கூடாதா என்ன? அவன், 'தகவல்காரர்' என்ற என் குறுநாவலில் வரும் சாமியாருடைய நீட்சிதானோ!

ஒரு பத்து வயதுச் சிறுவனாக என்னைப் பாதித்தது ஜவஹர்லால் நேருவின் மரணம். கோடை விடுமுறை நேரத்தில், வார நடுவில் ஒரு புதனன்று ஏற்பட்ட அந்த இறப்பின் சூழலில், சென்னையில் திரைப்படத் துறையில் பணிபுரியும் முகம் தெரியாத அல்லது தெரியத் தொடங்காத உதிரிகள் இருவரின் பார்வையில் 'குடம்' கதை எழுத ஆரம்பித்த போது அது நேரு இறந்து முப்பது வருடம் கழித்துத்தான் நிகழ இருந்தது. நினைவும், மனமும், கற்பனையும் ஏதோ ஒரு கணத்தில் பச்சையம் உருவாவது போல ஒன்று கலக்க, அந்தச் சிறுகதை எழுதப்பட்டபோது நேரு பற்றி வாசாலகமாகக் கதைக்கும் என் அரசூர் நாவல்கள் எழுதப்பட்டிருக்கவில்லை.

மாய யதார்த்தவாதம் சற்றே தூக்கலான 'அண்ணன் அண்ணி கதை'யில் வரும் அண்ணன் மட்டுமில்லை, அவனுடைய இளைய சகோதரனான கதை சொல்லியும் இப்போது இல்லை. அவர்கள் எனக்கு வெகுவாகப் பழக்கமானவர்கள். காதில் காளான் முளைப்பது போல் அடிக்கடி வீக்கம் ஏற்பட்டு மருத்துவரிடம் சிகிச்சைக்குப் போக வேண்டி இருந்த பெண் குழந்தை இப்போது வெளிநாட்டில் பள்ளி இறுதி வகுப்பில் படிக்கிறாள். அங்கே குடியேறி நல்ல உத்தியோகத்திலிருக்கும் அண்ணி எப்போதாவது

நலம் விசாரித்து மின்னஞ்சல் அனுப்புவாள். காலைக் காப்பிக்கு இறங்கிவரும் முன்னோர்கள் அரசூர் வம்சம் நாவல்களுக்குக் கோலாகலமாகப் புறப்பட்டுப் போய்விட்டார்கள்.

தொகுப்பில் இடம் பெற்றிருக்கும் அறிவியல் சிறுகதையான 'போகம் தவிர்' அளிக்கும் சாத்தியங்கள் எதிர்காலத்தில் நடந்தேறக் கூடியவை. 'முகம் பார்க்கும் கருப்புக் கண்ணாடி' போன்ற தொலைக்காட்சித் தொடர்களை நெட்ப்ளிக்ஸின் பார்க்கும்போது பயம் கொள்ள வைத்தபடி இக்கதை ஒரு வினாடி மனக் கிணற்றில் இருந்து கையசைத்துப் பார்க்கிறது. ஆமா, அந்தக் கதையில் தமிழ்த் தாத்தா உ.வே.சா வந்து போகிறார், தெரியுமோ.

இன்னொரு குதிரை முழுக்க *future tense*-ல் எழுதிப் பார்த்த கதை. இந்த மாதிரியான சோதனை முயற்சி கல்கி பத்திரிகையில் வெளியாகும் என்று யாராவது இக்கதை பிரசுரமாவதற்கு முன் சொல்லியிருந்தால் நம்பியிருக்க மாட்டேன். கல்கிக்கு நன்றி.

இருபத்து நாலு பெருக்கல் ஏழு, ஒட்டகம், அரிசிக் கடவுள், இளைப்பாறுதல் போன்ற கதைகள் நான் பணிபுரிந்த இன்ஃபர்மேஷன் டெக்னாலஜி என்ற கம்ப்யூட்டர் துறை அனுபவங்களின் அடிப்படையில் எழுந்தவை. அத்துறை இன்னும் நம்பிக்கையையும், நம்பிக்கைக் குறைவையும் ஒருசேரக் கலந்து தான் தருகிறது. ஆனாலும் ஐ.டி இங்கே ஆல் போல் தழைத்து இன்னும் வளர்ந்தபடி இருக்கும். நான்தான் பணி ஓய்வு பெற்று வெளியே வந்து விட்டேன். இனி கணினித் துறை பற்றி எழுதினால் அது நனவிடைத் தோயும் ஒரு நாவலாக இருக்கும்.

இந்தக் கதைகள் எழுதப்படும்போது என்னுள் எழுந்த உணர்வுகள் இன்னும் மாறவில்லை. அவற்றை எழுதிய பின் ஏற்பட்ட நிறைவு வெவ்வேறு விகிதத்தில் இருந்தாலும், எதுவும் தள்ள வேண்டியது இல்லை என நம்புகிறேன். இவற்றைப் பிரசுரித்த வடக்கு வாசல், உயிர்மை, தீராநதி, விருட்சம், புதிய பார்வை, வார்த்தை, அமுதசுரபி, குமுதம், கல்கி, குங்குமம், தினமலர், தினமணி கதிர், விகடன், ஜன்னல், திண்ணை பத்திரிகைகளுக்கு என் நன்றி

இத்தொகுப்பு இப்போது உங்களிடம். *Bon appétit littéraire.*

*ஜூலை 14, 2017*

# பீரங்கிப் பாடல்கள் – நாவல் முன்னுரையிலிருந்து: இரா.முருகன்

ஒரு எழுத்தாளனுக்கு வேறொரு சமகால எழுத்தாளரின் படைப்பைப் படிக்க வாய்ப்புக் கிடைக்கும்போது, அந்த வாசிப்பு பல தளத்திலும் நிகழும். முதலாவது, தன்னையறியாமல், இதை நான் எழுதியிருந்தால் எப்படி எழுதியிருப்பேன் என்ற சிந்தனை ஓட்டம் முதல் பக்கத்திலேயே தொடங்கி இருக்கும். அந்தப் படைப்புக்குள் தன் படைப்பை மனதில் எழுதிப் போகும்போது வாசக அனுபவம் பின்னணிக்குப் போய்விடலாம். இன்னொரு தளத்தில், அந்தப் படைப்பு பிரமிக்க வைத்தால் அதற்கு எளிமையான காரணம் கண்டுபிடித்து மனநிறைவு அடைய ஒரு மன ஓட்டம் கூடவே ஓடியபடி இருக்கும். அந்தப் படைப்பில் குற்றம் குறை கண்டுபிடிக்க முற்படும், தட்டுப்பட்ட குறை குண்டூசியளவு இருந்தாலும் உருப்பெருக்கி பார்த்து ஆனந்தமடையும் வாசிப்பு இன்னொரு தளத்தில் நிகழ்ந்து கொண்டிருக்கும். ஒரு புத்தகத்தை நாலு பேர் ஒரே நேரத்தில் வாசிக்கக் கிடைத்து, அந்த நால்வரும் ஒரே நபராக அமையும் நிலை அது. எழுத்தாளன் வாசகனாக மட்டும் இருந்து தன் சமகாலப் படைப்பை முழுக்க அனுபவிக்க வெகு அரிதாகவே சந்தர்ப்பம் கிடைக்கும். எனக்கு மார்க்வெஸ் மட்டும் தான் பெரும்பாலும் அதை அளித்தவர். இந்திய எழுத்தாளர் படைப்புகளில் எனக்கு அப்படிக் கிட்டிய வாசிப்பு அனுபவம்

திரு என்.எஸ்.மாதவன் எழுதிய மலையாள நாவலான ‘லந்தன் பத்தேரியிலெ லுத்தினியகள்’ மூலம் கிடைத்த ஒன்று.

இந்த அனுபவம் எனக்குப் படைப்பு சார்ந்து கிடைக்காமல் எழுத்தாளரைச் சார்ந்து கிடைத்ததைக் குறிப்பிட்டாக வேண்டும். மலையாள சமகால இலக்கியத்தில் என்.எஸ்.மாதவன் அசாதாரணமான ஒரு படைப்பாளி என்பதை அவருடைய சிறுகதைகள் மூலம் சில ஆண்டுகளுக்கு முன் அறிந்துகொண்டேன். ஹிக்விட்டா, வன்மரங்கள் வீழும்போல் போன்ற கதைகளைப் படிக்கும்போது நான் முன்னால் குறிப்பிட்ட எல்லாவற்றுக்கும் முன் நிற்கும் வாசக அனுபவம் எனக்குக் கிட்டியது. அதன் பின்னணியில் இந்த நாவலைப் படித்தபோது முதல் பக்கத்திலேயே ஒன்றிப்போக முடிந்தது.

‘நாவலை நீங்களே தமிழில் மொழிபெயருங்கள்’ என்று என்.எஸ். மாதவன் சொன்னதும் எனக்கு ஏற்பட்ட மகிழ்ச்சி, நான் என் அடுத்த நாவலை எழுதத் தொடங்கும் போது கிடைப்பதற்கு ஈடாக இருந்தது. ஒவ்வொரு வரியாக, சொல்லாக ரசித்துச் செய்த மொழிபெயர்ப்பு இது.

இந்த நாவல் எப்படி என்னைக் கவர்ந்தது? வரிசையாகக் காரணம் சொல்லிப் போகலாம்.

மாதவனின் எழுத்து சில சொற்றொடர்களில் மறக்க முடியாத ஒரு காட்சியைக் கட்டி எழுப்பிவிடுகிறது. மகத்தான, இன்றும் சுவாசித்துக்கொண்டிருக்கும் ரெம்ப்ராண்ட் ஓவியம்தான் நினைவுக்கு வருகிறது எனக்கு.

பழைய சவிட்டுநாடகக்காரன், அதுவும் ஒரு காலத்தில் அதிசுந்தரனாக இருந்தவன் ராத்திரியில் சிம்னி விளக்கு வெளிச்சத்தில் வெளிக்குப் போகிற மாதிரிக் குந்தி உட்கார்ந்து மீன் பிடிப்பதும், நாடகப் பாடலை மறந்துபோன அவனுடைய கண்ணில் துளிர்க்கும் கண்ணீர் சிம்னி வெளிச்சத்தில் மின்னுவதும், தென்னை மரத்தில் சாய்ந்து பெர்னாட்ஷா முன்னுரைகள் படித்தபடி படகேறிப் பயணம் போகும் மனைவிக்குப் பிரியாவிடை சொல்லும் போன தலைமுறை எழுத்தாளனும், அரை நிர்வாணப் பக்கிரியை வரைய இந்தியா வந்த இந்திய வம்சாவளிப் பெண் ஓவியர் தொண்ணூறு கடந்த தச்சரோடு, மனதில் விகல்பமும்

உடம்பில் துணியும் இல்லாமல் உரையாடுவதும், பிள்ளை பெற முக்கும் கர்ப்பிணியோடு அண்டை அயலார் பெண்களும் கூடவே முக்குவதும் என்று நாவல் முழுக்க மனம் கவரும் எழுத்து ஓவியங்கள் அவை.

தொன்மத்திலிருந்து புதையல் காக்கும் பூதமான காப்பிரி முத்தப்பர்கள் குழாய்க் கிணறு தோன்றும்போது சிரித்தபடி இருக்கும் தாடை எலும்பும் பல்லுமாக வெளிப்படுகிறார்கள். மக்ரோனி பாயசத்துக்கும், தம் பிரியாணிக்கும், மட்டன் பசந்துக்கும் சேர்மானங்களும் செய்முறையும் விரிவாகச் சொல்லப்படுகிறது. பார்த்துக்கொண்டிருக்கும்போதே மாதாகோவிலில் தண்ணீர்ப் பிசாசு பிடித்து சதா கைகழுவும் பாதிரியார் ஞானஸ்நானம் செய்வித்த குழந்தைக்கு எட்டுப் பெயர் ஒன்றாக இணைத்த நீண்ட பெயர் சூட்டுகிறார். துக்க வெள்ளிக்கு முந்திய இரவில் மரமணி அடித்தபடி நிதானமாகத் திருவசனம் முழக்கிப் போகும் கூட்டத்தில் இறுதியில் கல்லறை தோண்டுகிற கோவில் பணியாளர் சிலுவை சுமந்தபடி நடக்கிறார். இவையும் மனதிலிருந்து மறையாத கோட்டுச் சித்திரங்களாக உருவெடுக்கின்றன.

பெருங்கதையாடலை ஒதுக்கி சிதறுண்ட கதையாடலை வெற்றிகரமாகக் கையாண்டிருப்பது இந்த நாவலில் என் மனம் கவர்ந்த, மன நிறைவு தரும் மற்றொரு அம்சம். அரசூர் நாவல்களில் நான் இதைக் கைக்கொண்டபோது ஏற்பட்ட மகிழ்ச்சிக்கு ஈடானது இது. லீனியராக நகராத கதை சிறு நிகழ்வுகள் மூலம் நம்மையும் இழுத்துக்கொண்டு காலத்தில் முன்னும் பின்னுமாகப் பாய்ந்து செல்ல மொழி மாற்றும்போது நானே எழுதிய, மடை மாற்றிய மகிழ்ச்சி.

பெரும் வரலாறும் நுண்வரலாறும் இந்தப் பிரவாகத்தில் கம்பீரமாக மிதந்து வருகின்றன. வரலாறு அம்மை குத்தத் தீவுக்கு வந்த சுகாதார ஊழியர்களின் அனுபவமாகவும், இமயத்தில் கொடி நாட்டிய டென்சிங், ஹில்லாரியின் மலை ஏற்றமாகவும், விருந்துக்கு தம் பிரியாணி சமைக்கும் வைபவமாகவும், முதல் முதல் ரேடியோ வந்த தீவின் கேள்வி அனுபவமாகவும், விமோசன சமரமாகவும், கட்சிப் பிளவாகவும் சிறிது, பெரியது, இடம், வலம் வேறுபாடின்றிக் கதைப் பிரவாகத்தில் வந்து போகின்றன.

தொன்மமும், வரலாறும், கலையும், விழவும், உணவும், அரசியலும், சமூக வாழ்க்கையும், கணிதமும், இயற்பியலும், நிலவியலும் கலந்து எழுந்த ரசவாதமாகப் பிரமிக்க வைக்கும் கதையாடல் நகைச்சுவை விரவிச் சுவடு விட்டுப் போகிறது. ஒவ்வொரு பக்கமும் அலாதியான ஒரு முதன்மை எண் தான்.

இதை மொழிபெயர்த்துக்கொண்டே படித்தேன். படித்தபடி மொழிபெயர்த்தேன். காயலும், கடலும், புழையும், பாலமும், தீவும், மனுஷர்களுமான இந்த உலகத்தில் நானும் கரைந்தேன். நான் இல்லாவிட்டாலும் இறுதியிலும் வசனம் இருக்கும், இந்த நூலாக.

*செப்டம்பர் 19, 2017*

## இந்திரா பார்த்தசாரதியின் ராமானுஜர் – மேடை நாடகம்

இனிமையான கர்னாடக சங்கீதமாகப் பின்னணி பாட ஒரு கோஷ்டி, புல்லாங்குழல், சிறு முரச, பெருமாள் கோவில் ஏழப்பண்ணுதலின்போது (எழுந்தருளப் பண்ணுதல்) பின்னால் வரும் பிரபந்த கோஷ்டி போல இழுத்து இழுத்துப் பாசுரம் சொல்ல மொத்த நடிகர்களும். ஜரிகைக் குல்லாவோடு அபிநயம் பிடித்து பிரபந்த சேவை சாதிக்க ஒரு சீரங்கத்து அரையர். இந்த முஸ்தீபுகளோடு ஒரு மேடை நாடகம் தொடங்கினால், முதல் காட்சி முடிவதற்குள் அது பாட்டுக் கச்சேரியும் நடுநடுவே கொஞ்சம் கதையுமாக மாறுவது தமிழ் நாடக மேடை மரபு. ஷ்ரத்தாவின் ‘ராமானுஜர்’ நாடகத்தில் இசை உண்டு. பாட்டுக் கூட்டம் கீழே ஆர்கெஸ்ட்ரா பிட்டில் உட்காராமல், மேடையிலேயே ஓரமாக வீற்றிருக்கிறது. இருந்தாலும் நாடகம்தான் கோலோச்சி முன் செல்கிறது. இசையும் பிரபந்தமும் எல்லாம் அதனோடு கூட இசைவாக நடக்கின்றன. *A pleasant to hear live music orchestra like Savitha Narasimhan's one woman orchestra for Gowri Ramnarayan's 'Dark Horse'.*

கம்பீரமாக டி.டி.சுந்தரராஜன் ஆளவந்தாராக முதல் காட்சியில் தோன்றியதுமே ராமானுஜர் நாடகம் களைகட்டிவிட்டது. சாதி வேற்றுமை இல்லாத சமுதாயம் காண்பது, நாதியற்றவருக்கும் நாராயணன் என்று வைணவத்தை எங்கும் பரப்புவது என

நிறைவேறாத ஆசைகளோடு விண் நாடு ஏகும் வயது சென்ற வைணவர் அவர். அந்தப் பணியைத் தொடர ராமானுஜரைக் கூட்டி வரச் சொல்லி இறுதி மூச்சுவிடுகிறார் ஆளவந்தார். TDS-ன் கச்சிதமான நடிப்பு. He sets the tone for the entire play.

120 வருடம் பெருவாழ்வு வாழ்ந்த ராமானுஜர் என்ற யுக புருஷரின் வாழ்வைப் பற்றி வரலாறாகவும், தொன்மமாகவும் நமக்கு அறிய நிறையவே கிடைக்கிறது. அதையனைத்தும் இரண்டு மணி நேரத்துக்குள் நடத்த முற்படும்போது, நல்ல காட்சிகள் பலவும் நீக்கப்படுவதைத் தவிர்க்க முடியாதுதான். எனினும்:

யாதவப் பிரகாசர் தான் ராமானுஜரின் குருவாக இருந்து அவருக்கு விளைவித்த துன்பம் பற்றித் தனக்குள் பேசிக்கொள்ளும் காட்சி, திடுதிப்பென வருவது, உடையவர் வரலாறு தெரியாதவர்களுக்குக் குழப்பம் தரும் தான். நுட்பமான காட்சி அது. சைவ வைணவ மாற்றம் தவிர, ஆசிரியர் மாணவராகவும் மாணவர் ஆசிரியராகவும் மாறுகிற அதிசயம் அங்கே நடக்கிறது. முந்தைய காட்சியில் அந்த ஆசிரிய மாணவர் உறவு நிறுவப்பட்டிருந்திருக்கலாம்.

நீளமான ஒரு முன்னுரையும் உண்டு. விளக்கை அணைத்து வைத்து அதைச் சொல்வதை விட அரங்கத்தை ஒளிமயமாக வைத்தபடி சொல்லலாம். அத்துழாயும், பந்தார் விரலியாக வரும் அந்தச் சிறுமி முன் உடையவர் நெடுஞ்சாண்கிடையாக விழுவதும், அவள் திருமணத்தில் முதலியாண்டான் சீதன வெள்ளாட்டியாகப் போவதும் இல்லாத ராமானுஜரா? கொண்டு வாருங்கள் அவர்களை.

இறுதிக் காட்சியில் (தஞ்சம்மாள் மறுவரவு) ராமானுஜர்தான் துறவு மேற்கொண்டது சங்கரர், கௌதம புத்தர் பாதிப்பில் நிகழ்ந்ததாகச் சொல்வது சிந்திக்க வைப்பது. சொல்லியிருக்கக் கூடியவரே உடையவர். அந்தக் காட்சியை நுணுக்கமாக, ரசித்து எழுதியிருக்கிறார் இ.பா

எளிமையான அரங்க நிர்மாணம். கதையில் நம்பிக்கை வைத்து எந்த விதமான மற்ற ஈர்ப்பும் இல்லாமல் கதை நகர அது வழிசெய்கிறது. படிக்கட்டாக நாலு படிகள், முன்னால் இரண்டு சிறு மேடைகள். பின்னால் கதவு. அது திருவரங்கம் கோவிலாகிறது. ராமானுஜர் வீடாகிறது. அநபாயன் அரண்மனை ஆகிறது. எனக்குப்

*பிடித்தது அது காடு ஆகும்போது. மூன்று மரங்கள் பின்னால் இருந்து நடந்து வந்து அணிவகுத்து நின்றால் காடு! அந்த மூன்று நடிகர்களையும் பாராட்டுகிறேன் நாகசுவரம் ஒத்து கலைஞர்கள் போல அவர்கள் பணி அமைதியானது!*

*எடுத்தல், தொடுத்தல் , முடிதல் எல்லாம் கச்சிதமாக அமைந்து நகரும் இந்த நாடகத்தை ஒரு கட்டியங்காரன் மூலமாக எடுத்துப் போயிருந்தால் காட்சிகளை நீக்கியதால் வந்த, சற்றே disjointed தோற்றம் இல்லாமல் போயிருக்குமோ!*

*#Ramanuja*

*My tweets on the stage play :*

*ராமானுஜரை அவர் மனைவி தஞ்சம்மாள் சந்திக்கும் இறுதிக் காட்சிக்கே இன்னொரு முறை நாடகம் பார்ப்பேன். Hats off இ.பா, சுவாமிநாதன், கவிதா, கிருஷ் 1/n*

*கர்னாடக இசை வாய்ப்பாட்டும், குழலும், முரசுமாக மேடையிலேயே இசைக்குழு. பிரபந்தம் சொல்லும் நடிகர் கூட்டம். இசைநாடகமாகாமல் இ.பா கதை, இயக்கம் 2/n*

*another colourful feather in Shraddha's much decorated cap.They have an excellent actor in Swaminathan and director in Krish. Kudos to team 3/n*

*As usual Narada Gana Sabha venue played spoil sport every now and then with audio. We have now learnt lip reading to enjoy the plays 4/n*

*shall write in detail about Ie.Pad's stage play Ramanujar by Shraddha tomorrow. Meanwhile my recommendation pl watch 5/n*

*சங்கரர், ராமானுஜர், மாத்வர் சிடுமூஞ்சி சாமியார்கள் என நினைத்திருந்தேன். சுவாமிநாதனின் ராமானுஜர் சதா சிரித்த மூஞ்சியாக அதை மாற்றினார் 6/n*

*பாதி நாடகத்தில் தஞ்சம்மாள், பொன்னாச்சியாக ஒயிலாக நடந்துவரக் குழம்பினேன். அதே சாயலில் இன்னொரு பெண். கவிதாவின் தஞ்சம்மாள் her best #Ramanuja 7/n*

*அக்டோபர் 8, 2017*

## ‘சென்னைச் சிறுகதைகள்’ நூலுக்கு என் முன்னுரை

கிழக்கு பதிப்பகம் வெளியிடும் பரிசு பெற்ற சென்னைச் சிறுகதைகள் தொகுப்புக்கு முன்னுரை இரா.முருகன்

இது சிறுகதை மருவிய காலம். சிறுகதைகளின் வரவு ஆகக் குறைந்துவிட்டது. பத்திரிகை இதழ் ஒன்றுக்கு நாலு கதை, வானொலியில் வாசித்துக் கேட்ட கதை, வரிசையாக வரும் புதிய சிறுகதைத் தொகுப்புகள் என்று அனுபவமான சிறுகதைப் பெருக்கு இன்று இல்லை.

சிறுகதை ஒரு மாயச் சுழற்சியில் பட்டிருக்கிறது. சிறுகதை எழுதப்படாததால் பிரசுரிக்கப்படவில்லை. பிரசுரிக்கப்படாததால் வாசிக்கப் படவில்லை. வாசிக்கப்படாததால் அதன் ஈர்ப்பு குறைய வரவேற்பும் நாளடைவில் குறைந்து, இதழ்கள் வேறெதையோ தேடிப் போய்க்கொண்டிருக்கின்றன.

நூற்றைம்பது சிறுகதைகளுக்கு மேல் நான் எழுதியிருந்தாலும் இன்று சிறுகதைக் கரு மனதில் தோன்றினால் அது தன்வயமாகத் தற்போது எழுதிவரும் நாவல் நீரோட்டத்தில் கலந்துவிடுகிறது. சிறுகதை மட்டுமா, டயரிக் குறிப்பு, பத்திரிகைச் செய்தி, சமையல் குறிப்பு, பச்சிலை மருத்துவம், திரைக்கதை என்று எல்லாமே கதைப் பிரவாகத்தில் கலந்து நகர்ந்து போக, நவீன நாவலின் சிதறுண்ட கதையாடல் *fragmented narration* வழிசெய்கிறது. சிறுகதையின்

இழப்பு இன்னொரு இலக்கிய வடிவத்துக்கு அணிசெய்யப் போய்விடும் சூழல் தவிர்க்க முடியாதது.

இந்த மருவிய காலத்திலும் பிடிவாதமாகச் சிறுகதை எழுதுகிறவர்களாக, ஐந்து கதை இல்லாவிட்டாலும் நிறையச் சுருக்கி வார இதழில் ஒரே ஒரு கதை மட்டும் என்றும் பிரசுரிக்கும் பத்திரிகையாக, பிடிவாதமான சிறுகதை ரசிகர்களாக இந்த இலக்கிய வடிவத்தை இன்னும் வாழ வைத்துக்கொண்டிருக்கும் எல்லோருக்கும் என் வந்தனம்.

இது மாற்றுச் சவ்வூடு *reverse osmosis* பரவும் காலம். உயிர்த்து இயங்கிக்கொண்டிருப்பதற்காகச் சிறுகதை உருவம் மாற்றி வருகிறது. நீளம் குறைந்து வாமனனாகி ஒரு பக்கத்தில் உலகளக்கப் பார்க்கிறது. அரைப் பக்கச் சிறுகதை, 140 எழுத்து குறுங்கதை கூட வர ஆரம்பித்துவிட்டது. சற்றே நீண்ட புதுக் கவிதை சிறுகதை வேடம் கட்டி வருகிறது. திரைக்கதையும் சிறுகதையாகி வலம் வருகிறது. எழுதுவார் எழுதினால் சலவைத்துணிக் கணக்கும் சிறுகதைதான்.

சிறுகதைகளை உயிர்த்திருக்கச் செய்யும் முயற்சியில் எடுத்து வைத்த சிறு சிறு செங்கற்களாகவே கிழக்கு பதிப்பகத்தின் சென்னைச் சிறுகதைப் போட்டிக்கு எழுதப்பட்ட எல்லாச் சிறுகதைகளையும் கருதுகிறேன். சிறுகதைத் தொகுப்பாகப் பிரசுரமாகும் இந்தப் பதினான்கு கதைகளும் சிறுகதைக்கு ஆயுள் ரேகை தீர்க்கமாக இருப்பதைத் தெள்ளெனத் தெரிவிப்பவையாக அமைகின்றன.

அயர்லாந்துக்காரரான ஜேம்ஸ் ஜாய்ஸ் தான் வாழ்ந்திருந்த தேசத் தலைநகர் டப்ளின் நகரைக் கதைக் களமாக்கி எழுதிய சிறுகதைகளின் தொகுப்பான *Dubliners* டப்ளினர்ஸ் போல, சென்னையைச் சுற்றிச் சுழலும் சிறுகதைகளை எழுதி சென்னையர் என்று தலைப்பிட்டு எந்தத் தமிழ் எழுத்தாளரின் தமிழ்ச் சிறுகதைத் தொகுப்பும் இதுவரை வந்ததில்லை. சொல்லப்போனால், நெல்லைக்கு மட்டும்தான் இந்த இலக்கிய கீர்த்தி கிடைத்திருக்கிறது இதுவரை வண்ணநிலவனின் 'தாமிரபரணிக் கதைகள்' மூலமாக. சென்னைக்குச் சிறுகதை இலக்கியப் புகழாரம் சூட்டப்படாத வசை கிழக்கு பதிப்பகத்தின் இந்தச் சென்னைத் தொகுப்பின் மூலம் சற்றே தீர்ந்தது.

இந்தக் கதைகளில் இரண்டு விதமான கதைப்போக்கைக் காணலாம். சென்னை நகரவாசியாக இல்லாமல், இங்கே வந்து, சற்றே இருந்து, திரும்பிப் போகும் மற்ற ஊராரான எழுத்தாளர்கள் எழுதும் கதைகள் ஒருவகை. இவற்றில் கதைத் தலைவன் (பெரும்பாலும் ஆண் - வாலிபன்) சென்னையில் தனியனாக மேன்ஷனில் இருந்து வேலைக்குப் போகும் நண்பனுடைய அறையில் விருந்தாளியாகத் தங்கிப் பெறும் சென்னை அனுபவங்கள் இக்கதைகளின் நிகழ்வாகின்றன. இவர்கள் பெரும்பாலும் சிகரெட் புகைக்கிறவர்களாக இருப்பது நல வாழ்வு, சுற்றுச் சூழல் தூய்மை என்ற பார்வையில் கவலை தருவதைப் பதிந்தாக வேண்டும்.

சென்னைசார் எழுத்தாளர்களின் கதைகள் தீராத சென்னைப் பிரச்சனைகளான தண்ணீர், சுகாதாரம், போக்குவரத்து, 2015 பெருமழை பற்றிப் பருந்துப் பார்வை பார்த்து நகர்கின்றன. புறநகரில் வீடு கட்ட நிலம் வாங்குவது குறித்த ஒரு சுவையான கதையும் இவற்றில் உண்டு.

சென்னையை இந்தப் பார்வைக் கோணங்களில் இருந்து விடுபட்டு, நிகழ்கால, அண்மைக்கால வரலாற்றுக் கோணத்தில் பார்க்கும் அபூர்வமான சிறுகதைகளில் ஒன்று முதல் பரிசு பெற்ற ஸ்ரீதர் நாராயணனின் படைப்பு. ஜெர்மானியக் கப்பல் எம்டன் மதராஸ் பட்டணத்தில் குண்டு வீசிப் போன 1914-ஆம் ஆண்டில் நிகழும் இக்கதை உறுத்தாமல் புனைவோடு வரலாற்றைக் கலக்கிறது.

இத்தொகுப்பில் உள்ள கதைகளை எழுதியவர்கள் பலரும் இணையக் குழுமம், வலைப்பூ, ஃபேஸ்புக், இணைய இதழ்களில் எழுதத் தொடங்கி, எழுதி எழுதிப் பழகிச் சிறுகதை எழுத வந்தவர்கள். கதை மொழியில் அநேகமாக வெற்றி பெற்றிருக்கிறார்கள் இவர்களெல்லாம். இன்டர்நெட்டுக்கு நன்றி.

சென்னைக்காரராக இருந்தாலும் இல்லாவிட்டாலும் படிக்க வேண்டியவை இக்கதைகள்.எங்கே இருப்பினென்? மானுடம் பாடுவது மகத்தானதல்லவா!

*அக்டோபர் 29, 2017*

## Temps de poésie : கவிதை நேரம்

ஏழு வண்ணம் கசிய
அக்ரெலிக் பெயிண்டால்
உள்வாசலில் யாரோ
நிரந்தரமாக வரைந்து வைத்த
ரங்கோலி.
துருத்திய நாக்கு ஈர்ப்பும்
கண்ணில் சிரிப்புமாகச்
சிறுமி அதன் ஓரம்
இழையாய்ப் பொடி தூவி
சின்னக் கோலம் போடுகிறாள்.
அழிய அழியப் போடத்தானே
கோலம்.

*12.11.2017*

*Venpa I shared with K H 7.11.2017*

ஆழ்வார்தம் பேட்டை அருநிதியே நீரின்று
சூழ்வார் புகழ்பாடும் நாயனார் வாழ்க
அகவை அறுபதும் ஆங்கொரு நூறும்
முகவையெம் நண்பா சிற.

ஆழ்வார் நாயனாரானது ஆழ்வார்ப்பேட்டை கமலஹாசனாருக்கு அறுபத்து மூன்று நிறைந்தது

முகவை ராமநாதபுரம் (அருகே பரமக்குடி)

*After a brisk walk thru the*
*avenues and criss-crossing roads*
*for an hour and half,*
*fatigued and perspiring*
*you are about to enter*
*the tiny park for the*
*last lap of workout.*
*He pulls up next to you*
*and enquires.*
*Do I look like*
*'Sir, auto'?*

*#that_chennai_fretting_n_fuming_moment*

*நவம்பர் 15, 2017*

# என் வாசகர்களும் நானும்

என் புத்தக வெளியீட்டு விழாவில் சந்தித்த ஒரு வாசகர் சொன்னார், 'ரெண்டு நாளா இந்த புத்தக வேலையிலேதான் இருந்தேன்'. பதிப்பாளரின் அலுவலகத்தில் அவரைப் பார்த்த நினைவு இல்லாததால், 'என்ன மாதிரி வேலை?' என்று கேட்டேன். 'இது வாராவாரம் திண்ணை பத்திரிகையோட இன்டர்நெட் தளத்திலே வந்துச்சு இல்லே? நூற்று நாலு அத்தியாயமும் தேடி எடுத்து அதே ஆர்டர்லே கட் அண்ட் பேஸ்ட் செஞ்சு எம்.எஸ் வேர்ட் ஃபைல் ஓப்பன் பண்ணி சேர்த்து வச்சுக்கிட்டேன். செம வேலை. ஆபீசுக்கு அரை நாள் லீவு போட வேண்டிப் போச்சு" என்றாரே பார்க்கணும்.

அரசூர் வம்ச நாவல்களாக மேஜிக்கல் ரியலிசம் எழுதுவதில் ஒரு சுவாரசியம் இருக்கிறது என்றால் அதைப் படித்துவிட்டுக் கேட்கப்படும் கேள்விகளும் இன்னொரு வகை சுவாரசியம். 'அரசூர் வம்சத்திலே சாமிநாதன் அவனுக்கு நூறு வருஷம் முந்தைய ஒரு பெண்ணின் ஆவியோடு உடல் உறவு வச்சுக்கறானே, அது சாத்தியமா?". இன்னொரு கேள்வி, 'ஆலப்பாட்டு வயசன், பறந்து போய் கோவில் கொடிமரத்துக்கு மேலே இருந்து அசுத்தம் பண்றானே, அது நிஜமாவே நடந்ததா?"

என்னிடம் கேள்வி கேட்ட அன்பர்களுக்குச் சொன்ன பதில், 'இது ஒரு இலக்கிய உத்திங்கற அளவுலே மட்டும் பாருங்க.

ஆவியோட எல்லாம் போகம் பண்ண முடியாது. அது எதுக்கு? ஆவி இருந்தாலும், மிதந்துக்கிட்டு வந்தாலும். போகத்துக்கு ஆவியை ஏன் தேடிப் போகணும்? அதே போலத்தான் வயசன் பறக்கறதும். அவன் தன்னை மறந்த நிலையில் செயல்பட்டுக் கிட்டிருக்கான்னு எடுத்துக்கிட்டா பிரச்சனை இல்லை" என்று சொல்லி மேஜிக்கல் ரியலிசம் பற்றி சிறுகுறிப்பு வாயால் வரைய வேண்டிய சந்தர்ப்பங்கள் அவ்வப்போது ஏற்படுகின்றன.

இந்த நாவலை எழுத எம்புட்டு நேரம் பிடிச்சது? ஒரு வாசகர் என்னைப் புத்தகக் கண்காட்சியில் கேட்டார். அது அரசூர் வம்சம் நாவல்களில் இரண்டாவதான விஸ்வரூபம் வெளியான நேரம். கனமான எழுத்து. ஆமாம், கிட்டத்தட்ட தொள்ளாயிரம் பக்கம் அந்த நாவல் இருக்கும். நான் ஓரக்கண்ணால் அந்த வாசக நண்பர் சுமந்திருந்த புத்தகப் பையைப் பார்த்தேன். விஸ்வரூபம் அதில் இருந்ததாகத் தெரியவில்லை. என்றாலும் சாந்த சொரூபனாகப் பதில் சொன்னேன் "ரெண்டு வருஷம் எடுத்துக்கிட்டேன் இதை எழுதி முடிக்க". "நான் கூட ரிடையர் ஆனதும் ஒரு பெரிய நாவல் எழுதலாம்னு இருக்கேன்" என்றார் அவர். ஆகியிருப்பார் இப்போது. அவர் எழுதிய நாவல் வெளியானதா என்று தெரியவில்லை.

இதே நாவலில் 1899 டிசம்பரில் ஏழு கிரகம் ஒரே நேர்கோட்டுப் பாதையில் வந்த தினத்தன்று நடப்பதாக ஒரு அத்தியாயம் அமைத்திருந்தேன். அதைக் குறிப்பிட்டுக் கேட்டுப் பாராட்டி அந்த நிகழ்வு பற்றி மேலதிக விவரங்களோடு பேசிக்கொண்டிருந்தார் இன்னொரு வாசகர். அந்த அத்தியாயத்தில் மகாலிங்க அய்யன் திருக்கழுக்குன்றம் யாத்திரை போகும்போது ஒரு சோனியான, மார்பு பெருத்த கன்யகை மேல் மோகவசப்படுவான். 'போன வாரம் கழுக்குன்றம் போனேன் சார், அந்த அய்யனும் பொண்ணும் எனக்கு முன்னாடி படி ஏறிட்டிருந்ததா தோணிக்கிட்டே இருந்தது. கழுகு இப்போ எல்லாம் வர்றதில்லே தெரியுமா?" இது இன்னொரு வாசகர் இந்த நாவலை ஆழ்ந்து படித்துவிட்டுச் சொன்னது.

விஸ்வரூபம் நாவலைப் படித்துவிட்டு என்னை வந்து சந்திக்க வேண்டும் என்று ஆவலாகக் காத்திருந்தார் இன்னொரு வாசகர். நல்ல எழுத்தாளரும் விமர்சகருமான ஐராவதம் தான் அவர். எனக்கும் அவருக்கும் நண்பரான விருட்சம் இலக்கிய இதழ்

ஆசிரியரும் எழுத்தாளருமான அழகியசிங்கர் அவரோடு வந்து என்னைச் சந்தித்திருக்க வேண்டியது நடக்காமலே போனது. இராவதம் காலமாகிவிட்டார் அதற்குள். "விஸ்வரூபம் நாவல்லே ஒவ்வொரு பக்கமா அங்கங்கே அடிக்கோடு இட்டு, மார்ஜின்லே எழுதி வச்சிருந்தார் அவர். நிறைய உங்களோடு பேசணம்னார்" என்றார் அழகியசிங்கர். 'எனக்கு வேறே எதுவும் வேணாம், பொக்கிஷம் போல, அவர் கையெழுத்தும் போட்ட கோடும் இருக்கற புத்தகப் பிரதி கிடைச்சாலும் போதும். எதை எல்லாம் படிச்சு ரசிச்சிருக்கார், என்ன எல்லாம் பேசணும்னு நினைச்சிருந்தார் இராவதம் அப்படீன்னு ஓரளவாவது தெரிஞ்சுக்கலாம்" என்றேன். அந்தப் பிரதி எங்கே போனதோ.

அரசூர் நாவல்களில் வரும், எண்ணற்ற குடும்பங்களின் தீர்த்தயாத்திரை விவரங்களைத் தலைமுறை தலைமுறையாகப் பதிந்து வைக்கும் ஹரித்துவார புரோகிதர்கள் பற்றிய தகவல், மீரட் கத்தரிக்கோல் எங்கே கிடைக்கும் என்ற விசாரிப்பு (மீரட்டில் தான் என்று பதில் சொல்லிக் கத்தரித்துக்கொண்டு போக முடியாது, இது வேறே விஷயம்), எடின்பரோ மோஸ்தரில் பிஷ் அண்ட் சிப்ஸ் கடை இங்கே காரைக்குடியில் திறந்தால் பிசினஸ் இருக்குமா என்று ஆலோசனை கோருதல் என்று கதையோடு ஒட்டியும் விலகியும் எழுப்பப்படும் சகலவிதமான வினாக்களுக்கும் பதில் சொல்லும்போது எனக்கும் அதைப் பேசுவதில் ஈர்ப்பு அதிகமாகி நானே என் எழுத்தை மீண்டும் படிக்கத் தோன்றும்.

பயோ பிக்ஷன் நெம்பர் 40, ரெட்டைத் தெரு மற்றும் தியூப்ளே வீதி நூல்களின் வாசகர்கள் வேறு மாதிரி. வாழ்க்கை வரலாற்று அடிப்படையில் புனைவு கலந்து எழுதப்பட்ட இந்த நாவல்களைப் படித்துவிட்டு வந்து கேட்கப்படும் கேள்விகளில் முக்கியமானது, 'இதுலே எவ்வளவு உண்மை?". நான் சொல்வேன், "ஐம்பது சதவிகிதம் உண்மை, ஐம்பது பெர்செண்ட் கதை. எது கற்பனை, எது உண்மைங்கறதை நான் சொல்லறதுக்கு இல்லே. எழுத்தை எழுதவும் வாசிக்கவும் சுவையாக்குவது இந்த மயக்கம் தான்."

ரெட்டைத் தெரு நாவலைப் படித்துவிட்டு நான் படித்த பள்ளியின் தலைமை ஆசிரியர் கேட்டார் "அந்த பேங்க் மேனேஜர் வீட்டு வாசல்லே உக்கார்ந்து பாட, நானும் இன்னொருத்தரும் கேட்டோம்னு எழுதினதுலே ஒரு பிசகு. அவர் பாடினது

காம்போதியிலே எவரி மாட. நீ எழுதினபடிக்கு இல்லே” என்று நமுட்டுச் சிரிப்போடு சொன்னார். மட்டுமில்லை, ஒரு நாற்பது பக்க நோட்புக்கை நீட்டினார். “இதெல்லாம் நீ சொல்லி விட்டுப்போன அந்தக்கால நிகழ்ச்சிகள். இதையும் சேர்த்துக்கோ”. அந்த நோட்புக்கை பத்திரமாக வைத்திருக்கிறேன். ஆங்கிலத்திலும் தமிழிலும் எழுதிய அந்தச் சம்பவங்களை எப்போது எழுதப் போகிறேனோ. இன்னொரு தடவை இறங்க முடியுமா நினைவு நதியில்?

தியூப்ளே வீதி படித்து விட்டு, ‘அமேலியோட நீங்க படுக்கைக்குப் போறபோது காண்டோம் உபயோகிச்சதா சொல்லியிருக்கீங்களே, அப்போ எது காண்டோம்?” ஒருத்தர் கிடுக்கிப்பிடி போட்டார், “ஏன் சார் நான் என்ன 1940–களின் பிரஜையா? 1970–களிலே நடக்கிற கதை இது” என்றால் விடாமல் பிடிக்கிறார் ‘இன்னும் அமேலியோட செக்ஸ் வச்சிட்டிருக்கீங்களா?’. பைனரியாக ஆம் இல்லை என்று பதில் சொன்னால் வம்புதான் என்பதால், இந்தக் கேள்விக்குப் பதிலாக நான் புன்னகை பூத்தேன். அவ்வளவுதான்.

சிறுகதை, குறுநாவல் வாசகர்களில் சிலர் உக்கிரமானவர்கள். அபானவாயு வெளியேற்றும் போட்டியை மையமாக வைத்து ‘வாயு’ என்ற குறுநாவல் எழுதி குமரி மாவட்டத்தில் ஒரு நூலகரின் வெறுப்பைச் சம்பாதித்துக் கொண்டேன். பரவலான வாசிப்பு உள்ள, நல்ல நூல்களை மற்றவர்களுக்கு சிபாரிசு செய்வதில் அலுப்படையாத நல்ல மனுஷர் அவர். அவருடைய நூலகத்தில் அந்தக் குறுநாவல் உள்ள ‘சைக்கிள் முனி’ சிறுகதைத் தொகுதி இருக்கிறதா என்று கேட்ட வாசகரிடம் பொரிந்து தள்ளி விட்டாராம் ‘நல்ல நல்ல கதையா எழுதிட்டு வெளிநாடு போனான் அந்த விளங்காப்பய (நான்தான்). குசு விடறதைப் பத்தி எழுதறானாம். பைத்தியம் பிடிச்சிருச்சு’. அவர் சொன்னதை அட்சரம் பிசகாமல் இவர் வந்து என்னிடம் ஒப்பிக்க, என்ன ஒரு சந்தோஷம்.

சிறுகதையோ, நாவல் அத்தியாயமோ, நாலு வரி வெண்பாவோ, எதை எழுதினாலும், முதலில் அதைப் படிக்க அனுப்புவது என் நெருங்கிய நண்பர் கிரேசி மோகனுக்குத்தான். பரந்த இலக்கிய வாசிப்பும், ஆழ்ந்த சமய ஞானமும், மெய்ஞானமும் கரைகண்ட அவருடைய விமர்சனங்களை உட்கொண்டுதான் அவை அச்சேறும்.

"ஏண்டா, அம்பின்னு நான் சின்ன வயசிலே 1920-லே எங்க அக்கா இறந்துபோன போது அனுபவிச்ச துக்கத்தைக் கதையா எழுதியிருக்கியே, நான் உங்கிட்டே அதெல்லாம் பேசினதாவே நினைவு இல்லையே". அப்பா என்னிடம் தினமணி கதிரில் வெளியான அந்தக் கதையைப் படித்துவிட்டுச் சொன்னார். "எனக்குத் தெரியும் அப்பா, எப்படின்னு தெரியாது." அந்த மகாவாசகர் மறைந்து இன்றோடு பத்து ஆண்டு ஆகிறது.

*(அந்திமழை ஜனவரி 2018 இதழ்)*

*ஜனவரி 3, 2018*

## நாவலை நாடகமாக்கும் போது
## – தியூப்ளே வீதி நாடகமாக்கம் குறித்து...

ஓர் இலக்கிய அல்லது கலைப் படைப்பை ஒரு வடிவத்திலிருந்து மற்றதற்கு மாற்றும்போது எழும் சவால்கள் சுவாரசியமானவை. நாவலை நாடகமாக்குவது குறித்து இது.

என் 'தியூப்ளே வீதி' நாவலில் ஒரு அத்தியாயத்தில் வரும் முக்கியமான பத்தி:

சுவர்க்கோழிகள் கூக்குரல் எழுப்பி ஊரைக் கூட்ட முற்பட, அமேலி என்னைத் தழுவினாள். அவள் முகத்தில் எதையோ வெற்றி கொண்ட சந்தோஷம் படிந்து பரிசுத்தத்தின் நிரந்தரச் சாயலை அழிக்க முற்பட்டுக் கொண்டிருந்தது. துடிக்கும் அவள் உதட்டில், என்னைச் சிறையெடுத்த அழகான கண் இமைகளில், சின்னஞ்சிறு மரு முளைவிட்ட கன்னத்தில், வியர்வை துளிக்கும் நெற்றியில் நெருப்பாக முத்தமிட்டேன். நொடிகள் காலமற்ற வெளியில் நிலைத்து நிற்க, ஈர்ப்பும், பயமும், எதிர்பார்ப்பும் கரைந்து கலந்து ஆசை நுரைத்துப் பொங்கி வெள்ளமாகப் பெருக, உடல்களே தோணிகளாக ஓட்டி விளையாடலானோம். கைகள், இது விலக்கபட்டது என்ற பேதம் கடந்து அரவங்களாக எங்கும் நெளிந்து அரவமின்றி ஊர்ந்தன. 'விளக்கை அணைச்சுடு' என்றாள்

அமீலி. நான் எழ, திரும்பத் தழுவி, இருக்கட்டும் என்றாள். உடுப்புகள் விடை பெற முனைந்த வினாடியில் வெளியே அழைப்பு மணி. பதறி விலகினோம்

இந்தக் காட்சியைத் திரைப்படத்துக்கு எழுதும்போது ஓரளவுக்கு எழுத்தைக் காட்சியாக்குவது சாத்தியமே. *Angle on* என்று குறித்து சில முக்கியமான விஷுவல்கள், ஒற்றை வரி வசனம் என்று நாவலுக்குள்ளே இருந்தே எடுத்துக் காட்சி அமைத்துவிடலாம் தான்.

நிச்சயமாக இதை மேடையில் நிகழ்த்த முடியாது. *Edinbrough Fringe* விழா நிகழ்வாக நான் பார்த்த சில ஆங்கில நாடகங்கள் மேடையில் சகலமானதையும் கிட்டத்தட்ட நிகழ்த்திக் காட்டியதைக் கண்டிருக்கிறேன். நாடகமா அல்லது லைவ் ஷோவா என்று சந்தேகம் வரும் அந்த நிகழ்வுகள் அதிர்ச்சி மதிப்பை அதிகமாக்குகின்றன என்பதன்றி எந்தச் செறிவையும் தருவதில்லை தான்.

நம் மேடையில் மேலே குறிப்பிடும் இந்தப் பகுதியை ஒரே வரியில் சித்தரித்து விட்டு சிரமமின்றி அடுத்த காட்சிக்குப் போகலாம்.

அது ‘மேடையில் மெல்ல இருள் சூழ, திரை.’

கொஞ்சம் வித்தியாசமாக முயன்றேன். எப்படியா? எழுதி முடித்துச் சொல்கிறேன்

*ஆகஸ்ட் 30, 2018*

# பிஞ்சுகள் நாவலும் நானும்

கி.ரா - பிஞ்சுகள்

கோபல்ல கிராமம் தொடங்கி, கி.ரா அவர்களின் எல்லாப் படைப்புகளுமே எனக்குப் பிரியமானவை என்றாலும், 'பிஞ்சுகள்' நாவலோடு ஒரு தனிப்பட்ட பிணைப்பு உண்டு.

1970-களில் எங்கள் சிவகங்கை தமிழ்ப் புத்திலக்கிய வளர்ச்சிக்கான மையமாக இருந்தது. என் அன்புக்குரிய பேராசிரியர் கவிஞர் மீரா (மீ.ராசேந்திரன்) தமிழ்ப் புதுக்கவிதையிலும் கனவுகள் கற்பனைகள் காகிதங்கள் -

பேராசிரியர் நா.தர்மராஜன் சோவியத் படைப்பு மொழிபெயர்ப்பிலும், பேராசிரியர் இளம்பாரதி (ருத்ர துளசிதாஸ்) சாகித்ய அகாதமி பரிசு பெற்ற மலையாள இலக்கிய மொழிபெயர்ப்பிலும் சாதனை படைத்துக் கொண்டிருந்த நேரம் அது. இவர்கள் தமிழ், ஆங்கிலம், வேதியியல் துறை என்று வேறு வேறு துறைகளில் சிவகங்கை ராஜா துரைசிங்கம் நினைவுக் கல்லூரியில் பேராசிரியர்களாக இருந்தாலும், தமிழுணர்வு இவர்களை நெருங்கிய நண்பர்கள் ஆக்கியது.

நான் இவர்களோடு இலக்கிய மாணவனாகவும் கலந்து பழக, அவர்கள் கைகாட்டிய பன்மொழி இலக்கிய நூல்களைப் படிக்க, அவர்கள் விவாதிக்கும்போது கேட்டு ரசித்துக்கொண்டிருக்க என்று எனக்கு அப்போது வாய்த்தது.

மீராவின் அன்னம் பதிப்பகம் 'பிஞ்சுகள்' நூலை வெளியிட்டது. மீரா அவர்களிடமிருந்து புத்தகம் முதலில் வாசிக்கக் கிடைத்தவர்களில் நானும் ஒருவன். ஒரே வாசிப்பில் படித்து முடித்தேன். அற்புதமான இசை நிகழ்ச்சியைக் கேட்ட மாதிரி படித்துப் பல மணி நேரம் சென்றும் பிஞ்சுகள் நினைவில் சுழன்றுகொண்டிருந்தது.

நிறையத் தயங்கி, ஒரு வழியாக அந்த நூலை அறிமுகம் செய்யும் விதமாக கி.ராவை விமர்சனம் செய்ய நான் யார் ஒரு கட்டுரை எழுதி, எங்கள் ரெட்டைத் தெருவில் இருந்து கூப்பிடு தூரத்தில் இருந்த சிவன்கோவில் தெற்குத் தெரு அன்னம் பதிப்பகத்துக்கு ஒரு சாயந்திரத்தில் போனேன். கல்லூரி இறுதியாண்டுப் படிப்பு முடித்திருந்த நேரம் அது.

அன்னம் பதிப்பகத்தில், மேலே குறிப்பிட்ட இலக்கிய மும்மூர்த்திகளும் உரையாடிக்கொண்டிருந்தபோது குறுக்கே புகுந்து என் கட்டுரையை நீட்டினேன்.

சரி தம்பி, படிச்சுட்டு சொல்றேன் என்றார் மீரா.

ஒரு வாரம் ஆச்சு, ரெண்டு வாரம் ஆச்சு, ஒரு மாதமே போயாச்சு. அவர் கருத்து எதுவும் சொல்லவில்லை.

ஒரு மாலை நேரம் நான் அன்னம் பதிப்பகம் படியேற, மீரா என்னிடம் 'படிங்க தம்பி' என்று ஒரு பத்திரிகையைக் கொடுத்தார். அது அந்த வாரம் வெளியான தாமரை மாத இதழ். புரட்டிப் பார்த்தேன். என் 'பிஞ்சுகள்' அறிமுகக் கட்டுரை ஒரு வார்த்தை கூட மாறாமல் அப்படியே வந்திருந்தது.

படிச்சேன். படிச்சோம். நல்லா இருந்துச்சு. தாமரைக்கு அனுப்பிப் போடச் சொன்னேன். நிறைய எழுதுங்க.

சார் சார் சார் என்று தொடங்கினேன். வார்த்தை ஏதும் வரவில்லை. நன்றி என்று சொல்வதற்குள் நா உலர்ந்து போனது. அவர் புரிந்துகொண்டார்.

நான் எழுதி அச்சில் வந்த முதல் கட்டுரை முதல் படைப்பு அது. பிஞ்சுகள் நாவலோடு எனக்கு மனத்தளவில் பிணைப்பு ஏற்பட்ட கதை இது

*நவம்பர் 28, 2018*

## வானம் வசப்படும் – மய்யழிப் புழயுடெ தீரத்தில் : பிரபஞ்சனுக்கு அஞ்சலி

பிரபஞ்சன் காலமானார்.

புதுவை எனக்கு இனி நான் நடமாடிய தியூப்ளே வீதியாகவும், ரங்கப்பிள்ளை தெருவாகவும், படித்த தாகூர் கலைக் கல்லூரியாகவும், நடந்த குயில் தோப்பாகவும், சைக்கிள் ஓட்டிப் போன சித்தாந்தசாமி திருக்கோவிலாகவும், மணக்குள விநாயகர் கோவிலாகவும், சான் பால் தேவாலயமாகவும் மட்டும் இருக்கும். அன்பு நண்பர் பிரபஞ்சன் இனி அங்கே இல்லை. அவர் நினைவுகள் மட்டும் மிஞ்சும்.

கடைசியாக அவரை ஞானக்கூத்தன் இறுதிச் சடங்கு நேரத்தில் சந்தித்தேன். அடைத்த ஒரு வீட்டுக் கதவுக்கு வெளியே உட்கார்ந்து அதுவும் இதுவும் பேசிக்கொண்டிருந்தபோது புதுவை நகரம் பேச்சில் தாராளமாக வந்து போனது. புதுவையின் அற்புதமான கதைக்காரர் அவர்.

நான் கல்லூரியில் படிக்கும்போது கண்ணதாசன் இலக்கிய இதழ் வெளியாகிக் கொண்டிருந்தது. பார்க்கவும், படிக்கவும் நல்ல இதழ் அது. அமுதோனின் லே அவுட் இன்றைக்கு முழுவதும் பார்த்துக்கொண்டிருக்கலாம். அதில் வந்த பிரபஞ்சனின் 'மீன்' சிறுகதையைப் படித்துவிட்டுத்தான் நான் அவர் எழுத்துக்கு ரசிகனானேன். பின் நண்பரானது வெகுநாள் கழித்து.

வானம் வசப்படும் வாசிப்பில் ஏற்படுத்திய ஆனந்த களிப்பு *excitement* வெகு சில எழுத்துகளைப் படிக்கும்போது மட்டும் அபூர்வமாக வருவது.

எனக்கு ஒரு ரசிகர் விருப்பம் உண்டு. பாண்டிச்சேரி யூனியன் பிரதேசத்தில் *1940*-களில் பிறந்த இரண்டு சிறப்பு மிக்க எழுத்தாளர்கள் உண்டு புதுவைத் தமிழரான பிரபஞ்சனும், மாஹே மலையாளியான முகுந்தனும். வானம் வசப்படும், மானுடம் வெல்லும் என்று பிரபஞ்சனின் சாதனை நாவல் பட்டியல் சுவடு பதித்துப் போகும்போது, மய்யழிப் புழயுடெ தீரத்தில், தெய்வத்தின்றெ விக்ருதிகள் என்று முகுந்தனின் நாவல் அடையாளம் நீளும்.

இவர்கள் இருவரும் சேர்ந்து ஒரு நாவல் எழுதினால் எப்படி இருக்கும்! புதுவையிலும், மாஹேயிலும், பிரான்ஸிலும் நிகழும் அந்த நாவலின் அத்தியாயங்கள் நிகழுமிடத்தைப் பொறுத்து தமிழிலோ மலையாளத்திலோ எழுதப்படும். எழுதி முடித்தபிறகு தமிழ் அத்தியாயங்கள் மலையாளத்திலும், மலையாள அத்தியாயங்கள் தமிழிலும் மொழிபெயர்க்கப்படும். இரண்டு மொழிகளுக்கும் ஒரு புது நாவல் கிடைக்கும்.

இதை பிரபஞ்சனிடம் பேசினேன். நடக்குமா என்கிற மாதிரி புன்சிரித்தார். சந்தித்து திரும்பவும் அதைப் பற்றிப் பேசவேண்டும் என்று நினைத்துக்கொண்டிருந்தேன். நினைப்பு மட்டும்தான் இனி.

பிரபஞ்சனுக்கு அஞ்சலி. அவர் ஆன்மா சாந்தியடையட்டும்.

டிசம்பர் *21 2018*

# இசைவிழா சமணம்

கச்சேரி நடந்து முடிந்து கலைஞர்கள் வெளிவந்து கொண்டிருந்தார்கள். உப பக்க வாத்தியக் கலைஞர் எனக்கு நல்ல நண்பர். பாட்டுக்கு இயைந்தும், 'தனி' நேரத்தில், நிறைவாக வாசித்து தாளப் பந்தல் வேய்ந்தும் ரசிகர்களின் கரவொலி பெற்றிருந்தார்.

என்ன கொஞ்சம் தாங்கித் தாங்கி நடக்கறீங்களே என்று விசாரித்தேன். 'ஆமா சார், கால் மரத்திருக்கு... *muscular cramps* .. இன்னும் கொஞ்ச நேரத்திலே சரியாயிடும்' என்றார் அவர்.

இரண்டு நாள் முன் பாடிய இரு சிறுமிகளில் ஒருத்தி மேடையில் கால் மடித்து அமர மிகவும் கஷ்டப்பட்டது தெரிந்தது. பாட்டுக்கு நடுவே அவ்வப்போது கால்களை முன் பின் அசைத்தபடி இருந்தாள் அந்தச் சிறுமி. அப்படியாவது கஷ்டப்பட்டுப் பாட வேணுமா என்று தோன்றியது.

எல்லா கர்னாடக, இந்துஸ்தானி இசைக் கலைஞர்களும் தரையில் சம்மணமிட்டு இரண்டரை மூன்று மணி நேரம் அமர்ந்து தான் இசை நிகழ்ச்சி நடத்த வேண்டும். சம்மணம் கொட்டி இருப்பது சமணத் துறவிகளுக்கு வேண்டுமானால் இயல்பானதாக இருக்கலாம். மற்றவர்களுக்கு, அதுவும் மணிக்கணக்காக சம்மணம் கொட்டி இருக்க சிரமம்தான்.

இதை சமாளிக்க, இந்துஸ்தானி இசைக் கலைஞர் ஷோபா குர்டூ ஒரு மர முக்காலியில் அமர்ந்து பாடியதை தூர்தர்ஷனில் பார்த்த நினைவு. முதிய சரோட் கலைஞர் ஒருவர் உள்மேடை ஓரமாக கால்களை மடிக்காமல் தொங்க விட்டு உட்கார்ந்து இசைத்த நினைவும் உண்டு.

இதெல்லாம் எவ்வளவு தூரம் பொதுவாக நடப்பாக்கக் கூடும் என்று தெரியவில்லை. மேடை அழகியலை சம்பந்தப்படுத்தி கோரிக்கை நிராகரிக்கப்படலாம். இசை நிகழ்ச்சிக்கு நடுவே பத்து நிமிடம் இண்டர்வெல் விட்டால் என்ன?

சிறுவனாக இருந்த அறுபதுகளில் நான் பெரியவர்களோடு போயிருந்த இசை நிகழ்ச்சியில் ஓர் இந்துஸ்தானி இசைஞர் நிகழ்ச்சிக்கு நடுவில் இடைவேளை விட்டு, அற்ப சங்கைக்கு ஒதுங்கி வந்து, ஓரமாக உட்கார்ந்து புகைக்குழாய் புகைத்த நினைவு.

உ.வே.சாவின் ‘நினைவு மஞ்சரி’ நூல் வரிசையில், பத்தொன்பதாம் நூற்றாண்டு இசையறிஞர் ஒருவர் (மகா வைத்தியநாத ஐயர்?) திருவாவடுதுறை மடத்தில் மணிக்கணக்காக நிகழ்த்திய இசையரங்கில் நடுவே இடைவேளை விட்டு சந்தியாவந்தனம் செய்து வந்ததாகக் குறிப்பிடுவார்.

கேரளத்தில் சோபான சங்கீதம், எடக்க என்ற இசைக்கருவியை நின்றபடி மீட்டித்தான் இசைக்கப்படுகிறது. சாக்கியார் கூத்தில் சாக்கியார் பெரும்பாலும் உட்கார்வது இல்லை. கதகளியில் பெரும்பாலும் நின்றும், நடனமாடியும் தான் பாத்திரங்கள் கதையை நிகழ்த்துகிறார்கள். பிரகலாத சரித்திரம், குசேலாபாக்கியானம் போன்ற கதைகளில் சிறுது நேரம் நரசிம்ம மூர்த்தியோ, குசேலரைச் சந்திக்கும் கண்ணனோ உட்கார்ந்து அபிநயித்து எழ வசதியாக ஒரு ஸ்டூல் மேடையில் இட்டிருப்பார்கள்.

மேற்கத்திய செவ்வியல் இசையில் தனிப் பாடகரும், குழுப் பாடகர்களும் நின்றபடிதான் பாடுகிறார்கள்

உங்களால் எவ்வளவு நேரம் கால் மடித்து சம்மணம் கொட்டி உட்கார முடியும்?

*டிசம்பர் 26, 2018*

## கிண்டில் மின்நூல் பதிப்பு – சேர வாரீர் சகத்தீரே!

இது அதிவேகத் தகவல் பரிமாற்றங்களின் நூற்றாண்டு. வாசிப்பு வசப்பட்ட வாசகர்கள் பெருகும் நூற்றாண்டு இது. இந்த நூற்றாண்டின் வாசகர்கள் புத்தகம் வாங்குவதை வீண் செலவாகக் கருதாதவர்கள். நல்ல நூல்களைத் தேடிப் படிக்க, அவை பற்றிய தகவல்களைப் பரிமாற, சமூக ஊடகங்களைத் தீவிரமாகக் கைக்கொள்கிற வாசகர் வட்டம் இது.

இருபத்தொன்றாம் நூற்றாண்டின் வாசகர்களுக்கு புத்தகங்கள் தாம் பிரச்சனை. குடும்ப உறவால் பிணைக்கப்பட்ட இருபது முப்பது பேர் சேர்ந்து வாழ்ந்த கூட்டுக் குடும்பங்கள் போன நூற்றாண்டின் தொடக்கத்தில் வழக்கொழிந்து போக, இப்போது கணவன், மனைவி, ஒன்று அல்லது இரண்டு குழந்தைகள் மட்டும் இடம் பெறும் சின்னஞ்சிறு குடும்பங்கள் பெருகி வளர்கின்றன. வசிப்பிடம், நாலு மாடிக் கட்டடங்களில் இருந்து, பலமாடிக் குடியிருப்புகளில், எழுநூறு சதுர அடி இரண்டு படுக்கை அறை இடத்தில் அமைந்த ஃப்ளாட்கள் ஆகக் குறுகிவிட்டது. புத்தகம் வாங்கி, படித்த பிறகு சேர்த்து வைத்து, போற்றிப் பாதுகாக்க இடம் இல்லை. இதுதான் பெரும்பாலும் மத்திய வகுப்பு வாசகர்களின் முக்கிய பிரச்சனை.

அதிகாலையில் இருந்து இரவு வெகு நேரம் வரை தொழில், பணி நிமித்தம் ஓடித் திரிந்து உழைக்கும் சமுதாயம் இது. புத்தகங்களை

விரும்பினாலும் தினம் நேரம் ஒதுக்கி, கையோடு எடுத்துப் போய் படிக்க நேரம் கிடைக்காதவர்கள் இன்றைய தலைமுறையினர். வாசகர்கள் எதிர்ப்படும் மற்றொரு பிரச்சனை இது.

வாசகர்களின் பிரச்சனைகள் இவை என்றால், வாசகர்களாக இருந்து, நாமும் எழுதலாமே என்று வாசிப்பின் மூலம் படைப்பாக்க உந்துதல் பெற்று எழுது வரும் அறிமுக எழுத்தாளர்களின் பிரச்சனை, அறிமுகமாவதுதான். பதிப்பாளர்கள் புதுமுக எழுத்தாளர்களின் நூல்களைப் பிரசுரிக்கத் தயங்குகிறார்கள். பதிப்பித்தால் விற்குமா என்ற அடிப்படை சந்தை வணிக, பொருளாதாரப் பிரச்சனை இது. பதிப்பிக்காமல் அறிமுக எழுத்தாளர் எப்படி அனுபவப்பட்ட எழுத்தாளர் ஆக முடியும்?

அறிமுக எழுத்தாளர்களுக்கு அப்படி ஒரு பிரச்சனை என்றால், எழுதிப் பெயர் வாங்கிய எழுத்தாளர்களுக்கு இன்னொரு மாதிரி பிரச்சனை. எழுதி முடித்த புத்தகத்தை எந்தப் பதிப்பாளர் விரைவில் வெளிவருமாறு பிரசுரிப்பார்? எழுதிப் புத்தகமாகப் பதிப்பிக்கப்பட்ட நூல்களுக்கான ராயல்டி பணம் எவ்வளவு இன்னும் கிடைக்க வேண்டி, நிலுவையில் இருக்கிறது? எப்போது கிடைக்கும்? இல்லை, கிடைக்கவே கிடைக்காதா? தமிழ்ச் சூழலில் கடைசிக் கேள்விதான் பரவலானது.

வாசகர்கள், அறிமுக எழுத்தாளர்கள், அனுபவப்பட்ட எழுத்தாளர்கள் என்ற இந்த மூன்று தரப்பினருக்குமான பிரச்சனைகளைக் களைவதில் எழுத்தாளரே பதிப்பிக்கும் கிண்டில் மின்நூல் பதிப்பு விடை காண்கிறது.

எழுதியதை .docx கோப்பாக அமேசன் தளத்தில் இட்டு எளிய செயல்முறை மூலம் அதற்கான மேலட்டையை வடிவமைத்து, விலை வைத்து, எழுத்தாளரே வெளியிட்டு விடலாம். எழுத எடுக்கும் நேரம்தான் ஒவ்வொருவருக்கும் ஒரு மாதிரி. பதிப்பிக்க ஆகக் குறைவான நேரம்தான் செலவாகும். அமேசன் தளத்தில் கிண்டில் புத்தகம் வெளிவந்ததும், விற்பனைக்கு உடனே உலகெங்கும் அமேசன் மூலம் கிடைப்பதாக வழிசெய்தால், விற்க விற்க, எழுத்தாளரின் இந்திய வங்கிக் கணக்கில் ராயல்டி வரவு தொடங்கிவிடும்.

அமேசனில் மின்நூல் பதிப்பிக்க வேண்டிய விவரங்கள் அமேசன்

இணையதளத்தில் உண்டு. எளிய கையேடுகளாகவும் இவை இணையத்தில் கிடைக்கும் பெரும்பாலும் இலவசமாகத் தரவிறக்கிக் கொண்டு படிக்கலாம்.

எடுத்துக்காட்டாக அமேசன் தளத்தில்:

சொடுக்கவும்.

விற்றால் மட்டும் இல்லை ராயல்டி. புத்தகத்தை அமேசனில் ‘இரவல் வாங்கி’ வாசிக்கிற வாசகர்கள் நிறைய உண்டு. இப்படியான வாசிப்பும், படித்த, பக்கக் கணக்கை வைத்து எழுத்தாளருக்கு ராயல்டியைச் சம்பாதித்துத் தரும்.

இன்னொரு நம்ப முடியாத, ஆனால் உண்மைச் செய்தி அதிக பட்சம் 70% வரை ராயல்டி கிடைக்க வாய்ப்பு உண்டு.

வேண்டுமானால் அச்சுப் புத்தகமாகவும் வெளியிட்டுக் கொள்ள உதவி செய்ய அமேசனை நாடலாம்.

மின்நூல் என்பதால் ஆயிரம் புத்தகங்களை ஒரு ப்ளாஷ் ட்ரைவிலோ, மடிக் கணினியிலோ, மொபைல் தொலைபேசியிலோ சேமித்து வைத்து வேண்டும்போது படிக்கலாம். இதற்கான கிண்டில் மென்பொருள் இலவசமாகக் கிட்டுகிறது.

கிண்டில் மின்பதிப்பு, எழுதி அனுபவப்பட்ட எழுத்தாளர்களுக்கும், எழுத ஆர்வமாக இருக்கும் நல்வாசகர் அறிமுக எழுத்தாளர் நண்பர்களுக்கும், வாசக அன்பர்களுக்கும் பெரும்பயன் விளைவிப்பதாகும்.

என் நூல்கள் அச்சுப் பதிப்பாகவும், கிண்டில் மின்நூல் பதிப்பாகவும் என் பதிப்பாளரால் வெளியிடப்படுகின்றன. தற்போது, நான் எழுதிய, மிகப் பெரிய 800 பக்கம் கான்வாஸில் கதை நடக்கும் என் ‘விஸ்வரூபம்’ நாவலை அரசூர் புதினங்கள் வரிசையில் இரண்டாவது இது ஆங்கிலத்தில் மொழிபெயர்த்துக் கொண்டிருக்கிறேன். இது நிறைவேறியதும் முதலில் இது கிண்டில் மின்நூலாகும்.

நூல் பதிப்பிக்க, படிக்க, கிண்டிலுக்கு வருக.

டிசம்பர் 27, 2018

# பதிப்பாளர்கள் கவனிக்கவும்

*சென்னை புத்தகக் கண்காட்சி 2019 நிறைவு நாள் நெருங்கிக் கொண்டிருக்கும் இவ்வேளையில் புத்தகப் பதிப்பாளர்களுக்கு ஓர் எழுத்தாளன் என்ற முறையிலும், வாசகனாகவும் விடுக்கும் சில அன்பான வேண்டுகோள்கள்.*

*1) புத்தகக் கண்காட்சி பாடப் புத்தகம், நோட்ஸ் விற்கும் கடைகளின் சங்கமம் இல்லை. செலபோன் பேப்பரில் பொதிந்து புத்தகங்களை காட்சிக்கு வைப்பதைத் தயைகூர்ந்து தவிருங்கள். உங்கள் அரங்குக்கு (ஸ்டால்) வரும் வாசகர் புத்தகத்தைப் புரட்டி அங்கே இங்கே கொஞ்சம் படித்து (browse), வாங்க வேண்டும் என்ற உந்துதல் இருந்தால் விலைக்கு வாங்குவார். டாய்லெட் சோப்பு மாதிரி அவற்றைக் கட்டி வைத்துக் கொடுப்பது சரியில்லை.*

*2) புத்தக அலமாரிகளில் பார்வை மட்டத்தில் (eye level) இருக்கும் தட்டுகளில் இருக்கும் புத்தகங்கள் வாசகரின் கண்ணில் படுமளவு கீழே காலடிக்கு நேரே, முழங்காலை ஒட்டி இருக்கும் அடுக்குகளில் வைத்த நூல்கள் பார்வைக்கு வருவதில்லை. மேல் அடுக்குகளில் ஒரே ஒரு சில எழுத்தாளர்களின் புத்தகங்களின் பல பிரதிகளை அடுக்கி வைக்காமல், அதிக நூல்களை அங்கே ஒவ்வொரு பிரதி மட்டும் இருப்பதாக வைக்கலாம். கூடுதல் பிரதிகள் கீழடுக்குகளில் இருந்து, விற்க விற்க மேலே வரட்டும்.*

*3) சாக்லெட் வாங்குவது போல், புத்தகம் வாங்குவதும் சில நேரம் திடீரென்று மனசு சொல்ல வாங்கும் செயல் (impulsive purchase).* கேஷ் கவுண்டர் ஒட்டி உள்ள பரந்த மேஜைகளில் வைத்திருக்கும் புத்தகங்கள் இப்படியான விற்பனைக்குச் சிறந்தவை. அங்கே ஒரே புத்தகத்தின் பல பிரதிகளை வைக்காமல், (முடிந்தவரைக்கும்) பல புத்தகங்களின் ஒன்று அல்லது இரண்டு பிரதிகளை வைக்கலாம்.

*4)* புத்தகக் கண்காட்சி வீட்டு விசேஷம் மாதிரி பதிப்பாளர்களும், எழுத்தாளர்களும், வாசகர்களும் நண்பர்களைச் சந்திக்கவும், உரையாடவும், சேர்ந்து டீ குடிக்கவும், செல்ஃபி எடுத்துக் கொள்ளவும், அதற்கு அப்புறம் நேரம் இருந்தால் புத்தகம் வாங்கவுமான இனிய சூழலுள்ள இடம். கூடியிருந்து குளிர நாற்காலிகளை கேஷ் கவுண்டரைச் சுற்றிப் போட்டுக்கொள்ள வேண்டாம்.

*ஜனவரி 18, 2019*

## இளிவரல் – 'குறுநல்வாடை'

*இந்த மாதம் (ஜனவரி 2019) 'அந்திமழை' இதழில் வெளிவந்த என் 'குறுநல்வாடை' பத்திக் கட்டுரை*

நவரசத்தில் அருவருப்பும் ஒன்று என்று நான் வகுப்பு எடுக்கும்போது சொன்னால், அதுவரை செவி கொடுத்துக் கேட்டவர்கள் முகம் சுளித்து,, வகுப்பு முடிய, சொல்லிக் கொள்ளாமல் கிளம்பிப் போய்விடுவது வாடிக்கை. "பீக்குட்டிப் பிசாசு வேலைன்னு சொல்வாங்க, அறுசுவை உணவோடு கூட நரகலையும் ஒரு துளி இலையிலே வச்ச மாதிரி ஆயிடுச்சே அய்யா" என்று கிராமம் பயிலும் இளைஞர் ஒருத்தர் கிட்டத்தட்ட ஒப்பாரியே பாடிவிட்டார்.

'நகையே அழுகை இளிவரல் மருட்கை அச்சம் பெருமிதம் வெகுளி உவகை' என எட்டுச் சுவைகளின் கணக்கு சொல்கிறார் தொல்காப்பியர். அதில் மூன்றாவது இளிவரல் என்ற அருவருப்பு. முதுமையும் நோயும் இளிவரலைத் தோற்றுவிக்கும் என்ற அதன் இலக்கண நீட்சிதான் குரூரமானது. சீவக சிந்தாமணியில் பாட்டுடைத் தலைவன் சீவகன் முதுமையை அஞ்சிக் காமம் துய்ப்பதைத் துறந்து பக்தி வழிக்குக் கடக்கிறான். அருவருப்பு

அங்கே ஆன்மிகத்துக்கு ஆற்றுப்படுத்துகிறது. பட்டினத்தாரின் 'யோனி அழல் நாறும்', உடல் கவர்ச்சியை நாற்றமாக மடை மாற்றி ஈசனடி சேர்க்க முனைகிறது.

வடமொழியில் பீபத்ஸம் என்று அருவருப்பு அறியப்படும். இங்கு போல் அங்கும் அந்தச் சுவை பாராட்டுதல் அபூர்வமாகத்தான் நிகழும். போன நூற்றாண்டு உருது இலக்கியத்தில் சதாத் ஹூஸைன் மாண்டோவின் 'தண்டா கோஷ்ட்' (தணுத்த மாமிசம்) சிறுகதையில் வல்லுறவு கொண்டவன் அந்தப் பெண் ஏற்கனவே இறந்துபோனவள் என்று அறிவதில் ஏற்படும் குற்ற போதமும், தன்னையே இகழ்தலும், அருவருப்புமாக இறப்பது ஓர் உதாரணம்.

தமிழில் கரிச்சான் குஞ்சு எழுதிய சிறுகதை ஒன்றில் நோய் கொண்ட மனைவியோடு சுகிக்கிறவன் கிட்டத்தட்ட அதே போலவே, அவள் இறந்தது தெரியாமல் அவளோடு கூடுகிறான்.

ரோமன் போலன்ஸ்கியின் 'ரிபல்ஷன்' (அருவருப்பு) என்ற திரைப்படத்தில் திகிலும், மன நோயும் அருவருப்போடு கூடவே படம் முழுக்கத் தொடர்கிறது. சகோதரியின் காதலனுடைய முகம் மழித்த ரேசரும், பல் துலக்கிய பிரஷூம் கதாநாயகியின் கண்ணாடிக் கோப்பையில் கிடந்து ஏற்படுத்தும் அருவருப்பும், அவன் களைந்த ஆடையை முகர்ந்து குமட்டல் ஏற்பட்டுக் கதாநாயகி வாந்தி எடுப்பதும், அழுகிய முயல் கிடக்கும் குளியல் தொட்டியுமாக, கதாநாயகியாகத் தோன்றும் காதரின் டெனொவெயோடு நமக்கும் மேற்கத்திய இளிவரல் அனுபவமாகும் சினிமா இது. அந்த ரேசரை உபயோகித்து வீட்டு வாடகை வசூலிக்க வந்த வீட்டுச் சொந்தக்காரனை அவள் கொல்லும் போது அருவருப்பு திகிலாக நீட்சி கொள்கிறது.

அபானவாயு வெளியேற்றும் போட்டியில் பங்குபெறும் ஒரு மூதாட்டி பற்றி இங்கிலாந்து சூழலில் 'வாயு' என்று ஒரு குறுநாவல் எழுதினேன். வாயு பிரிவதெல்லாம் கதையாகுமா என்று அந்தப் புனைவை மேலோட்டமாகப் பரிச்சயம் செய்து கொண்டு அவ்வப்போது விமர்சனங்கள் இன்னும் கூட எதிர் வருவது உண்டு. 'கிறுக்கன் எழுதிய கதை' என்று ஒரு நூலகர் சிறப்புப் பட்டம் கொடுத்ததாகக் கேள்வி. அவருக்கு பீபத்ஸம் அனுபவப்பட என்னாலான உதவியைச் செய்த மகிழ்ச்சி என்றும் எனக்கு உண்டு.

ஸ்வீடனில் பீபஸ்தம் உறைபொருளாக, புழுத்த உணவு. அழுகிய பழம், மாமிசம் என்று (கிருமித் தொற்று, நச்சுத் தன்மை நீக்கி) அளிக்கும் ஓர் உணவு விற்பனை நிலையம் ஏற்பட்டிருக்கிறதாம்.

'அருவருப்பு என்பது பழகிவருவது. பழக்கத்தை அகற்றி நிறுத்தினால் அது குறித்த மதிப்பீடும் மாறும்' என்கிறார்கள்.

*ஜனவரி 23, 2019*

# முழிபெயர்ப்பு

'மொழிபெயர்ப்பு மிகப் பிரமாதமாக இருக்கிறது. மூலப் படைப்பு தான் ஏதோ வீம்பு பிடித்து அதோடு இணங்க மறுக்கிறது' என்று ஸ்பானிஷ் மொழி இலக்கிய மேதை போர்ஹே கிண்டலாகச் சொன்னாராம். அவருக்கு மொழி பெயர்ப்பாளர்கள் மேல் என்ன கோபமோ. ஆனாலும், எல்லோரும் ஒத்துக்கொள்வது ஒன்று உண்டு  நல்ல மொழிபெயர்ப்பில் மொழிபெயர்ப்பாளர் காணாமல் போகிறார். மோசமான மொழிபெயர்ப்பில் மூல நூலாசிரியர் காணாமல் போய்விடுகிறார்.

நான் மொழிபெயர்ப்புப் புத்தகம் ஒன்றைப் படித்து அந்த அனுபவத்தில் முற்றிலும் கரைந்து போனது, நாற்பது வருடம் முன் நடந்தது. அது, சோவியத் யூனியலிருந்து மிர் பதிப்பகம் வெளியிட்ட இயற்பியல் நூலான, யா.பெரெல்மான் எழுதிய 'பொழுதுபோக்கு பௌதிகம்' படித்தபோதுதான். கெட்டியான கருப்பு அட்டை, தரமான வழவழப்புக் காகிதம், படங்கள், இவற்றோடு சோவியத் புத்தகங்களுக்கே உரிய அச்சு மை வாடை. இதெல்லாம் கிடக்கட்டும். கதை கூட இல்லை அது. பாடப் புத்தகத்தில் இடம்பெறும் பிசிக்ஸ் தான். ஆனால் எழுதிய, மொழிபெயர்த்த நேர்த்தியில் கதையை விட சுவாரசியமாகிப் போய் புத்தகத்தைக் கீழே வைக்காமல் படிக்க வைத்தது. விலையும் ஆகக் குறைவு. மூன்றே ரூபாய்.

‘பொழுதுபோக்கு பௌதிகம்’ படித்து இத்தனை வருடம் ஆனாலும், இன்னும் அதன் பகுதிகள் மனதில் பசுமையாக நினைவு இருக்கின்றன. படித்த கதையும் கவிதையும் கூட அவ்வளவு ஆழமாக மனதில் பதியவில்லை. 1936-இல் ரஷ்ய மொழியில் எழுதப்பட்ட இந்தப் புத்தகத்தைத் தமிழாக்கியவர் காலஞ்சென்ற பூரணம் விசுவநாதனின் சகோதரர் பூ.சோமசுந்தரம்.

ரஷ்யப் புத்தகம் இப்படி மொழிபெயர்ப்பில் மனம் கவர்ந்தால், அவசர மொழிபெயர்ப்பாக வேறு இந்திய மொழியில் இருந்து தமிழுக்கு இறக்குமதியான கதைப் புத்தகங்கள் எரிச்சலூட்டிய அனுபவமும் உண்டு. வேற்று மொழியும் சரியாகப் பரிச்சயம் இல்லாமல், புனைவும் புரியாமல், தமிழும் தடவலாக வரும் மொழிபெயர்ப்புகள் எடுத்த எடுப்பிலேயே அந்நியத் தன்மையை அனுபவப்படுத்தி, மேலே படித்துப் போக முடியாமல் செய்து விடும். அது மொழிபெயர்ப்பு இல்லை. பாடாய்ப்படுத்தும் முழிபெயர்ப்பு.

நல்ல மொழிபெயர்ப்பை வாசிக்கும் அனுபவத்திற்குச் சற்றும் குறையாத சுவாரசியம் கொண்டது மொழிபெயர்க்கும் அனுபவமும். அண்மையில் மலையாளத்தில் புகழ்பெற்ற எழுத்தாளரான என்.எஸ்.மாதவன் எழுதிய நாவலான ‘லந்தன்பத்தேரியிலெ லுத்தினியகள்’ நாவலைத் தமிழில் ‘பீரங்கிப் பாடல்கள்’ என்ற தலைப்பில் மொழிபெயர்த்தேன். புத்தலை இலக்கியம். மெல்ல அசைந்தும் வேகமாகப் பாய்ந்தும் கதையிலிருந்து சமையல் குறிப்புக்குத் தாவியும், சவிட்டு நாடகமாகவும், குந்தன் லான் சைகால் பாடிய பழைய இந்திப் படப் பாடலாக உருமாறியும் பிரவகிக்கும் மொழிநடை.

ஜாக்கிரதையாக மொழிபெயர்த்தபோது எடுத்த எடுப்பிலேயே ‘அச்சுக்குத்து பிள்ளமார் மச்சுவாவில் வந்நு’ என்று கொச்சி, எரணாகுளத்துக் கடலும் காயலும் மணத்தது. ஒரு வழியாக அது ‘அம்மை குத்துகிறவர்கள் படகில் வந்தார்கள்’ ஆனது. நூலை முழுவதுமாக தமிழுக்கு மடைமாற்ற, நான் படித்த மலையாளப் புத்தகங்கள், பத்திரிகைகள், வானொலி, தொலைக்காட்சி, சினிமா மலையாளம் கைகொடுத்தது. மாதவனும் உதவினார்.

என்றாலும் ஓர் அடிப்படைச் சிக்கல். பிரான்சிஸ் பரஞ்னு. மலையாளத்தில் இருந்து இதை எப்படித் தமிழாக்க? பிரான்சிஸ்

சொன்னான் என்றா பிரான்சிஸ் சொன்னார் என்றா? இப்படி நூறு கதாபாத்திரங்கள். இவர்களில் யாரை மரியாதையோடு அர் விகுதி தந்து குறிப்பிட வேண்டும்? ஒருவழியாக அதைச் செய்து முடித்து நிம்மதிப் பெருமூச்சு விட்டபோது பழைய மலையாளச் சொற்களைத் தமிழாக்கும் அடுத்த சோதனை. கற்பூர துளசி என்றால் என்ன? மாதவனையே சரணடைந்தேன். ”அது ஒண்ணும் இல்லே சார், நம்ம புதினா தான்”, என்றார் அவர். கதைக்கு நடுவில் தம் பிரியாணி சேர்மானங்கள், செய்முறை எல்லாம் தமிழில் மொழி மாற்றிச் சமையல் குறிப்பையும் ருசித்து மொழிபெயர்க்க, பிரியாணி சாப்பிட்ட மனநிறைவு.

அவ்வப்போது தம் பிரியாணியாகவும், பால் பாயசமாகவும் மொழிபெயர்க்க நல்ல பிறமொழிப் புத்தகங்களை அம்பலப்புழை ஸ்ரீகிருஷ்ணன் அருளட்டும்.

*அந்திமழை பிப்ரவரி 2019 இதழில் பிரசுரமானது*

*பிப்ரவரி 12, 2019*

# நளவெண்பாவும், BREXIT–உம்

போயொருகால் மீளும் புகுந்தொருகால் மீண்டேகும்
வாய்திறந்து ப்ரெக்ஸிட் வேண்டுமென்பார் ஓய்வுகொண்டு
போகவேண்டாம் யூனியனில் சேர்ந்திருப்போம் புத்தியென்பார்
போகணுமா நிக்கணுமா சொல்

ஐரோப்பியக் கூட்டமைப்பிலிருந்து *(European Union)* பிரிட்டன் விலகிவிட வேண்டுமென்று *(BREXIT)* பிரிட்டீஷ் மக்கள் சில ஆண்டுகளுக்கு முன் பெரும்பான்மையாக வாக்களித்தார்கள். வெளியேறும் நேரம் நெருங்க, போகவேண்டாம், சேர்ந்திருப்போம் என்று புது யோசனை. *To Be or not to Be* ... போகணுமா நிக்கணுமா இதுதான் பிரச்சனை.

வெண்பாவில் முதலடி நளவெண்பாவிலிருந்து எடுத்துக் கொண்டது. நளன் கலி பற்றியதும் தன் மனைவி தமயந்தியைப் பிரிந்து போகலாமா வேண்டாமா என்று குழம்பி, காலெடுத்து வைத்து வெளியே போய், திரும்பி வந்து, திரும்பவும் காலடி வைக்கிறதை அழகாகச் சொல்லும் அடி இது. அடுத்த அடியில் நளவெண்பாவை இயற்றிய புகழேந்திப் புலவரின் நேர்த்தியான உவமை வரும்

நளன் காலடி எடுத்து வைத்து வெளியே போய், திரும்பி வந்து, திரும்பி - இந்த உள்ளே வெளியே ஊசலாட்டம், தயிர் கடைகிற

பெண்ணின் கரம் முன்னும் பின்னும் அசைவது போலவாம்.

வெண்பாவோ, புதுக் கவிதையோ இந்தச் செறிவும் கவித்துவமும் வரிகளிலும் இடையிலும் கொண்டு வரக் கொடுத்து வைத்திருக்க வேண்டும்.

புகழேந்திப் புலவரின் முழு வெண்பா இது

போயொருகால் மீளும் புகுந்தொருகால் மீண்டேகும்
ஆயர் கொணர்ந்த அடுபாலின் தோயல்
கடைவார்தங் கைபோல் ஆயிற்றே காலன்
வடிவாய வேலான் மனம்

*(அடுபால் - காய்ச்சிய பால்; தோயல் - தோய்த்த தயிர்)*

*மார்ச் 25, 2019*

## பெருமையோடு கொண்டாடுகிறோம்... கண்ணீர் அஞ்சலி செய்வோமில்லை.

கிரேசி கொண்டாட்டம்

பத்து வருடம் முன்னர் சுஜாதா நினைவேந்தல் கூட்டத்தில் பங்குபெறப் போனபோது கிரேசி மோகன் என் நண்பரானார் என்று எழுத நினைத்தால் கை வரமாட்டேன் என்கிறது. அந்த நிகழ்ச்சியில் சந்தித்தபோது காலம் காலமாக நெருங்கிய நண்பராக இருக்கும் ஒருவரை எத்தனையாவது முறையாகவோ வழியில் பார்த்துப் பேசும் நினைப்புதான்.

1984-இல் தில்லியில் இருந்து சென்னைக்குப் பணியிட மாற்றத்தில் வந்தபோது எனக்குப் பொழுதுபோக்கு என்றால் திரையில் மைக் மோகன், நாடக மேடையில் கிரேசி மோகன். விரைவிலேயே முதல் மோகன் கவனத்திலிருந்து விலக, எல்லாம் கிரேசி மோகன் *in this post.*

காரணம் என் அம்மா. அம்மா புற்றுநோயால் துன்பப்பட்டுக் கொண்டிருந்தாள். செர்வைகல் கான்சர். நோய் முற்றியிருந்த நேரம். இருக்க, நிற்கக்கூட முடியாமல் படுத்தபடி இருந்தாள் அவள். புத்தகம் படிப்பதில் அம்மாவுக்கு ஆர்வம் அதிகம். படிக்க வாங்கி வந்து கொடுத்த ஒரு புத்தகத்தையும் ஒரு பக்கத்துக்கு

மேல் படிக்கவிடாமல் பெரும் வலியால் துடித்தாள். அப்போது தான் ஜூனியர் விகடனில் கிரேசி மோகன் எழுதிய 'சிரிப்பு ராஜ சோழன்' தொடர்கதையாக வெளிவரத் தொடங்கியிருந்தது. அம்மாவின் படுக்கைக்கு அருகே உட்கார்ந்து ராமாயணமும் பாகவதமும் நான் படிக்கவில்லை. சிரிப்பு ராஜ சோழன் அந்தந்த வார அத்தியாயத்தைப் படித்தேன் அவளுக்கு. வலியை மறந்து குழந்தை மாதிரி அம்மா சிரித்து, மறுபடி மறுபடி படிக்கச் சொன்ன பக்கங்கள் எத்தனையோ. அவளின் இறுதிக் காலத்தில் அத்தனை துன்பத்துக்குமிடையே கொஞ்சம் மகிழ்ச்சியோடு அவள் விடைபெற கிரேசி மோகனும் காரணம். இதை மோகனிடம் சொல்ல, நெகிழ்ந்துபோனார் அவர்.

"அப்பவே பழகி இருந்தா, நானே வாராவாரம் நேரிலே வந்து உங்கம்மாவுக்கு படிச்சுக் காட்டியிருப்பேனே". இந்தப் பரிவும், ஆத்மார்த்தமான பேச்சும், நட்பும்தான் மோகன்.

அவருடைய நாடகங்களை மேடைக்குப் பின்னால், பரபரப்பாக இயங்கிக் கொண்டிருக்கும் கிரேசி க்ரியேஷன்ஸ் குழு நண்பர்களோடு அவசரமாக உரையாடியபடி எத்தனையோ தடவை பார்த்திருக்கிறேன். மோகன் தோன்றும் காட்சிகளுக்கு நடுவே வெற்றிலை பாக்குப் போட நேரம் இருப்பதாகத்தான் பார்த்துப் பார்த்து அவர் நாடகம் எழுதியிருப்பார். சாக்லெட் கிருஷ்ணாவில்தான் இது மாறி காட்சிக்குக் காட்சி அவர் கிருஷ்ணனாக வரவேண்டிய அவசியம். நண்பர்களான எங்கள் நச்சரிப்பு தாங்காமல் புகையிலையை விட்டேன் என்று கையுயர்த்தி விட்டார் ஒரு கட்டத்தில் மோகன். ஆனாலும் வெற்றிலை, பாக்கு அவர் போன எல்லா நாடு நகரத்திலும் தொடர்ந்தது.

வெண்பா பரிமாறிக்கொள்வதாக மோகனும், நானும், அவ்வப்போது எங்கள் நண்பர் கமல்ஹாசனும் பங்கு பெற, ஆரம்பித்தது மூன்றாண்டாக தினசரி நடந்து வந்தது. 'ரெட்டை நாயனம் வெண்பாக்கள்' என்று பெயரிட்ட இனத்தில் கிட்டத்தட்ட இருநூறு பா சேர்ந்து விட்டது. இது தவிர ஓவியர் கேஷவ் தினம் பகிரும் கண்ணபிரான் ஓவியங்களுக்கு அவர் வெண்பா எழுதி அனுப்புவார். பயண வெண்பா, தூங்கும் முன் தோன்றிய வெண்பா, பெருமாள் திருப்புகழ் என்று எழுதித் தள்ளுவார் மோகன்.

சக, சீனியர் எழுத்தாளர், கவிஞர்களைச் சேர்ந்து போய்ச் சந்திப்பதில் எங்களுக்கு அலாதி இன்பம். இந்திரா பார்த்தசாரதி, பி.ஏ.கிருஷ்ணன், கவிஞர் வைதீஸ்வரன், ரா.கி.ரங்கராஜன் என்று நாங்கள் சந்திக்கத் திட்டமிட்டிருந்த, போய்ப் பார்த்துப் பேசிவிட்டு வந்த பெரியோர் பட்டியல் நீளமானது. கமல்ஹாசனும் நானும் திருவனந்தபுரத்தில் எழுத்தாளர் நீல. பத்மநாபனைச் சந்திக்கக் கிளம்பிக் கொண்டிருந்தபோது 'பள்ளிகொண்டபுரம் நீல பத்மநாபனோடு, பள்ளி கொண்ட நீள பத்மநாபனையும் சேவிச்சுட்டு வாங்க" என்றார் எங்களிடம். அவர் சொற்படி அரவணையில் சயனம் செய்யும் அனந்த பத்மநாபன் திருக்கோயிலுக்குப் போய் வந்தேன்.

பைரப்பாவின் கன்னட நாவலான 'பருவம்' பாவண்ணன் மொழிபெயர்ப்பில் அவர் படித்து முடித்ததும் 'அவசியம் படிக்கணும் நீங்க' என்று வீட்டுக்கே வந்து கொடுத்துவிட்டுப் போனார். சுஜாதா, ஜெயகாந்தன், ராகுல சாங்க்ருத்தியான், சுந்தர ராமசாமி, பி.ஏ.கிருஷ்ணன் எழுதியவை என்று அவர் படித்து மற்ற நண்பர்களோடு பகிர்ந்துகொண்ட நூல்கள் அதிகம். என் புத்தகங்களை மென்பொருள் கோப்பாகவே அவரோடு பகிர்ந்து கொள்வேன். நாவல் அத்தியாயங்கள், தனித்தனி சிறுகதைகள் என்று எழுத எழுத அனுப்பி வைப்பேன். படித்து விட்டுக் கூர்மையான விமர்சனம் செய்வார். "ஏதோ எனக்குத் தோணினது. பிடிக்கலேன்னா விட்டுடுங்கோ. மத்தபடிக்கு நல்லதொரு படைப்பு" என்று வெள்ளந்தியாகச் சொல்வார்.

என் புத்தக வெளியீட்டு விழாக்கள் அவரில்லாமல் நடந்தது அபூர்வம். 'சனி, ஞாயிறு நாடகம். மற்றபடி வெளியூர், வெளிநாடு நாடகம் இல்லாத நாள் நட்சத்திரத்தில் விழாவை வச்சுக்கலாம்' என்பார். வெளியூர் நாடகத்தை ராத்திரி வெகுநேரம் சென்று முடித்துவிட்டு கார், விமானம் என்று தொடர்ந்து பயணம் செய்து அடுத்த நாள் விழாவுக்கு வந்து பேசுகிற இலக்கிய ரசிக நண்பர்கள் எத்தனை பேருக்கு வாய்க்கிறார்கள்? எனக்கு வாய்த்தது.

அவருக்கு செண்டிமெண்ட் அவருடைய நாடகங்களில் எல்லாம் முக்கியப் பெண் பாத்திரங்களின் பெயர் ஜானகி, மைதிலி என்றுதான் இருக்கும். எனக்கு செண்டிமெண்ட், என் மேஜிக்கல் ரியலிச நாவல்கள் ஒவ்வொன்றிலும் ஏதாவது ஓர் இடத்தில்

மோகனின் வெண்பாவோ, பாடலாக ஆசிரியப்பாவோ வரும். அண்மையில் நான் எழுதிய எமர்ஜென்சி காலகட்டம் பற்றிய நாவல் *1975*-ல் தொடக்கத்திலேயே மோகனின் வெண்பா சாற்றுகவியாக வந்திருக்கிறது. தமிழில் சாற்றுகவியோடு, அதுவும் மோகனின் வெண்பாவோடு வந்த பெருமை வேறெந்த நாவலுக்கும் இல்லை. அந்த வெண்பா -

> "துயிலேறும் மாலும், மயிலேறும் வேலும்
> கயிலையின் சூலமும் காப்பு ஒயிலான
> கற்பகமும் சேர்ந்துமை காத்திடுவார், உம்கதையை
> நற்பொருள் நாவல் சிறப்பு"...!

மோகன் அவருடைய நண்பர்களான எங்கள் அனைவருக்குள்ளும் வாழ்கிறார். அவருடைய வாழ்க்கையையும், கலையையும், எழுத்தையும் நாங்கள் பெருமையோடு கொண்டாடுகிறோம். கண்ணீர் அஞ்சலி செய்வோமில்லை.

*தீராநதி ஜூலை 2019 இதழில் வெளியானது*

*ஜூலை 6, 2019*

# சக்திக் களஞ்சியம்

இந்த மாதம் எழுதியது, மொழிபெயர்த்தது ஆகக் குறைவுதான். நிறையப் படித்தேன், படித்துக்கொண்டிருக்கிறேன்.

போன வாரம் கிருஷ்ணகான சபாவில் 'தமிழ் வளர்த்த சான்றோர்' நிகழ்ச்சியில் அன்புக்குரிய பேராசிரியர் வவேசு அவர்களுடன் சக்தி வை.கோவிந்தன் பற்றி, அவை நிறைந்த கலந்துரையாடல்.

நிகழ்ச்சியில் பேச, சக்தி கோவிந்தன் நடத்திய பத்திரிகைப் படைப்புகளின் தொகுப்பான 'சக்தி களஞ்சியம்' இரண்டு தொகுதிகளைக் கிட்டத்தட்ட 1500 பக்கம் படிக்க வேண்டியிருந்தது. கூடவே திரு பழ.அதியமான் எழுதிய 'சக்தி வை.கோவிந்தன் தமிழின் முன்னோடிப் பதிப்பாளுமை' மற்றும் 'நவீனத் தமிழ் ஆளுமைகள் (அஞ்சலிகள், அறிமுகங்கள்) நூல்களையும் வாசித்தேன்.

பேராசிரியர் வவேசு அவர்களுக்கு நன்றி சொல்ல வேண்டும். இந்தக் கலந்துரையாடல் நிகழ்ச்சியில் கலந்துகொள்ள அவர் அழைத்திருக்காவிட்டால் சக்தி வை. கோவிந்தன் என்ற மகாமனிதர் குறித்து எனக்குத் தெரிந்திருக்காது.

சக்தி களஞ்சியம் 1940, 50களில் வெளிவந்த சக்தி பத்திரிகைக் கதை, கட்டுரை, கவிதைகளின் தொகுப்பு. சரஸ்வதி பத்திரிகை ஆசிரியர் விஜயபாஸ்கரன் தேர்ந்தெடுத்துத் தொகுத்த படைப்புகள்.

கவிதைகளில் கவிமணி தேசிக விநாயகம் பிள்ளை, பாரதிதாசன்,

ந.பிச்சமூர்த்தி, அ.சீனிவாசராகவன் 'நாணல்', கொத்தமங்கலம் சுப்பு, ந.பிச்சமூர்த்தி என்று மரபுக் கவிதை, நாட்டுப் பாடல் பாணி, புதுக்கவிதை என அனைத்துக் கவிதை வகைகளும் இடம் பெற்றிருக்கின்றன.

கட்டுரைகள் பற்றி எடுத்துக்காட்டாக இது -

உலகம் சுற்றும் தமிழரான ஏ.கே.செட்டியார் கோவா பயணம் பற்றி எழுதிய கட்டுரையில் கோவாவில் பெண்கள் 1940-களில் ரயில் நிலையங்களில் போர்ட்டராக வேலை செய்ததையும், அவர்களில் சிலர் சுருட்டுப் புகைத்து பாதி சுருட்டை அணைத்துக் கூந்தலில் செருகிப் போவதையும் சொல்கிறார். அப்படியா இருந்தது?

கௌடில்யன் எழுதிய அர்த்தசாஸ்திரம் பற்றிய கட்டுரையில், அரசன் ஒரு நாளைக்கு மூன்று மணி நேரம் மட்டும் உறங்கினால் போதும் என்கிறார்.

சுதந்திரப் போராட்ட வீராங்கனை அம்புஜம்மாள் தன் கதை போன்ற கட்டுரையில் உலகப் போர் காலத்தில் (1944) சென்னை மகளிர் ட்ராமில் தியேட்டருக்கு மாட்னி ஷோ பார்க்கப் போவதையும், திரும்பும்போது விமானத் தாக்குதல் அபாய அறிவிப்பு சங்கு (சைரன்) ஒலிக்க தியேட்டரில் விளக்குகளெல்லாம் அணைக்கப்பட்டு இருளாவதைச் சொல்கிறார். இருட்டில் பயந்து நிற்கும்போது, அது ஒத்திகையாக ஊதப்பட்ட சங்கா, நிஜமாகவே ஜெர்மன் விமானத் தாக்குதலா என்று அறியாத பயம். வீட்டில் விட்டு வந்த குழந்தைகள் அப்போது நினைவு வருகிறார்கள்.

புதுக்கோட்டை சமஸ்தானத்தில் திவானாக இருந்த *Totten Ham* என்ற ஆங்கிலேயர் பற்றி அரு.சொக்கலிங்கம் எழுதிய கட்டுரை, சத்தத்தைச் சகிக்க முடியாத திவானைச் சித்தரிக்கிறது. திவானிருந்த தெருவில் சத்தமெழுப்பிக் கனைக்கும் கழுதைகளும் குரலெடுத்து தர்மம் கேட்கும் பிச்சைக்காரர்களும் போகத் தடையாம். இன்னும் மேளம் வாசித்தபடி கல்யாண ஊர்வலம், ராத்திரி எட்டு மணிக்கு மேல் பொதுக்கூட்டம், இசை நிகழ்ச்சி எல்லாம் தடைசெய்யப் பட்டதாம். இங்கிலாந்தில் எங்கோ கல்லறைத் தனிமையில் அமைதியான சூழ்நிலையில் தனித்துறங்கும் திவான் இன்று புதுக்கோட்டைக்கு வந்தால் சத்தம் கேட்டே மீண்டும் போய்ச் சேர்ந்துவிடுவார்.

ஆங்கில எழுத்தாளர் பேர்ல் பக் அம்மையார் விஜயலட்சுமி பண்டிட் பற்றி எழுதிய கட்டுரை மொழிபெயர்ப்பில் (விஜயலக்ஷ்மி பண்டிதை) அவருடைய இல்லத்தில் வாரத்தில் ஆறு நாள் ஆங்கிலத்தில் பேசி, ஐரோப்பிய உடையணிந்து, ஐரோப்பிய உணவு உட்கொள்வார்கள் என்கிறார். ஏழாம் நாள் இந்தி பேசி, இந்திய உடையணிந்து, இந்திய உணவாம். பண்டிதையின் திருமணத்துக்கு பெண்வீட்டுச் சீராக நூறு பட்டுப் புடைவைகள், நூறு ஜோடி காலணிகள் என்று அளிக்கப்பட்டதாகச் சொல்கிறார் பேர்ல் பக்.

நாகசுவர சக்கரவர்த்தி டி.என்.ராஜரத்தினம் பிள்ளை தன் இசை பற்றிய கட்டுரையில் தன் தாய்மாமனான நாகசுவர வித்துவான் திருமருகல் நடேசப் பிள்ளையை மரியாதையாக மாமனார் என்று குறிப்பிடுகிறார் 'எனக்கு ஐந்து வயதானபோது என் மாமனார்...' வீணை தனம்மாளைச் சில அபூர்வக் க்ருதிகளை வீணையில் வாசிக்கக் கோரி, அவர் வாசிக்க வாசிக்க இவர் நாயனத்தில் தொடர்ந்து கற்றுக்கொண்டதை அருமையாகச் சொல்கிறார்.

நந்தனார் சரித்திரக் கீர்த்தனைகள் எழுதிய கோபாலகிருஷ்ண பாரதியார் பற்றி 'ஞாயிறு' எழுதிய கட்டுரையில் ஒரு பகல் நேரம் பசியோடு, இடுப்பில் நீளமான துண்டும், மேலே ஒரு துண்டுமாக பசியால் வாடி கோபாலகிருஷ்ண பாரதியார், ஆனைதாண்டாபுரம் (ஆனந்தத் தாண்டவபுரம்?) அண்ணுவய்யர் இல்லத்தில் பூஜை நேரத்தில் நந்தன் கீர்த்தனை பாடி சகலரையும் மெய்மறக்க வைத்தது சித்தரிக்கப்படுகிறது. பாடியபடி ஊர் ஊராக, தலயாத்திரை போகும் பரதேசியாக அவரை நினைத்து, 'எத்தனை நாள் இங்கே இருக்க உத்தேசம்' என்று ஐயர் கேட்க, 'சோறு கிடைக்கும் வரை' என்கிறார் பாரதியார். பின் அவருடைய பொருளாதார நிலைமை மேன்மையடைய, சிதம்பரம் கோவிலில் தேசாந்தரிக் கட்டளை ஏற்படுத்துகிறார் கோபால கிருஷ்ண பாரதியார். பசியால் வாடி ஆலயத்துக்கு வரும் தேசாந்தரிகளுக்கு உணவூட்ட ஏற்படுத்தப்பட்டது அந்த தினசரி அன்னதானம்.

அல்லயன்ஸ் பதிப்பக நிறுவனர் மறைந்த குப்புசாமி ஐயர் பற்றி தி.ஜ.ர எழுதிய கட்டுரை சுவையானது.

அல்லயன்ஸில் தன் படைப்பின் கையெழுத்துப் பிரதியை ரொம்ப நாள் முன் அனுப்பியிருந்த தி.ஜ.ர, அது புத்தகமாக எப்போது வெளியாகும் என்று கேட்க பதிப்பகம் போகிறார். அங்கே

குப்புசாமி ஐயர், கறையான் வந்ததாக நிறையக் கையெழுத்துப் பிரதிகளைக் கிழித்துப் போட்டுக் கொண்டிருக்கிறார். கவலைப்பட வேணாம், உங்க கையெழுத்துப் பிரதி பத்திரமாக இருக்கிறது என்று ஐயர் சொன்னாலும், அது புத்தகமாகவில்லையாம்.

சபரிராஜன் எழுதிய மகாத்மா காந்தி பற்றிய கட்டுரை, சபர்மதி ஆஸ்ரமத்தில் ஒரு பகல் நேர சம்பவத்தைச் சொல்கிறது. கஸ்தூர்பா பகல் உறக்கத்தில் இருக்கிறார். காந்திஜி பூனை போல் அடிமேலடி வைத்துச் சமையலறைக்குள் போகிறார். என்ன சத்தம் அங்கே என்று கேட்டபடி கஸ்தூர்பா விழித்துக்கொள்ள, சிரிப்போடு காந்தி நிற்கிறார்.

“எதுக்கு பூனை மாதிரி வந்தீங்க?”

“மோதிலால் நேரு இன்னும் சற்று நேரத்தில் இங்கே வரப் போகிறார். அவருக்கு சிற்றுண்டி தரணும். ஏதாவது சமைக்கச் சொல்லி சமையலறைக் காரியம் கவனிக்கிற நண்பர்களுக்குச் சொல்ல வந்தேன்.”

“ஏன் என்னை எழுப்பிச் சொன்னா செய்ய மாட்டேனா?”

“நீ சத்தம் போடுவேன்னு பயமா இருக்கு.”

வெள்ளையனுக்கே பயப்படாத காந்தி பயந்த நிகழ்ச்சி இது.

நாமக்கல் கவிஞரின் கட்டுரையும் காந்தி பற்றித்தான். காந்தி தமிழ்நாட்டு யாத்திரையைத் தொடங்க இருக்கிறார். நாமக்கல் கவிஞர் முன்கை எடுத்து கரூரில் காந்தி வந்து பேச ஏற்பாடாகிறது. காந்தியிடம் அளிக்க சுதந்திரப் போராட்ட நிதி திரட்டப்படுகிறது. திடீரென்று கரூர் பயணத்தை ரத்து செய்ததாக காந்தி யாத்திரையைத் திட்டமிட்டு நடத்தும் ராஜாஜியிடம் இருந்து தகவல் வர, நாமக்கல்லார் நொந்துபோகிறார்.

ராஜாஜியிடம் நேரில் போய்க் கேட்க, அவர் சொல்கிறார், “கரூரில் காந்தி பேச முடியாத சூழ்நிலை. அவருக்கு சுகக்கேடு.”

நாமக்கல்லார் கேட்கிறார், “அப்போ, வேறே புதுசா ஊர்களைப் பயணத் திட்டத்தில் சேர்த்திருக்கீங்களே.”

ராஜாஜி, “அது அப்படித்தான்” என்கிறார்.

“நாங்க நிதி எல்லாம் வசூலிச்சு வச்சிருக்கோமே” என்கிறார் நாமக்கல் கவிஞர்.

“பரவாயில்லே, அதை இங்கே கொண்டு வந்து கொடுத்துடுங்க” என்று வழிசொல்கிறார் ராஜாஜி.

“அப்படிச் செய்தால் என்னையும் நம்ப மாட்டாங்க, உங்களையும் நம்ப மாட்டாங்க, காந்தியையும் நம்ப மாட்டாங்க” என்று யதார்த்தமாகச் சொல்கிறார் நாமக்கல் கவிஞர். அப்புறம் அவர் நேரடியாக காந்தியைச் சந்தித்து முறையிட, காந்தி கரூர் வந்து போகிறார்.

காந்தி பற்றி ஏழு கட்டுரைகள். 1921-ல் தமிழகப் பயணம் அவர் வந்தபோது புதுக்கோட்டை வழியாகச் செட்டிநாடு போகவேண்டி வந்தது. புதுக்கோட்டை சமஸ்தானம் காந்தி புதுக்கோட்டை வழியாகப் பயணப்பட அனுமதி மறுத்து விட, காந்தி சுற்றுப் பாதையில் போகிறார். தூத்துக்குடியில் அவருக்கு திருவோடு பரிசளிக்கிறார்கள். சிகரெட் பாக்கெட்களைக் கொடுக்க முனைய, மற்றவர்கள் ஓடிவந்து தடுக்கிறார்கள்.

பாரதி பற்றியும் நிறையக் கட்டுரைகள் சக்தி பத்திரிகையில் வெளிவந்திருக்கின்றன.

வெ.சாமிநாத சர்மா, தமிழறிஞர் தொழிற்சங்கத் தலைவர் திரு. வி.க நடத்திய கிராம ஊழியன் பத்திரிகை அலுவலகத்துக்கு ஒரு நாள் பாரதி வந்த சம்பவத்தைச் சொல்கிறார். பாரதி மெலிந்த உடம்பும், நிமிர்ந்த நன்னடையும், சிவந்த கண்களில் நேர்கொண்ட பார்வையும், சட்டை போடாமல் மேலே கோட்டும், அலையாகத் தலையில் புரளும் தலைப்பாகையும், வாயில் புகையும் சுருட்டுமாக வந்து நின்றாராம். அன்று மாலை சென்னைக் கடற்கரையில் நடந்த மாப்ளா கலவரம் பற்றிய காங்கிரஸ் பொதுக்கூட்டத்துக்கு வரும்முன் பாரதியார் பூக்கடையில் ஒரு செண்டு வாங்கி அதில் மற்ற பூவையெல்லாம் பிய்த்துவிட்டு, இரண்டு பூவை மட்டும் எடுத்து இரு செவிக்கு மேலும் அலங்காரமாக வைத்துக் கொண்டு வந்து சேர்ந்தாராம். கூட்டத்துக்கு நடுவே தடதடவென்று நடந்து அவர் வர, சாமிநாத சர்மா, “சுற்றிக் கொண்டு வந்திருக்கலாமே” என்று கேட்கிறார். “நமக்கு எப்போதும் சுற்றி வளைத்துப் பழக்கமில்லை” என்கிறார் பாரதியார்.

பாரதிதாசன் எழுதிய கட்டுரையில் பாரதியார் மண வீட்டுக்கு ஒரு தடவைக்கு இரண்டு தடவை கூடப் போவார், ஆனால் பிண வீட்டுக்குப் போவதில் அவருக்கு விருப்பமில்லை என்கிறார். பரிதாபத்துக்குரிய இந்த தேசத்து ஜனங்கள் எப்போதாவது மகிழ்ச்சியாக இருக்கிறார்கள். திருமணமும் அவற்றில் ஒன்று. அப்போது அந்த சந்தோஷத்தில் பங்குகொள்ள பாரதிக்கு ஆர்வம் இருந்ததாகச் சொல்லும் பாரதியாரோடு அபூர்வமாக இடுகாட்டுக்குப் போக நேர்ந்ததை சீடர் சுவைபடச் சொல்கிறார். 'ரசத்திலே தேர்ச்சி கொள்' என்ற புதிய ஆத்திசூடி வரியை பாரதியார் அங்கேதான் பாரதிதாசனுக்குச் சொன்னாராம்.

செல்லம்மா பாரதி தன் கணவர் பற்றி எழுதிய கட்டுரையில், பாரதிக்குப் பிடித்த கீர்த்தனைகளாக, நகுமோமு (ஆபேரி ராகம்), சக்கனிராஜ (கரஹரப்ரியா ராகம்) இவற்றைக் குறிப்பிடுகிறார்.

தொகுப்பில் வந்த சிறுகதைகள் பற்றி விரிவாக எழுத வேண்டும். 1940,50 களில் சிறுகதை வளர்ச்சி பற்றி நிறைய அறிந்துகொள்ள முடிகிறது.

*அக்டோபர் 22, 2019*

## 'நண்டு மரம்' – வாசகர் கலந்துரையாடல்

வாசகசாலை நண்பர்கள் நாளை மாலை நடத்த ஏற்பாடு செய்திருக்கும் என் 'நண்டு மரம்' சிறுகதைத் தொகுப்பு பற்றிய கலந்துரையாடலுக்கு நண்பர்களை வரவேற்கிறேன். அழைப்பிதழ் இணைத்துள்ளேன்.

*To set the context,* அந்தத் தொகுப்பின் முன்னுரையிலிருந்து

இது என் பத்தாவது சிறுகதைத் தொகுப்பு. சிறுகதையிலும் குறுநாவலில் மும்முரமாக இயங்கிய 1990-களுக்கு அப்புறம் நாவலில் கவனம் குவிந்த கடந்த பனிரெண்டு ஆண்டுகளில் எழுதப்பட்ட சிறுகதைகள் இவையெல்லாம். அனேகமாக எல்லாக் கதைகளுமே பத்திரிகைகள் கேட்டு வாங்கிப் பிரசுரித்தவை. இந்தப் பத்திரிகைகளில் இலக்கியச் சிற்றிதழ்களும், பெரும் வணிக இதழ்களும் அடங்கும்.

வடிவத்தில் சோதனை நிகழ்த்தப்பட்ட கதைகளோடு கதானுபவத்தையும், கதை சொல்வதில் உண்டாகும் மகிழ்ச்சியையும் பகிர்ந்துகொள்வதற்கென எழுந்த கதைகளும் இதிலுண்டு. வேகமாக நகரும் கதைப்போக்கும், முனைந்து மெல்ல நிகழ்த்திப் போகும் கதையாடலும் இவற்றில் அடுத்தடுத்த கதைகளிலேயே காணக் கிடைக்கும். எல்லாக் கதைகளுமே சற்றே நீண்டவை. எழுதப்பட்ட வடிவிலேயே பிரசுரம் கண்டவையும் கூட.

என் நாவல்களில் வருவதை விடக் குறைந்த அளவில் தான் மேஜிக்கல் ரியலிசம் இந்தச் சிறுகதைகளில் உருவத்திலும் உள்ளடக்கத்திலும் கலந்து வருகிறது. வரும்போது, மெல்லிய, எனில், அவசியமான கீற்றாகவே அது தட்டுப்படுகிறது. ஒன்றிலிருந்து ஒன்றுக்குச் சங்கிலித் தொடராகப் பற்றிப் பிடித்துப் போகும் கதைகளாக இல்லாமல் அததற்கு என்று களம், மொழி, நடை என்று எல்லை தாண்டாமல் நிகழ்கிறவை இவை.

மனதில் ஒரு சிறு நினைவுக் கீற்றாக, என் லேப் டாப் கம்ப்யூட்டரில் ஒன்லைன் சுருக்கமாக சில வருடங்கள் உறைந்த கதைகள் இவற்றில் சில. இவை போன்ற இன்னும் சிலவோ, நாவல் கதையாடலுக்குள் ஏதோ ஒரு தருணத்தில் கலந்து கரைந்துவிட்டன. யாராவது எந்தப் பத்திரிகையில் இருந்தாவது கதை கேட்டுச் சிறுகதை ஆகியிருக்க அவற்றுக்குக் கொடுப்பினை இல்லை.

ஆலப்புழைக்கு அருகே வேம்பநாட்டுக் காயல் கரையோரம் ஒரு கிராமத்தில் தங்கி இருந்தபோது மனதில் எழுந்த தொன்ம நினைப்பு காத்திருக்க வேண்டியில்லாமல் 'போத்தல்' கதையானது, மழை தொடங்கிய அதே ராத்திரியில் தான். உடைந்த போத்தல் துண்டுகளை மறுபடி சுமாராகப் பழைய வடிவில் ஒட்டித் தரச் செய்யப்படும் பிரார்த்தனை என்ற கதைச் சரடு, ஜி.அரவிந்தனின் திரைப்படம் 'எஸ்தப்பன்' பாதிப்பில் இருக்கலாம் என்று இதை எழுதும்போது தோன்றுகிறது. ஆனால் எஸ்தப்பன் படத்தை நான் கடந்த நாலாண்டுகளுக்குள்தான் பார்த்தேன். சிறு அற்புதங்கள் செய்யும் என் எஸ்தப்பனை நானே உருவாக்கி இருக்கக் கூடாதா என்ன? அவன், 'தகவல்காரர்' என்ற என் குறுநாவலில் வரும் சாமியாருடைய நீட்சிதானோ!

ஒரு பத்து வயதுச் சிறுவனாக என்னைப் பாதித்தது ஜவஹர்லால் நேருவின் மரணம். கோடை விடுமுறை நேரத்தில், வார நடுவில் ஒரு புதனன்று ஏற்பட்ட அந்த இறப்பின் சூழலில், சென்னையில் திரைப்படத் துறையில் பணிபுரியும் முகம் தெரியாத அல்லது தெரியத் தொடங்காத உதிரிகள் இருவரின் பார்வையில் 'குடம்' கதை எழுத ஆரம்பித்த போது அது நேரு இறந்து முப்பது வருடம் கழித்துத்தான் நிகழ இருந்தது. நினைவும், மனமும், கற்பனையும் ஏதோ ஒரு கணத்தில் பச்சையம் உருவாவது போல ஒன்று கலக்க, அந்தச் சிறுகதை எழுதப்பட்டபோது நேரு பற்றி வாசாலகமாகக்

கதைக்கும் என் அரசூர் நாவல்கள் எழுதப்பட்டிருக்கவில்லை.

மாய யதார்த்தவாதம் சற்றே தூக்கலான 'அண்ணன் அண்ணி கதை'யில் வரும் அண்ணன் மட்டுமில்லை, அவனுடைய இளைய சகோதரனான கதைசொல்லியும் இப்போது இல்லை. அவர்கள் எனக்கு வெகுவாகப் பழக்கமானவர்கள். காதில் காளான் முளைப்பது போல் அடிக்கடி வீக்கம் ஏற்பட்டு மருத்துவரிடம் சிகிச்சைக்குப் போக வேண்டி இருந்த பெண் குழந்தை இப்போது வெளிநாட்டில் பள்ளி இறுதி வகுப்பில் படிக்கிறாள். அங்கே குடியேறி நல்ல உத்தியோகத்திலிருக்கும் அண்ணி எப்போதாவது நலம் விசாரித்து மின்னஞ்சல் அனுப்புவாள். காலைக் காப்பிக்கு இறங்கிவரும் முன்னோர்கள் அரசூர் வம்சம் நாவல்களுக்குக் கோலாகலமாகப் புறப்பட்டுப் போய்விட்டார்கள்.

தொகுப்பில் இடம் பெற்றிருக்கும் அறிவியல் சிறுகதையான 'போகம் தவிர்' அளிக்கும் சாத்தியங்கள் எதிர்காலத்தில் நடந்தேறக் கூடியவை. 'முகம் பார்க்கும் கருப்புக் கண்ணாடி' போன்ற தொலைக்காட்சித் தொடர்களை நெட்ப்ளிக்ஸில் பார்க்கும்போது பயம் கொள்ள வைத்தபடி இக்கதை ஒரு வினாடி மனக் கிணற்றில் இருந்து கையசைத்துப் பார்க்கிறது. ஆமா, அந்தக் கதையில் தமிழ்த் தாத்தா உ.வே.சா வந்து போகிறார், தெரியுமோ.

இன்னொரு குதிரை முழுக்க *future tense*-ல் எழுதிப் பார்த்த கதை. இந்த மாதிரியான சோதனை முயற்சி கல்கி பத்திரிகையில் வெளியாகும் என்று யாராவது இக்கதை பிரசுரமாவதற்கு முன் சொல்லியிருந்தால் நம்பியிருக்க மாட்டேன். கல்கிக்கு நன்றி.

இருபத்து நாலு பெருக்கல் ஏழு, ஒட்டகம், அரிசிக் கடவுள், இளைப்பாறுதல் போன்ற கதைகள் நான் பணிபுரிந்த இன்ஃபர்மேஷன் டெக்னாலஜி என்ற கம்ப்யூட்டர் துறை அனுபவங்களின் அடிப்படையில் எழுந்தவை. அத்துறை இன்னும் நம்பிக்கையையும், நம்பிக்கைக் குறைவையும் ஒருசேரக் கலந்து தான் தருகிறது. ஆனாலும் ஐ.டி இங்கே ஆல் போல் தழைத்து இன்னும் வளர்ந்தபடி இருக்கும். நான் தான் பணி ஓய்வு பெற்று வெளியே வந்து விட்டேன். இனி கணினித் துறை பற்றி எழுதினால் அது நனவிடைத் தோயும் ஒரு நாவலாக இருக்கும்.

இந்தக் கதைகள் எழுதப்படும் போது என்னுள் எழுந்த உணர்வுகள்

இன்னும் மாறவில்லை. அவற்றை எழுதிய பின் ஏற்பட்ட நிறைவு வெவ்வேறு விகிதத்தில் இருந்தாலும், எதுவும் தள்ள வேண்டியது இல்லை என நம்புகிறேன்.

இவற்றைப் பிரசுரித்த வடக்கு வாசல், உயிர்மை, தீராநதி, விருட்சம், புதிய பார்வை, வார்த்தை, அமுதசுரபி, குமுதம், கல்கி, குங்குமம், தினமணி கதிர், விகடன், தினமலர், ஜன்னல், திண்ணை பத்திரிகைகளுக்கு என் நன்றி

இத்தொகுப்பு இப்போது உங்களிடம். *Bon appétit littéraire.*

*அன்புடன்: இரா.முருகன் ஜூலை 2017*

*நவம்பர் 15, 2019*

# சுஜாதா வந்த ராமோஜியம்

*'ராமோஜியம்' புதினத்தில் இருந்து ராமோஜி கடிதங்கள் 1945*

*ராமோஜி கடிதங்கள் - 1945*

மதிப்புக்குரிய மதறாஸ் ரேடியோ ஸ்டேஷன் டைரக்டர் சார்,

பூரண சௌக்கியம். உங்கள், ஆபீஸில் மற்ற சிப்பந்திகளுடைய சௌகர்யம் தெரிவிக்க வேண்டியது.

நேற்று ராத்திரி மகாவித்வான் டி என் ராஜரத்தினம் பிள்ளைவாள் நாகஸ்வரக் கச்சேரி கேட்பதற்காக ரேடியோவை ஆன் செய்தேன். என் பிரியமான மனைவி ரத்னா பாய் அருகிலேயே வந்து நின்றாள். கச்சேரி கேட்க இல்லை. அவளுக்கு கர்னாடக சங்கீதத்தில் அவ்வளவாக நாட்டம் இல்லை. அபங்க் என்ற மராத்தி பஜனைப் பாடல்களை ரெக்கார்டுகளில் கேட்பதிலும் கூடப் பாடுவதிலும்தான் இஷ்டம். எப்போதாவது ஹிந்துஸ்தானி சினிமா பாட்டுகளையும் ப்ளேட்டுகளில் கேட்கிற வழக்கம்.

"எனக்கு ஒரு சந்தேகம். வாத்தியத்தோட பெயர் நாகஸ்வரமா, நாதஸ்வரமா?"

அவள் எழுப்பிய சந்தேகத்தை அண்டை வீட்டு ரயில்வே ஸ்டேஷன் மாஸ்டர், எதிர் வீட்டு கேளப்பன் தம்பதிகள், அடுத்த தெரு மிருதங்க மேதை வேலப்ப நாயக்கர் என்று இன்று

ஞாயிற்றுக் கிழமையாக இருப்பதால் வேலை மெனக்கெட்டு வீடு வீடாகப் படி ஏறிக் கேட்டு வருகிறேன். யாரும் சரியான பதில் சொல்லவில்லை.

உங்கள் கச்சேரி ஒலிபரப்புக்கு முன்னும் பின்னும் அறிவிப்பு தருகிறவர்களில் சிலர் நாதஸ்வரம் என்றும் வேறு சிலர் நாதசுவரம் என்றும் உச்சரிப்பதால் குழப்பம்தான் கூடுகிறது. என்னதான் அந்த வாத்தியத்துக்குப் பெயர்?

நான் சீதோஷ்ண நிலமை திருப்திகரமாக இருக்கும் பட்சத்தில் திருச்சி வானொலி கூட கேட்பது வழக்கம். போன ஞாயிறன்று பிற்பகலில் இப்படித்தான் திருச்சி ரேடியோவில் பாப்பா மலர் கேட்டுக் கொண்டிருந்தேன். ஸ்ரீரங்கம் பள்ளிக்கூடத்துப் பையன்கள் பாட்டு, நாடகம் என்று பிரமாதமாக, பெரியவர்களுக்கே சவால் விடும் தரத்தில் அது இருந்தது.

என்றாலும், ரங்கராஜன் என்ற பையன் 'ஆழ்வார்கள் இல்லாத ஸ்ரீரங்கமா' என்று ஏதோ பேசத் தொடங்கியபோது ரேடியோ அண்ணா அவனைப் பேசவிடாமல் உடனே நிறுத்திவிட்டு வேறொரு சிறுவனைப் பாடச் சொன்னது எதேச்சாதிகாரமாக இருந்தது. ஸ்ரீரங்கம், ஆழ்வார்கள் இதெல்லாம் பெரியவர்கள் பாட்டும் இல்லாமல் பேச்சும் இல்லாமல் வினோதமான ஒரு மெட்டில் இழுத்து இழுத்து நீட்டி வழங்க வேண்டிய விஷயங்களா?

இருக்கட்டும். நான் கடிதம் எழுதுவது மேலே கண்ட சந்தேகங்களின் நிவர்த்திக்காக இல்லை......

*ஏப்ரல் 4, 2020*

# ராமோஜியம் நாவலை எழுதியபோது – 1

*ராமோஜியம் நாவலுக்கும் அதற்கு முந்திய 1975 நாவலுக்கும் ஓர் ஒற்றுமை உண்டு. 1975 எமர்ஜென்சி காலகட்டத்தில் நிகழ்வது. எமர்ஜென்சி என்ற நெருக்கடி நிலை காலகட்டத்தைப் பற்றியதல்ல அது.*

*அதேபோல் ராமோஜியம் நாவலின் பெரும்பகுதி 1940-களில் நிகழ்வது. 1940-களின் முக்கிய நிகழ்வான சுதந்திரப் போராட்டம் அந்தப் பகுதிகளுக்குக் களன் அமைத்துத் தரும். காந்திஜியும், கஸ்தூர்பாவும், சக்கரை செட்டியாரும், சர்ச்சிலும், வேவல் துரையும், சென்னை கவர்னர் ஆர்தர் ஹோப் துரையும், கலாசார மைல்கற்களான சபாபதி சினிமாவும், ஆல் இந்தியா ரேடியோவில் அரியக்குடி கச்சேரியும், கொஞ்சம் நுட்பமாகக் கவனித்தால் தட்டுப்படும் எட்டு வயது ஸ்ரீரங்கம் ரங்கராஜனும், மோகமுள் யமுனாவும், பாபுவும், ராஜமும் வந்து போவதும் 1930-40களின் சமகாலத் தன்மையை ஏற்படுத்தவும் செறிவாக்கவும்தான்.*

*நாவலில் சில அத்தியாயங்கள் 17-ம் நூற்றாண்டில் சத்ரபதி சிவாஜியைத் தொடர்ந்து ராஜாராம் போன்ஸ்லே மராத்திய அரசைக் கட்டி நிறுத்தக் கடுமையான பிரயத்தனங்களில்*

ஈடுபட்டிருந்த காலம். மிகச் சிறந்த மராட்டா கடற்படைத் தலைவன் கனோஜி ஆங்க்ரே சிறப்படைந்திருந்த காலமும் அதுதான்.

18-ம் நூற்றாண்டில் நாவலின் ஒரு நீண்ட அத்தியாயமாக புதுச்சேரி நிகழ்வுகள் வரும். ராமநாடகம் எழுதி அருணாசலக் கவிராயர் பிரஞ்ச் கவர்னர் தியூப்ளெயுடைய துபாஷ் ஆனந்தரங்கம் பிள்ளையைச் சந்திப்பது அந்த அத்தியாயத்தில். ஆனந்தரங்கம் பிள்ளையின் பிறந்த, மறைந்த தேதிகள் வரலாற்றின் மூலம் தெரியவருகின்றன. ஆனால் அருணாசலக் கவிராயர் குறித்த செய்திகளில் ஒன்றுக்கு மேற்பட்ட தினங்களில் அவர் இறைவனடி சேர்ந்திருக்கிறார். 1740-களில் இரண்டு பேரும் இருந்திருப்பதால் நாவலில் அந்தக் காலகட்டத்தில் ராமநாடகம் புதுவையில் இரண்டாம் அரங்கேற்றம் (முதலில் திருவரங்கத்தில் அரங்கேறியது) காண்கிறது.

இந்த அத்தியாயத்திற்கான மொழி ஆனந்தரங்கப்பிள்ளை நாட்குறிப்பு மொழியை அடிப்படியாக வைத்து நான் கதைக்காகப் புனைந்துகொண்டது. எனக்குப் பிடித்தமான பிரயோகங்கள் இதில் அடக்கம் அனுப்பிவித்துக்கொண்டு வந்தேன். இருந்து கொண்டு சொன்னார்...

ஈடுபாட்டோடு எழுதும்போது, கதை தன்னைத்தானே வளர்த்துப் போகும் என்று சொன்னால் நமுட்டுச் சிரிப்பு சிரிப்பார்கள் சிலர். அவர்கள் படிக்க வேண்டாம் - இனி வருவதை.

இறுதி அத்தியாயத்தில் ரத்னா ராமோஜியை கும்பகோணத்துக்கு, அவர்கள் இருவருக்கும் மனதால் நெருக்கமான சக்ரபாணிப் பெருமாள் கோவிலுக்கு, அங்கே ஒரு குறிப்பிட்ட பிராகாரத் தூண் பக்கம் (அந்தத் தூணோரம்தான் அவர்கள் சந்தித்ததெல்லாம்) அழைத்துப் போய் மனம்விட்டுப் பேசி, மன்னித்து, மன அழுத்தம் தீர பிராகாரத் தூணைக் கட்டிப் பிடித்து அழுவாள்.

நான் எழுத உத்தேசித்திருந்தது

★★★

**நா**ன் தூணைப் பிடித்தபடி சக்தியெல்லாம் இழந்த பேடியாக நின்றேன்.

“சொல்லுங்க ராவ்ஜி... இனிமேல், இந்த நிமிடத்தில் இருந்து நான் என் ரத்னாவைத் தவிர வேறு எந்தப் பெண்ணையும் தொட மாட்டேன்... ரத்னாவுக்கு மனசாலே கூட துரோகம் நினைக்க மாட்டேன்... என் மகள் மேல் சத்தியம்...”

நான் அதேபடி சொல்லத் தொடங்க, என் மனைவி பிராகாரத் தூணை அணைத்துப் பிடித்தபடி அடக்க முடியாமல் அழுதாள்.

★★★

இதுவும் எழுதி, தன் போக்கில் கதை வளர்ந்தது இப்படி

பிராகாரம் சுற்றி வந்த வடக்கத்திய கோஷ்டி ஒன்று கொஞ்சம் தொலைவும் அண்மையுமாக நின்று பார்த்தது. அந்தக் குடும்பத்தில் ரத்னா வயதுப் பெண் ஒருத்தி இன்னொரு தூணைக் கட்டிப் பிடித்து அழத் தொடங்கினாள்.

பெரும்பாலான சடங்கு சம்பிரதாயங்கள் இப்படிப் போலச் செய்வதாகத்தான் உருவாக்கப்படுகின்றன!!

*ஜூன் 15, 2020*

# கல்கி வாரப் பத்திரிகையும் நானும்

கல்கி வார இதழ் அச்சுப் பதிப்பு வடிவத்தில் இனி வெளிவராது என்று அறிய வருந்துகிறேன்.

கணையாழியிலும் தீபத்திலும் நான் எழுதத் தொடங்கியது ஜனரஞ்சகப் பத்திரிகை எழுத்தாகவும் சுவடு பிரிந்து பரிணமிக்க கல்கி எனக்குத் தளம் அமைத்துக்கொடுத்தது. 1990-களில் கிட்டத்தட்ட 30 சிறுகதைகளாவது கல்கியில் எழுதியிருப்பேன்.

மல்டி மீடியா பற்றிக் கல்கியில் எழுதிய கட்டுரைதான் என் முதல் அறிவியல் தொடர்பான எழுத்து. தொடர்ந்து வெர்சுவல் ரியலிடி, எக்ஸ்பர்ட் சிஸ்டம், ஃபஸ்ஸி லாஜிக் என்று கிட்டத்தட்ட 15 கட்டுரைகள் எழுத உற்சாகப்படுத்தி, எழுதி வாங்கிப் பிரசுரித்தது கல்கி.

அந்தக் கட்டுரைகள் 'கொறிக்கக் கொஞ்சம் கம்ப்யூட்டர் சிப்ஸ்' என்ற பெயரில் புத்தகமானபோது அதன் முன்னுரையை மனமுவந்து அளித்தார் கல்கி திரு கி.ராஜேந்திரன் அவர்கள். அமரர் கல்கியே வந்து அளித்ததுபோல் அவருடைய புதல்வர் அளித்த அந்த முன்னுரை அமைந்துபோனது என் அதிர்ஷ்டம்.

அது தவிர என் முதல் கம்ப்யூட்டர் இணையம் பற்றிய தொடர் கல்கியில்தான் வெளிவந்தது (இது விகடனில் அப்புறம் மூன்றாண்டு தொடர்ந்தது).

கல்கிக்காக தஞ்சைக்குப் பெரிய கோவில் குடமுழுக்கு நேரத்தில் (1997) என்னை அனுப்பி வைத்து, வந்து சேர்ந்ததும் சுடச்சுட கட்டுரை எழுதி வாங்கிப் பிரசுரித்து மேலும் எழுத உற்சாகமும் ஊக்கமும் அளித்தது கல்கி. நண்பர் தஞ்சை பிரகாஷ் மற்றும் தஞ்சை நண்பர்கள் உதவியோடு தஞ்சாவூரில் மாஜி மன்னர் முதல் புகைப்பட ஸ்டூடியோ உரிமையாளர் வரை நேர்காணல் நடத்தி, பெரிய கோவிலைப் பக்தியோடு கூட சப்த, ஒளி, வாடை ரூபமாக அனுபவித்து அந்தக் கட்டுரை எழுதினேன்.

தீபாவளி மலர்க் கதைகள், விடுமுறை மலரில் நாடகம், ஒரு பக்கக் கதை, இந்திய சுதந்திரப் பொன்விழா மலர் கதை, சுருக்கெழுத்தாளர் அமைப்பு விசிட் ரிப்போர்ட், விண்டோஸ் 4 அறிமுகக் கூட்டத்தில் கலந்துகொண்டு கட்டுரை, நண்பர் ஞாநி மகன் அன்புக்குரிய மனுஷ் நந்தன் 12 வயதுச் சிறுவனாக அசோகமித்திரன் சிறுகதைகளைக் குறும்படமாக எடுத்தபோது நேர்காணல் என்று எழுதி நிறைத்தேன். அப்போது பிரபலமாக இருந்த டெலிவிஷன் தொடர் ‘ஜூனுன்’ பற்றிக்கூட நகைச்சுவைக் கட்டுரை எழுதினேன். எழுத்தை அதன் சீரியஸ்னஸ் விட்டுப் போகாமல், ரிலாக்ஸ்ட் ஆகப் பார்த்து எழுத, கல்கிக்கு எழுதிக் கற்றுக்கொண்டேன்.

கல்கி சிறுகதைப் போட்டி நடுவராக அன்புக்குரிய திருமதி திலகவதி ஐபிஎஸ் மேடமும் நானும் இருந்து செயல்பட்டது மறக்க முடியாத அனுபவமானது. ‘என்ன முருகன், எல்லாக் கதையும் நல்ல கதைங்கறீங்களே... எதுக்கு ப்ரைஸ் கொடுக்கறது’ என்று புன்னகையோடு சொல்வார் திலகவதி அவர்கள்,

திருமதி சீதா ரவி கல்கி பத்திரிகை ஆசிரியராக இருந்த காலம் அது. இனிய நண்பர் பா.ராகவன் கல்கியின் உதவி ஆசிரியராகக் கலக்கிக்கொண்டிருந்த காலமும் அதே. திரு இளங்கோவன் என்ற இன்னொரு நல்ல நண்பர் உதவி ஆசிரியரின் நட்பு கிட்டியதும் அப்போதுதான்.

2000-களில் விலகித்தான் போனேன் - கணினித் துறையில் புகுந்து, பணி நிமித்தம் அயல் நாடுகளில் வசித்தபோது - என் எழுத்து ஆர்வமும் பரிசோதனை முயற்சிகளில் திரும்பியது. மாய எதார்த்தக் கதையாடலை அடிப்படையாக்கி சிறுகதைகள் எழுதியபோது ஒரு விடுமுறை மலர் கதை கேட்டார்கள். பாங்காக்கில் இருந்து

எழுதி கல்கிக்கு அனுப்பியது மேஜிக்கல் ரியலிசம் கலக்காத, ஆனால் விநோதமான கதைக்கருவோடு 'தாமதமாக வந்தவர்'. அது கல்கி கதை இல்லைதான். எனினும் கல்கி எந்த மறுப்பும் சொல்லாமல் கதையை அதே படிக்குப் பிரசுரித்தது. என்ன, 'சூஷி மீன் சாப்பிட்டான்' என்பதை குஷியாக மீன் சாப்பிட்டான் என்று மாற்றி விட்டார்கள்! சீதா ரவி அவர்களுக்கு தொலைபேசிச் சொன்னேன். 'பரவாயில்லே சார், குஷியா சாப்பிட்டதாகத் தானே வந்திருக்கு... நொந்துபோய் சாப்பிட்டதா வரல்லியே' என்றார். இரண்டு பேரும் சிரித்தோம்.

கையெழுத்துப் பிரதியாகக் கதை அனுப்புவது முடிந்து, கம்ப்யூட்டரில் அந்தக் கால(1990 தொடக்கம்) தமிழ் வேர்ட் ப்ராசசரில் தட்டி அனுப்பிய முதல் கதை கல்கிக்குத்தான்.

'முருகன், நெறய மாங்குமாங்குன்னு ஃப்ளாப்பியிலே போட்டு அனுப்பியிருக்கீங்க. சந்தோஷமான கதைன்னு தெரியுது... நிறைய சிரிச்ச மூஞ்சி மாதிரி, மத்தாப்பு மாதிரி, பொம்மை மாதிரி எல்லாம் வந்திருக்கு. சிரமம் பார்க்காம, இதைத் தமிழாக்கி எப்பவும் போல கையால் எழுதி அனுப்பிடுங்க' என்றார் பா.ராகவன். அப்புறம் ஒருவழியாக என் கணினியும் அவர்கள் கணினியும் ஒன்றை மற்றொன்று புரிந்துகொண்டன.

2000-களில் அறிவியல் தொடர் கேட்டார் அப்போது கல்கி ஆசிரியராக இருந்த நண்பர் ஆர்.வெங்கடேஷ். டிஜிட்டல் கேண்டீன் என்று ஒரு தொடர் எழுதினேன். தீபாவளி மலர் கதைகளும், ஒன்றிரண்டு வாரப் பத்திரிகைக் கதைகளும் கல்கிக்குக் கொடுத்தபோது 'அரசூர் வம்சம்' கல்கியில் தொடராக வந்தால் எப்படி இருக்கும் என்று நடக்காத காரியம் பற்றி யோசித்தது உண்மைதான்.

வெங்கடேஷ் கல்கி சார்பில் அழைக்க, கல்கியில் பிரசுரமான சிறந்த அச்சு விளம்பரத்தைத் தேர்ந்தெடுத்துப் பரிசு கொடுக்கும் நடுவர் குழுவில் பங்கு பெற்றேன். அந்த விருது வழங்கும் விழாவில் நடுவர்களையும் கவுரவிக்க இருந்ததாகவும் அவசியம் கலந்து கொள்ள வேண்டும் என்றும் அவர் சொல்லியும் என்னால் விழாவுக்குப் போக முடியவில்லை. அன்றைக்கு என் நாவல் 'விஸ்வரூபம்' வெளியீட்டு விழா நாள். கல்கி விழாவில் என் சார்பில் நண்பர் வெங்கடேஷே பொக்கிஷம் போன்ற அந்த

நடுவர் பரிசைப் பெற்று, பிறகு எனக்கு அளித்தார். கம்பீரமான, நடந்தபடி புத்தகம் வாசிக்கும் வாசக கணபதி எனக்குப் பரிசாக வந்தார். எனக்குக் கிட்டிய அனைத்துப் பரிசுகளிலும் அவரே முதலானவர்.

அந்த வாசக கணபதியை அநியாயமாக கல்கி மாஸ்ட்ஹெட்டில் இருந்து ஏன் தூக்கினார்கள் என்பது எனக்கு இன்னும் புரியாத விஷயம்.

கல்கியில் அண்மையில் எழுதிய சிறுகதை என் நண்பர் கல்கி ஆசிரியர் ரமணன் கேட்டு வாங்கிப் போட்ட 'இசை'. டிஜிட்டல் கல்கி இணையதளத்தில் அறிவியல் தொடர் கேட்டிருந்தார் ரமணன். ராமோஜியம் எழுதும் மும்முரத்தில் அதை மறந்தே போனதற்கு வருந்துகிறேன், ரமணன்.

கல்கி இணைய தளத்தில் 1941-ம் ஆண்டு தொடங்கி வெளிவந்த கல்கி இதழ்களையும், தீபாவளி மலர்களையும் கிட்டத்தட்ட பாராயணம் பண்ணும் அளவு படித்துக் கொண்டிருந்தேன் அண்மையில் அந்த 'ராமோஜியம்' நாவல் எழுதும்போது.

அச்சுப் பதிப்பு கல்கிக்கு ராமோஜியம் நாவல் சமர்ப்பணம் ஆகிறது. *Adieu, Kalki*

*ஜூலை 18, 2020*

# என் நூல்கள் – முன்னுரைகள்

நாவல், சிறுகதை, குறுநாவல், கட்டுரைத் தொகுப்புகள் அச்சுக்குப் போகும்போது பின்னட்டை வாசகங்களை எழுதுவது வரம். பா.ராகவன் இதைப் பற்றி அவருடைய முகநூல் காலக்கோட்டில் (டைம்லைனில்) எழுதியதைப் படித்தபோது புத்தகங்களுக்கு முன்னுரை எழுதும் இதேபோன்ற, கடினமான இன்னொரு பணி நினைவு வந்தது.

என் முதல் புத்தகமான சிறுகதைத் தொகுப்பு 'தேர்', அசோகமித்திரன் முன்னுரையோடு வெளிவந்தது. புத்தகம் பரவலான கவனத்தைப் பெற அந்த அற்புதமான முன்னுரையும் ஒரு காரணம்.

அதற்கு அடுத்த மெலிந்த சிறுகதைத் தொகுப்பு 'ஆதம்பூர்க்காரர்கள்' புத்தகத்தில் முன்னுரை போட இடமில்லை. என்றாலும் சுஜாதா சுபமங்களாவில் நூல் விமர்சனம் எழுதி அந்தப் புத்தகத்தையும் பேசப்படச் செய்தார். அவரிடம் முன்னுரை வாங்கியிருந்தால் கூட அந்தக் கவன ஈர்ப்புக் கிட்டியிருக்காது.

அதற்கப்புறம் வந்த 'முதல் ஆட்டம்' சிறுகதைத் தொகுப்பு பதிப்பாளர் (நர்மதா பதிப்பகம்) ராமலிங்கம் எழுதிய முன்னுரையோடு வெளியானது. "நானே எழுதிட்டேன் சார்" என்றார் அவர். "பரவாயில்லேங்க" என்று பதில் சொல்லிக் கடந்து போனேன்.

அதற்கு அடுத்து ‘சிலிக்கன் வாசல்’, ‘ஐம்பது பைசா சேக்ஷ்பியர்’, ‘மந்திரவாதியும் தபால் அட்டைகளும்’ என்று நான்கைந்து சிறுகதைத் தொகுப்புகள் என்னுடைய முன்னுரையோடு வந்தன. ஒவ்வொன்றும் எழுதி முடித்து அனுப்ப முதலில் சிரமமாக இருந்தாலும், அடுத்தடுத்து வரவே பழகிவிட்டது.

தொடர்ந்து வந்த ‘சைக்கிள் முனி’ சிறுகதைத் தொகுப்பு மாலன் எழுதிய செறிவான முன்னுரையோடு வந்தது. அடுத்து ‘பத்து கதைகள்’ தொகுப்பு கலாப்ரியாவின் விரிவான முன்னுரையோடு வெளியானது.

அதற்கு அப்புறம், தற்போது வெளியாக இருக்கும் ‘மயில் மார்க் குடைகள்’ சிறுகதைத் தொகுப்பு வரை மீண்டும் நானே எழுதிய முன்னுரையோடு அச்சேறியவை.

நாவல்களில் ‘ரெட்டைத் தெரு’வுக்கு கிரேசி மோகன் முன்னுரை கொடுத்திருந்தார். அரசூர் வம்சம் பி.ஏ.கிருஷ்ணன் முன்னுரையோடு வந்த நாவல். பேசப்பட்ட முன்னுரை அதுவும். மற்ற அனைத்து நாவல்களுக்கும், அண்மையில் வெளியான ’ராமோஜியம்’ உட்பட நான் எழுதிய முன்னுரையோடு வெளியாகின.

‘கொறிக்கக் கொஞ்சம் கம்ப்யூட்டர் சிப்ஸ்’ அறிவியல் கட்டுரைத் தொகுப்பு முன்னுரை கல்கி ராஜேந்திரன் அவர்கள் எழுதியது. ‘கம்ப்யூட்டர் கொஞ்சம் கலகலப்பு கொஞ்சம்’ ஞாநி முன்னுரையோடு வந்தது. ‘ராயர் காப்பி கிளப்’ தொகுப்பு திண்ணை ஆசிரியர் கோ.ராஜாராம் எழுதித்தர வெளியானது. மற்ற அனைத்தும் நானே எழுதியவை.

புத்தகம் அச்சுக்கு அனுப்பும் முன் முன்னுரை எழுதிச் சேர்த்து அனுப்ப இப்போது பழகிவிட்டது.

என்னிடம் முன்னுரை கேட்டு அணுகும் நண்பர்களின் படைப்புகளை முடிந்தவரை படித்து அவ்வப்போது எழுதுகிறேன். சமீபத்தில் முன்னுரை கோரிக்கைகள் கணிசமாக அதிகரித்திருக்கின்றன. சொந்த சோகமான அண்மை நிகழ்வு காரணமாக அந்த முன்னுரைகளை எழுத இயலாமல் போனதில் வருத்தம்தான்.

*பிப்ரவரி 5, 2021*

## இரா.முருகன்

1953-ல் தமிழ்நாடு, சிவகங்கையில் பிறந்தவர் இரா.முருகன். பன்னாட்டு நிறுவனங்களில் வங்கித் தொழில்நுட்பவியல், திட்ட மேலாண்மைத் துறைகளில் பொது மேலாளராக இந்தியா, பிரிட்டன், தாய்லாந்து, அமெரிக்காவில் பணிபுரிந்து பணி ஓய்வுபெற்றுத் தற்போது சென்னையில் வசிப்பவர்.

தமிழ் இலக்கிய வெளியில் 1977 முதல் தீவிரமாக இயங்கும் இரா.முருகன் கவிதையிலிருந்து சிறுகதை, குறுநாவல் வழியே நாவலுக்கு வந்தவர். மேடை நாடக ஆக்கம், திரைக்கதை உரையாடல் ஆக்கம் என்றும் பங்களித்துள்ளார். அவருடைய அ-புனைகதைப் பரப்பில் பயண-வரலாற்றுக் கட்டுரைகள், இலக்கிய, வெகுஜனப் பத்திரிகை பத்திகள், தமிழில் தொழில்நுட்ப அறிமுகம், மேலாண்மை அறிமுகம், இஸ்லாமிய வங்கியியல் அறிமுகம் ஆகியவையும் அடங்கும். மலையாளத்தில் இருந்து தமிழுக்கு நாவல், சிறுகதை, கவிதை மொழிபெயர்ப்பு செய்து வருகிறார். ஆங்கிலத்திலும் கவிதை, பத்திரிகை பத்தி எழுதி வருகிறார்.

இதுவரை இரா.முருகனின் பத்து நாவல்களும், பதினொன்று சிறுகதைத் தொகுதிகளும், மூன்று குறுநாவல் தொகுதிகளும், இரண்டு கணினியியல் நூல்களும், பயண – வரலாற்று நூல் மற்றும் இரு இலக்கியக் கட்டுரைத்

தொகுதிகளும், மலையாள நாவல் மொழிபெயர்ப்பாக ஒரு தமிழ் நூலும் *(பீரங்கிப் பாடல்கள்)* அச்சில் வெளியாகியுள்ளன. இந்திய இலக்கியச் சிற்பிகள் வரிசையில் சாகித்ய அகாதமி கோரியபடி எழுத்தாளர் சுஜாதா பற்றி எழுதிய நூலும் வெளியாகியுள்ளது. இவை தவிர தனி மின் நூல்களாக, பதினைந்து புத்தகங்கள் வெளியாகியுள்ளன.

இரா.முருகனின் அண்மையில் வெளிவந்த பெருநாவல் மிளகு (ஜனவரி 2022).

இரா.முருகனின் மாய எதார்த்த இலக்கிய முயற்சிகளில் முக்கியமானது 'அரசூர் நாவல்கள்' என்ற 1850 – 1960 காலகட்டத்தில் நிகழும், தமிழ்நாட்டிலும், கேரளத்திலும் வேர்விட்டுப் பரவிய ஒரு குடும்பத்தின் புனைவு கலந்த நான்கு புதினங்கள் – *அரசூர் வம்சம், விஸ்வரூபம், அச்சுதம் கேசவம், வாழ்ந்து போதீரே.* ஒன்றிலிருந்து நீண்டு மற்றொன்றாகி அதுவும் நீட்சி கொள்ள இரண்டாயிரத்துக்கு மேற்பட்ட பக்கங்களில் நிறைந்திருப்பவை இவை.

இலக்கியச் சிந்தனை ஆண்டிறுதி விருது, கதா விருது, பாரதி பல்கலைக்கழக விருது போன்றவை பெற்றவர் இரா.முருகன். *அரசூர் வம்சம்* நாவலின் ஆங்கிலப் பதிப்பான *தி கோஸ்ட்ஸ் ஓஃப் அரசூர்*, இந்திய புக்கர் விருது என்று சிறப்பிக்கப்படும் க்ராஸ்வேர்ட் விருதுக்கான குறும்பட்டியலில் இடம் பெற்றது.

2019-ஆம் ஆண்டில் *'பீரங்கிப் பாடல்கள்'* நூலுக்காகச் சிறந்த மொழிபெயர்ப்பாளர் விருது (மலையாளத்திலிருந்து தமிழ்) கனடா நாட்டின் 'இலக்கியத் தோட்டம்' அமைப்பால் இவருக்கு வழங்கப்பட்டது.

2019-இல், மலையாள மகாகவி உள்ளூர் பரமேஸ்வர ஐயர் நினைவுப் பரிசு, மலையாளம் – தமிழ் இலக்கியப் பரிமாற்றத்துக்காக இவருக்கு திருவனந்தபுரம் தமிழ்ச் சங்கத்தால் வழங்கப்பட்டது.

www.ingramcontent.com/pod-product-compliance
Lightning Source LLC
LaVergne TN
LVHW100419051026
849518LV00004B/1325